પડદાની પેલે પાર

મૃત્યું પછીના જીવનનો પ્રવાસ

ભાગ એક

જે આગળ છે તે અંત નથી, પરંતુ એક ગહન સાતત્ય છે.

શ્રી શામબવ

નીતા રાઠોડ દ્વારા ઇંગ્લિશમાંથી અનુવાદિત

પડદાની પેલે પાર

મૃત્યું પછીના જીવનનો પ્રવાસ

(Paddaani ni pele paar - Mrutyu Pachhina Jeevanno pravaas Volume One)

શ્રી શામબવ

શ્રી શામબવ, તમિલનાડુ, ભારત દ્વારા પ્રકાશિત

પ્રથમ આવૃત્તિ, ૨૦૨૫

The English edition of Beyond the Veil - A Journey Through Life After Death Volume One, originally published on March 21, 2025, has now been translated into Gujarati.

ISBN: 978-93-5655-155-8

ઈમેલ: shreeshambav@gmail.com

વેબ: www.shambav.org

સમર્પણ

"ઈસાવાસ્યમ ઈદમ સર્વમ યત કિમ સી જગત્યમ જગત.

તેન ત્યતકેન ભૂંજિતા માં ગૃધ: કસ્યસ્વીદ ધનમ્"

મારા દિવ્ય ગુરુઓને, સાંભળનારા પરિવારને

અને મારા માતા-પિતાને જેઓ જુએ છે...

"ઈસાવાસ્યમ ઈદમ સર્વમ યત કિમ સી જગત્યમ જગત.

તેન ત્યતકેન ભૂંજિતા માં ગૃધ: કસ્યસ્વીદ ધનમ્."

અર્થ:- "તમે જે અનુભવો છો, જુઓ છો અથવા તમારી ઇન્દ્રિયોથી સ્પર્શ કરો છો તે દરેક વસ્તુને ભગવાન પોતાનામાં સમાવે છે."

અસ્વીકરણ

બિયોન્ડ ધ વેઇલ: અ જર્ની થ્રુ લાઇફ આફ્ટર ડેથ દાર્શનિક, આધ્યાત્મિક અને વૈજ્ઞાનિક દ્રષ્ટિકોણ દ્વારા મૃત્યું પછી શું થાય છે તે વિશે માનવતાની કાલાતીત જિજ્ઞાસાની શોધ કરે છે. આ પુસ્તક વાચકોને ચેતનાના ગહન સ્વભાવ અને તેની પરિવર્તનશીલ સંભવિતતામાં પ્રવેશ કરવા આમંત્રણ આપે છે. જ્યારે પ્રવાસ ઊંડી સમજ અને પ્રતિબિંબની ક્ષણોને ઉત્તેજિત કરી શકે છે, ત્યારે તે ઊંડાણપૂર્વક રાખવામાં આવેલી માન્યતાઓને પડકારી શકે છે અથવા મજબૂત ભાવનાત્મક પ્રતિભાવોને ઉત્તેજિત કરી શકે છે. આ પ્રતિક્રિયાઓ સ્વ-શોધ અને વિકાસની કુદરતી પ્રક્રિયાનો એક ભાગ છે.

જો તમને સામગ્રી સાથે કામ કરતી વખતે ભાવનાત્મક તકલીફ, મૂંઝવણ અથવા અસ્વસ્થતાનો અનુભવ

થાય, તો અમે તમને લાઇસન્સ પ્રાપ્ત ચિકિત્સક, કાઉન્સેલર અથવા અન્ય લાયક વ્યાવસાયિક પાસેથી માર્ગદર્શન મેળવવા માટે પ્રોત્સાહિત કરીએ છીએ. આ શોધખોળ કરતી વખતે તમારી ભાવનાત્મક સુખાકારીને પ્રાથમિકતા આપવી ખૂબ જ મહત્વપૂર્ણ છે.

આ પુસ્તકમાં સમાવિષ્ટ પ્રથાઓ અને કસરતો આધ્યાત્મિક અને વ્યક્તિગત વિકાસને વધારવા માટેના સૂચનો છે. દરેક વ્યક્તિના અનુભવો અને જરૂરિયાતો અનન્ય હોવાથી, વાચકોને તેમની વ્યક્તિગત યાત્રાઓને અનુરૂપ આ પ્રથાઓને અનુકૂલિત કરવા, આરામદાયક લાગે તેવી ગતિએ આગળ વધવા માટે પ્રોત્સાહિત કરવામાં આવે છે. વ્યક્તિગત વિકાસ એ એક ઊંડી વ્યક્તિગત પ્રક્રિયા છે, અને પરિણામો તમારી વ્યસ્તતા, તૈયારી અને સંજોગોના આધારે બદલાશે.

લેખક અને પ્રકાશક આ પુસ્તકમાં શેર કરેલા ખ્યાલો, પ્રથાઓ અથવા આંતરદૃષ્ટિના ઉપયોગથી થતા પ્રત્યક્ષ કે પરોક્ષ પરિણામો માટે કોઈપણ

જવાબદારીનો અસ્વીકાર કરે છે. આ સામગ્રી સાથે જોડાઈને, તમે તમારા પોતાના પરિવર્તન, જાગૃતતા અને સમજદારી માટે વ્યક્તિગત જવાબદારી સ્વીકૃતિ બતાવો છો અને સ્વીકારો છો.

આ પુસ્તક ચોક્કસ પરિણામોનું વચન આપતું નથી પરંતુ તમારી અંદર રહેલી અનંત સંભાવનાઓને શોધવા માટે આમંત્રણ આપે છે. તમારી યાત્રા સાથે જે સુસંગત છે તેને લો, જે સુસંગત નથી તેને છોડી દો, અને ઉપચાર, વિકાસ અને શાણપણ માટેની તમારી જન્મજાત ક્ષમતા પર વિશ્વાસ કરો.

અનંત સુધી જાગૃતિની આ યાત્રામાં તમારી સાથે આવવા બદલ અમે સન્માનિત છીએ. અહીં આપવામાં આવેલી આંતરદૃષ્ટિ તમને વધુ સ્પષ્ટતા, હેતુ અને જોડાણ સાથે જીવવા માટે પ્રેરણા આપે. આ પુસ્તક ગહન પરિવર્તન અને તમારી જાત, તમારા આત્મા અને અસ્તિત્વના રહસ્યોની ઊંડી સમજ માટે ઉત્પ્રેરક તરીકે કામ કરે.

નોંધ - જો પુસ્તકનો કોઈ પણ ભાગ, કોઈપણ ક્રમમાં, વાચકની લાગણીઓને ઠેસ પહોંચાડે છે, તો તે ફક્ત અકસ્માત હશે, ઇરાદાપૂર્વક નહીં.

સુભાષિત

પડદાની બહાર

જાગૃતિનો શુદ્ધ પ્રકાશ ફક્ત મૃત્યું ના ક્ષણને જ પ્રકાશિત કરતો નથી; તે એક સતત, માર્ગદર્શક હાજરી છે જે જીવનના દરેક ક્ષણમાં ચમકતી રહે છે. તે સાર છે જે સામાન્યમાં છુપાયેલા ગહન સત્યને પ્રગટ કરે છે, જે આપણને શાશ્વત વર્તમાનમાં જાગૃત થવા માટે આમંત્રણ આપે છે. પ્રતિબિંબની સ્થિરતામાં હોય કે દૈનિક અસ્તિત્વની અરાજકતામાં, આ પ્રકાશ આપણને યાદ અપાવે છે કે જીવન અને મૃત્યું

વિરોધી નથી પરંતુ સમાન અનંત ચેતનાના એકબીજા સાથે જોડાયેલા અભિવ્યક્તિઓ છે.

– શ્રી શામભવ

પડદાની પેલે પાર

મૃત્યું પછીના જીવનનો પ્રવાસ

શ્રી શામબવ

શ્રી શામબવ ૧૧૧x વખત સર્વશ્રેષ્ઠ અને સૌથી વધારે પુસ્તકો વેચાણ થયેલ લેખક શ્રેણીમાંના એક છે જે તેમના વ્યક્તિગત વિકાસ અને આધ્યાત્મિક વિકાસમાં પરિવર્તનકારી કાર્યો માટે જાણીતા છે.

પ્રિય વહાલાં વાચકો

પ્રિય વહાલાં વાચકો,

હું જ્યારે આ નવી સાહિત્યિક સફર પર પ્રયાણ કરું છું, ત્યારે મારું હૃદય કૃતજ્ઞતા અને જબરજસ્ત જોડાણની ભાવનાથી ભરાઈ જાય છે. જેઓ આ યાત્રામાં મારી સાથે જોડાયા છે, હું, તમારા દરેકની, ઊંડી લાગણી સાથે, હૃદયપૂર્વક આભાર માનું છું.

નિષ્ઠાવાન ઉષ્મા સાથે, હું તમને મારી અગાઉની કૃતિઓનાં પાનાંઓ દ્વારા, સાથે મળીને લીધેલાં પગલાંની ફરી મુલાકાત લેવા આમંત્રણ આપું છું. અમારી ઓડિસીની શરૂઆત "જર્ની ઓફ સોલ - કર્મ" ("આત્માની યાત્રા - કર્મ") થી થઈ હતી, આ પુસ્તક શબ્દોની દુનિયામાં મારો પ્રથમ પ્રવેશ હતો અને મારા

લેખનના સાહસને પ્રજ્વલિત કરનારા કાચા જુસ્સાનો પુરાવો હતો.

અમારા સહિયારા વર્ણનનાં, એ પછીનાં પ્રકરણો "ટ્વેન્ટી + વન" શ્રેણીની મોહક પોતિકા દ્વારા પ્રગટ થયાં હતાં, જે શ્રેણી-૧ અને શ્રેણી-૨ એમ બંને છે. અમારી કલ્પનાઓના કેનવાસ પર દરેક પાનું ફેરવવામાં આવ્યું હતું તે પીંછીના હળવા સ્પર્શ જેવુ હતું, જેમાં આબેહૂબ વાર્તાઓ દોરવામાં આવી હતી, જેની મને આશા હતી કે તે તમારા હૃદયમાં ઊંડાણથી ગુંજી ઉઠશે. આ ફક્ત શબ્દો ન હતા; તે ખરેખર શું મહત્વનું છે તે અનુભવવા, પ્રતિબિંબિત કરવા અને યાદ રાખવા માટેના આમંત્રણો હતા.

અને "લાઇફ ચેન્જિંગ જર્ની- ઇન્સ્પિરેશનલ ક્વોટ્સ સિરીઝ" ("જીવન બદલતી યાત્રા - પ્રેરણાત્મક અવતરણો શ્રેણી") દ્વારા અમે જે પરિવર્તનકારી સફર શરૂ કરી હતી તેને હું કેવી રીતે ભૂલી શકું? દિવસે ને દિવસે, અવતરણ પર અવતરણ ટાંકીને,અમે એવા પ્રતિબિંબમાં ડૂબી ગયા જેણે અમને ઉત્તેજિત કર્યા અને

પ્રેરણા આપી અને આપણા આત્મામાં પ્રકાશની ઝલક લાવવાનો પ્રયત્ન કર્યો.

“ડેથ - લાઇટ ઓફ લાઇફ એન્ડ ધ શેડો ઓફ ડેથ”ની રજૂઆત મૃત્યું ના અનંત રહસ્ય પર નવો પ્રકાશ પાડવાનું વચન આપે છે.

તેવી જ રીતે, “અનલીશિંગ ધ ઈનક્રેડિબલ પોટેન્શિયલ ઓફ પ્રોગ્રામિંગ વિથ પાયથોન - “ઓપ્ટિમમ - પાયથોનઃ અલ્ટિમેટ ગાઇડ ફોર બિગિનર્સ સિરીઝ ૧” નવા જ્ઞાન સાથે વાચકોને સશક્ત બનાવવા માટે તૈયાર છે.

આ ઉપરાંત, મારું ટેકનિકલ પુસ્તક, ઓપ્ટિમમ પાયથોન સિરીઝ ૨-એક્સપ્લોરિંગ ડેટા સ્ટ્રક્ચર્સ એન્ડ એલ્ગોરિધમ્સ, પાયથોન પ્રોગ્રામિંગમાં અદ્યતન ખ્યાલો તરફ ધ્યાન આપે છે, જે તેમની સમજણને વધુ ઊંડી બનાવવા માંગતા લોકો માટે એક વ્યાપક માર્ગદર્શિકા પ્રદાન કરે છે.

આના આધારે, સિરીઝ ૩: પાયથોન પાવર ફોર ડેટા સાયન્સ, નમ્પી, પાન્ડાસ, મેટપ્લોટલિબ અને સિકિટ-

લર્ન જેવી શક્તિશાળી લાઇબ્રેરીઓ રજૂ કરે છે, જે ડેટા મેનીપ્યુલેશન, વિઝ્યુલાઇઝેશન અને ફાઉન્ડેશનલ મશીન લર્નિંગ તકનીકો દ્વારા વાચકોને માર્ગદર્શન આપે છે. સિરીઝ ૪: અનલીસિંગ ધ પોટેન્શિયલ ઓફ ડેટા સાયન્સ વિથ મશીન લર્નિંગ ટેક્નિકસ અદ્યતન મોડેલો અને વાસ્તવિક-વિશ્વની એપ્લિકેશન્સની શોધ કરે છે.

આ પ્રગતિ શ્રેણી ૫ સાથે ચાલુ રહે છે: ઓપ્ટિમમ: પાયથોન પાવર - અનલીસિંગ ધ પોટેન્શિયલ ઓફ ડેટા સાયન્સ વિથ ડીપ લર્નિંગ ટેક્નિકસ થી શ્રેણી ૬: ફ્રોમ ડેટા ટુ ઇન્ટેલિજન્સ – ધ ડીપ લર્નિંગ રિવોલ્યુશનમાં સમાપ્ત થાય છે, જે વાચકોને ડેટા-આધારિત નવીનતાની સંપૂર્ણ સંભાવનાનો ઉપયોગ કરવા માટે સક્ષમ બનાવે છે. ભલે તમે શિખાઉ અથવા અદ્યતન શીખનાર હોવ, આ શ્રેણી પાયથોન નિપુણતા અને તેનાથી આગળના તમારા સંપૂર્ણ માર્ગદર્શક તરીકે સેવા આપે છે.

શ્રી શામબવ "વ્હિસ્પર્સ ઓફ ઈટર્નિટી: ૧૫૦ પ્લસ – અ સિમ્ફની ઓફ સોલફુલ વર્સેસ" સાથે તેમના કલાત્મક સંગ્રહને વિસ્તૃત કરે છે, જે માનવ અનુભવનું હાર્દિક સંશોધન છે. આની સાથે સાથે, તેમનું "વ્હિસ્પર્સ ઓફ ધ સોલ: અ જર્ની થ્રુ હાઇકુ" માર્મિક શ્લોકોની ગહન આંતરદૃષ્ટિને રજુ કરે છે.

સમાન રીતે ઉત્તેજક, વ્હિસ્પર્સ ઓફ સ્ટીલનેસ : વેર ધ સૉલ લીસન્સ બિયોન્ડ ધ નોઈસ જ્યાં આત્મા અવાજથી આગળ સાંભળે છે ધ્યાનશીલ દ્વિપદી પ્રદાન કરે છે જે વાચકોને મૌનમાં આમંત્રિત કરે છે, જ્યાં શબ્દો વચ્ચેની જગ્યાઓમાં શાણપણ ખીલે છે. એકસાથે, આ કૃતિઓ શામબવની વૈવિધ્યતા અને આત્મીય અભિવ્યક્તિની નિપુણતાને પ્રકાશિત કરે છે. તેઓ વાચકોને સ્વ-શોધની પરિવર્તનશીલ યાત્રા પર આમંત્રણ આપે છે, લાગણી, આંતરદૃષ્ટિ અને અતિક્રમણની ચાકળ વણાટ કરે છે જે અંતિમ પૃષ્ઠ ફેરવ્યા પછી લાંબા સમય સુધી ચાલે છે.

આ સફળતા પર નિર્માણ કરીને, તેમણે તેમના અનુગામી સંગીત સંગ્રહ સાથે પ્રેક્ષકોને મંત્રમુગ્ધ

કરવાનું ચાલુ રાખ્યું: હાર્ટસ્ટ્રિંગ્સ, મેલોડીઝ ઓફ ધ હાર્ટ, ડ્રિફ્ટવુડ મેમરીઝ, વિન્ડ્સ ઓફ ચેન્જ, ધ વેઇલ એન્ડ ધ વેવ્સ, ઇકોઝ ઓફ ધ સોલ, ફોનિક્સ વિથિન, અનકેજ્ડ, વેર નેચર સિંગ્સ અને વિંગ્સ ઓફ ફોરએવર. દરેક સંગીત સંગ્રહે સંગીતની દુનિયામાં પોતાનું સ્થાન વધુ મજબૂત કર્યું, એક મંત્રમુગ્ધ સંગ્રહ આપ્યો જે ભૂતકાળની મીઠી યાદોની લાગણી, આત્મનિરીક્ષણ અને હૃદયપૂર્વકના જોડાણને ઉત્તેજિત કરે છે. દરેક રચના સાથે, શ્રી શામબવ એક સંગીતની યાત્રા વણાટ કરે છે જે અંતિમ સુરની ઝાંખી થયા પછી લાંબા સમય સુધી આત્મામાં રહે છે.

શ્રી શામબવની નવીનતમ કૃતિઓ સ્વ-શોધ, જાગૃત જીવન અને આધ્યાત્મિક જાગૃતિના માર્ગ પર તેજસ્વી દીવાદાંડી તરીકે ચમકે છે. તેમના લખાણો માનવ અનુભવના વિશાળ ક્ષેત્રમાં ફેલાયેલા છે, દરેક પુસ્તક પરિવર્તનનો દરવાજો પ્રદાન કરે છે.

તેમના સૌથી પ્રખ્યાત શીર્ષકોમાં શામેલ છે —"લર્ન ટુ લવ યોર સેલ્ફ: અ જર્ની ઓફ ડિસ્કવરિંગ ઇનર બ્યૂટી

એન્ડ સ્ટ્રેન્થ થ્રૂ ૧૦ ટ્રાન્સફોર્મેટિવ રૂલ્સ", "ધ પાવર ઓફ લેટિનગો: એમબ્રેસ ફ્રીડમ એન્ડ હેપ્પીનેસ", "અ જર્ની ઓફ લાસ્ટિંગ પીસ- આર ટ્રુ ટ્રેઝર ઓફ સેલ્ફ ડિસ્કવરી","ધ એનલાઇટમેન્ટ ટ્રેપ: ગેટ ઓવર ઇટ, ગેટ ઓન".

તેમની વિચારપ્રેરક કૃતિઓમાં વ્હિસ્પર્સ ઓફ અ ડાઇંગ સોલ: અનસ્પોકન રિસોર્ટ્સ એન્ડ અનલિવ્ડ ડ્રીમ્સ, વ્હિસ્પર્સ ઓફ સાયલન્સ: અનલોકિંગ ઇનર પાવર થ્રુ સ્ટેલિન્સ, ધ પાવર ઓફ વર્ડ્સ: ટ્રાન્સફોર્મિંગ સ્પીચ, ટ્રાન્સફોર્મિંગ લાઇવ્સ, ધ આર્ટ ઓફ ઇન્ટેશનલ લિવિંગ: મિનિમલિઝમ ફોર અ લાઇફ ઓફ પર્પઝ, અને અવેકનીંગ ધ ઇનફિનિટ : ધ પાવર ઓફ કોન્સિયસનેસ ઇન ટ્રાન્સફોર્મિંગ લાઇફ સામેલ છે.

ધ પાવર ઓફ મેનિફેસ્ટેશન: અનલોકિંગ ધ પાથ ફ્રોમ થોટ ટુ રિયાલિટીમાં, શ્રી શામ્બવ દ્રષ્ટિને જીવંત અનુભવમાં ફેરવવા માટે એક પરિવર્તનશીલ માર્ગ રજૂ કરે છે, જે વાચકોને ઇરાદાથી અનુભૂતિ તરફ માર્ગદર્શન આપે છે. બિયોન્ડ ધ વેઇલ: અ જર્ની થ્રુ લાઇફ આફ્ટર ડેથ ભૌતિક ક્ષેત્રની બહાર અસ્તિત્વના

ગહન રહસ્યમાં પ્રવેશ કરે છે, જીવન, સંક્રમણ અને શાશ્વત આત્મા પર ચિંતનને આમંત્રણ આપે છે.

તેમની અન્ય આકર્ષક કૃતિઓમાં બોન્ડ્સ બિયોન્ડ બ્લડનો સમાવેશ થાય છે: વેર લવ બિલ્ડસ બ્રિજીઝ એંડ અને બોન્ડ્સ ડિફાઇ લીનીએજ, પ્રેમની હૃદયપૂર્વકની ઉજવણી જે વંશ અને સ્વરૂપને પાર કરે છે; ધ ઇનર બેટલફિલ્ડ: ઓવરકમિંગ ધ એનિમિસ ઓફ ધ માઇન્ડ એંડ સૉલ, આંતરિક સંઘર્ષોને માસ્ટર કરવા અને માનસિક સાર્વભૌમત્વને ફરીથી પ્રાપ્ત કરવા માટે એક શક્તિશાળી માર્ગદર્શિકા; અને અ જર્ની ઇનટુ સ્પિરિચ્યુઅલ મેચયુરિટી: ૧૨ ગોલ્ડન રૂલ્સ ફોર ઇનર ટ્રાન્સફોર્મેશન, જે સ્વ-પ્રભુત્વ અને આંતરિક જાગૃતિ તરફ વિકસતા સાધકો માટે કાલાતીત શાણપણ પ્રદાન કરે છે

ધ સીકર્સ ગોલ્ડ: અનલોકિંગ લાઇફ્સ ગ્રેટેસ્ટ ટ્રેઝરમાં, વાચકોને આત્માની છુપાયેલી સંપત્તિને ઉજાગર કરવા માટે પ્રેરણા આપે છે, જ્યારે ધ લો ઓફ એટ્રેક્શન: અ સોલફુલ પાથ કોઈના ઉચ્ચતમ હેતુ સાથે સંરેખિત

જીવન બનાવવા માટે વિચાર, ઉર્જા અને ઇરાદાને કેવી રીતે સુમેળ સાધવો તે દર્શાવે છે. તેમની પરિવર્તનશીલ બોર્ન ટુ રાઇઝ શ્રેણી વાચકોને જીવનના દરેક પરિમાણમાં વૃદ્ધિ, સ્પષ્ટતા અને કાયમી પરિપૂર્ણતાને સ્વીકારવા માટે વધુ સશક્ત બનાવે છે.

શ્રી શામબવ માસ્ટરિંગ ધ આર્ટ ઓફ ગ્રેટિટ્યુડના લેખક પણ છે: અ જર્ની ફ્રોમ એક્નોલેજમેન્ટ ટુ અવેકનિંગ, સભાન પ્રશંસા પરની ચિંતનશીલ શ્રેણી, અને વ્હિસ્પર્સ ઓફ અ સાઇલન્ટ મોન્ક: પોએટિક ટેલ્સ ઓફ લવ, લોસ એન્ડ લિબરેશન, મૌન, શરણાગતિ અને આંતરિક સ્વતંત્રતાની ગીતાત્મક શોધ.

આ ઉપરાંત, તેમની કૃતિઓ જર્ની ઓફ ધ સોલ - કર્મ અનવેઈલ્ડ, અનવેઈલ્ડ ધ એનિગ્મા અને ડેથ: લાઇટ ઓફ લાઇફ એન્ડ ધ શેડો ઓફ ડેથનો ગુજરાતી અને હિન્દીમાં અનુવાદ કરવામાં આવ્યો છે, જે તેમની આધ્યાત્મિક આંતરદૃષ્ટિને વિશાળ પ્રેક્ષકો સુધી પહોંચાડે છે.

આ કૃતિઓ ઉપરાંત, શ્રી શામબવે તાજેતરમાં જ્યોતિષશાસ્ત્રમાં પ્રવેશ કર્યો છે, એસ્ટ્રોલોજી અનવેઈલ્ડ – ફાઉન્ડેશન ઓફ એંસીયન્ટ વિસડમ સિરિજ । ટુ XIX ના પાયાઓ, મેટાફિઝિક્સના ક્ષેત્રમાં વિસ્તર્યા છે. આ પુસ્તકો વૈદિક જ્યોતિષશાસ્ત્રના પાયાના સિદ્ધાંતોની શોધ કરે છે, જે વાચકોને આ પ્રાચીન શાણપણની સમૃદ્ધ અને વ્યવહારુ સમજ આપે છે.

આપનો અતૂટ સાથ, મારાં લખાણોમાં તરબોળ થવાનો ઉત્સાહ અને મારી સાથે આ યાત્રાઓ શરૂ કરવાની તત્પરતા એ મારા માટે પ્રેરણાના સૌથી મોટા સ્ત્રોત રહ્યા છે. તમારી સલાહ મારી સર્જન પ્રક્રિયામાં માર્ગદર્શન આપતી એક દીવાદાંડી રહી છે, જે આ વાર્તાઓને આવેગ, લાગણી, જ્ઞાન અને પ્રતિધ્વનિના પાત્રોમાં ઢાળે છે.

જ્યારે હું તમારી સમક્ષ આ નવી કથાનું અનાવરણ કરું છું, ત્યારે જાણી લો કે તમારી હાજરી, આંતરદૃષ્ટિ અને વહેંચાયેલી ક્ષણો મારા સાથે રહી છે. અમે સાથે મળીને

જે માર્ગ પર ચાલ્યા છીએ તે મારા સર્જનાત્મક ઉત્ક્રાંતિના ઇતિહાસમાં કોતરાઈ ગયો છે અને ફરી એક વાર તમને મારી પડખે રાખવા એ શબ્દોમાં વર્ણવી શકાય તેમ નથી.

આ એવા વાચકો માટે છે જેમણે તેમની હાજરીથી મારા માર્ગને પ્રકાશિત કર્યો છે, જેમણે મારી વાર્તાઓને ખુલ્લા દિલથી અપનાવી છે, અને જેમણે મારી સાહિત્યિક દુનિયાના તાણાવાણામાં પોતાને વણી લીધી છે. અમારી લેખક અને વાચકની સફર એક સહજીવન નૃત્ય રહી છે, જે વાર્તાઓ કહેવાના જાદુ દ્વારા એકસાથે લાવવામાં આવેલા આત્માઓની સંવાદિતા છે.

પ્રશંસાથી છલકાતા હૃદય અને અપેક્ષાઓથી ઝળહળી ઊઠતા હૃદય સાથે, હું તમારા અવિરત સમર્થન માટે મારો ઊંડો આભાર માનું છું. યાદો, વહેંચાયેલી લાગણીઓ અને અમે સાથે મળીને તૈયાર કરેલી દુનિયામાં વિતાવેલા અસંખ્ય કલાકો માટે તમારો આભાર. જેમ જેમ આપણે આ નવા સાહસમાં આગળ વધીએ છીએ, ચાલો આપણે,

શબ્દો જે અનંત ક્ષિતિજોને અનાવરણ કરી શકે છે તે અનંત ક્ષિતિજોનું અન્વેષણ, અનુભૂતિ અને શોધ કરવાનું ચાલુ રાખીએ.

ઉષ્માપુર્વક,

શ્રી શામબવ

સૂચવેલ વાંચન

FROM BEST-SELLING AUTHOR

સમર્થન

"પડદાની પેલે પાર" એ માનવ અસ્તિત્વને આકાર આપનારા શાશ્વત પ્રશ્નોનું એક આકર્ષક સંશોધન છે. આધ્યાત્મિકતા, ફિલસૂફી અને આધુનિક વિજ્ઞાનનું વિચારપૂર્વક મિશ્રણ કરીને, આ પુસ્તક વાચકોને મૃત્યું, ચેતના અને મૃત્યું પછીના જીવનના રહસ્યો દ્વારા એક પ્રકાશિત યાત્રા પર લઈ જાય છે. ઊંડા શાણપણ અને કરુણાપૂર્ણ સૂઝ સાથે, તે મૃત્યું દરની પરંપરાગત કલ્પનાઓને પડકારે છે અને તેનાથી આગળ શું છે તેના પર પરિવર્તનશીલ દ્રષ્ટિકોણ પ્રદાન કરે છે. ભલે તમે શોધક હો, શંકાશીલ હો, કે ફક્ત જિજ્ઞાસુ હો, આ પુસ્તક તમારી સમજને વિસ્તૃત કરશે અને તમને આત્માની અનંત યાત્રા વિશે ગહન આશ્ચર્ય આપશે."

— ગણેશન, ઉદ્યોગસાહસિક

લેખક પરિચય

શ્રી શામબવ, આંતરરાષ્ટ્રીય સ્તરે વખાણાયેલા સર્વશ્રેષ્ઠ અને સૌથી વધારે પુસ્તકો વેચાણ થયેલ લેખક શ્રેણીમાંના એક છે જે પ્રેરણાદાયી વક્તા, કલાકાર, પરોપકાર, જીવનકોચ, રણનીતિકાર અને ઉદ્યોગસાહસિક છે. વિશ્વવિક્રમ ધારક, સંગીત પ્રત્યેનો તેમનો ઊંડો જુસ્સો તેમને તેમના પ્રખ્યાત કવિતા સંગ્રહ, વ્હિસ્પર્સ ઓફ ઇટરનિટીમાંથી પ્રેરણા મેળવીને, આત્માને ઉત્તેજિત કરતા ગીતોનો સંગ્રહ બનાવવા તરફ દોરી

ગયો. તેમની ગહન આંતરદૃષ્ટિએ ઊંડા વ્યક્તિગત પરિવર્તનોને વેગ આપ્યો છે, અસંખ્ય વ્યક્તિઓને સ્વ-શોધ, હેતુપૂર્ણ જીવન અને પ્રામાણિકતા તરફ માર્ગદર્શન આપ્યું છે.

માનવ સંભવિતતાને જાગૃત કરવાની અસાધારણ ક્ષમતા સાથે, શ્રી, વ્યક્તિઓને મર્યાદાઓને તોડવા અને તેમના સર્વોચ્ચ સ્વને સ્વીકારવા માટે સશક્ત બનાવે છે. તેમના લખાણો, પ્રવચનો અને કરુણાપૂર્ણ માર્ગદર્શન જીવનને ઉત્થાન આપવાનું ચાલુ રાખે છે જે માનસિક મજબૂતી, જાગૃતતા અને વ્યક્તિગત વિકાસને પ્રોત્સાહન આપે છે.

શ્રી શામબવ ૧૧૧x વાર સર્વશ્રેષ્ઠ અને સૌથી વધારે પુસ્તકો વેચાણ થયેલ લેખક શ્રેણીમાંના એક છે જે વ્યક્તિગત વિકાસ અને આધ્યાત્મિક વિકાસમાં તેમના ગહન યોગદાન માટે જાણીતા છે.

શ્રી શામબવની સાહિત્યિક યાત્રાએ પ્રખ્યાત આત્માની યાત્રા - કર્મ સાથે ઉડાન ભરી હતી, જ્યાં તેમણે ગહન આંતરદૃષ્ટિનું અનાવરણ કરવા માટે માનવ અનુભવના ઊંડાણમાં પ્રવેશ કર્યો હતો. બહુવિધ સાહિત્ય પુરસ્કારો દ્વારા માન્યતા મેળવતા, તેમના સંગ્રહમાં ટ્વેન્ટી + વન સિરીઝ અને એનલાઇટનિંગ લાઈફ ચેન્જિંગ જર્ની -ઈન્સપીરેશનલ કોટ્સ સિરિજ જેવા પ્રતિષ્ઠિત કાર્યોનો સમાવેશ થાય છે.

ઇન્ડિયન ઇન્સ્ટિટ્યૂટ ઑફ મેનેજમેન્ટ અને નેશનલ ઇન્સ્ટિટ્યૂટ ઑફ ટેક્નોલોજીના પ્રતિષ્ઠિત ભૂતપૂર્વ વિદ્યાર્થી તરીકે, શ્રી શામબવ બહુરાષ્ટ્રીય કોર્પોરેશનોમાં તેમના કાર્યકાળથી કોર્પોરેટ કુશળતાની સમૃધ્ધિ લાવે છે. તેમના તાજેતરના પ્રકાશનો, જેમાં અનવેઈલિંગ ધ એનિગ્મા, ડેથ - લાઇટ ઓફ લાઇફ એન્ડ ધ શેડો ઓફ ડેથ, અને ઓપ્ટિમમ - પાવર પાયથોન સિરીઝ I, સિરીઝ II, સિરીઝ III, સિરીઝ IV, સિરીઝ V અને સિરીઝ VI શામેલ છે, જે સાહિત્યિક અને તકનીકી બંને ક્ષેત્રોમાં તેમની નિપુણતા દર્શાવે છે.

શ્રી શામબવ, વ્હિસ્પર્સ ઓફ ઇટરનિટી: અ સિમ્ફની ઓફ સોલફુલ વર્સિસ સાથે તેમના કલાત્મક સંગ્રહને વિસ્તૃત કરે છે, જે ગીતાત્મક ઊંડાણ અને કાલાતીત પ્રતિબિંબ દ્વારા વ્યક્ત થયેલ માનવ અનુભવની હૃદયપૂર્વકની શોધ છે. આને પૂરક બનાવતા, તેમની વ્હિસ્પર્સ ઓફ ધ સોલ: અ જર્ની થ્રુ હૈકુ, ગહન સત્યોને નાજુક, માર્મિક શ્લોકોમાં ફેરવે છે, જે જીવનના ક્ષણભંગુર સારને ભવ્ય સરળતા સાથે કેદ કરે છે.

સમાન રીતે ઉત્તેજક, વ્હિસ્પર્સ ઓફ સ્ટીલનેસ: વેર ધ સોલ લીસન્સ બિયોન્ડ ધ નોઈસ, જે ધ્યાનશીલ દ્વિપદી પ્રદાન કરે છે જ્યાં આત્મા અવાજથી આગળ સાંભળે છે, જે વાચકોને મૌનમાં આમંત્રિત કરે છે, જ્યાં શબ્દો વચ્ચેની જગ્યાઓમાં શાણપણ ખીલે છે.

એકસાથે, આ કૃતિઓ શામબવની વૈવિધ્યતા અને આત્મીય અભિવ્યક્તિની નિપુણતાને પ્રકાશિત કરે છે. તેઓ વાચકોને સ્વ-શોધની પરિવર્તનશીલ યાત્રા પર આમંત્રણ આપે છે, લાગણી, આંતરદૃષ્ટિ અને અતિક્રમણનો ચાકળો વણાટ કરે છે જે અંતિમ પૃષ્ઠ ફેરવ્યા પછી લાંબા સમય સુધી ચાલે છે.

આ સફળતા પર નિર્માણ કરીને, તેમણે તેમના અનુગામી સંગીત સંગ્રહ સાથે પ્રેક્ષકોને મંત્રમુગ્ધ કરવાનું ચાલુ રાખ્યું: હાર્ટસ્ટ્રિંગ્સ, મેલોડીઝ ઓફ ધ હાર્ટ, ડ્રિફ્ટવુડ મેમરીઝ, વિન્ડ્સ ઓફ ચેન્જ, ધ વેઇલ એન્ડ ધ વેવ્સ, ઇકોઝ ઓફ ધ સોલ, ફોનિક્સ વિથિન, અનકેજ્ડ, વેર નેચર સિંગ્સ અને વિંગ્સ ઓફ ફોરએવર. દરેક સંગીત સંગ્રહે સંગીતની દુનિયામાં પોતાનું સ્થાન વધુ મજબૂત કર્યું, એક મંત્રમુગ્ધ સંગ્રહ આપ્યો જે ભૂતકાળની મીઠી યાદોની લાગણી, આત્મનિરીક્ષણ અને હૃદયપૂર્વકના જોડાણને ઉત્તેજિત કરે છે. દરેક રચના સાથે, શ્રી શામબવ એક સંગીતની યાત્રા વણાટ કરે છે જે અંતિમ સુરની ઝાંખી થયા પછી લાંબા સમય સુધી આત્મામાં રહે છે.

શ્રી શામબવની નવીનતમ કૃતિઓ સ્વ-શોધ, સચેત જીવન અને આધ્યાત્મિક જાગૃતિના માર્ગ પર તેજસ્વી દીવાદાંડી તરીકે ચમકે છે. તેમના લખાણો માનવ અનુભવના વિશાળ વિસ્તારમાં ફેલાયેલા છે, દરેક પુસ્તક પરિવર્તનનો દરવાજો

પ્રદાન કરે છે. તેમના સૌથી પ્રખ્યાત શીર્ષકોમાં શામેલ છે, લર્ન ટુ લવ યોરસેલ્ફ: અ જર્ની ઓફ ડિસ્કવરિંગ ઇનર બ્યુટી એંડ સ્ટ્રેન્થ થ્રુ ૧૦ ટ્રાન્સફોર્મેટીવ રૂલ્સ, ધ પાવર ઓફ લેટિંગ ગો: એમબ્રેસ ફ્રીડમ એંડ હેપિનેસ, અ જર્ની ઓફ લાસ્ટિંગ પીસ, અને ધ એન્ટાઇટલમેન્ટ ટ્રેપ : ગેટ ઓવર ઈંટ ગેટ ઓન.

તેમની વિચારપ્રેરક કૃતિઓમાં વ્હિસ્પર્સ ઓફ અ ડાઇંગ સોલ: અનસ્પોકન રિગ્રેટ્સ એન્ડ અનલિવ્ડ ડ્રીમ્સ, વ્હિસ્પર્સ ઓફ સાયલન્સ: અનલોકિંગ ઇનર પાવર થ્રુ સ્ટીલનેસ, ધ પાવર ઓફ વર્ડ્સ: ટ્રાન્સફોર્મિંગ સ્પીચ, ટ્રાન્સફોર્મિંગ લાઇવ્સ, ધ આર્ટ ઓફ ઇન્ટેશનલ લિવિંગ: મિનિમલિઝમ ફોર અ લાઇફ ઓફ પર્પઝ, અને અવેકનીંગ ધ ઇનફિનિટ: ધ પાવર ઓફ કોન્સિયસનેસ ઇન ટ્રાન્સફોર્મિંગ લાઇફ.

ધ પાવર ઓફ મેનિફેસ્ટેશન: અનલોકિંગ ધ પાથ ફ્રોમ થોટ ટુ રિયાલિટીમાં, શ્રી શામબવ, દ્રષ્ટિને જીવંત અનુભવમાં ફેરવવા માટે એક પરિવર્તનશીલ માર્ગ રજૂ કરે છે, જે વાચકોને ઇરાદાથી અનુભૂતિ તરફ માર્ગદર્શન આપે છે. બિયોન્ડ ધ વેઇલ: અ જર્ની થ્રુ લાઇફ આફ્ટર ડેથ, ભૌતિક ક્ષેત્રની બહાર અસ્તિત્વના ગહન રહસ્યમાં પ્રવેશ કરવા અને જીવન, સંક્રમણ અને શાશ્વત આત્મા પર ચિંતનને આમંત્રણ આપે છે.

તેમની અન્ય આકર્ષક કૃતિઓમાં બોન્ડ્સ બિયોન્ડ બ્લડનો સમાવેશ થાય છે: વેર લવ બિલ્ડસ બ્રિજીઝ એંડ અને બોન્ડ્સ ડિફાઇ લીનીએજ, પ્રેમની હૃદયપૂર્વકની ઉજવણી જે વંશ અને સ્વરૂપને પાર કરે છે; ધ ઇનર બેટલફિલ્ડ: ઓવરકમિંગ ધ એનિમિસ ઓફ ધ માઇન્ડ એંડ સૉલ, આંતરિક સંઘર્ષોને માસ્ટર કરવા અને માનસિક સાર્વભૌમત્વને ફરીથી પ્રાપ્ત કરવા માટે એક શક્તિશાળી માર્ગદર્શિકા; અને અ જર્ની ઇનટુ સ્પિરિચ્યુઅલ મેચયુરિટી: ૧૨ ગોલ્ડન રૂલ્સ ફોર ઇનર ટ્રાન્સફોર્મેશન, જે સ્વ-પ્રભુત્વ અને આંતરિક જાગૃતિ તરફ વિકસતા સાધકો માટે કાલાતીત શાણપણ પ્રદાન કરે છે

ધ સીકર્સ ગોલ્ડ: અનલોકિંગ લાઇફ્સ ગ્રેટેસ્ટ ટ્રેઝરમાં, વાચકોને આત્માની છુપાયેલી સંપત્તિને ઉજાગર કરવા માટે પ્રેરણા આપે છે, જ્યારે ધ લૉ ઓફ એટ્રેક્શન: અ સોલફુલ પાથ કોઈના ઉચ્ચતમ હેતુ સાથે સંરેખિત જીવન બનાવવા માટે વિચાર, ઉર્જા અને ઇરાદાને કેવી રીતે સુમેળ સાધવો તે દર્શાવે છે. તેમની પરિવર્તનશીલ બોર્ન ટુ રાઇઝ શ્રેણી વાચકોને જીવનના દરેક પરિમાણમાં વૃદ્ધિ, સ્પષ્ટતા અને કાયમી પરિપૂર્ણતાને સ્વીકારવા માટે વધુ સશક્ત બનાવે છે.

શ્રી શામબવ માસ્ટરિંગ ધ આર્ટ ઓફ ગ્રેટિટ્યુડના લેખક પણ છે: અ જર્ની ફ્રોમ એક્નોલેજમેન્ટ ટુ અવેકનિંગ, સભાન પ્રશંસા

પરની ચિંતનશીલ શ્રેણી, અને વ્હિસ્પર્સ ઓફ અ સાઇલન્ટ મોન્ક: પોએટિક ટેલ્સ ઓફ લવ, લોસ એન્ડ લિબરેશન, મૌન, શરણાગતિ અને આંતરિક સ્વતંત્રતાની ગીતાત્મક શોધ.

આ ઉપરાંત, તેમની કૃતિઓ જર્ની ઓફ ધ સોલ - કર્મ અનવેઈલ્ડ, અનવેઈલ્ડ ધ એનિગ્મા અને ડેથ: લાઇટ ઓફ લાઇફ એન્ડ ધ શેડો ઓફ ડેથનો ગુજરાતી અને હિન્દીમાં અનુવાદ કરવામાં આવ્યો છે, જે તેમની આધ્યાત્મિક આંતરદૃષ્ટિને વિશાળ પ્રેક્ષકો સુધી પહોંચાડે છે.

આ કૃતિઓ ઉપરાંત, શ્રી શામબવે તાજેતરમાં જ્યોતિષશાસ્ત્રમાં પ્રવેશ કર્યો છે, એસ્ટ્રોલોજી અનવેઈલ્ડ – ફાઉન્ડેશન ઓફ એંસીયન્ટ વિસડમ સિરિજ I ટુ XIX ના પાયાઓ, મેટાફિઝિક્સના ક્ષેત્રમાં વિસ્તર્યા છે. આ પુસ્તકો વૈદિક જ્યોતિષશાસ્ત્રના પાયાના સિદ્ધાંતોની શોધ કરે છે, જે વાચકોને આ પ્રાચીન શાણપણની સમૃદ્ધ અને વ્યવહારુ સમજ આપે છે.

શ્રી શામબવે આયુર રક્ષિતા ફાઉન્ડેશનની સ્થાપના કરી હતી, જે અમર્યાદિત વિકાસ, સાર્વત્રિક બંધુત્વ અને પર્યાવરણીય સંરક્ષણને પ્રોત્સાહન આપવા માટે સમર્પિત છે. ચેરિટી સામાજિક પ્રગતિ માટે કામ કરતી વખતે વિવિધ સમુદાયોને મદદ કરે છે.

શ્રી શામબવ અને તેમના કાર્યો વિશે વધુ જાણવા માટે, www.shambav.org પર તેમની વેબસાઇટની મુલાકાત લો. આયુર રક્ષિતા ફાઉન્ડેશન અને તેની પહેલ વિશે માહિતી માટે, www.shambav-ayurrakshita.org ની મુલાકાત લો.

ચાલો તેમને સોશિયલ મીડિયા પર ફોલો કરીએ:

@shreeshambav

Main: https://linktr.ee/shreeshambav

Website: https://www.shambav.org/

LinkedIn: https://www.linkedin.com/in/shreeshambav/

Blog: https://blog.shambav.org/

Instagram: https://www.instagram.com/shreeshambav/

YouTube: https://www.youtube.com/@shreeshambav

Amazon:https://www.amazon.com/author/shreeshambav

Goodreads:https://www.goodreads.com/author/show/22367436.Shree_Shambav

પ્રસ્તાવના

આપણે જન્મ્યા છીએ તે ક્ષણથી, આપણે અજ્ઞાત તરફની અનિવાર્ય યાત્રા શરૂ કરીએ છીએ. મૃત્યું ના ઉંબરાની પેલે પાર શું છે તે પ્રશ્ન જ્યાં સુધી આપણે અસ્તિત્વમાં છીએ ત્યાં સુધી માનવ હૃદયમાં ટકી રહ્યો છે. તે એક પ્રશ્ન છે જે મૌનની ક્ષણોમાં ગણગણવામાં આવે છે, રાતના એકાંતમાં વિચારવામાં આવે છે, અને સંસ્કૃતિઓ, ધર્મો અને પેઢીઓમાં વહેંચાયેલ છે. મૃત્યું એ આપણી એક નિશ્ચિતતા છે, તેમ છતાં તે રહસ્યમય છે. જ્યારે આપણે મરી જઈએ છીએ ત્યારે શું થાય છે? શું તે અંત છે કે ફક્ત કોઈ મહાન વસ્તુની શરૂઆત છે?

આ પુસ્તક, પડદાની પેલે પાર: મૃત્યું પછીના જીવનનો પ્રવાસ, તમને માનવતાના સૌથી ગહન પ્રશ્નોમાંના એકની શોધમાં જોડાવા આમંત્રણ આપે છે. તે નિષ્કર્ષોની યાત્રા નથી, પરંતુ જિજ્ઞાસાની યાત્રા છે

- દૃશ્યમાન અને અદ્રશ્ય, ભૌતિક અને આધ્યાત્મિક, વૈજ્ઞાનિક અને રહસ્યમય વચ્ચેનો સેતુ બનાવવાનો પ્રયાસ છે. સાથે મળીને, આપણે સદીઓ અને સંસ્કૃતિઓમાં ફેલાયેલા દ્રષ્ટિકોણમાં પ્રવેશ કરીશું, ચોક્કસ જવાબો નહીં પરંતુ જીવવું, મરવું અને તેનાથી આગળ અસ્તિત્વ રાખવું એટલે શું તેની સમૃદ્ધ સમજ શોધીશું.

મૃત્યું ને ઘણીવાર ભય સાથે જોડવામાં આવે છે, પરંતુ તેના રહસ્યમાં ગહન શાણપણ રહેલું છે. તે એક શિક્ષક છે, જે આપણને જીવનની અસ્થિરતાની યાદ અપાવે છે અને આપણને વધુ હેતુ અને પ્રામાણિકતા સાથે જીવવાની વિનંતી કરે છે. તે દ્રષ્ટિકોણ દ્વારા, આપણે ખરેખર શું મહત્વનું છે તે જોવાનું શરૂ કરીએ છીએ - પ્રેમ, જોડાણ, વૃદ્ધિ અને આત્માની ઉત્ક્રાંતિ. મૃત્યું પર ચિંતન કરવું એ નિરાશામાં રહેવાનું નથી, પરંતુ વર્તમાન ક્ષણની સુંદરતા અને નાજુકતા માટે જાગૃત થવું છે.

આ પુસ્તક બે ભાગમાં રચાયેલ છે, જેમાં છ વિભાગોનો સમાવેશ થાય છે, દરેક ભાગ જીવન, મૃત્યું અને તેનાથી આગળના રહસ્યોનું ગહન સંશોધન આપે છે. તેના ઊંડાણ અને અવકાશને કારણે, ભાગ એક પહેલા ત્રણ વિભાગોને આવરી લે છે, જ્યારે ભાગ બે બાકીના ત્રણ વિભાગોમાં ઊંડાણપૂર્વક અભ્યાસ કરે છે.

આ યાત્રા મૃત્યું અને ચેતનાના અન્વેષણથી શરૂ થાય છે. મૃત્યું ખરેખર શું છે? શું તે અંત છે કે સંક્રમણ? સમય જતાં વિવિધ સંસ્કૃતિઓ અને આધ્યાત્મિક પરંપરાઓએ તેને કેવી રીતે સમજ્યું છે? આપણે પ્રશ્ન કરીશું કે ચેતના, શરીર સાથે જોડાયેલી છે કે શું તે ભૌતિક ક્ષેત્રની બહાર છે, જે આપણને મૃત્યું નજીકના અનુભવો, પુનર્જન્મ અને પૃથ્વી પરના અસ્તિત્વની બહાર આત્માની યાત્રાની વૈજ્ઞાનિક તપાસ તરફ દોરી જાય છે.

મધ્ય ભાગ વિજ્ઞાન અને આધ્યાત્મિકતા વચ્ચે સેતુ તરીકે કામ કરે છે, જે કર્મ, ચેતના અને મૃત્યું પછીના જીવન વચ્ચેના જટિલ જોડાણોને ઉજાગર કરે છે. વ્યક્તિગત અહેવાલો, પ્રાચીન શાણપણ અને આધુનિક

સંશોધન દ્વારા, આપણે મૃત્યું પછી તરત જ શું પ્રગટ થઈ શકે છે તેનું અન્વેષણ કરીશું - આંતરજીવનના ક્ષેત્રો અને આત્માની સતત ઉત્ક્રાંતિ.

છેલ્લા વિભાગોમાં, ધ્યાન અંદર તરફ વળે છે, જે આપણને ઊંડા ચિંતનને આમંત્રણ આપે છે કે મૃત્યું દરની જાગૃતિ આપણા જીવનને કેવી રીતે બદલી શકે છે. નશ્વરતાને સ્વીકારવાથી આપણી પસંદગીઓ, સંબંધો અને આધ્યાત્મિક વિકાસ પર કેવી અસર પડે છે? સમય આવે ત્યારે શાંતિપૂર્ણ સંક્રમણ માટે કઈ પ્રથાઓ આપણને તૈયાર કરવામાં મદદ કરી શકે છે? અને આપણી સમજની બહાર રહેલા રહસ્યો શ્રદ્ધા, આશ્ચર્ય અને કૃતજ્ઞતાથી ભરેલા જીવનને કેવી રીતે પ્રેરણા આપી શકે છે?

આપણા મૃત્યું પછી શું થાય છે તેની તપાસ ઉપરાંત, આ પુસ્તક ઊંડા અર્થ, હેતુ અને શાશ્વત સાથે વધુ સારા જોડાણ સાથે જીવવા માટે માર્ગદર્શિકા છે.

આ પુસ્તક કોઈ સિદ્ધાંત નથી, કે તેની બહાર શું છે તેનું વચન નથી. તેના બદલે, તે તમારા પોતાના

સંશોધનને પ્રેરણા આપવા માટે બનાવેલ આંતરદૃષ્ટિ, ચિંતન અને પ્રશ્નોનો સંગ્રહ છે. તે તમને જિજ્ઞાસા અને હિંમત સાથે અજાણ્યામાં પગ મૂકવા, અસ્તિત્વના રહસ્યને સ્વીકારવા અને જીવન અને મૃત્યું ના શાશ્વત નૃત્યમાં અર્થ શોધવા માટે આમંત્રણ આપે છે.

જેમ જેમ તમે આ પાનાં ફેરવશો, તેમ તેમ તમને એવા વિચારો મળી શકે છે જે તમારી માન્યતાઓને પડકારે છે, તમારા અનુભવોને સમર્થન આપે છે, અથવા તમારી અંદર કંઈક નવું જાગૃત કરે છે. આ પ્રશ્નો સાથે બેસવાની તમારી જાતને પરવાનગી આપો, કારણ કે તે ઉકેલવા માટે નથી પરંતુ જીવવા માટે છે. જીવન, મૃત્યું અને મૃત્યું પછીના જીવનની સફર ખૂબ જ વ્યક્તિગત છે, અને તમે જે માર્ગ પર ચાલો છો તે અનન્ય રીતે તમારો પોતાનો છે.

આ પુસ્તક એક સાથી અને માર્ગદર્શક તરીકે સેવા આપે, જ્યાં શંકા હોય ત્યાં સ્પષ્ટતા, જ્યાં ભય હોય ત્યાં શાંતિ અને જ્યાં અનિશ્ચિતતા હોય ત્યાં આશા પ્રદાન કરે. પડદાની પેલે પાર એક વિશાળ અને અનંત રહસ્ય

છુપાયેલું છે, પરંતુ તેની અંદર, આપણે કોણ છીએ તેનો સાર શોધી શકીએ છીએ.

આ શોધમાં આપનું સ્વાગત છે. તે તમારા પોતાના સાથે, અન્ય લોકો સાથે અને આપણા બધાને બાંધતી શાશ્વત દોર સાથેના જોડાણને વધુ ગાઢ બનાવે.

કૃતજ્ઞતા અને પ્રોત્સાહન સાથે,

શ્રી શામભવ.

પરિચય

શાશ્વત પ્રશ્ન

માનવજાતના ઉદયથી, આપણે દરેક માનવ જીવનને ઘેરી લેનારા પ્રશ્નના જવાબો શોધવા માટે સ્વર્ગ, પૃથ્વી અને એકબીજા તરફ જોયું છે: *મૃત્યું પછી શું થાય છે?*

આ પ્રશ્ન નવો કે અસ્પષ્ટ નથી. તે કદાચ બધી જ પૂછપરછોમાં સૌથી સાર્વત્રિક અને કાલાતીત છે - જેણે સંસ્કૃતિઓને આકાર આપ્યો છે, આધ્યાત્મિક પરંપરાઓને પ્રેરણા આપી છે અને પેઢીઓથી સાધકોના હૃદયને હલાવી દીધા છે. આ એક એવો પ્રશ્ન છે જે શાંત ક્ષણોમાં રહે છે, જે દુઃખ અને નુકસાન દ્વારા ગુસપુસ કરે છે, અને જે આખરે આપણને આપણે જે સમજી શકીએ છીએ તેની ધાર પર લઈ જાય છે. મૃત્યું એ મહાન સમાનતા છે, અનિવાર્ય માર્ગ જે બધા

જીવોને એક કરે છે, છતાં તેનું સાચું સ્વરૂપ રહસ્યમાં ઢંકાયેલું રહે છે.

શું મૃત્યું અંત છે કે પરિવર્તન? બીજા અસ્તિત્વનો ઉંબરો છે કે અનંતમાં પાછા ફરવાનો માર્ગ છે? શું આપણે ફક્ત જૈવિક જીવો છીએ, કે પછી આપણી અંદર કંઈક શાશ્વત છે - એક ચેતના, એક આત્મા, એક તણખો જે ભૌતિક જગતને પાર કરે છે? જ્ઞાતને અજ્ઞાતથી અલગ કરતો પડદો પાતળો છે, છતાં તેની પેલે પાર એક વિશાળ અને અગમ્ય વિસ્તાર છે.

"પડદાની પેલે પાર: મૃત્યું પછીના જીવનની યાત્રા" માં, આપણે આ રહસ્યોના ઊંડાણપૂર્વકના સંશોધનનો પ્રારંભ કરીએ છીએ. આ કોઈ ચોક્કસ જવાબો આપવાની યાત્રા નથી - કારણ કે મૃત્યું પછીનું જીવન, તેના સ્વભાવથી જ, નિશ્ચિતતાને પડકારે છે. તેના બદલે, આ પુસ્તક એક આમંત્રણ છે: આશ્ચર્ય પામવા, પ્રશ્નો પૂછવા અને ખુલ્લા હૃદય અને મનથી અજાણ્યાને સ્વીકારવાનું. આપણે ફિલસૂફી, આધ્યાત્મિક શાણપણ, વૈજ્ઞાનિક પૂછપરછ અને વ્યક્તિગત વાર્તાઓને

એકસાથે ગૂંથીશું જેથી આપણા અંતિમ શ્વાસ પછી શું હોઈ શકે છે તે પ્રકાશિત કરી શકાય.

આ યાત્રા મૃત્યું ના જૈવિક, દાર્શનિક અને આધ્યાત્મિક પરિમાણોના અન્વેષણથી શરૂ થાય છે. સંસ્કૃતિઓ અને પરંપરાઓમાં, મૃત્યું પરના દ્રષ્ટિકોણ ભૌતિક શરીરની અંતિમતાથી લઈને આત્માની અમરતા સુધીના છે. વિજ્ઞાન પણ આ રહસ્યમય ક્ષેત્રમાં પ્રવેશ્યું છે, મૃત્યું નજીકના અનુભવો, ચેતના અને ભૌતિકતાની બહાર અસ્તિત્વની શક્યતાનો અભ્યાસ કરે છે. જોકે વિજ્ઞાન અને આધ્યાત્મિકતાને ઘણીવાર વિરોધી શક્તિઓ તરીકે જોવામાં આવે છે, અમે તેમને સેતુ બનાવવાનો પ્રયાસ કરીશું, અસ્તિત્વની પ્રકૃતિમાં ગહન આંતરદૃષ્ટિ પ્રદાન કરવા માટે તેઓ કેવી રીતે ભેગા થાય છે તે જાહેર કરીશું.

જેમ જેમ આપણે ઊંડાણમાં જઈશું, તેમ તેમ આપણે પ્રાચીન પરંપરાઓ દ્વારા વર્ણવેલ આત્માની યાત્રા, વાસ્તવિકતાને આકાર આપવામાં ચેતનાની ભૂમિકા અને બીજી બાજુ જોવાનો દાવો કરનારાઓના અનુભવોનું અન્વેષણ કરીશું. મૃત્યું નજીકના અનુભવો,

મૃત્યું શય્યાના દ્રષ્ટિકોણો અને ભૂતકાળના જીવનની યાદો મૃત્યું દરની આપણી પરંપરાગત સમજને પડકાર આપે છે, જ્યારે કર્મ, પુનર્જન્મ અને જ્ઞાન પરના ઉપદેશો આપણને આત્માના જીવનકાળ દરમિયાન વિકાસ થવાની શક્યતાને ધ્યાનમાં લેવા આમંત્રણ આપે છે.

છતાં, આ યાત્રા ફક્ત મૃત્યું પછી શું થાય છે તે વિશે નથી. તે કદાચ વધુ મહત્વપૂર્ણ છે, મૃત્યું આપણને જીવન વિશે શું શીખવે છે તે વિશે છે. જ્યારે આપણે આપણી અસ્થાયીતાને સ્વીકારીએ છીએ, ત્યારે આપણે પ્રામાણિકતા, હેતુ અને પ્રેમ સાથે જીવવાની તાકીદને સમજવાનું શરૂ કરીએ છીએ. મૃત્યું, ડરવા માટેનો દુશ્મન બનવાને બદલે, એક શિક્ષક બની જાય છે - જે આપણને દરેક ક્ષણિક ક્ષણને વળગી રહેવાની, અર્થપૂર્ણ જોડાણોને પોષવાની અને આપણા જીવનને ખરેખર મહત્વપૂર્ણ બાબતો સાથે સંરેખિત કરવાની યાદ અપાવે છે.

જેમ જેમ તમે આ પાનાં ફેરવશો, તેમ તેમ તમે તમારી જાતને પડકારજનક, દિલાસો આપનાર અથવા પ્રેરિત અનુભવી શકશો. તમને એવા વિચારોનો સામનો કરવો પડી શકે છે જે ઊંડાણપૂર્વક પડઘો પાડે છે અથવા નવા પ્રશ્નો ઉભા કરે છે. અજાણ્યાને શોધવાનો આ સ્વભાવ છે – આ એક ઊંડી વ્યક્તિગત અને પરિવર્તનશીલ પ્રક્રિયા છે. આ યાત્રાનો ધ્યેય નિશ્ચિતતા લાદવાનો નથી પરંતુ જાગૃતિનો વિસ્તાર કરવાનો, જિજ્ઞાસાને પ્રજ્વલિત કરવાનો અને અનંત સાથેના આપણા જોડાણને વધુ ગાઢ બનાવવાનો છે.

કદાચ, અંતે, શાશ્વત પ્રશ્નનો જવાબ સૌથી મહત્વપૂર્ણ નથી. કદાચ, તેના બદલે, તે પૂછવાની હિંમત, શોધવાની તૈયારી અને મહાન રહસ્યને સ્વીકારવાની ખુલ્લી ભાવના છે.

ચાલો શરૂ કરીએ.

હૂંફ અને પ્રામાણિકતા સાથે,

શ્રી શામબવ.

પ્રસ્તાવના

દરેક જીવનમાં એક ક્ષણ એવી આવે છે - જાગૃતિની એક ક્ષણિક સૂઝબૂઝ - જ્યારે મૃત્યું ની નિશ્ચિતતા નિર્વિવાદ બની જાય છે. કદાચ તે રાત્રિના નિરવસ્થામાં આવે છે, જ્યારે પડછાયા દિવાલ પર લાંબા સમય સુધી ફેલાય છે. અથવા કદાચ તે દુ:ખના ઊંડાણમાં ઉભરી આવે છે જ્યારે આપણે કોઈ પ્રિયજનને વિદાય આપીએ છીએ અને અનુભવીએ છીએ કે તેઓ એક એવા ક્ષેત્રમાં પ્રવેશી ગયા છે જેને આપણે હજુ અનુસરી શકતા નથી. આ ક્ષણોમાં, આપણે અંતિમ અજાણ્યા: મૃત્યું નો સામનો કરીએ છીએ.

આ જીવનની બહાર શું છે જેને આપણે આટલું પ્રિય માનીએ છીએ? શું મૃત્યું એક અંતિમ પડદો છે, પથ્થરમાં કોતરાયેલો અંત છે? કે પછી તે એક પ્રવેશદ્વાર છે, કંઈક વિશાળ, તેજસ્વી અને શાશ્વતમાં

સંક્રમણ છે? જ્યાં સુધી માનવતા અસ્તિત્વમાં છે, ત્યાં સુધી આપણે પડદાની બહાર જોવાનો પ્રયાસ કર્યો છે, એવા પ્રશ્નોના જવાબો મેળવવા માટે ઝંખના કરી છે જે ખૂબ જ વ્યક્તિગત અને સાર્વત્રિક રીતે વહેંચાયેલા છે.

મૃત્યું નજીકના અનુભવો, ભૂતકાળની યાદો અથવા રહસ્યમય દ્રષ્ટિકોણ દ્વારા - જે લોકો બીજી બાજુની ઝલક જોવાનો દાવો કરે છે તેમની વાર્તાઓ સાતત્યના આકર્ષક સંકેતો આપે છે. પ્રાચીન આધ્યાત્મિક પરંપરાઓએ પુનર્જન્મ, સ્વર્ગીય ક્ષેત્રો અને અંતિમ મુક્તિના ઉપદેશો આપ્યા છે. તે જ સમયે, વિજ્ઞાને ચેતના અને મનના રહસ્યોનું પોતાનું સંશોધન શરૂ કર્યું છે, અને પૂછવાની હિંમત કરી છે કે મૃત્યું ખરેખર અંત છે કે ફક્ત એક પરિવર્તન છે.

આ પ્રસ્તાવના બે વિશ્વો વચ્ચે એક સેતુ છે: મૂર્ત અને અતીન્દ્રિય. તે ખુલ્લા મન અને ખુલ્લા હૃદય સાથે મુસાફરી કરવાનું આમંત્રણ છે, એ જાણીને કે આગળનો માર્ગ શોધનો હશે, નિશ્ચિતતાનો નહીં; આશ્ચર્યનો, જવાબોનો નહીં.

મૃત્યું એવો વિષય નથી જેને આપણે સરળતાથી સ્વીકારી લઈએ. તે ભય, અસ્વસ્થતા અને પ્રતિકાર જગાડે છે, જ્યારે તે આપણને સમજવાના વચન સાથે બોલાવે છે. છતાં મૃત્યું નો સામનો કરીને જ આપણે જીવનની સુંદરતા અને નાજુકતાને ખરેખર સમજવાનું શરૂ કરીએ છીએ. દરેક સંસ્કૃતિ, દરેક માન્યતા પ્રણાલી અને દરેક વ્યક્તિએ પોતાના દ્રષ્ટિકોણથી આ રહસ્યનો સામનો કર્યો છે, માનવતા જેટલા જ વૈવિધ્યસભર દ્રષ્ટિકોણનો એક ચાકળો વણ્યો છે.

આ પુસ્તક શ્રેણીના ભાગ એક અને બીજામાં, આપણે મૃત્યું નું ગહન અન્વેષણ શરૂ કરીએ છીએ - અંત તરીકે નહીં, પરંતુ ઊંડી સમજણના પ્રવેશદ્વાર તરીકે. આપણે મૃત્યું ની જૈવિક વાસ્તવિકતાઓ, આત્માની યાત્રાને પ્રકાશિત કરતી આધ્યાત્મિક પરંપરાઓ અને માનવ જ્ઞાનની મર્યાદાઓને પડકારતી વૈજ્ઞાનિક પૂછપરછોમાં ઊંડા ઉતરીશું. રસ્તામાં, આપણે એવા લોકોના અવાજો સાંભળીશું જેઓ જીવનના ઉંબરે પહોંચ્યા છે અને સમજૂતીને પડકારતી વાર્તાઓ સાથે પાછા ફર્યા છે -

એવા અહેવાલો જે ભૌતિક અને અતીન્દ્રિય વચ્ચેની રેખાને ઝાંખી પાડે છે.

આ યાત્રા સરળ જવાબો શોધવા વિશે નથી પરંતુ અજાણ્યાની વિશાળતાને સ્વીકારવા વિશે છે. આપણે એવા પ્રશ્નો પૂછીશું જેનો કોઈ ચોક્કસ ઉકેલ નથી અને રહસ્યમાં બેસીશું, તેના વિરોધાભાસ અને ગહનતાને પ્રગટ થવા દઈશું. આ દ્વારા, આપણે મૃત્યું ને અંતિમ પડદા તરીકે નહીં પરંતુ એક પરિવર્તન તરીકે જોઈ શકીએ છીએ - જે આપણને અસ્તિત્વમાં ગૂંથાયેલા અદ્રશ્ય દોરા પ્રત્યે વધુ જાગૃતિ, અર્થ અને આદર સાથે જીવવા માટે કહે છે.

પરંતુ આ યાત્રા ફક્ત એક શૈક્ષણિક કે દાર્શનિક શોધ નથી. તે ખૂબ જ વ્યક્તિગત છે. મૃત્યું ને સમજવું એટલે જીવનને સમજવું - તેની કિંમતીતા, તેની અસ્થાયીતા અને અનંત સાથે તેની આંતરસંબંધિતતા જોવી. તેનાથી આગળ શું છે તેનું અન્વેષણ કરવું એટલે આપણા પોતાના હેતુ, આપણા સંબંધો અને આપણે જે વારસો છોડીએ છીએ તેના પર ચિંતન કરવું.

જીવનને મૃત્યું થી અલગ કરતો પડદો પાતળો છે, છતાં તે ઘણીવાર અભેદ્ય હોય છે. તેની હાજરીમાં, આપણને આપણી મર્યાદાઓની યાદ અપાવવામાં આવે છે પણ સાથે સાથે આપણી અજાયબીની અસીમ ક્ષમતાની પણ યાદ અપાવવામાં આવે છે. તેની બહાર શું છે તે રહસ્ય રહી શકે છે, પરંતુ તેને શોધવાની ક્રિયા આપણા જીવનને ગહન અને પરિવર્તનશીલ બંને રીતે સમૃદ્ધ બનાવે છે.

જ્યારે તમે આ પ્રવાસ શરૂ કરો છો, ત્યારે હું તમને તમારી જિજ્ઞાસા, તમારી શંકાઓ અને તમારી આશાઓ, સાથે લાવવા આમંત્રણ આપું છું. ચાલો સાથે મળીને સમજણ તરફના માર્ગ પર ચાલીએ - ચોક્કસ જવાબો શોધવા માટે નહીં પરંતુ આપણા બધાને એક કરતા શાશ્વત પ્રશ્નો સાથેના આપણા જોડાણને વધુ ગાઢ બનાવવા માટે.

ચાલો આપણે આગળ જોવાની હિંમત કરીએ, કારણ કે આમ કરવાથી, આપણે ફક્ત મૃત્યું પછી શું છે તે જ નહીં પરંતુ જીવવાનો ખરેખર અર્થ શું છે તે શોધી શકીએ છીએ.

પડદાની પેલે પારમાં આપનું સ્વાગત છે: જીવન દ્વારા મૃત્યું પછીની એક યાત્રા.

અનુક્રમણિકા

કાંચીપુરમ ખાતે

પ્રકૃતિનું આલિંગન

"મૃત્યું માં, કુદરત અંતિમ સત્યને ગણગણે છે: કંઈપણ ખરેખર અદૃશ્ય થતું નથી; બધું જ વિકસિત થાય છે, સર્જન અને નવીકરણના અનંત ચક્રમાં છું ફરે છે."

- શ્રી શામબવ

પરોઢે, આશ્રમને તેની શાંત ભવ્યતાથી આલિંગન આપ્યું અને સવારની ઠંડી પવનની લહેરખી પૃથ્વીને સ્પર્શ કરી રહી હતી ત્યારે આકાશ સંધ્યાકાળમાં ઢંકાઈ ગયું હતું. પાંદડા એક તાલ પર નૃત્ય કરી રહ્યા હતા જે ફક્ત પ્રકૃતિ જ રચી શકે છે, તેમની નરમ સળસળાટ, શાશ્વત કરતી શાંતિ સાથે એકીકૃત રીતે

ભળી ગઈ હતી. એક પ્રાચીન વડવૃક્ષની વિશાળ છત્ર નીચે અક્ષય, વાસુદેવ અને વિદ્યાર્થી ગહન ધ્યાનમાં બેઠા હતા, તેમના સ્વરૂપો હજી પણ પ્રતિમાઓ જેવા હતા, તેમના શ્વાસ બ્રહ્માંડના ધબકારામાં ભળી ગયા હતા.

આશ્રમમાં બીજે ક્યાંક, પૂર્વ-પ્રભાતના પ્રકાશમાં આકૃતિઓ ફફડાટની જેમ આગળ વધી રહી હતી. કેટલાક ઝેન ધ્યાન કેન્દ્ર તરફ આગળ વધ્યા, તેમના પગલાં હેતુપૂર્ણ છતાં શાંત હતા. અન્ય લોકો પહેલાથી જ યોગના પ્રવાહમાં ખોવાઈ ગયા હતા, તેમના શરીર જાગૃત પૃથ્વી સાથે સંપૂર્ણ સુમેળમાં ઝૂકી રહ્યા હતા અને ખેંચાઈ રહ્યા હતા.

જેમ જેમ મિનિટો પસાર થતી ગઈ, તેમ તેમ આશ્રમનું મૌન એક ઊંડો પડઘો પાડતું ગયું - "ઓમ" ના મંત્રનો અવાજ હવામાં છવાઈ ગયો, હૃદયના ધબકારાની જેમ ગુંજી ઉઠ્યો. ટૂંક સમયમાં, ભજનોનો મધુર ગુંજન લય તેની સાથે ગૂંજી ઉઠ્યો, તેની સાથે તબલા, ઢોલક, ઝાંઝ, હાર્મોનિયમ, મૃદંગ અને અન્ય પવિત્ર વાદ્યોનો

સમૃદ્ધ લય પણ ગુંજી ઉઠ્યો. વાતાવરણ ભક્તિ અને ઉર્જાથી જીવંત બની ગયું, જાણે કે પરમાત્મા પોતે સંગીતવૃંદમાં જોડાવા માટે નીચે આવ્યા હોય.

સવારનું ધ્યાન કર્યા પછી અક્ષય અને અન્ય લોકો ધીમે ધીમે ઊભા થયા, તેમની હિલચાલ વિચારસરણી અને ઇરાદાપૂર્વક. તેઓ સાથે મળીને શામભવ ભજન હોલ તરફ ચાલ્યા, જ્યાં અપેક્ષા અને અક્ષતાના અવાજો ઊંચા થઈ રહ્યા હતા, તેમની સવારની ભક્તિમાં ઊંડે સુધી ડૂબેલા હતા. બગીચાના રસ્તાઓમાંથી પસાર થતાં તેમણે જોયું કે રૂપા, અભિલાષા, અભિરામી, એલિસ અને સોફિયા તેમની યોગ મુદ્રાઓમાંથી મનોહર રીતે પસાર થઈ રહ્યા હતા, સંગીત હવામાં ભરાઈ ગયું હોવા છતાં તેમનું ધ્યાન અખંડ હતું.

જેમ જેમ સૂર્ય ઉપર ચઢતો ગયો, આકાશને નારંગી અને સોનાના રંગથી રંગતો ગયો, તેમ તેમ જૂથ, બ્રિંદાવન ગાર્ડનના હૃદયમાં બીજા એક પવિત્ર વૃક્ષ નીચે એકત્ર થયું. વૃક્ષ એક ચોકીદારની જેમ ઊભું હતું, તેની ડાળીઓ પહોળી ફેલાયેલી હતી જે છાંયો અને

આશ્રય આપતી હતી જાણે સભાને આશીર્વાદ આપતી હોય. ત્યાં, તેઓએ માર્ટિના, સુજીથા, એસ્પેન, એસ્ટિન અને કીરોનનું સ્વાગત કર્યું - આશ્રમમાં નવા આવનારાઓ, તેમના ચહેરા પર વિસ્મય અને શાંતિનું મિશ્રણ પ્રતિબિંબિત થતું હતું.

ધુમ્મસ ધીમે ધીમે છવાયું હતું, જે આસપાસના વાતાવરણને એક રહસ્યમય પડદામાં ઢાંકી રહ્યું હતું. ઢોલના સૂર સાથે વૃક્ષો પણ લયમાં લહેરાતા હતા, તેમના પાંદડાઓ કંપતા હતા જાણે અવકાશમાં ફેલાયેલી દૈવી ઊર્જા સાથે સુસંગત હોય. ભક્તો ત્યાંથી પસાર થતા હતા, તેમના અવાજો ભક્તિના ગીતોમાં સુમેળ સાધતા હતા, દરેક મંત્ર સાથે તેમનો આત્મા ઉછળતો હતો.

આ દ્રશ્યથી મોહિત થયેલા કિરોને આશ્ચર્ય સાથે ટિપ્પણી કરી, “આ ખરેખર આકર્ષક છે. સંગીત અને જાપની શક્તિ શબ્દોથી પરે છે - તે ભાવનાને એવી રીતે ઉપાડે છે કે બીજું કંઇ પણ તેને એ રીતે કરી શકતું નથી.”

વાસુદેવ, તેમના અવાજમાં શ્રદ્ધા હતી, તેમણે માથું હલાવ્યું. "મંત્રજાપ એ માનવ આત્માને દિવ્યતા સાથે જોડતો એક પવિત્ર સેતુ છે. આ ભક્તો ફક્ત ગાતા નથી- તેઓ તેમના હૃદયને અર્પણ કરી રહ્યા છે, તેમની ભક્તિને સંગીતની સાથે સ્વર્ગમાં લઈ જવા દઇ રહ્યા છે."

કિરણે ધીમેથી આ ક્ષણને અટકાવી. "ચાલો નાસ્તા માટે તૈયારી કરીએ. આગળનો દિવસ પૂરો થઈ ગયો છે, અને ગુરુજીનું સત્ર રાહ જોઈ રહ્યું છે."

અક્ષયાએ સ્મિત કર્યું અને માથું હલાવ્યું અને જૂથને અન્નપૂર્ણેશ્વરી સુવિધા તરફ દોરી ગઈ, જ્યાં તાજા બનાવેલા ખોરાકની સુગંધ હવામાં ભરાઈ ગઈ હતી. ભક્તો એકઠા થયા હતા અને તેમના ચહેરા કૃતજ્ઞતાથી ચમકી રહ્યા હતા ત્યારે હૉલ શાંત આનંદથી છલકાઈ ગયો હતો.

માર્ટિનાએ ઊંડો શ્વાસ લીધો, તેની આંખો ખુશીથી ચમકી ઉઠી. "સુગંધ સ્વર્ગીય છે."

સ્વયંસેવકોને નિઃસ્વાર્થ ભક્તિથી સેવા આપતા જોઈ સુજીતાએ પ્રશંસાથી સ્મિત કર્યું. "ક્રિયામાં ભક્તિ આ રીતે દેખાય છે - બીજાને પ્રેમ અને નમ્રતાથી ખવડાવવું. ખરેખર, જરૂરિયાતમંદોની સેવા કરવી એ દૈવી સેવા છે."

કિરણ સંમત થયો, તેનો સ્વર ગંભીર હતો. "હા, સેવા એ આધ્યાત્મિક સાધનાનો એક અભિન્ન ભાગ છે. એવું કહેવાય છે કે જ્યારે આપણે બીજાઓની સેવા કરીએ છીએ, ત્યારે આપણે તેમની અંદર રહેલા પરમાત્માની હાજરીનું સન્માન કરીએ છીએ."

"ચાલો, જમીએ," અક્ષયે ઉષ્માભર્યું સૂચન કર્યું. "આજે ગુરુજી જે જ્ઞાન આપશે તે માટે આપણને આપણી શક્તિની જરૂર પડશે."

આ જૂથ ભોજન વહેંચવા માટે સ્થાયી થયું, શાંતિ અને હેતુની ભાવના તેમના પર છવાઈ ગઈ. દરેક ભોજન કૃતજ્ઞતાથી ભરેલું લાગતું હતું; બોલાયેલો દરેક શબ્દ આનંદથી ભરપૂર હતો. તેઓ ફક્ત આશ્રમમાં ભેગા થયેલા વ્યક્તિઓ નહોતા - તેઓ એક સહિયારી યાત્રા

પરના સાધકો હતા, દરેક પગલું તેમને તે શાશ્વત સત્યોની નજીક લાવતું હતું જે તેઓ શોધવા માટે ઝંખતા હતા.

શાશ્વત પ્રશ્ન

"શરીર માટે, મૃત્યું એક અંત છે; આત્મા માટે, તે ફક્ત પસાર થવાની એક ક્ષણ છે, જેમ કે દરવાજામાંથી એક વિશાળ, અનંત અસ્તિત્વમાં પગ મૂકવો" - શ્રી શામબવ.

ઝભ્ભાનો મૃદુ સળવળાટ અને પગલાંના ઝાંખા પડઘાએ, ગુરુજીએ બુદ્ધ હોલના શાંત આલિંગનમાં પ્રવેશ કર્યાનો અણસાર આપ્યો. કાચની બારીમાંથી સવારના સૂર્યના સોનેરી રંગોમાં સ્નાન કરાયેલો ઓરડો આદરપૂર્વક શ્વાસ રોકી રહ્યો હોય તેવું લાગતું હતું. દરેક ભક્ત સહજ રીતે માથું નમાવી રહ્યા હતા, આત્મા નમસ્તેમાં હાથ જોડી રહ્યા હતા, તેમના હૃદય ભક્તિ અને અપેક્ષાથી ભરેલા હતા.

ગુરુજીની હાજરી સૌમ્ય છતાં આજ્ઞાકારી, પ્રકાશિત છતાં દિલાસો આપનારી હતી. તેમનું શાંત સ્મિત એક શાંત

શાણપણ ફેલાવતું હતું, જે જીવનના ગહન રહસ્યોના જવાબો શોધનારાઓ માટે એક દીવાદાંડી હતું. ધીમે ધીમે, ગુરુજી હોલના કેન્દ્રમાં પહોંચ્યા અને પોતાનું આસન ગ્રહણ કર્યું, તેમની ગતિવિધિઓ ઉતાવળ વિનાની અને દરેક હાવભાવ હેતુપૂર્ણ હતો. થોડી ક્ષણો માટે આંખો બંધ કરીને, તેઓ સંપૂર્ણપણે શાંત થઈ ગયા, જાણે સમજણના ઊંડા ક્ષેત્ર સાથે જોડાઈ રહ્યા હોય, સાર્વત્રિક સત્યના સ્ત્રોતમાંથી શીખી રહ્યા હોય.

ભક્તો ઓરડામાં રહેલી શાંતિની રાહ જોઈ રહ્યા હતા, જે ગહન અને જીવંત હતી, જાણે અપેક્ષાના સહિયારા ધબકારા હતા. જ્યારે ગુરુજીએ આખરે આંખો ખોલી, ત્યારે તેમની નજર ઓરડામાં ફેલાઈ ગઈ, કોમળ છતાં ભેદી, અને હાજર રહેલ લોકોના હૃદય સુધી પહોંચી.

વહેતી નદી જેવા શાંત અવાજ સાથે, ગુરુજીએ શરૂઆત કરી, "અક્ષય... શાશ્વત પ્રશ્ન."

તેઓ થોભ્યા, શબ્દોને હવામાં ફેલાતા રહેવા દીધા, તેમની ઊંડાઈ તેમના શ્રોતાઓના હૃદયમાં ડૂબી ગઈ. "માનવતા હંમેશા આ પ્રશ્નથી મોહિત રહી છે - મૃત્યું

પછી શું થાય છે તે અંગેની એક કાલાતીત જિજ્ઞાસા. આ એક એવો પ્રશ્ન છે જે સંસ્કૃતિઓ, ધર્મો અને યુગોથી પર છે. કિનારાને અથાક ચુંબન કરતા મોજાઓની જેમ, માનવ, આત્માના પડદાની બહાર, અસ્તિત્વના રહસ્યોને સમજવા માટે અવિરતપણે પ્રયાસ કરે છે."

"મૃત્યું ," ગુરુજીએ આગળ કહ્યું, તેમનો સ્વર ગંભીર અને સૌમ્ય બંને હતો, "એ અંત નથી. તે એક સીમાચિહ્ન છે- એક માર્ગ. જીવનને એક મહાન નદી તરીકે કલ્પના કરો, જે એક જોમ અને હેતુ સાથે વહે છે, ખીણો, જંગલો અને મેદાનોમાંથી પસાર થાય છે. મૃત્યું આ નદીનો અંત નથી, પરંતુ તે અનંત સમુદ્રમાં ભળી રહી છે. નદીનું અસ્તિત્વ બંધ થતું નથી; તે કંઈક મોટું, વિશાળ, અનંત બને છે. અને છતાં, નદીનો સાર - તેણે કરેલી સફર, તેણે ખોદેલા રસ્તાઓ - બ્રહ્માંડના તાણાવાણામાં કાયમ માટે અંકિત રહે છે."

ભક્તો મંત્રમુગ્ધ થઈને બેઠા હતા, તેમના મન નદીની યાત્રાની છબીઓ દોરતા હતા, તેમના હૃદયમાં આ રૂપક ગુંજતું હતું.

"અક્ષય," ગુરુજીએ વિચાર તરફ આગળ વળતાં કહ્યું, "એનો અર્થ એ છે કે તે શાશ્વત અને અવિનાશી છે. શાશ્વત પ્રશ્ન ફક્ત મૃત્યું ના પડદાની બહાર શું છે તે વિશે નથી. તે અસ્તિત્વના સ્વભાવ વિશે છે - આપણે કોણ છીએ, આપણે અહીં શા માટે છીએ, અને આપણે શું બનવાનું નક્કી કર્યું છે. તે જીવન, મૃત્યું અને બંને વચ્ચે કયો સેતુ છે તે વિશે છે. અને તેથી, આપણે આ પ્રશ્નને ફક્ત એક જ દ્રષ્ટિકોણથી નહીં, પરંતુ ફિલસૂફી, આધ્યાત્મિકતા અને વિજ્ઞાનના જોડાણ દ્વારા શોધવો જોઈએ."

તે ફરી થોભ્યા, અને તેમના શબ્દો શાંત તળાવમાં પડેલા કાંકરાની જેમ શાંતિમાં લહેરાવા લાગ્યા.

"તત્વજ્ઞાન" ગુરુજીએ કહ્યું, તેમનો અવાજ ચિંતનશીલ સ્વરમાં આવ્યો, "આપણને મૃત્યું ના અર્થ પર વિચાર કરવા, આપણા ભય અને અનિશ્ચિતતાઓનો સામનો કરવા માટે કહે છે. તે જીવનને જ એક અરીસો આપે છે, કારણ કે મૃત્યું ને સમજવા માટે, આપણે પહેલા, જીવનને સમજવું જોઈએ. તત્વજ્ઞાન આપણને કહે છે

કે મૃત્યું દુશ્મન નથી પણ અંતિમ શિક્ષક છે, જે બધી વસ્તુઓની અસ્થાયીતા પ્રગટ કરે છે અને આપણને વર્તમાન ક્ષણમાં સંપૂર્ણ રીતે જીવવા માટે પ્રોત્સાહિત કરે છે."

"આધ્યાત્મિકતા," તેમણે આગળ કહ્યું, "આપણને મનથી આગળ વધવા, અંદરના શાશ્વત સાથે જોડાવા માટે આમંત્રણ આપે છે. તે આપણને શીખવે છે કે આપણે ફક્ત આત્માવાળા શરીર નથી, પરંતુ માનવ યાત્રાનો અનુભવ કરી રહેલા આત્માઓ છીએ. આધ્યાત્મિક અર્થમાં, મૃત્યું એ એક સ્વદેશપ્રવાસ છે - દિવ્યતા તરફ પાછા ફરવું, અનંત સ્ત્રોત સાથે પુનઃમિલન જેમાંથી આપણે બધા બહાર આવીએ છીએ."

"અને પછી," ગુરુજીએ કહ્યું, તેમની આંખો જિજ્ઞાસાથી ચમકતી હતી, " અહી વિજ્ઞાન છે. આધુનિક વિજ્ઞાન, તેની બધી પ્રગતિઓ સાથે, ચેતના અને મૃત્યું પછીના જીવનના રહસ્યોને ઉઘાડવાનો પ્રયાસ કરે છે. તે મૃત્યું નજીકના અનુભવો, પુનર્જન્મ અને ભૌતિક મૃત્યું થી આગળ જાગૃતિની દ્રઢતાનો અભ્યાસ કરે છે. વિજ્ઞાન,

સમજણની શોધમાં, એક પુલ બને છે - મૂર્ત અને અમૂર્ત, જ્ઞાત અને અજ્ઞાત વચ્ચેની કડી."

તે સહેજ આગળ ઝુક્યા, તેમની નજર ઓરડામાં ફેલાઈ ગઈ. "એકસાથે, આ દ્રષ્ટિકોણ એક રચના બનાવે છે - શાશ્વત પ્રશ્નનો એક સર્વાંગી દૃષ્ટિકોણ. તેઓ આપણને યાદ અપાવે છે કે કોઈ એક માર્ગ બધા જવાબો ધરાવતો નથી, પરંતુ દરેક માર્ગ કોયડાનો એક ભાગ પ્રદાન કરે છે. અને આ રહસ્યને સ્વીકારીને, આપણે ખરેખર કોણ છીએ તેના સારની નજીક આવીએ છીએ."

વેદી પર સળગતા ધૂપમાંથી ચંદનની મંદ સુગંધ લઈને હવામાં હળવો પવન ફૂંકાયો. ભક્તો ચિંતનશીલ મૌનમાં બેઠા હતા, તેમના મન અને હૃદય નવી સમજણથી પ્રકાશિત થયા હતા. ગુરુજીના શબ્દો ફક્ત ઉપદેશો નહોતા; તે તેમના આત્માઓની ફળદ્રુપ જમીનમાં રોપાયેલા બીજ હતા, જે ઊંડી જાગૃતિ અને શાણપણમાં વિકાસ પામવા માટે નિર્ધારિત હતા.

"ચાલો આપણે સાથે મળીને આ યાત્રાનું અન્વેષણ કરીએ," ગુરુજીએ નિષ્કર્ષ કાઢ્યો, તેમનો અવાજ જાણે

એક કોમળ આમંત્રણ હતું. "ચોક્કસ જવાબો શોધવા માટે નહીં, પરંતુ અસ્તિત્વની અજાયબીને જાગૃત કરવા, રહસ્યને સ્વીકારવા અને જીવન અને મૃત્યું એક જ શાશ્વત સત્યની બે બાજુઓ છે તે જાણીને શાંતિ મેળવવા માટે."

રૂપાએ પૂછ્યું, "ગુરુજી, મૃત્યું પછી શું થાય છે તે પ્રશ્ન વિવિધ સંસ્કૃતિઓ અને યુગોમાં માનવતાને કેમ આકર્ષિત કરે છે?"

ગુરુજીએ રૂપા તરફ નજર ફેરવતાં તેમની નજર નરમ પડી ગઈ, તેમનો પ્રશ્ન હવામાં એક દોરા જેવો લટકતો હતો જે રૂમમાં રહેલા દરેકને અસ્તિત્વની કાલાતીત અજાયબી સાથે જોડતો હતો. તેમણે સ્મિત કર્યું, એક સૌમ્ય અને જાણકાર હાવભાવ અને બોલવાનું શરૂ કર્યું.

"આહ, રૂપા," તેમણે કહ્યું, સદીઓના ચિંતનનો ભાર વહન કરતો તેમનો અવાજ, "મૃત્યું પછી શું થાય છે તે પ્રશ્ન માનવતાની શાશ્વત જ્યોત છે - એક પ્રકાશ જે અનિશ્ચિતતા અને શંકાની અંધારી રાતોમાં ઝળહળે છે.

આ તે પ્રશ્ન છે જે રણની શાંતિમાં ઋષિઓને કહેવામાં આવ્યો છે, પર્વતોના એકાંતમાં કવિઓથી ગવાયો છે, અને સત્યની અનંત શોધમાં તત્વજ્ઞાનીઓને માર્ગદર્શન આપ્યું છે. તે આપણને શા માટે મોહિત કરે છે? કારણ કે તે ફક્ત મૃત્યું વિશે નથી - તે જીવન વિશે છે. તે એક અરીસો છે જેમાં આપણે અસ્તિત્વની નાજુકતા અને ભવ્યતાને આપણા પર પ્રતિબિંબિત થતી જોઈએ છીએ."

તે થોભ્યા, તેમના શબ્દો ઓરડામાં સ્થિર થયા, હળવા વરસાદની જેમ જે તરસી માટીને પોષણ આપે છે. "દરેક સંસ્કૃતિ, દરેક પરંપરા, દરેક ધર્મે આ પ્રશ્નનો જવાબ શોધવાનો પ્રયાસ કર્યો છે, એટલા માટે નહીં કે તેઓ મૃત્યું થી ડરતા હતા, પરંતુ એટલા માટે કે તેઓ જીવનને સમજવા માટે ઝંખતા હતા."

ગુરુજીના હાથ તેમના ઘૂંટણ પર હળવેથી આરામ કરી રહ્યા હતા અને તેમનો અવાજ શાંત અધિકારથી ગુંજતો હતો, જે ભગવદ્ ગીતાના શાશ્વત જ્ઞાનમાંથી લેવામાં આવ્યો હતો. "રૂપા, આનો વિચાર કરો," તેમણે કહ્યું.

"ભગવદ્ *ગીતાના અધ્યાય ૨, શ્લોક ૨૨ માં,* ભગવાન કૃષ્ણ, અર્જુનને એક ગહન ઉપમા આપે છે:"

વાસાંસિ જીર્ણાનિ યથા વિહાય
નવાનિ ગૃહ્ણાતિ નરોડપરાણિ ।
તથા શરીરાણિ વિહાય જીર્ણા-
ન્યન્યાનિ સંયાતિ નવાનિ દેહી॥૨૨॥

અર્થ: "જેવી રીતે મનુષ્ય જૂનાં વસ્ત્રો ત્યજીને નવાં વસ્ત્રો ધારણ કરે છે, તેવી રીતે મૃત્યું સમયે આત્મા વૃદ્ધ તથા નકામું શરીર ત્યજીને નવું ભૌતિક શરીર ધારણ કરે છે."

ગુરુજીની આંખોએ ઓરડામાં જોયું, જ્યારે પવિત્ર શબ્દો સમૂહ પર હળવા પવનની જેમ સ્થિર થયા, જે અંદર કંઈક ઊંડે સુધી હલાવી રહ્યા હતા. "આ શ્લોક," તેમણે આગળ કહ્યું, "મૃત્યું ના સારને અંત તરીકે નહીં, પરંતુ પરિવર્તન તરીકે કેદ કરે છે - એક સ્વરૂપમાંથી બીજા સ્વરૂપમાં સંક્રમણ, કપડાં બદલવાની જેમ. તે આપણને ખાતરી આપે છે કે આત્મા, શાશ્વત સ્વ, શરીરના ક્ષયથી અસ્પૃશ્ય છે. આપણે જેને મૃત્યું તરીકે માનીએ છીએ તે ફક્ત એક માર્ગ છે, વધુ ઉત્ક્રાંતિ અને સમજણ તરફ આત્માની યાત્રામાં એક પગલું."

તે થોભ્યા, તેમની નજર સ્થિર છતાં કોમળ હતી. ગુરુજીએ કહ્યું, "આ ઉપદેશ આપણને યાદ અપાવે છે કે મૃત્યું નો ભય ભૌતિક સ્વરૂપ પ્રત્યેની આપણી આસક્તિમાંથી ઉદ્ભવે છે. જ્યારે આપણે આત્માને શાશ્વત, અક્ષય તરીકે ઓળખીએ છીએ, ત્યારે આપણે તે ભયથી મુક્ત થઈએ છીએ અને તેના બદલે મૃત્યું ને જીવન અને પુનર્જન્મના દૈવી ચક્રના અભિન્ન ભાગ તરીકે જોઈએ છીએ."

અહીં, મૃત્યું અંત નથી પણ એક સંક્રમણ છે - શાશ્વતને સ્વીકારવા માટે ક્ષણિકતાનો ત્યાગ. આત્મા અક્ષય છે, અવિનાશી, અને આ અનુભૂતિ વ્યક્તિને મૃત્યું ના ભયથી મુક્ત કરે છે. તે આપણને શીખવે છે કે જીવન અને મૃત્યું વિરોધી નથી પરંતુ શાશ્વત નૃત્યમાં ભાગીદાર છે.

ગુરુજીએ આગળ કહ્યું, "ખ્રિસ્તી ધર્મમાં, આપણને આત્માની અમરતા અને શાશ્વત જીવનના વચન વિશે એક સમાન દોર મળે છે. યોહાનની સુવાર્તા, પ્રકરણ

૧૧, શ્લોક ૨૫માંથી ઈસુ ખ્રિસ્તના શબ્દોનો વિચાર કરો:

'હું પુનરુત્થાન અને જીવન છું. જે મારામાં વિશ્વાસ કરે છે તે મૃત્યું પામે તો પણ જીવશે.'

આ શબ્દો ખ્રિસ્તી વિશ્વાસના પાયાનો પથ્થર છે, જે આશા અને ખાતરી આપે છે કે મૃત્યું અંત નથી, પરંતુ અસ્તિત્વની ઉચ્ચ સ્થિતિમાં સંક્રમણ છે.

આ ફકરામાં, ઈસુ જીવન અને મૃત્યું વચ્ચેના સેતુ તરીકે શ્રદ્ધાની શક્તિ પર ભાર મૂકે છે. તે ગહન સત્યની વાત કરે છે કે આત્માનું અસ્તિત્વ ભૌતિક શરીરને પાર કરે છે, દૈવી જોડાણના શાશ્વત વચનનો પડઘો પાડીને.

જેમ કૃષ્ણ, અર્જુનને આત્માના અમરત્વની ખાતરી આપે છે, તેમ ખ્રિસ્ત, શ્રદ્ધા દ્વારા શાશ્વત જીવનની ખાતરી આપે છે, ભાર મૂકે છે કે પ્રેમ અને દૈવીમાં વિશ્વાસ એ અતિક્રમણના માર્ગો છે.

અહીં, મૃત્યું એક માર્ગ છે - શાશ્વત જીવનનો દરવાજો. પુનરુત્થાનનું વચન ફક્ત મૃત્યું પછીના જીવન વિશે નથી પરંતુ વિશ્વાસ અને શરણાગતિની પરિવર્તનશીલ

શક્તિ વિશે છે. મૃત્યું દિવાલ નહીં પણ પ્રેમ, પ્રકાશ અને ભગવાન સાથે એકતાના ક્ષેત્રમાં જવા માટેનો પુલ છે.

ગુરુજીએ કહ્યું, “બુદ્ધે શીખવ્યું હતું કે જીવન અને મૃત્યું એક જ સિક્કાની બે બાજુઓ છે, જે અસ્થાયીતાના નિયમથી બંધાયેલા છે. તેમણે કહ્યું,

‘બધી શરતી વસ્તુઓ અસ્થાઈ છે - જ્યારે કોઈ આ બાબતને શાણપણથી જુએ છે, ત્યારે વ્યક્તિ દુઃખથી દૂર થઈ જાય છે.’

આ ઉપદેશમાં, મૃત્યું એક દુર્ઘટના નથી પણ અસ્તિત્વનો એક કુદરતી ભાગ છે. તે સ્થાયીતાના ભ્રમનો અંત છે, જે આપણને મુક્તિ અથવા નિર્વાણ તરફ દોરી જાય છે. મૃત્યું નો ભય ત્યારે ઓગળી જાય છે જ્યારે આપણે અનુભવીએ છીએ કે જીવનને વળગી રહેવાથી ફક્ત દુઃખ જ રહે છે. તેથી, મૃત્યું દુશ્મન નથી પણ એક શિક્ષક છે, જે આપણને સભાનતા અને કરુણા સાથે જીવવાની યાદ અપાવે છે.

"ઝેનમાં," તેમણે કહ્યું, "મૃત્યું નું વર્ણન ઘણીવાર સરળતા અને સ્પષ્ટતા સાથે કરવામાં આવે છે. ઝેન ગુરુ ડોગેન ઝેન્જીએ એકવાર લખ્યું હતું,

'જીવન અને મૃત્યું ખૂબ જ મહત્વપૂર્ણ છે. સમય ઝડપથી પસાર થાય છે, અને તક ખોવાઈ જાય છે. જાગો! જાગો! સાવધાન રહો, તમારૂ જીવન વેડફશો નહીં."

ઝેન, મૃત્યું પછી શું થાય છે તેના પર ધ્યાન કેન્દ્રિત કરતું નથી. તેના બદલે, તે આપણને અહીં અને અત્યારે જાગૃત થવા, દરેક ક્ષણિક ક્ષણમાં સંપૂર્ણ રીતે જીવવા માટે પ્રોત્સાહિત કરે છે, કારણ કે જીવન અને મૃત્યું અવિભાજ્ય છે - દરેક શ્વાસ એક શરૂઆત અને અંત બંને છે.

ગુરુજીની નજર અંદર તરફ ગઈ. "તાઓવાદમાં, તાઓ તે ચિંગ આપણને કહે છે,

'બ્રહ્માંડમાં દરેક જીવ સામાન્ય સ્ત્રોત (એક) તરફ પાછો ફરે છે. સ્ત્રોત તરફ પાછા ફરવું એટલે શાંતિ શોધવી.'

અહીં, મૃત્યું એ તાઓ તરફ પાછા ફરવાનું છે, જે બધા અસ્તિત્વનો અનંત સ્ત્રોત છે. તે ડરવા કે શોક કરવા માટે નથી, પરંતુ સમગ્રમાં કુદરતી વળતર તરીકે સ્વીકારવા માટે છે. તાઓવાદી દૃષ્ટિકોણ આપણને જીવનના ચક્ર સાથે વહેવાનું શીખવે છે, મૃત્યું ને વિક્ષેપ તરીકે નહીં પરંતુ અસ્તિત્વના મહાન લયના કાર્યરત તરીકે જોવાનું શીખવે છે.

તે સહેજ આગળ ઝુક્યા, તેમનો અવાજ હવે સૂફી શાણપણની રહસ્યમય સમૃદ્ધિથી રંગાયેલો હતો. "સૂફીવાદમાં, મહાન કવિ રૂમીએ લખ્યું હતું,

'જ્યારે હું મરીશ, ત્યારે હું દેવદૂતો સાથે ઉડાન ભરીશ, અને જ્યારે હું દેવદૂતો માટે મરીશ, ત્યારે હું શું બનીશ તેની તમે કલ્પના પણ નહીં કરી શકો.'

સૂફીઓ માટે, મૃત્યું એ આરોહણની યાત્રા છે, આત્મા પ્રિયતમ સાથે ફરી એકત્ર થાય ત્યાં સુધી સ્તરોનું વિસર્જન. તે કોઈ નુકશાન નથી પણ ઘરે પાછા ફરવું છે, દૈવી પ્રેમમાં આનંદી પુનરાગમન છે. સૂફી પરંપરામાં, મૃત્યું એ અનંત સાથેનું અંતિમ જોડાણ છે.

ગુરુજીના શબ્દો તેમના શ્રોતાઓના હૃદયમાં સ્થિર થઈ ગયા અને માનવ સમજણની સમૃદ્ધ ટેપેસ્ટ્રીને ગૂંથતા ઓરડામાં શાંતિ છવાઈ ગઈ.

"આ પ્રશ્ન આપણને કેમ આકર્ષિત કરે છે, રૂપા?" ગુરુજીએ કહ્યું, તેમનો અવાજ નરમ છતાં ગુંજતો હતો. "કારણ કે મૃત્યું પછી શું થાય છે તે પૂછવામાં, આપણે ખરેખર પૂછીએ છીએ કે, *હું કોણ છું? મારા જીવનનો હેતુ શું છે? મારા ડર, મારા જોડાણો, મારી ભ્રમણાઓની બહાર શું છુપાયેલું છે?* આ પ્રશ્ન આપણને શોધવા, અન્વેષણ કરવા અને જાગૃત કરવા માટે મજબૂત કરે છે. તે જ્યોત છે જે આત્મ-શોધના માર્ગને પ્રકાશિત કરે છે, આપણને હિંમત અને આશ્ચર્ય સાથે અજાણ્યાને સ્વીકારવા માટે પ્રોત્સાહિત કરે છે."

તે થોભ્યા, તેમની આંખો રૂપા સાથે ગહન કરુણાની નજરે મળી. "આ જવાબ એવો નથી જેને આપણે ફક્ત મનથી સમજી શકીએ છીએ. તે એક અનુભવ છે, એક શરણાગતિ છે, આપણા સાચા સ્વભાવનું સ્મરણ છે. મૃત્યું એ જીવનનો વિરોધી નથી - તે જીવનની પૂર્ણતા

છે, વર્તુળની પૂર્ણતા છે, અનંતનો શાંત અવાજ જે આપણને ઘરે બોલાવે છે."

આ જિજ્ઞાસાથી સાર્વત્રિક પ્રકૃતિનું અન્વેષણ કરો અને તે અર્થ અને સમજણ માટેની માનવ શોધને કેવી રીતે પ્રતિબિંબિત કરે છે તેનું અન્વેષણ કરો.

અપેક્ષાએ પૂછ્યું, "ગુરુજી, વિવિધ દાર્શનિક, આધ્યાત્મિક અને વૈજ્ઞાનિક પરંપરાઓ મૃત્યું પછીના જીવનની વિભાવના સુધી કેવી રીતે પહોંચે છે ?"

ગુરુજી સહેજ પાછળ ઝૂક્યા અને તેમના ઘૂંટણ પર હળવેથી હાથ ટેકાવ્યા અને શાંત સ્મિત સાથે અપેક્ષા તરફ જોયું.

ઓહ, અપેક્ષા, "તેમણે શરૂઆત કરી, તેમનો અવાજ શાંત છતાં ગહન હતો" તમે એક એવો પ્રશ્ન પૂછ્યો છે જે હજારો વર્ષોથી, સંસ્કૃતિઓમાં અને તે બધાના હૃદયમાં ફર્યો છે જેમણે ક્યારેક તેમના પોતાના અસ્તિત્વ વિશે વિચાર્યું છે. મૃત્યું પછીનું જીવન માત્ર એક રહસ્ય નથી - તે દોરો છે જે ફિલસૂફી,

આધ્યાત્મિકતા અને વિજ્ઞાનને એક વિશાળ, એકબીજા સાથે જોડાયેલા સંશોધનમાં બાંધે છે.

તત્વજ્ઞાનીનો લેન્સ: શાશ્વત પૂછપરછ

ગુરુજીએ હોલની બહારના પ્રાચીન વડના ઝાડ તરફ ઈશારો કર્યો. "તત્વજ્ઞાનીઓ, આ ઝાડની જેમ, સદીઓથી અસ્તિત્વ અને આત્માની પ્રકૃતિનું ચિંતન કરીને અડગ રહ્યા છે.

મૃત્યું પર સોક્રેટીસનો દ્રષ્ટિકોણ

પ્રાચીન ગ્રીક ફિલસૂફ સોક્રેટિસે મૃત્યું ની પ્રકૃતિ પર ઊંડાણપૂર્વક પ્રતિબિંબિત કર્યું હતું, ખાસ કરીને તેની સુનાવણી અને ત્યારબાદની ફાંસીના સંદર્ભમાં, જેમ કે પ્લેટોની એપોલોજીમાં વર્ણવવામાં આવ્યું છે. સોક્રેટિસ મૃત્યું ને અંત તરીકે નહીં પરંતુ સંક્રમણ તરીકે જોતા હતા. તેમણે પ્રખ્યાત રીતે કહ્યું:

"મારા મિત્રો, મૃત્યું થી ડરવું એ જ્ઞાની ન હોવા છતાં પોતાને જ્ઞાની માનવું છે, કારણ કે એવું વિચારવું કે

આપણે જે જાણતા નથી તે આપણે જાણીએ છીએ." (પ્લેટોની માફી, ૨૯ એ)

તેમણે દલીલ કરી હતી કે મૃત્યું કાં તો શૂન્યતાની સ્થિતિ હોઈ શકે છે - જેમ કે શાંતિપૂર્ણ, સ્વપ્નહીન ઊંઘ - અથવા આત્માની બીજા ક્ષેત્રમાં યાત્રા જ્યાં તે મૃત્યું પામેલા અન્ય લોકોનો સામનો કરશે. સોક્રેટીસ મૃત્યું થી ડરતા ન હતા કારણ કે તેઓ આત્માના અમરત્વમાં માનતા હતા અને મૃત્યું ને અસ્તિત્વના નવા પરિમાણને શોધવાની દાર્શનિક તક તરીકે જોતા હતા. મૃત્યું પ્રત્યેનો તેમનો શાંત સ્વીકાર આત્માની સાતત્યતા અને ભૌતિક શરીરમાંથી તેની મુક્તિમાં તેમની માન્યતાને પ્રતિબિંબિત કરે છે.

સોક્રેટીસનું ફિલસૂફી એ વિચાર સાથે સુસંગત છે કે મૃત્યું નો ભય અજ્ઞાનમાંથી ઉદ્ભવે છે અને સાચું શાણપણ બહારના રહસ્યને સ્વીકારવામાં રહેલું છે.

તેમણે થોભીને જૂથને રૂપકની કલ્પના કરવાની મંજૂરી આપી. "ફિલસૂફી ચોક્કસ જવાબો આપતી નથી, પરંતુ તે એક માળખું પ્રદાન કરે છે - એક લેન્સ જેના દ્વારા

આપણે પ્રશ્ન કરી શકીએ છીએ, પ્રતિબિંબિત કરી શકીએ છીએ અને આપણી સમજને વિસ્તૃત કરી શકીએ છીએ. તે આપણને જીવન અને મૃત્યું ને દિવસ અને રાતની જેમ વિરોધી શક્તિઓ નહીં, પણ પૂરક તરીકે માનવા આમંત્રણ આપે છે."

જીવન અને મૃત્યું પર ઉપનિષદો

ઉપનિષદો આત્મા (*આત્મા*) ની પ્રકૃતિ અને પરમ વાસ્તવિકતા *(બ્રહ્મ) સાથેના તેના સંબંધમાં ઊંડાણપૂર્વક અભ્યાસ કરે છે. તેઓ આત્માને શાશ્વત અને અવિનાશી તરીકે વર્ણવે છે, જે ભૌતિક શરીરથી પર છે. ભગવદ ગીતાના* અધ્યાય ૨, શ્લોક ૨૨ (જેને ઘણીવાર ઉપનિષદિક ઉપદેશોનું વિસ્તરણ માનવામાં આવે છે) માંથી એક જાણીતો શ્લોક કહે છે:

"જેમ કોઈ વ્યક્તિ જૂના, ઘસાઈ ગયેલા વસ્ત્રોનો ત્યાગ કરે છે અને નવા વસ્ત્રો પહેરે છે, તેમ આત્મા પણ ઘસાઈ ગયેલા શરીરનો ત્યાગ કરીને નવા શરીરમાં પ્રવેશ કરે છે." (પ્રકરણ ૨, શ્લોક ૨૨)

આ સરખામણી આત્માની અમરતા અને બહુવિધ જીવનો દ્વારા તેની યાત્રા પર ભાર મૂકે છે. મૃત્યું ને અંત તરીકે નહીં પરંતુ સંક્રમણ તરીકે જોવામાં આવે છે - અસ્થાયી ભૌતિક સ્વરૂપનું વિસર્જન કારણ કે આત્મા મોક્ષ (મોક્ષ) તરફ તેની શાશ્વત યાત્રા ચાલુ રાખે છે, જ્યાં તે દૈવી સત્ત્વ (બ્રહ્મ) સાથે ફરીથી જોડાય છે. બીજો એક શક્તિશાળી ઉપદેશ કથા ઉપનિષદ ૧.૨.૧૮ માંથી આવે છે, જે આત્માની યાત્રાને મુસાફર સાથે સરખાવે છે:

ના જયતે મ્રિયતે વા વિપશ્ચિન્નાયમ કુટાસિન્ના બાભુવા
કસ્કિટ |
અજો નિત્યાહ સાસ્વતોયમ પુરાણ ના હન્યાતે
હન્યામાને સાડીરે ||

અર્થ: "આત્મા જન્મતો નથી, કે મૃત્યું પામતો નથી; તે ક્યાંયથી આવ્યો નથી, કે તે કંઈ બન્યો નથી. અજન્મા, શાશ્વત, નિરંતર અને પ્રાચીન, શરીરને મારી નાખવામાં આવે ત્યારે તે મરતો નથી."

આ શ્લોક આત્માની સ્થાયીતા અને ભૌતિક શરીરના ક્ષણિક સ્વભાવ પર ભાર મૂકે છે. ઉપનિષદો વ્યક્તિઓને ભૌતિક સ્વરૂપની બહારના તેમના સાચા, અનંત સ્વભાવને ઓળખીને મૃત્યું ના ભયને પાર કરવા પ્રોત્સાહિત કરે છે.

સોક્રેટીસ અને ઉપનિષદોને જોડવું

સોક્રેટીસ અને ઉપનિષદ બંને મૃત્યું ને જિજ્ઞાસા અને આદરની ભાવનાથી જુએ છે. સોક્રેટીસની માન્યતા, કે મૃત્યું કાં તો શાંતિપૂર્ણ શૂન્યતા છે અથવા એક યાત્રા છે, તે ઉપનિષદના મૃત્યું ના દૃષ્ટિકોણને આત્મા માટે સંક્રમણ તરીકે પ્રતિબિંબિત કરે છે. બંને દ્રષ્ટિકોણ ભૌતિક શરીર સુધી મર્યાદિત જીવનના ભૌતિકવાદી દૃષ્ટિકોણને પડકારે છે, જે આપણને મૃત્યું ને એક મોટી વૈશ્વિક પ્રક્રિયાના ભાગ રૂપે જોવાનું આમંત્રણ આપે છે.

સોક્રેટીસ દાર્શનિક તર્ક દ્વારા પ્રશ્નનો સંપર્ક કરે છે, જ્યારે ઉપનિષદો, આત્મનિરીક્ષણ અને આધ્યાત્મિક સત્યો પર આધારિત આધ્યાત્મિક દ્રષ્ટિકોણ પ્રદાન કરે છે.

એકસાથે, તેઓ પશ્ચિમી અને પૂર્વીય પરંપરાઓ વચ્ચે એક સેતુનું પ્રતિનિધિત્વ કરે છે, બંને આત્માના શાશ્વત સ્વભાવ પર ભાર મૂકે છે અને આપણને શાણપણ અને હિંમતથી જીવન અને મૃત્યું ને સ્વીકારવા માટે પ્રોત્સાહિત કરે છે.

આધ્યાત્મિક દ્રષ્ટિકોણ: અનંત તરફના માર્ગો

ગુરુજીએ થોડીવાર માટે આંખો બંધ કરી અને પછી તેમને ખોલી, તેમના હાવભાવ નરમ થયા, તેમણે આગળ કહ્યું, "આધ્યાત્મિક પરંપરાઓ વધુ અનુભવલક્ષી અભિગમ પ્રદાન કરે છે, જે શ્રદ્ધા, શરણાગતિ અને વ્યક્તિગત પરિવર્તન પર ભાર મૂકે છે. ચાલો આપણે બૌદ્ધ ધર્મ તરફ નજર કરીએ. બુદ્ધે શીખવ્યું હતું કે મૃત્યું અંત નથી પણ એક સાતત્યતા છે - કર્મ દ્વારા આકાર પામેલ સંક્રમણ.

તેમણે પોતાની નજર અપેક્ષા તરફ ફેરવી. "સુફીવાદમાં, રહસ્યવાદીઓ *ફના*, સ્વના વિનાશ અને *બકા*, દૈવી જોડાણમાં આત્માના શાશ્વત અસ્તિત્વની

વાત કરે છે. સૂફી માટે મૃત્યું એક દુર્ઘટના નથી પરંતુ પાછા ફરવું છે - પ્રિયતમ પાસે પાછા ફરવું. જલાલુદ્દીન રૂમી લખે છે,

'જ્યારે હું મરીશ, ત્યારે હું દેવદૂતો સાથે ઉડાન ભરીશ, અને જ્યારે હું દેવદૂતો માટે મરીશ, ત્યારે હું શું બનીશ તેની તમે કલ્પના પણ નહીં કરી શકો.'

શું તમે સમજો છો? મૃત્યું એ કોઈ ઘટના નથી પણ એક પરિવર્તન છે, અનંત સાથેનું પુનઃમિલન છે."

તે થોભ્યા અને પછી ઉમેર્યું, "ખ્રિસ્તી ધર્મમાં, પુનરુત્થાન વિશે ઈસુના શબ્દો આશા આપે છે - શાશ્વત જીવનનો એક દ્રષ્ટિકોણ જ્યાં વિશ્વાસ મર્યાદિત અને અનંત વચ્ચેના અંતરને દૂર કરે છે. ખ્રિસ્તના ઉપદેશો એ વિચાર સાથે ઊંડાણપૂર્વક સુસંગત છે કે પ્રેમ, મૃત્યું ને પાર કરે છે અને જીવન, દૈવી સાથે શાશ્વત નૃત્ય છે."

ગુરુજીએ કહ્યું, "ઈસુ ખ્રિસ્તના ઉપદેશો, ખાસ કરીને બાઇબલના નવા કરારમાં જોવા મળે છે, જ્યાં તેઓ

પુનરુત્થાન અને શાશ્વત જીવન વિશે વાત કરે છે. આ વિચારને દર્શાવતો એક મુખ્ય શ્લોક છે:

"હું પુનરુત્થાન અને જીવન છું. જે મારામાં વિશ્વાસ કરે છે તે જીવશે, ભલે તે મરી જાય; અને જે મારામાં વિશ્વાસ કરીને જીવે છે તે ક્યારેય મરશે નહીં." (યોહાન ૧૧:૨૫-૨૬, એન આઈ વી)

આ ફકરો મૃત્યું પછીના જીવનની ખ્રિસ્તી સમજને પ્રતિબિંબિત કરે છે, જે શાશ્વત જીવનના માર્ગ તરીકે ઈસુમાં વિશ્વાસ પર ભાર મૂકે છે. ઈસુ ખ્રિસ્તના પુનરુત્થાનને મૃત્યું પર અંતિમ વિજય તરીકે જોવામાં આવે છે, જે દર્શાવે છે કે જીવન ભૌતિક વિશ્વની બહાર ચાલુ રહે છે.

ખ્રિસ્તી ધર્મમાં, પુનરુત્થાન ફક્ત મૃત્યું પછીના જીવન વિશે નથી; તે આશા અને પરિવર્તનનું ગહન નિવેદન છે. પુનરુત્થાન ફક્ત આત્માના શાશ્વત સ્વભાવનું જ નહીં પરંતુ મૃત્યું સહિત તમામ મર્યાદાઓને પાર કરવાની દૈવી, પ્રેમની શક્તિનું પણ પ્રતીક છે. ઈસુના ઉપદેશો વિશ્વાસીઓને મૃત્યું ને અંત તરીકે નહીં પરંતુ

ભગવાન સાથેના ગાઢ જોડાણમાં સંક્રમણ તરીકે જોવા માટે આમંત્રણ આપે છે.

મૃત્યું ને પાર કરતા પ્રેમનો વિચાર પણ ખ્રિસ્તી ધર્મશાસ્ત્રમાં પુનરાવર્તિત વિષય-વસ્તુ છે. રોમનોને, પાઉલના પત્રમાં આ વાત સુંદર રીતે દર્શાવવામાં આવી છે:

"કારણ કે મને ખાતરી છે કે મૃત્યું કે જીવન, નં દૂતો કે ભૂતો, ન વર્તમાન કે ભવિષ્ય, ન કોઈ શક્તિ, ન ઊંચાઈ, ઊંડાઈ અથવા અન્ય કોઈ પણ વસ્તુ, જે આપણા પ્રભુ ખ્રિસ્ત ઈસુમાં છે તે, દેવના પ્રેમથી આપણને અલગ કરી શકશે નહીં."(રોમનો 8: 38-39, એનઆઈવી)

આ દ્રષ્ટિકોણ એ ખ્યાલ સાથે સુસંગત છે કે શ્રદ્ધા મર્યાદિત અને અનંતને જોડે છે, જે પરમાત્મા સાથે શાશ્વત જોડાણનું દર્શન આપે છે. સારમાં, પુનરુત્થાન એક દૈવી ખાતરી રજૂ કરે છે કે પ્રેમ અને ભાવનાના બંધનો મૃત્યું નો સામનો કરવા છતાં અતૂટ રહે છે.

વૈજ્ઞાનિક સંશોધન: પૂછપરછનો સેતુ

ગુરુજી આગળ ઝૂકતા હતા ત્યારે તેમનો સ્વર થોડો બદલાયો, તેમણે તેમના પ્રવચનના ચાકડામાં વિજ્ઞાનને ભેળવ્યું. "અને વિજ્ઞાનનું શું? તેની રીતે, તે રહસ્યને શોધવાનો પ્રયાસ પણ કરે છે. ડૉ. રેમન્ડ મૂડી જેવા સંશોધકો દ્વારા સખત રીતે અભ્યાસ કરાયેલા મૃત્યું નજીકના અનુભવોને ધ્યાનમાં લો. આ વાર્તાઓમાં–લોકોનું પ્રકાશને જોવું, પોતાના પ્રિયજનોને મળવું, અથવા શાંતિની અતિશય ભાવના અનુભવવી - સરળતાથી નકારી શકાય નહીં. તેઓ આપણને ભૌતિકવાદની સીમાઓથી આગળ જોવાનો પડકાર આપે છે."

"પરિમાણ ભૌતિકશાસ્ત્ર, વાતચીતમાં એક વધુ પરિમાણ ઉમેરે છે. કેટલાક વૈજ્ઞાનિકો સૂચવે છે કે ચેતના ફક્ત મગજ સુધી મર્યાદિત નથી પરંતુ બ્રહ્માંડનો મૂળભૂત ગુણધર્મ છે, જેમ કે અવકાશ અને સમય. જો એમ હોય, તો કદાચ આપણે જેને 'મૃત્યું ' કહીએ છીએ તે ફક્ત ચેતનાના સ્થાન અથવા

અભિવ્યક્તિમાં ફેરફાર છે, જેમ કે પાણી ધુમ્મસમાં બાષ્પીભવન થાય છે."

ગુરુજીની નજર નરમ પડી અને તેમણે નિષ્કર્ષ કાઢ્યો, "વિજ્ઞાન આ પ્રશ્નનો કાળજીપૂર્વક સામનો કરે છે, પુરાવા શોધે છે, આધ્યાત્મિકતા પહેલાથી જ શ્રદ્ધા પ્રદાન કરે છે. છતાં, જ્યારે તમે નજીકથી જુઓ છો, ત્યારે તેઓ એટલા અલગ નથી. બંને ઊંડી જિજ્ઞાસાથી પ્રેરિત છે, દૃશ્યમાનની બહાર શું છે તે સમજવાની ઇચ્છાથી પ્રેરિત છે."

જ્યોત અને દીવો

ગુરુજી પાછળ ઝૂક્યા, તેમનો અવાજ રૂપકથી ગહન હતો. "કલ્પના કરો કે એક દીવો તેજસ્વી રીતે બળે છે, તેની જ્યોત અંધકારને પ્રકાશિત કરે છે. જ્યારે તેલ ખતમ થઈ જાય છે, ત્યારે જ્યોત ઝબકે છે અને અદૃશ્ય થઈ જાય છે. પણ શું તે ખરેખર અસ્તિત્વમાં નથી? ના. જ્યોતની ગરમી હવામાં ભળી જાય છે; તેનો

પ્રકાશ, ગમે તેટલો ટૂંકો હોય, બ્રહ્માંડમાં પ્રકાશ ઊર્જાના શાશ્વત નૃત્યનો એક ભાગ બની જાય છે."

"જીવન અને મૃત્યું સાથે પણ એવું જ છે. શરીર દીવો છે, આત્મા જ્યોત છે. જ્યારે જીવનનું તેલ ઓસરી જાય છે, ત્યારે જ્યોત મરી જતી નથી - તે આપણી સમજની બહાર રૂપાંતરિત થાય છે, ભળી જાય છે અને ચાલુ રહે છે."

ગુરુજીના શબ્દો ભક્તોએ ગ્રહણ કર્યા ત્યારે બુદ્ધ હોલમાં એક ગાઢ શાંતિ છવાઈ ગઈ. અપેક્ષાની આંખોમાં નવી સમજ ચમકી અને બાકીના લોકો પવિત્ર શાંતિમાં અટવાયેલા હોય તેમ ગતિહીન બેઠા હતા.

ગુરુજી ફરી બોલ્યા, આ વખતે તેમનો અવાજ નરમ હતો. "તત્વજ્ઞાન, આધ્યાત્મિકતા કે વિજ્ઞાન દ્વારા, આપણે બધા શોધકો છીએ, રહસ્યના આ વિશાળ સમુદ્રમાં શોધખોળ કરી રહ્યા છીએ. આગળ શું છે તે પ્રશ્ન ફક્ત મૃત્યું વિશે નથી; તે જીવન વિશે છે. આપણે કેવી રીતે જીવીએ છીએ, કેવી રીતે પ્રેમ કરીએ છીએ,

અને દરેક ક્ષણમાં આપણે અનંત સાથે કેવી રીતે જોડાઈએ છીએ - આ ખરેખર મહત્વનું છે."

મૃત્યું અને મૃત્યું પછીના જીવનની શક્યતા વિશેની આપણી સમજણને આકાર આપતા વિવિધ દ્રષ્ટિકોણની ચર્ચા કરો.

અક્ષતાએ પૂછ્યું, "ગુરુજી, જીવન, મૃત્યું અને તેનાથી આગળ શું છે તે સમજવામાં ચેતના શું ભૂમિકા ભજવે છે?"

ગુરુજીએ થોડીવાર માટે આંખો બંધ કરી, બુદ્ધ હોલમાં રહેલી શાંતિને વધુ ગાઢ બનાવવા દીધી. "આહ, ચેતના," ગુરુજીએ શરૂઆત કરી, તેમના અવાજમાં કોમળતા અને ગુરુત્વાકર્ષણનું મિશ્રણ હતું. "તે એક સાધક અને શોધાયેલ, પ્રશ્ન અને જવાબ બંને છે. ચેતના, એ લેન્સ છે જેના દ્વારા આપણે જીવનને અનુભવીએ છીએ અને તે એક દોરો છે જે આપણને અસ્તિત્વના શાશ્વત રહસ્ય સાથે જોડે છે. તેના વિના,

જીવન, મૃત્યું અને તેનાથી આગળનું બધું અગમ્ય રહેશે."

જાગૃતિનો દીવો

તેમણે નજીકમાં આવેલી વેદી પર ટમટમતા તેલના દીવા તરફ ઈશારો કર્યો. "ચેતનાને આ જ્યોત તરીકે માનો," તેમણે કહ્યું. "શરીર એ વાટ છે, મન એ તેલ છે. જ્યાં સુધી તેને ટકાવી રાખવા માટે તેલ હોય છે, ત્યાં સુધી જ્યોત તેજસ્વી રીતે બળે છે, તેની આસપાસની દુનિયાને પ્રકાશિત કરે છે. પરંતુ જ્યારે તેલ ખતમ થઈ જાય છે ત્યારે શું થાય છે? શું જ્યોતનું અસ્તિત્વ બંધ થઈ જાય છે, કે તે આપણે જે જોઈ શકીએ છીએ તેનાથી આગળના મોટા પ્રકાશમાં ભળી જાય છે? આ પ્રશ્ને ફિલસૂફો, રહસ્યવાદીઓ અને વૈજ્ઞાનિકોને બંનેને એકસરખા રસપ્રદ બનાવ્યા છે."

ગુરુજીએ હળવેથી સ્મિત કર્યું અને અક્ષતા તરફ વળ્યા. "આનું અન્વેષણ કરવા માટે, ચાલો આપણે વિવિધ પરંપરાઓના દ્રષ્ટિકોણમાં ઊંડાણપૂર્વક જઈએ."

ઉપનિષદોમાં ચેતના

"ઉપનિષદોમાં," તેમણે શરૂઆત કરી, "ચેતનાને પરમ વાસ્તવિકતા, *બ્રહ્મ તરીકે વર્ણવવામાં આવી છે* . તે આપણી પાસે રહેલી વસ્તુ નથી; તે આપણે જે છીએ તે છે. *માંડુક્ય ઉપનિષદ* ચેતનાની ચાર અવસ્થાઓ વિશે વાત કરે છે: જાગૃત અવસ્થા (*જાગ્રત*), સ્વપ્ન અવસ્થા (*સ્વપ્ન*), ગાઢ નિદ્રા અવસ્થા (*સુષુપ્તિ*), અને દિવ્ય અવસ્થા (*તુરિયા*). આ ચોથી અવસ્થા, *તુરિયા*, એ પાયો છે જેના પર બીજી બધી અવસ્થાઓ રહે છે. તે શુદ્ધ જાગૃતિ છે, દ્વૈતથી પરે, જીવન અને મૃત્યું થી પરે."

ગુરુજીએ થોભીને ગહન ખ્યાલને સ્થિર થવા દીધો. "જ્યારે આપણે શરીર સાથે એકતા સાધીએ છીએ, ત્યારે આપણે મૃત્યું ને અંત તરીકે જોઈએ છીએ. પરંતુ જ્યારે આપણે *તુરિયાનો અનુભવ કરીએ છીએ*, ત્યારે આપણને ખ્યાલ આવે છે કે ચેતના શાશ્વત છે. આત્મા ફક્ત સંક્રમણ કરી રહ્યો છે, જેમ પાણી વાસણમાંથી બાષ્પીભવન થાય છે અને પછી સમુદ્રમાં પાછું ફરે છે."

સોક્રેટિક ફિલોસોફી: તપાસ વગરનું જીવન

તેમણે આગળ કહ્યું, "મહાન ગ્રીક ફિલોસોફર સોક્રેટીસ માનતા હતા કે આત્મા અમર છે અને મૃત્યું થી ડરવું જોઈએ નહીં. તેમના શબ્દોમાં:

'પરીક્ષણ વગરનું જીવન જીવવા યોગ્ય નથી.'

સોક્રેટીસ માટે, ચેતના એ સ્વ-જાગૃતિ અને નૈતિક જીવનની ચાવી હતી. તેઓ મૃત્યું ને શરીરના બંધનોમાંથી આત્માની મુક્તિ તરીકે જોતા હતા, જે તેને સમજણની ઉચ્ચ સ્થિતિ પ્રાપ્ત કરવા સક્ષમ બનાવે છે. તેઓ તેને અંત તરીકે નહીં, પરંતુ આત્મા માટે સત્યને વધુ મુક્તપણે શોધવાની તક તરીકે જોતા હતા.

ગુરુજીનો અવાજ ધીમો પડી ગયો. "ભારતના ઋષિઓની જેમ સોક્રેટીસ પણ ભાર મૂકતા હતા કે આત્માની યાત્રા મૃત્યું સાથે સમાપ્ત થતી નથી - તે શાણપણની શોધમાં એક નવા તબક્કાની શરૂઆત છે."

બૌદ્ધ દ્રષ્ટિકોણ: ચેતનાનો પ્રવાહ

"બૌદ્ધ ધર્મમાં," ગુરુજીએ કહ્યું, "ચેતનાને વહેતી નદી સાથે સરખાવી છે. તે સ્થિર નથી પણ ક્ષણોનો સતત પ્રવાહ છે - દરેક ક્ષણો ઉદ્ભવે છે, અસ્તિત્વમાં છે અને પસાર થાય છે. આ અસ્થાયીતાને *અનિક્કા કહેવામાં આવે છે* . મૃત્યું સમયે, પ્રવાહ સમાપ્ત થતો નથી પરંતુ બીજા સ્વરૂપમાં ભળી જાય છે, જે જીવનમાં આપણે સંચિત કરેલી કર્મ ઊર્જા દ્વારા માર્ગદર્શન આપે છે. બુદ્ધે શીખવ્યું હતું કે આ પ્રવાહ - આ પરસ્પર નિર્ભરતા - ને સમજવાથી આપણને કાયમી સ્વના ભ્રમ અને મૃત્યું ના ભયમાંથી મુક્તિ મળે છે."

તે સહેજ આગળ ઝૂકયા, "બૌદ્ધો માટે, પ્રશ્ન એ નથી કે મૃત્યું પછી ચેતના ટકી રહે છે કે નહીં, પરંતુ તે કેવું સ્વરૂપ લેશે. તે આપણને યાદ અપાવે છે કે દરેક ક્રિયા, વિચાર અને ઇરાદો આ નદીના પ્રવાહને આકાર આપે છે, તે નક્કી કરે છે કે તે મુક્તિ તરફ વહે છે કે વધુ ગૂંચવણ તરફ."

આધુનિક વિજ્ઞાન: ચેતનાની સીમા

ગુરુજીનો અવાજ ધીમો પડી ગયો, એક ચિંતનશીલ સ્વર ધારણ કર્યો જે વિષયની વિશાળતાને પ્રતિબિંબિત કરતો હોય તેવું લાગતું હતું. તેમણે શરૂઆત કરી, "ચેતના, આપણા અસ્તિત્વની મૌન સાક્ષી, માનવતાના અત્યાર સુધીના સૌથી મહાન કોયડાઓમાંની એક છે. વિજ્ઞાનના ક્ષેત્રમાં, તે આકર્ષક રીતે નજીક અને અનંત રીતે અગમ્ય રહે છે."

તેમણે એક ક્ષણ માટે થોભીને કહ્યું, "મનોવૈજ્ઞાનિકો મગજની ભુલભુલામણીમાં ઊંડા ઉતરે છે, ચેતા માર્ગોનું નક્ષશાંકન કરે છે, રાસાયણિક ક્રિયાપ્રતિક્રિયાઓનો અભ્યાસ કરે છે અને જાગૃતિના મૂળને નિર્ધારિત કરવાનો પ્રયાસ કરે છે. છતાં, તેઓ ઘણીવાર પોતે એક ગહન પ્રશ્નનો સામનો કરે છે: શું ચેતના ફક્ત મગજનું ઉત્પાદન છે, કે તે કંઈક મોટું છે – પ્રકૃતિની વાસ્તવિકતા માટે મૂળભૂત કંઈક છે ?"

અક્ષતા તરફ નજર ફેરવતા, ગુરુજીના હાવભાવ જિજ્ઞાસા અને શાંત બંને હતા. "પારિમાણિક

ભૌતિકશાસ્ત્રી એર્વિન શ્રોડિંગરે એકવાર આ રહસ્યને સ્પર્શ્યું જ્યારે તેમણે કહ્યું,

'આપણે જે અનેકતા અનુભવીએ છીએ તે ફક્ત એક દેખાવ છે; હકીકતમાં, ફક્ત એક જ મન છે.'

આનો અર્થ શું છે? તેના મૂળમાં, શ્રોડિંગર સૂચવી રહ્યા હતા કે ચેતના વ્યક્તિગત જીવો સુધી મર્યાદિત નથી, પરંતુ તેના બદલે એક સાર્વત્રિક ક્ષેત્ર છે - એક અનન્ય સાર જે બધા અસ્તિત્વમાં ફેલાયેલો છે.

તેમણે હળવાશથી ઈશારા કર્યા જાણે હવામાં આ પરસ્પર જોડાણના તાંતણાને શોધી રહ્યા હોય. "પારિમાણિક જોડાણની વિભાવનાનો વિચાર કરો," તેમણે કહ્યું, તેમનો અવાજ વિજ્ઞાન અને આધ્યાત્મિકતાને એક નિર્વિઘ્ન દોરાથી વણાવી રહ્યો હતો. "જ્યારે બે કણો ક્રિયાપ્રતિક્રિયા કરે છે, ત્યારે તેઓ એવી રીતે જોડાયેલા રહે છે કે તેમની સ્થિતિઓ જોડાયેલી રહે છે, ભલે તેમની વચ્ચે કેટલું પણ અંતર હોય. એક કણમાં ફેરફાર તરત જ બીજા કણને અસર

કરે છે, જે સમય અને અવકાશની આપણી પરંપરાગત સમજને પડકારે છે."

ગુરુજીએ વાત ચાલુ રાખી ત્યારે આખો ઓરડો વિસ્મયથી શ્વાસ લઈ રહ્યો હોય તેવું લાગતું હતું

ગુરુજીએ આગળ કહ્યું, "હવે, ચેતનાને મગજના ઉપ-ઉત્પાદન તરીકે નહીં, પરંતુ એક સાર્વત્રિક ક્ષેત્ર તરીકે કલ્પના કરો જેમાં દરેક વસ્તુ - દરેક અણુ, દરેક કણ, દરેક વિચાર – સમાયેલા છે. શું આ સમજાવી શકતું નથી કે પ્રાચીન આધ્યાત્મિક પરંપરાઓ એકતાની વાત કેમ કરે છે? ઉદાહરણ તરીકે, ઉપનિષદો જાહેર કરે છે,

'સર્વમ ખલ્વિદમ બ્રહ્મ' - આ બધું બ્રહ્મ છે.

તેઓ આપણને યાદ અપાવે છે કે બ્રહ્માંડનો સાર એકબીજા સાથે જોડાયેલો અને અવિભાજ્ય છે.

તે સહેજ આગળ ઝૂકયા, તેમના અવાજમાં શાંત આશ્ચર્ય હતું. "આ બૌદ્ધ ધર્મના ઉપદેશોથી વિપરીત નથી, જે ચેતનાને જન્મ અને મૃત્યું ની સીમાઓને

ઓળંગીને અસ્તિત્વના સાતત્ય તરીકે જુએ છે. તે સૂફીવાદની રહસ્યવાદી પરંપરાઓમાં પણ પડઘો પાડે છે, જ્યાં આત્માની દૈવી સાથે ભળી જવાની ઝંખના બધી વસ્તુઓના હૃદયમાં શાશ્વત એકતાને પ્રતિબિંબિત કરે છે."

ગુરુજી હળવેથી હસ્યા, તેમનો સ્વર સૌમ્ય પ્રેરણામાં ફેરવાઈ ગયો. "જો વિજ્ઞાન, એ દીવો છે જે ઓરડાને પ્રકાશિત કરે છે, તો આધ્યાત્મિકતા, એ દરવાજો છે જે તેને અનંત માટે ખોલે છે. પારિમાણિક ગૂંચવણ અને યુગોથી ઋષિઓના ઉપદેશો બંને એક જ સત્ય કહે છે: કે અલગતા એક ભ્રમ છે. ભલે આપણે તેને બ્રહ્મ કહીએ, તાઓ કહીએ, કે પારિમાણિક ક્ષેત્ર કહીએ, તે એ જ શાશ્વત ચેતના છે જે આપણને બધાને બાંધે છે."

તેમણે સભાને ઊંડાણપૂર્વક જોયું, તેમની આંખો બ્રહ્માંડની વિશાળતા અને સહિયારા હૃદયના ધબકારાની આત્મીયતાને પ્રતિબિંબિત કરતી હતી. "અને તેથી, જીવન, મૃત્યું અને તેનાથી આગળ શું છે

તે સમજવામાં ચેતનાની ભૂમિકા ગહન છે. તે ફક્ત એક નિરીક્ષક નથી - તે કેનવાસ છે જેના પર સમગ્ર બ્રહ્માંડ દોરવામાં આવ્યું છે. ચેતનાને સમજવી એ અનંતની ઝલક છે, અસ્તિત્વના સારને સ્પર્શ કરવું છે."

સૂફીવાદ: હૃદયની જાગૃતિ

"સૂફીવાદમાં," તેમણે આગળ કહ્યું, "ચેતનાનો અનુભવ હૃદય દ્વારા થાય છે. રૂમી લખે છે,

'અન્ય લોકો સાથે કેવી પરિસ્થિતિ બની છે તે વાર્તાઓથી સંતુષ્ટ ન થાઓ. તમારી પોતાની દંતકથા ખોલો.'

સૂફી માર્ગ શીખવે છે કે જાગૃતિ એ માનસિક રચના નથી પણ દિવ્યતાનો સીધો અનુભવ છે. સૂફી માટે મૃત્યું એ પ્રિયતમ સાથેનું અંતિમ જોડાણ છે - એક એવી ક્ષણ જ્યારે આત્મા, તેના પાર્થિવ આવરણોને છોડીને, અનંતમાં ભળી જાય છે.

એક શાશ્વત રહસ્ય

ગુરુજી, હાથ જોડીને સહેજ પાછળ ઝુક્યા.

"પરંપરાઓમાં, ચેતનાને મર્યાદિત અને અનંત, નશ્વર અને દિવ્ય વચ્ચેના સેતુ તરીકે જોવામાં આવે છે. ઉપનિષદોનું *બ્રહ્મ હોય, બૌદ્ધ ધર્મની નદી હોય કે સૂફીવાદનો દિવ્ય પ્રેમ હોય, સંદેશ સ્પષ્ટ છે: ચેતના મૃત્યું દ્વારા બંધાયેલી નથી."*

તેમણે સભા તરફ ઈશારો કર્યો. "પરંતુ આ ઉપદેશોનો અભ્યાસ કરવો પૂરતો નથી. તે નકશા જેવા છે. ચેતનાને ખરેખર સમજવા માટે, તમારે અંદરની તરફ પ્રવાસ કરવો જોઈએ અને તેનો અનુભવ જાતે કરવો જોઈએ."

જ્યોત અને પવન

"આને સમજાવવા માટે," તેમણે કહ્યું, "મને એક વાર્તા કહેવા દો. એકવાર, એક જ્યોતે પવનને પૂછ્યું, 'તું હંમેશા મને કેમ ઓલવવાનો પ્રયાસ કરે છે?' પવને

જવાબ આપ્યો, 'હું તને ઓલવતો નથી; હું તને મુક્ત કરું છું. તને લાગે છે કે તું વાટ સાથે બંધાયેલ છે, પણ તારો સાર પ્રકાશ છે. જ્યારે હું ફૂંકું છું, ત્યારે તું નાશ પામતી નથી - તું અનંતનો ભાગ બની જાય છે.'"

ગુરુજીએ અક્ષત તરફ જોયું, તેમની આંખો દયાથી ભરાઈ ગઈ. "એ જ રીતે, મૃત્યું , ચેતનાને ઓલવી નાખતું નથી . તે તેને મુક્ત કરે છે, તેને અનંતમાં ભળી જવા દે છે, જ્યાં તે અસ્તિત્વના મહાન રહસ્યમાં નૃત્ય કરવાનું ચાલુ રાખે છે."

ઓરડામાં શાંતિ છવાઈ ગઈ, અને દરેક વ્યક્તિ ખૂબ જ સ્તબ્ધ થઈ ગઈ. પ્રશ્ન હવામાં ફરતો રહ્યો, હવે જવાબ આપવા માટે કંઈ નહીં પણ જીવવા માટે કંઈક.

આકાંક્ષે પૂછ્યું, "ગુરુજી, આજના વિશ્વમાં જીવન અને મૃત્યું ના રહસ્યોની શોધખોળ શા માટે મહત્વપૂર્ણ છે?"

ગુરુજી, આકાંક્ષ તરફ વળતાંની સાથે જ શાંત શાણપણથી તેમની આંખો મીંચાઈ ગઈ. પ્રશ્ન હવામાં ફરતો રહ્યો, સાંભળનારા બધાના હૃદયમાં કંઈક કાલાતીત છતાં તાત્કાલિક સુસંગત સ્પર્શી ગયું. એક ઊંડા શ્વાસ સાથે, તેમણે શરૂઆત કરી, તેમનો અવાજ હોલમાં ગુંજતા ઘંટના નમ્ર ઘંટની જેમ ગુંજી રહ્યો હતો.

"આજની દુનિયામાં," ગુરુજીએ કહ્યું, "આપણે અભૂતપૂર્વ ગતિએ જીવીએ છીએ. ટેકનોલોજીએ આપણને સમગ્ર વિશ્વમાં તાત્કાલિક જોડાવા માટે સાધનો આપ્યા છે, છતાં ઘણા પહેલા કરતા વધુ એકલા અનુભવે છે. આપણે વિક્ષેપોથી ઘેરાયેલા છીએ, ભૌતિક શોધોથી ઘેરાયેલા છીએ અને સમયમર્યાદાથી પ્રેરિત છીએ. આ અંધાધૂંધીમાં, જીવન અને મૃત્યું ના રહસ્યો - અસ્તિત્વના સૌથી મૂળભૂત પ્રશ્નો - ઘણીવાર પૃષ્ઠભૂમિમાં પાછા ફરે છે, જેને આવશ્યક વસ્તુઓને બદલે અમૂર્તતા તરીકે જોવામાં આવે છે."

તેમણે થોભીને પોતાના શબ્દોના ભારને અંદર ધકેલી દીધો. "પરંતુ આ શોધ, આકાંક્ષ, હવે પહેલા કરતાં વધુ મહત્વપૂર્ણ છે. તે ફિલસૂફીમાં રસ કે રહસ્યવાદમાં

પીછેહઠ નથી. તે એક હોકાયંત્ર છે, આત્મા માટેનો નકશો છે, જે આપણને હેતુ અને શાંતિના જીવન તરફ દોરી જાય છે. જીવન અને મૃત્યું ને સમજવું એટલે આપણી જાતને સમજવી - અને પ્રતિક્રિયામાં ડૂબવાને બદલે હેતુ સાથે જીવવું."

ગુરુજી સહેજ આગળ ઝૂક્યા, તેમની નજર સ્થિર અને દયાળુ હતી. તેમણે કહ્યું, "એક મુસાફરની કલ્પના કરો," હાથમાં નકશો લઈને એક ચોક પર ઊભો છે પણ ક્યારેય તેની તરફ જોતો નથી. તેના બદલે, મુસાફર આગળ ઠોકર ખાઈને ક્યાંક અર્થપૂર્ણ પહોંચવાની આશામાં છે. આજે આપણામાંથી ઘણા લોકો આ રીતે જીવે છે - ખરેખર સમજ્યા વિના કે આપણે ક્યાંથી આવ્યા છીએ, ક્યાં જઈ રહ્યા છીએ, અથવા આપણે અહીં શા માટે છીએ."

તેમણે હળવેથી ઈશારો કર્યો જાણે અસ્તિત્વના અદ્રશ્ય દોરાઓને શોધી રહ્યા હોય. "જીવન અને મૃત્યું ના રહસ્યોનું અન્વેષણ કરવાથી આપણને આ નકશો ખોલવામાં મદદ મળે છે. તે આપણને એ જોવાની

મંજૂરી આપે છે કે આ પૃથ્વી પરનો આપણો સમય એક પ્રકરણ છે, આખું પુસ્તક નહીં. તે આપણને યાદ અપાવે છે કે દરેક ક્ષણ કિંમતી છે કારણ કે તે ક્ષણિક છે અને આપણે જે રીતે જીવીએ છીએ તે આપણા તાત્કાલિક જીવનથી પણ આગળ વધે છે."

ગુરુજીએ પોતાના જ્ઞાનના ઊંડાણમાંથી શીખીને આગળ કહ્યું, "ભગવદ ગીતા અધ્યાય ૨, શ્લોક ૨૭ આપણને યાદ અપાવે છે કે *'જે જન્મે છે તે મૃત્યું પામે છે, અને જે મૃત્યું પામે છે તે ફરીથી જન્મશે.'* આ સમજ - કે જીવન અને મૃત્યું વિરોધી નથી પણ એક જ સિક્કાની બે બાજુઓ છે - આપણને ભયની પકડમાંથી મુક્ત કરે છે. તે આપણને સંપૂર્ણ રીતે જીવવાની, ઊંડાણપૂર્વક પ્રેમ કરવાની અને કૃપાથી અજાણ્યાનો સામનો કરવાની હિંમત આપે છે."

જાતસ્ય હિ ધ્રુવો મૃત્યું ધ્રુવં જન્મ મૃતસ્ય ચ ।

તસ્માદપરિહાર્યેऽર્થે ન ત્વં શોચિતુમર્હસિ ॥ ૨૭॥

અર્થ: "જેણે જન્મ લીધો છે, તેનું મરણ નિશ્ચિત છે અને જે મૃત્યું પામે છે, તેનો પુનર્જન્મ પણ અનિવાર્ય છે.

તેથી, જે અનિવાર્ય છે તે અંગે તારે શોક ન કરવો જોઈએ."

આ શ્લોક કુરુક્ષેત્રની યુદ્ધભૂમિ પર નિરાશાના સમયે અર્જુનને ભગવાન કૃષ્ણ દ્વારા આપવામાં આવેલી સલાહનો એક ભાગ છે. કૃષ્ણ અસ્તિત્વના ચક્રીય સ્વભાવ પર ભાર મૂકે છે, જીવન અને મૃત્યું ને અંતિમ બિંદુઓ તરીકે નહીં પરંતુ શાશ્વત સાતત્યમાં સંક્રમણ તરીકે દર્શાવે છે. આ શાશ્વત લયને સમજીને, વ્યક્તિ મૃત્યું અને દુઃખના ભયને દૂર કરી શકે છે, હિંમત અને સમતાથી જીવનને સ્વીકારી શકે છે.

ગુરુજીનો અવાજ નરમ પડ્યો, ભાવનાથી ભરેલો. "બૌદ્ધ ધર્મમાં, મૃત્યું પર ધ્યાન કરવાની પ્રથા આપણા આત્માઓને અંધકારમય બનાવવા માટે નહીં પરંતુ તેમને જાગૃત કરવા માટે છે. તે વર્તમાન ક્ષણની કદર કરવા અને દયા, કરુણા અને જાગૃતિ કેળવવા માટેનું આહ્વાન છે. ઝેન પરંપરા જીવનને સવારના ઝાકળ સાથે સરખાવે છે - એક સુંદર, ક્ષણિક ઘટના જે

આપણને દરેક શ્વાસને ભેટ તરીકે સ્વીકારવાની યાદ અપાવે છે."

ગુરુજીની નજર ઓરડામાં ફેલાઈ ગઈ, દરેક આત્મા સાથે જોડાઈ ગઈ જાણે કે તેઓ તેમની સાથે વ્યક્તિગત રીતે વાત કરી રહ્યા હોય. "આધુનિક દુનિયામાં, આપણે જીવનને લંબાવવા માટે અદ્ભુત તકનીકો વિકસાવી છે, છતાં આપણે ઘણીવાર તેના અર્થને કેવી રીતે ગહન કરવો તે અવગણીએ છીએ. આપણે સંપત્તિ એકઠી કરવામાં કુશળ છીએ, છતાં આપણે આંતરિક શાંતિને પોષવા માટે સંઘર્ષ કરીએ છીએ. જીવન અને મૃત્યું ની શોધ ફક્ત જવાબો વિશે નથી; તે હેતુ સાથે જીવવા વિશે છે."

ગુરુજીએ કહ્યું, "મને એક વાર્તા કહેવા દો: એક સમયે એક જ્ઞાની વૃદ્ધ સાધુ પર્વતની ટોચ પર એક મઠમાં રહેતા હતા. એક યુવાન સાધક, જીવન અને મૃત્યું નું રહસ્ય શીખવાની આશામાં પર્વત પર ચઢી ગયો. જ્યારે તે પહોંચ્યો, ત્યારે શ્વાસ રૂંધાઈ ગયો, તેણે સાધુને પૂછ્યું, 'જીવનનો હેતુ શું છે?' સાધુએ હસીને તેને પાણીનો વાટકો આપ્યો. તેણે કહ્યું, 'પીઓ.' સાધકે

પીધું. પછી સાધુએ પૂછ્યું, 'તમને શું લાગે છે?' સાધકે જવાબ આપ્યો, 'મને તાજગી અનુભવાય છે.' સાધુએ કહ્યું, 'એ જીવન છે: આત્માની તરસ છીપાવવી. અને મૃત્યું ? મૃત્યું એ યાદ અપાવે છે કે તમારે હમણાં જ પીવું જોઈએ, કારણ કે વાટકો હંમેશા ભરેલો રહેશે નહીં.'"

વાર્તાની ગહન સરળતા અંદર ઉતરી જતાં હોલ શાંત થઈ ગયો. ગુરુજીએ આગળ કહ્યું, "આ રહસ્યોને શોધવાની સુસંગતતા આ છે. જ્યારે આપણે સમજીએ છીએ કે મૃત્યું અંત નથી પણ એક સંક્રમણ છે અને જીવન કાયમી નથી પણ કિંમતી છે, ત્યારે આપણે અલગ રીતે જીવવાનું શરૂ કરીએ છીએ. આપણે બીજાઓ પ્રત્યે વધુ દયાળુ બનીએ છીએ, આપણા સમયમાં વધુ હાજર રહીએ છીએ, અને જવા દેવાથી ઓછા ડરીએ છીએ."

તેમણે ઉષ્માભર્યા સ્મિત સાથે આકાંક્ષ તરફ જોયું. "જીવન અને મૃત્યું નું અન્વેષણ કરવું એ જ્ઞાનથી ભરેલી દુનિયામાં શાણપણ શોધવું છે. તે અરાજકતા

વચ્ચે શાંતિ શોધવાનું છે, અને તે જીવન માટે પ્રેમ કેળવવાનું છે જે ભૌતિક જગતના ક્ષણિક આનંદ કરતાં વધુ ઊંડું છે. અસ્તિત્વના રહસ્યો અવરોધો નથી; તે દરવાજા છે - સમજણ, જોડાણ અને અનંત સાથે સુમેળમાં જીવતા જીવનના દરવાજા."

ગુરુજીએ લાંબા અને ચિંતનશીલ વિરામ પછી, ધીમેધીમે ટૂંકા વિરામ માટે સંકેત આપ્યો. સવારના ગહન પ્રવચનમાં ડૂબેલા ભક્તો ધીમે ધીમે ઉભા થયા અને અલ્પાહાર સેવા તરફ આગળ વધ્યા. હવા તાજી ઉકાળેલી ચાની મોહક સુગંધથી ભરેલી હતી, જે સૌમ્ય, શાંત પવનમાં લહેરાતા પાંદડાઓના નરમ ખડખડાટ સાથે ભળી ગઈ હતી. આકાશ વાદળી રંગની શાંત છાયામાં ફેલાયેલું હતું, તેજસ્વી સૂર્ય માટે એક સંપૂર્ણ કેનવાસ, જેના ગરમ કિરણો આશ્રમના શાંત મેદાન પર નૃત્ય કરતા હતા.

કેટલાક ભક્તો બગીચાના રસ્તાઓ પર આરામથી ફરવા ગયા, અને સવારના સત્રમાંથી વિચારોની આપ-લે કરતી વખતે તેઓ જાણે પ્રકાશમાં આવ્યા હોય, તેમના શબ્દોમાં આશ્ચર્ય અને શ્રદ્ધાનું મિશ્રણ હતું.

અન્ય લોકો પ્રાચીન વૃક્ષોની છાયામાં શાંતિથી બેઠા હતા, ગુરુજીના ઉપદેશો પર ચિંતન કરતા હતા અથવા તેમના પીણાં પીતા હતા, તેમની આસપાસની શાંતિ તેમના ચિંતનની ઊંડાઈને પ્રતિબિંબિત કરતી હતી. વાતાવરણ જીવંત છતાં શાંત હતું, જાણે પ્રકૃતિ પોતે જ સાધકોની આંતરિક યાત્રાઓ સાથે સુમેળ સાધતી હોય.

જ્યારે ભક્તો બુદ્ધ હોલમાં પાછા ફર્યા, ત્યારે વાતાવરણમાં એક અનોખી અપેક્ષા છવાઈ ગઈ. ઊંચી બારીઓમાંથી આવતો નરમ સોનેરી પ્રકાશ તેમની હાજરીને સ્વીકારતો હોય તેવું લાગતું હતું. ભક્તોએ પોતાની જગ્યાઓ લીધી, તેમના હૃદય ખુલ્લા હતા અને તેમના આદરણીય ગુરુજી પાસેથી જ્ઞાનના આગામી મોતી ગ્રહણ કરવા માટે તૈયાર હતા. ઓરડામાં શાંતિ ગહન છતાં દિલાસો આપનારી હતી, જાણે કે દિવાલોમાં જ પ્રાચીન સત્યોના પડઘા ફરી એકવાર પ્રગટ થવાની રાહ જોઈ રહ્યા હતા.

આ પવિત્ર જગ્યામાં, તેઓ પ્રવચન ચાલુ રહેવાની રાહ જોતા હતા, તેમના મન તેમના પ્રિય શિક્ષકની કાલાતીત આંતરદૃષ્ટિ દ્વારા માર્ગદર્શન મેળવીને અસ્તિત્વના રહસ્યોમાં ઊંડા ઉતરવા માટે તૈયાર હતા.

વિભાગ એક

મૃત્યું અને ચેતનાને સમજવું

"મૃત્યું પછી, આત્મા પ્રકૃતિના શાશ્વત લયમાં પાછો ફરે છે, જેમ નદી સમુદ્રમાં ફરી ભળી જાય છે, અનંત છતાં સદા હાજર."

\- શ્રી શામબવ

પ્રકરણ ૧

મૃત્યું શું છે? અંત કે નવી શરૂઆત?

"મૃત્યું એ અંતિમ પ્રકરણ નથી પણ એક પાનું ફેરવવાનું છે - આત્માને ભૌતિકતાની મર્યાદાઓથી આગળ પ્રવાસ કરવાનું આમંત્રણ."

- શ્રી શામબવ

સારાંશ:

આપણે મૃત્યું ના ખ્યાલને અનેક દ્રષ્ટિકોણથી શોધીએ - જૈવિક, દાર્શનિક અને આધ્યાત્મિક. જૈવિક દ્રષ્ટિકોણથી, મૃત્યું એ શરીરની અંદર મહત્વપૂર્ણ પ્રક્રિયાઓનો અંત છે. જો કે, દાર્શનિક દ્રષ્ટિકોણ પ્રશ્ન કરે છે કે શું મૃત્યું ખરેખર અંત છે કે ફક્ત કંઈક મહાન

તરફ સંક્રમણ છે. દરમિયાન, આધ્યાત્મિક પરંપરાઓ મૃત્યું પર વિવિધ મંતવ્યો પ્રદાન કરે છે, ઘણીવાર તેને અંતિમ નિષ્કર્ષ તરીકે નહીં પરંતુ બીજા અસ્તિત્વ અથવા અસ્તિત્વની સ્થિતિના માર્ગ તરીકે દર્શાવવામાં આવે છે. આ પ્રકરણ એ પણ દર્શાવે છે કે વિવિધ સંસ્કૃતિઓ મૃત્યું નું અર્થઘટન કેવી રીતે કરે છે, તેને અંતિમતા કરતાં કુદરતી સંક્રમણ તરીકે સ્વીકારે છે. ધાર્મિક વિધિઓ અને સમારંભો દ્વારા, આ સંસ્કૃતિઓ મૃત્યું ની તેમની સામૂહિક સમજણને આકાર આપે છે અને જીવંત લોકોને આરામ આપે છે. મૃત્યું અને મૃત્યું પછીના જીવન વિશેની માન્યતાઓની વિવિધતાની તપાસ કરીને, આપણે એવી શક્યતા ખોલીએ છીએ કે મૃત્યું એ યાત્રાનો અંત નથી પરંતુ એક નવા પ્રકરણનું આમંત્રણ છે.

ગુરુજીના અવાજમાં શાશ્વત જ્ઞાનનું ભારણ હતું, કારણ કે તેમણે પૂછ્યું, “મૃત્યું શું છે? શું તે અંત છે કે નવી શરૂઆત?” તેમના શબ્દો બુદ્ધ હોલના મૌનમાં રણકતા

રહ્યા; એક મૌન એટલું ગહન હતું કે તે ત્યાં હાજર દરેક ભક્તના હૃદયમાં પડઘો પાડતું હતું.

થોડા વિરામ પછી, તેમણે આગળ કહ્યું, "જૈવિક દ્રષ્ટિકોણથી, મૃત્યું એ જીવનનો અંત દર્શાવે છે- હૃદયના ધબકારા બંધ થવા, મગજનું મૌન અને કોષીય કાર્યોનો અંત. વિજ્ઞાન તેને એક એવા બિંદુ તરીકે જુએ છે જ્યાં શરીર હવે પોતાને ટકાવી શકતું નથી, જ્યાં જીવન સ્થિરતામાં ડૂબી જાય છે. છતાં આ માળખામાં પણ, જીવન બીજા સ્વરૂપમાં ટકી રહે છે. શરીરના તત્વો પૃથ્વી પર પાછા ફરે છે, માટીને પોષણ આપે છે અને નવા જીવોને જીવન આપે છે. મૃત્યું એ વિનાશ નથી - તે એક પરિવર્તન છે. પ્રકૃતિમાં, ખરેખર કંઈ મૃત્યું પામતું નથી; તે ફક્ત સ્વરૂપ બદલે છે, સર્જન, જાળવણી અને વિસર્જનના શાશ્વત ચક્રનું પ્રતિબિંબ."

ગુરુજી સહેજ આગળ ઝૂક્યા ત્યારે તેમની નજર ઓરડામાં ફેલાઈ ગઈ, તેમનો સ્વર ભાવનાથી ઘેરાઈ ગયો. "દાર્શનિક રીતે, મૃત્યું એક વિરોધાભાસ છે. સોક્રેટીસે, જ્યારે તેઓ તેમના અંતિમ ક્ષણોનો સામનો

કરી રહ્યા હતા, ત્યારે તેમણે મૃત્યું ને નુકસાન તરીકે નહીં પરંતુ એક મહાન સત્ય તરફની યાત્રા તરીકે વાત કરી. તેમણે કહ્યું, 'મૃત્યું થી ડરવું એ, જ્યારે કોઈ વ્યક્તિ જ્ઞાની નથી અને પોતાને જ્ઞાની માને છે, એવું વિચારવું કે કોઈ વ્યક્તિ જે જાણતો નથી તે જાણે છે, એના સિવાય બીજું કઈં નથી' તેમની નજરમાં, મૃત્યું ઊંડા જ્ઞાનનો પ્રવેશદ્વાર હતો, આ દુનિયાના ભ્રમને પાર કરવાની અને અંતિમ વાસ્તવિકતાનો સામનો કરવાની તક હતી."

તેમણે થોભીને આ શબ્દોની ઊંડાઈને શ્રોતાઓના હૃદયમાં સ્થિર થવા દીધી અને પછી પોતાનું ધ્યાન કેન્દ્રિત કર્યું. "હવે, વિચાર કરો કે આધ્યાત્મિકતા મૃત્યું ને કેવી રીતે ઘડે છે. ભગવદ ગીતામાં, ભગવાન કૃષ્ણ અર્જુનને ખાતરી આપે છે, 'જેમ વ્યક્તિ ઘસાઈ ગયેલા વસ્ત્રો ઉતારે છે અને નવા પહેરે છે, તેવી જ રીતે, આત્મા તેના ઘસાઈ ગયેલા શરીરને ત્યાગીને નવા શરીરમાં પ્રવેશ કરે છે.' અહીં, મૃત્યું અંત નથી પણ એક સંક્રમણ છે - શાશ્વત આત્મા માટે એક અસ્તિત્વથી બીજા અસ્તિત્વમાં જવાનો માર્ગ, સમુદ્રમાં વહેતી

નદીની જેમ, જ્યાં તે તેનું વ્યક્તિત્વ ગુમાવે છે પણ વિશાળ અને અનંત કંઈકનો ભાગ બની જાય છે."

ગુરુજીના શબ્દોએ એવી આબેહૂબ છબીઓ રજૂ કરી કે જાણે મૃત્યું કોઈ પાતાળ નથી પણ જીવનની વધુ સારી સમજણ માટેનો દરવાજો છે. "બૌદ્ધ ધર્મમાં, મૃત્યું ને એક સાતત્ય તરીકે જોવામાં આવે છે - સંસારના ચક્રનો એક ભાગ, જન્મ, મૃત્યું અને પુનર્જન્મનું અનંત ચક્ર. છતાં, તે મુક્તિની તક પણ આપે છે. બુદ્ધે શીખવ્યું છે કે જીવનની અસ્થાયીતાને સમજીને, વ્યક્તિ આસક્તિને મુક્ત કરી શકે છે અને શાંતિ મેળવી શકે છે. તેથી, મૃત્યું એ ડરવા જેવો શત્રુ નથી પરંતુ આપણને જ્ઞાન તરફ દોરી જતો શિક્ષક છે."

ગુરુજી સાંસ્કૃતિક અને આધ્યાત્મિક દ્રષ્ટિકોણને નરમાશથી વણી રહ્યા હતા ત્યારે ભક્તો ઉત્સાહથી ધ્યાન કેન્દ્રિત કરીને બેઠા હતા. "ખ્રિસ્તી ધર્મમાં, ઈસુ ખ્રિસ્ત મૃત્યું ને પુનરુત્થાન તરીકે - શાશ્વત જીવનના વચન તરીકે ગહન દ્રષ્ટિકોણ આપે છે. 'હું પુનરુત્થાન અને જીવન છું. જે મારામાં વિશ્વાસ કરે છે તે જીવશે, ભલે તે મૃત્યું પામે.' આ વિશ્વાસ મૃત્યું ને વિશ્વાસના

કાર્યમાં પરિવર્તિત કરે છે, એક એવા ક્ષેત્રમાં જોડાણ જ્યાં પ્રેમ અને દૈવી કૃપા પ્રવર્તે છે."

ગુરુજીનો અવાજ નરમ પડ્યો, છતાં તેમાં વૈશ્વિક સૂઝનું વજન હતું, તેમણે આગળ કહ્યું, "વિવિધ સંસ્કૃતિઓમાં આ સંક્રમણને માન આપવાની અનોખી રીતો છે. પ્રાચીન ઇજિપ્તવાસીઓ માનતા હતા કે મૃત્યું એક શાશ્વત યાત્રાની શરૂઆત છે, જ્યાં આત્માને સત્યના પીંછા સામે તોલવામાં આવશે. મૂળ અમેરિકન પરંપરાઓ ઘણીવાર મૃત્યું ને મહાન આત્મા તરફ પાછા ફરવા, જીવનની જાળમાં પાછા ભળી જવા તરીકે જુએ છે."

તેઓ થોભ્યા, તેમની અભિવ્યક્તિ શાંત છતાં ચિંતનશીલ હતી. "અને આધુનિક વિજ્ઞાનનું શું? ચેતનાના રહસ્યોએ કેટલાક વૈજ્ઞાનિકોને મૃત્યું ને અંત તરીકે નહીં પરંતુ ઊર્જાના પરિવર્તન તરીકે જોવા માટે પ્રેરિત કર્યા છે. પરિમાણની ગૂંચવણ - એક ઘટના જ્યાં કણો અંતરને ધ્યાનમાં લીધા વિના એકબીજા સાથે જોડાયેલા રહે છે - જીવન અને અસ્તિત્વની પ્રકૃતિ વિશે

ગહન પ્રશ્નો ઉભા કરે છે. શું એવું બની શકે કે આપણી ચેતના, તે કણોની જેમ, સમય અને અવકાશને પાર કરે છે ? શું મૃત્યું ભૂંસી નાખવાનું નહીં પણ પુનઃ જોડાણ- અસ્તિત્વના અનંત જાળમાં પાછું ભળી જવાનું હોઈ શકે?"

ગુરુજી સહેજ પાછળ ઝૂક્યા ત્યારે હોલમાં એક નરમ પવન ફૂંકાયો, તેમનો અવાજ હવે કોમળ અને કરુણાપૂર્ણ બન્યો. "આખરે, મૃત્યું એ ડરવાનો ખ્યાલ નથી પણ સમજવા જેવો છે. તે એક અરીસો છે જે જીવનના અર્થને પ્રતિબિંબિત કરે છે. જ્યારે આપણે સ્વીકારીએ છીએ કે મૃત્યું એક સંક્રમણ છે, ત્યારે આપણે વધુ જાગૃતિ, હેતુ અને શાંતિ સાથે જીવવાનું શરૂ કરીએ છીએ. આપણે જોઈએ છીએ કે દરેક ક્ષણ એક ભેટ છે, દરેક સંબંધ પવિત્ર છે અને દરેક શ્વાસ અનંત સાથે એકતાની નજીક એક પગલું છે."

તેમણે મેળાવડા તરફ જોયું, તેમની આંખો સ્પષ્ટતા અને પ્રેમ બંને ફેલાવી રહી હતી. "તો, મારા પ્રિયજનો, પ્રશ્ન એ નથી કે મૃત્યું આપણી પાસેથી શું છીનવી લે છે, પરંતુ તે આપણા માટે શું પ્રગટ કરે છે. મૃત્યું ને

સમજવામાં, આપણે શીખીએ છીએ કે કેવી રીતે જીવવું - અંતના ડરથી નહીં, પરંતુ પ્રવાસના ભયથી."

સેમે પૂછ્યું, "ગુરુજી, મૃત્યું ની જૈવિક વ્યાખ્યા દાર્શનિક અને આધ્યાત્મિક દ્રષ્ટિકોણથી કેવી રીતે અલગ છે?"

ગુરુજી હળવેથી હસ્યા. તેઓ સહેજ આગળ ઝૂક્યા જાણે બધાને ગહન પૂછપરછમાં જોડાવા આમંત્રણ આપી રહ્યા હોય. "આહ, સેમ," તેમણે શરૂઆત કરી, "તમારો પ્રશ્ન માનવ અનુભવના હૃદયને સ્પર્શે તેવો છે - જીવન અને મૃત્યું ને સમજવામાં વિજ્ઞાન, ફિલસૂફી અને આધ્યાત્મિકતા વચ્ચેની ક્રિયાપ્રતિક્રિયા. ચાલો આપણે આનો ઊંડાણપૂર્વક અભ્યાસ કરીએ, કારણ કે આ દ્રષ્ટિકોણ, ભલે અલગ હોય, એક જ ચાકડાના દોરા જેવો છે, દરેક બીજાને સમૃદ્ધ બનાવે છે."

તેમણે પોતાનો હાથ સહેજ ઊંચો કર્યો, હથેળી ખુલ્લી રાખી, જાણે કોઈ અદ્રશ્ય વિચાર પકડી રહ્યો હોય. "જૈવિક દ્રષ્ટિકોણથી," તેણે કહ્યું, "મૃત્યું એ માપી શકાય તેવા ફેરફારો દ્વારા ચિહ્નિત થયેલ ક્ષણ છે - હૃદયના

ધબકારાની સમાપ્તિ, મગજનું મૌન, ચયાપચયની પ્રવૃત્તિનો અંત. તબીબી વિજ્ઞાન તેને એવા બિંદુ તરીકે વ્યાખ્યાયિત કરે છે જ્યાં શરીર હવે પોતાને ટકાવી શકતું નથી, જ્યાં જીવનની જટિલ મશીનરી અટકી જાય છે. તે ચોક્કસ, પ્રત્યક્ષ વૈધ્યકીય અને અવલોકનક્ષમ તથ્યોમાં મૂળ ધરાવે છે. છતાં, આ દૃષ્ટિકોણ જેટલો વ્યાપક છે, તે ફક્ત ખૂબ ઊંડા સમુદ્રની સપાટી છે."

ગુરુજીનો અવાજ નરમ પડ્યો, શ્રોતાઓને નજીક લાવ્યો. "બીજી બાજુ, ફિલસૂફી માપી શકાય તેવી બાબતોની બહાર જુએ છે. તે પૂછે છે, 'અસ્તિત્વનો સાર શું છે? અસ્તિત્વ બંધ થવાનો અર્થ શું છે?' સોક્રેટીસ જેવા ફિલસૂફો મૃત્યું ને અંત તરીકે નહીં પરંતુ ઊંડા સત્યોના દ્વાર તરીકે જોતા હતા. જ્યારે તેમણે ઘાતક ઝેર પીધું, ત્યારે સોક્રેટીસે તેમના અનુયાયીઓને કહ્યું, 'મૃત્યું એ બધા માનવ આશીર્વાદોમાં સૌથી મહાન હોઈ શકે છે.' તેમના માટે, મૃત્યું વિનાશ ન હતો પરંતુ મુક્તિ હતી-ભૌતિક વિશ્વના ભ્રમથી આત્માના શાશ્વત સ્વભાવની વાસ્તવિકતા તરફ સંક્રમણ."

તેમણે થોભીને આ શબ્દોના વજનને અંદર ડૂબી જવા દીધા અને આગળ વાત શરૂ કરી. "ઉપનિષદોના જ્ઞાનનો વિચાર કરો," તેમણે કહ્યું. "પરમ સત્ય શોધનારા ઋષિઓ દ્વારા રચિત આ પવિત્ર ગ્રંથો જીવન અને મૃત્યું ને એક જ શાશ્વત ચાકડામાં દોરાની જેમ છટાદાર રીતે રજૂ કરે છે.

યથા નાદ્યાઃ સ્યંદમાનાઃ સમુદ્રસ્થં ગચ્છંતી નામરૂપે વિહાય।

તથા વિદ્વાન્ નામરૂપાદ્ વિમુક્તઃ પરાત્પરં પુરુષમુપૈતિ દિવ્યમ્ ॥

અર્થઃ "જેમ નદીઓ પોતાના નામ અને સ્વરૂપોને છોડીને સમુદ્રમાં વહે છે, તેવી જ રીતે જ્ઞાની પુરુષ પણ, બધા વ્યક્તિત્વથી મુક્ત થઈને, અનંતમાં ભળી જાય છે."

ગુરુજીનો અવાજ ધીમો પડી ગયો. "આ દ્રષ્ટિએ, મૃત્યું કોઈ આફત કે અંત નથી-તે નદીની ઘરે જવાની સફર

છે. જેમ નદીઓ, તેમના વિવિધ માર્ગો અને મૂળ હોવા છતાં, આખરે સમુદ્રની વિશાળતામાં ઓગળી જાય છે, તેવી જ રીતે આત્મા, ઓળખ અને સ્વરૂપની મર્યાદાઓને પાછળ છોડીને, સાર્વત્રિક ચેતનામાં પાછો ફરે છે જેમાંથી તે ઉદ્ભવ્યો હતો."

તેમણે ભક્તો તરફ ઈશારો કર્યો જાણે તેમને પોતાની અંદર રહેલી નદીઓ જોવા માટે આમંત્રણ આપી રહ્યા હોય. "આની કલ્પના કરો," તેમણે એક ઉપમા ગૂંથતા કહ્યું. "નદીમાં પાણીનું દરેક ટીપું વરસાદ, પ્રવાહો અને તેણે સ્પર્શેલી પૃથ્વીની સ્મૃતિ વહન કરે છે. જ્યારે તે સમુદ્રમાં પહોંચે છે, ત્યારે તે તેનું વ્યક્તિત્વ ગુમાવે છે પરંતુ અનંતને પ્રાપ્ત કરે છે. તે કંઈક મહાનનો ભાગ બની જાય છે, છતાં તે ક્યારેય ખરેખર ખોવાઈ જતું નથી. આ આત્માની યાત્રા છે - ભૌતિક શરીર અને અહંકારની મર્યાદાઓ છોડીને શાશ્વતમાં ભળી જાય છે, દૈવી સાર સાથે એક થઈ જાય છે."

ગુરુજીએ દોરેલા ચિત્રોથી મોહિત થઈને ભક્તો ગતિહીન બેઠા હતા. તેમણે આગળ કહ્યું, તેમનો અવાજ હવે સૌમ્ય તાકીદથી ભરેલો હતો. "આ સમજ મૃત્યું ના

ભયને ઓગાળી દે છે. તે આપણને શીખવે છે કે આપણે જેને અંત તરીકે માનીએ છીએ તે ફક્ત એક પરિવર્તન છે - એક ઘર વાપસી. જ્ઞાનીઓ મૃત્યું ને ડરવા જેવી વસ્તુ તરીકે જોતા નથી; તેઓ તેને અસ્તિત્વના કુદરતી ભાગ તરીકે જુએ છે, અનિવાર્ય અને અસ્ત થતા સૂર્ય જેટલું સુંદર."

તેમણે ફરી વિરામ લીધો, ઉપનિષદના શિક્ષણની ગહનતાને તેમના શ્રોતાઓના મન અને હૃદયમાં સ્થિર થવા દીધી. "ઉપનિષદો આપણને યાદ અપાવે છે કે જીવન અને મૃત્યું વિરોધી નથી. તેઓ એક જ બ્ બ્રહ્માંડિય સિક્કાની બે બાજુઓ છે. જીવન એ સ્વરૂપમાં પરમાત્માની અભિવ્યક્તિ છે; મૃત્યું એ તે સ્વરૂપનું નિરાકાર પરમાત્મામાં પાછું વિલીન થવું છે. બંને પવિત્ર છે, બંને જરૂરી છે."

ગુરુજીનો સ્વર વધુ ઊંડો થયો, અને તેમની આંખો લગભગ અલૌકિક પ્રકાશથી ચમકી. તેમણે શરૂઆત કરી, "આધ્યાત્મિકતા આપણને એક એવો દ્રષ્ટિકોણ આપે છે જેના દ્વારા જીવન અને મૃત્યું ના રહસ્યો સ્પષ્ટ

થાય છે-ભયના કોયડા તરીકે નહીં પરંતુ સ્વીકારવાના ચક્ર તરીકે. ભગવદ ગીતામાં, ભગવાન કૃષ્ણ, વ્યથિત અર્જુનને આપેલા પ્રવચનમાં, એક એવું ગહન સત્ય પ્રગટ કરે છે જે શાશ્વતતાની ઓસરીમાં પડઘો પાડે છે. કૃષ્ણ કહે છે:

ના ત્વેવાહં જાતુ નાસં ના ત્વં ન ઇમ જનાધિપાઃ |

ના ચૈવ ન ભવિષ્યામઃ સર્વે વયમતઃ પરમ ||

અર્થ: "એવો કોઈ સમય નહોતો જ્યારે હું, તું, કે આ બધા રાજાઓ અસ્તિત્વમાં નહોતા; અને ભવિષ્યમાં એવો કોઈ સમય નહીં આવે જ્યારે આપણે અસ્તિત્વમાં ન રહીએ."

ગુરુજીનો અવાજ ધીમો પડી ગયો. "આ ઉપદેશમાં, કૃષ્ણ મૃત્યું ના ભ્રમને અંતિમ તરીકે ઓગાળી દે છે. જેમ સૂર્ય એક ક્ષિતિજ પર આથમતો હોય છે અને વિશ્વના બીજા ભાગમાં ફરી ઉગે છે, તેવી જ રીતે આત્મા પણ તેની યાત્રા ચાલુ રાખે છે. તો પછી, મૃત્યું કોઈ અંત નથી - તે ફક્ત એક સંક્રમણ છે, એક અવસ્થાથી બીજી અવસ્થામાં જવાનો માર્ગ."

તેમણે થોભીને કલ્પનાને સ્થિર થવા દીધી. તેમણે આગળ કહ્યું, "શરીરને એક વસ્ત્ર તરીકે વિચારો - આત્મા માટે વસ્ત્ર. ગીતા આપણને યાદ અપાવે છે કે જેમ આપણે ઘસાઈ ગયેલા કપડાં ફેંકીએ છીએ અને નવા પહેરીએ છીએ, તેમ આત્મા પણ શરીરને ત્યારે છોડી દે છે જ્યારે તેની જરૂર રહેતી નથી. આ ચક્ર અવ્યવસ્થિત નથી; તે હેતુપૂર્ણ અને કર્મ, પાઠ અને ચેતનાની ઉત્ક્રાંતિ દ્વારા સંચાલિત છે. તે સમાપ્તિ નથી પણ એક પરિવર્તન છે, જેમ કે ઇયળો કોશેટોમાં પ્રવેશ કરે છે, સમાપ્ત થવા માટે નહીં પરંતુ પતંગિયા તરીકે બહાર નીકળવા, આકાશનું અન્વેષણ કરવા માટે મુક્ત."

ગુરુજીની નજર ઓરડામાં ફેલાઈ ગઈ, ક્ષણભર માટે દરેક ભક્ત પર એવી રીતે સ્થિર થઈ ગઈ કે જાણે તેમના હૃદયમાં શિક્ષણને સ્થાપિત કરવાનો પ્રયાસ કરી રહી હોય. તેમણે કહ્યું, "આ સમજણનો ગહન અર્થ છે. જો આપણે ખરેખર માનીએ છીએ કે આત્મા શાશ્વત અને અવિનાશી છે, જેમ કે કૃષ્ણ જાહેર કરે છે, તો પછી ડરવાનું શું છે? મૃત્યું , એ ચોર નથી જે આપણને

જીવનથી છીનવી લે છે; તે એક પવિત્ર દ્વાર છે, જે આપણને અસ્તિત્વના નવા ક્ષેત્રોમાં લઈ જાય છે. તે આત્માની યાત્રા છે - ઉચ્ચ સત્યો, ઊંડા પ્રેમ અને પરમાત્મા સાથે ગાઢ જોડાણ તરફની યાત્રા."

તેમણે બારીઓમાંથી વહેતા તેજસ્વી સૂર્યપ્રકાશ તરફ ઈશારો કર્યો, જે બુદ્ધ હોલને પ્રકાશિત કરી રહ્યો હતો. "હવે પણ, જેમ જેમ પ્રકાશ આ દિવાલો પર બદલાય છે અને નૃત્ય કરે છે, તે આપણને યાદ અપાવે છે કે જીવન પોતે એક નૃત્ય છે - શરૂઆત અને અંત, જન્મ અને મૃત્યું નો લય. પરંતુ પ્રકાશની જેમ, આપણો સાર અપરિવર્તિત, ગતિશીલ, પરિવર્તનશીલ, છતાં શાશ્વત રહે છે."

ગુરુજીએ આગળ ચાલુ રાખ્યું ત્યારે રૂમમાં જાણે શ્વાસ રોકાઇ ગયો હોય તેવું લાગતું હતું. "ભગવદ ગીતાના ઉપદેશો પરંપરાઓમાં ગુંજતા રહે છે. તાઓવાદી ફિલસૂફીનો વિચાર કરો, જે બધી વસ્તુઓના પરસ્પર જોડાણની વાત કરે છે. તાઓવાદી દ્રષ્ટિકોણથી મૃત્યું એ પાણીના ટીપા જેવું છે જે સમુદ્રમાં પાછું ફરે છે - ખોવાયેલું નથી, પરંતુ મહાન સમગ્રનો ભાગ બની

જાય છે. અથવા બૌદ્ધ ધર્મ, જે શીખવે છે કે જીવન અને મૃત્યું નું ચક્ર - *સંસાર* - ડરવા જેવું નથી *તે પાર થઈ જાય છે* જેમ જાગૃત આત્મા *નિર્વાણ* તરફ *આગળ વધે છે.*"

તેમનો અવાજ નરમ પડ્યો, લગભગ એક પવિત્ર સત્યનો ભાર વહન કરતો. "આ શાણપણને સ્વીકારીને, આપણે વળગી રહ્યા વિના જીવવાનું અને ભય વિના મરવાનું શીખીએ છીએ. આપણે સમજીએ છીએ કે જીવન અને મૃત્યું વિરોધી નથી - તેઓ એક જ શાશ્વત નૃત્યમાં ભાગીદાર છે, જે આપણને આપણા સાચા સાર તરફ દોરી જાય છે."

તેમણે બુદ્ધ હોલની બહારના વૃક્ષો તરફ ઈશારો કર્યો, તેમના પાંદડા પવનમાં હળવેથી લહેરાતા હતા. "આ વૃક્ષની કલ્પના કરો," તેમણે કહ્યું, .તેમનો અવાજ કાવ્યાત્મક લયમાં આવ્યો. "જ્યારે કોઈ પાંદડું ખરી પડે છે, ત્યારે શું તે ઝાડના અંતનો સંકેત આપે છે? ના. પાંદડું પૃથ્વી પર પાછું ફરે છે, માટીને પોષણ આપે છે અને કંઈક મોટાનો ભાગ બને છે. વૃક્ષ વધતું રહે છે,

અને નવા પાંદડા જૂનાનું સ્થાન લે છે. એ જ રીતે, જૈવિક મૃત્યું એ જીવનનો અંત નથી - તે એક પરિવર્તન છે, સ્ત્રોત તરફ પાછા ફરવું, એક અલગ સ્વરૂપમાં ચાલુ રહેવું."

ગુરુજીની અભિવ્યક્તિ ચિંતનશીલ બની ગઈ, અને તેમણે ઉમેર્યું, "આધુનિક વિજ્ઞાન, ખાસ કરીને પરિમાણ ભૌતિકશાસ્ત્ર, પણ આ દ્રષ્ટિકોણ વચ્ચેની રેખાઓને ઝાંખી કરતી આંતરદૃષ્ટિ પ્રદાન કરે છે. ઉદાહરણ તરીકે, પરિમાણ ગૂંચવણની ઘટના લો, જ્યાં બે કણો જોડાયેલા રહે છે, એકબીજાને તાત્કાલિક પ્રભાવિત કરે છે, તેમની વચ્ચે ગમે તેટલું અંતર હોય. શું એવું ન બની શકે કે આપણી ચેતના પણ અનંત સાથે વણાઈ ગઈ હોય, સમય અને અવકાશની સીમાઓ પાર કરી રહી હોય? જો આવું હોય, તો જૈવિક મૃત્યું ફક્ત તે જોડાણના સ્વરૂપમાં પરિવર્તન હોઈ શકે છે - એક પરિવર્તન, અંત નહીં."

તેમની નજર ઓરડામાં ફેલાઈ ગઈ, દરેક ભક્તની આંખો પર એવી રીતે પડી કે જાણે તેઓ રહસ્યની વિશાળતામાં ખેંચાઈ જાય. "અને છતાં," તેમણે ધીમેથી

કહ્યું, "આ દ્રષ્ટિકોણ વિરોધાભાસી નથી. તેઓ પ્રવાસના તબક્કા જેવા છે. જીવવિજ્ઞાન આપણને નકશો આપે છે, ફિલસૂફી આપણને ભૂપ્રદેશ સમજવામાં મદદ કરે છે, અને આધ્યાત્મિકતા ગંતવ્ય સ્થાન પ્રગટ કરે છે. સાથે મળીને, તેઓ આપણને બતાવે છે કે મૃત્યું અંતિમ પડદો નથી પણ એક પુલ છે - જ્ઞાત અને અજ્ઞાત વચ્ચે, મર્યાદિત અને અનંત વચ્ચેનો પુલ."

ગુરુજી સહેજ પાછળ ઝૂક્યા, તેમનું સ્મિત શાંત અને જાણીતું હતું. "આખરે, આપણે મૃત્યું ને જે રીતે જોઈએ છીએ તે આપણા જીવનને આકાર આપે છે. જો આપણે તેને અંત તરીકે જોઈએ છીએ, તો આપણે ભયમાં જીવી શકીએ છીએ. જો આપણે તેને સંક્રમણ તરીકે જોઈએ છીએ, તો આપણે હિંમતથી જીવી શકીએ છીએ. અને જો આપણે તેને અનંત તરફ પાછા ફરવા તરીકે જોઈએ છીએ, તો આપણે શાંતિ અને હેતુ સાથે જીવી શકીએ છીએ."

રોહિતે પૂછ્યું, "ગુરુજી, વિવિધ સંસ્કૃતિઓ મૃત્યું ને ચોક્કસ અંત તરીકે નહીં પણ સંક્રમણ તરીકે કઈ રીતે અર્થઘટન કરે છે?"

ગુરુજીએ રોહિતનો પ્રશ્ન ધ્યાનથી સાંભળ્યો, તેમની આંખોમાં શાંત પ્રકાશ ચમકી રહ્યો હતો જે તેમની સમજણની ઊંડાઈનો સંકેત આપતો હતો. તેમણે તેની સામે હાથ જોડ્યા, એક નમ્ર અને ગહન હાવભાવ, જાણે ઓરડાને શાણપણના વિશાળ સમુદ્રમાં લઈ જવાની તૈયારી કરી રહ્યો હોય. એક ક્ષણ ચિંતન પછી, તેમણે શરૂઆત કરી, તેમનો અવાજ ભાવનાથી ભરપૂર હતો.

"મૃત્યું ," તેમણે કહ્યું, "એ એવા થોડા અનુભવોમાંનું એક છે જેનો દરેક સંસ્કૃતિ અને દરેક માનવીએ આખરે સામનો કરવો પડે છે. અને છતાં, તેનું અર્થઘટન સમગ્ર વિશ્વમાં આટલા અલગ રીતે કરવામાં આવે છે. શા માટે? કારણ કે આપણે મૃત્યું ને જે રીતે જોઈએ છીએ તે જીવન, આત્મા અને અસ્તિત્વના અનંત રહસ્યને કેવી રીતે જોઈએ છીએ તેની સાથે ઊંડે સુધી જોડાયેલું છે."

તેમણે હોલની આસપાસ નજર નાખી જાણે દરેકને તેમ ની સાથે થઈ રહેલા સંશોધનમાં જોડાવા માટે આમંત્રણ આપ્યું હોય. “ચાલો આપણે પ્રાચીન ઇજિપ્તથી શરૂઆત કરીએ. ઇજિપ્તવાસીઓ માટે, મૃત્યું અંત નહોતું પરંતુ બીજા ક્ષેત્રમાં જીવનનો સિલસિલો હતો. આત્મા, મૃત્યું પછીના જીવનમાં પ્રવાસ કરતો હોવાનું માનવામાં આવતું હતું, જ્યાં તેનો ન્યાય કરવામાં આવશે. જો શુદ્ધ મળી આવે, તો તે રીડ્સના શાશ્વત, સુમેળભર્યા ક્ષેત્રમાં જોડાશે - એક એવી ભૂમિ જે પીડાથી મુક્ત અને પ્રકાશથી ભરેલી છે. શબ પરીરક્ષણ અને કબર તૈયાર કરવાની વિસ્તૃત વિધિઓ ભયના કાર્યો નહોતા પરંતુ આગળની યાત્રા માટે પ્રેમ અને આદરના કાર્યો હતા. તેમના માટે, મૃત્યું એક પવિત્ર સફર પર નીકળવા જેવું હતું, જેમાં શરીર પાત્ર તરીકે અને હૃદય હોકાયંત્ર તરીકે હતું.”

બીજા ઉદાહરણ તરફ આગળ વધતાં ગુરુજીનો અવાજ ધીમો પડી ગયો. “પૂર્વમાં, અસ્તિત્વની ચક્રીય પ્રકૃતિ ઘણી પરંપરાઓનો આધારસ્તંભ છે. ભગવદ ગીતાના ઉપદેશોનો વિચાર કરો, જ્યાં ભગવાન કૃષ્ણ અર્જુનને

કહે છે, 'જેમ જેમ આત્મા પોતાનું શરીર છોડી દે છે, તેમ તેમ તે નવું શરીર ધારણ કરે છે, જેમ વસ્ત્રો ઘસાઈ જાય ત્યારે બદલાઈ જાય છે.' પુનર્જન્મનો આ ખ્યાલ કોઈ રૂપક નથી પરંતુ એક ઊંડી માન્યતા છે કે જીવન અને મૃત્યું , શિક્ષણ અને વિકાસના અનંત ચક્રનો ભાગ છે. આત્મા શરીર દ્વારા બંધાયેલો નથી; તે ફક્ત થોડા સમય માટે તેમાં રહે છે, જેમ કોઈ પ્રવાસી પોતાની યાત્રા પર ધર્મશાળામાં રોકાય છે."

તેમણે હળવેથી સ્મિત કર્યું. "અને બૌદ્ધોનું શું? તેઓ *સંસાર*, જન્મ, મૃત્યું અને પુનર્જન્મના ચક્રની વાત કરે છે. તેમના માટે, મૃત્યું એક દુર્ઘટના નથી પણ એક તક છે – સંક્રમણની એક ક્ષણ જ્યાં એક જીવનના સંચિત કર્મ બીજા જીવનને પ્રભાવિત કરે છે. તે આ યાત્રાને એક પવિત્ર પ્રક્રિયા તરીકે વર્ણવે છે, જ્યાં આત્મા ભયને પાર કરી શકે અને તેના સાચા સ્વભાવને ઓળખી શકે તો તેમાં મુક્તિ પ્રાપ્ત કરવાની ક્ષમતા છે."

ગુરુજીએ થોભીને પોતાના શબ્દોને અંદરથી સમજવા દીધા અને આગળ વધતા પહેલા કહ્યું. "ખ્રિસ્તી ધર્મમાં,

આપણને પુનરુત્થાન અને શાશ્વત જીવનનું વચન મળે છે. ઈસુ ખ્રિસ્તે કહ્યું, 'હું પુનરુત્થાન અને જીવન છું. જે કોઈ મારામાં વિશ્વાસ કરે છે તે જીવશે, ભલે તે મરી જાય.' ખ્રિસ્તીઓ માટે, મૃત્યું એ અંત નથી પરંતુ એક નવા અસ્તિત્વમાં પ્રવેશ, ભગવાન સાથે પુનઃમિલન અને આત્માની શાશ્વત યાત્રાનો સિલસિલો છે. ખ્રિસ્તના પુનરુત્થાનની છબી આશાની દીવાદાંડી તરીકે કામ કરે છે, જે આપણને યાદ અપાવે છે કે પ્રેમ અને વિશ્વાસ મૃત્યું ને પણ જીતી લે છે."

તે થોડા આગળ ઝૂકયા, તેમનો સ્વર વધુ આત્મનિરીક્ષણ કરતો ગયો. "પછી તાઓવાદી ફિલસૂફી છે, જે મૃત્યું ને તાઓના મહાન પ્રવાહ - સાર્વત્રિક માર્ગના ભાગ રૂપે જુએ છે. જીવન અને મૃત્યું વિરોધી શક્તિઓ નથી પરંતુ તે જ વાસ્તવિકતાના પૂરક પાસાં છે. જેમ દિવસ રાત્રિમાં અને વસંત ઉનાળામાં પરિવર્તિત થાય છે, તેમ જીવન મૃત્યું માં અને મૃત્યું જીવનમાં પાછું પરિવર્તિત થાય છે. તાઓવાદી આને કૃપાથી સ્વીકારે છે, મૃત્યું ને વિક્ષેપ તરીકે નહીં પરંતુ બ્રહ્માંડિક લયના ચાલુ પ્રવાહ તરીકે જુએ છે."

ગુરુજીની નજર ઓરડામાં ફેલાઈ ગઈ, દરેક ભક્તની સચેત નજર પર પડી. તેમણે આગળ કહ્યું, "સૂફીવાદમાં," મૃત્યું ને પ્રિયતમ પાસે પાછા ફરવા, દિવ્યતા સાથેના પુનઃમિલન તરીકે જોવામાં આવે છે. પર્શિયન કવિ રૂમીએ લખ્યું, 'શોક ન કરો. તમે જે કંઈ ગુમાવો છો તે બીજા સ્વરૂપમાં આવે છે.' સૂફી માટે, મૃત્યું એ નુકસાન નથી પણ ઘર વાપસી છે - સર્જનહાર સાથેના આનંદમય જોડાણની ક્ષણ, જ્યાં આત્મા તેની અલગતા છોડી દે છે અને અનંત સાથે એક થઈ જાય છે."

ભક્તો સ્થિર બેઠા હતા જાણે કે તેઓ ફક્ત સાંભળી રહ્યા ન હતા પણ તેમના શબ્દોને ઊંડાણપૂર્વક ગ્રહણ કરી રહ્યા હતા. ગુરુજીએ તેમનું ઉત્સાહિત ધ્યાન જોઈને ફરીથી, આ વખતે લગભગ વાર્તા જેવા સ્વરમાં વાત કરી.

"કલ્પના કરો કે આકાશમાંથી પાણીનું એક ટીપું પડી રહ્યું છે. અજાણતા આંખને લાગે છે કે તે સમુદ્રમાં અથડાતા જ અદૃશ્ય થઈ જાય છે. પણ શું તે ખરેખર અદૃશ્ય થઈ જાય છે? ના. તે વિશાળ અને અમાપ

કંઈકનો ભાગ બની જાય છે, તેનું વ્યક્તિગત સ્વરૂપ ગુમાવે છે પણ અનંતતા પ્રાપ્ત કરે છે. આ રીતે ઘણી પરંપરાઓ મૃત્યું ને જુએ છે - અંત તરીકે નહીં, પરંતુ એક મહાન વાસ્તવિકતામાં વિલીનીકરણ તરીકે."

તેમનો અવાજ નરમ પડ્યો, તેમના શબ્દોમાં કરુણાનો ભાર હતો. "આજના વિશ્વમાં, તેની ઉતાવળ અને ઘોંઘાટ સાથે, આપણે ઘણીવાર મૃત્યું થી ડરીએ છીએ કારણ કે આપણે તેને આપણા જીવન માટે અવરોધ તરીકે જોઈએ છીએ. પરંતુ આ પરંપરાઓ આપણને આપણા દ્રષ્ટિકોણને બદલવાની યાદ અપાવે છે. મૃત્યું જીતવા માટેનો વિરોધી નથી પરંતુ માર્ગદર્શક છે, પરિવર્તનની એક ક્ષણ છે જે આપણને આપણા સાચા સાર તરફ દોરી જાય છે. તે આપણને વધુ ઊંડાણપૂર્વક જીવવાનું, વધુ ઉગ્રતાથી પ્રેમ કરવાનું અને કૃપાથી આપણા જોડાણોને મુક્ત કરવાનું શીખવે છે."

તેમણે એક ક્ષણ માટે આંખો બંધ કરી, પછી કહ્યું, "સંસ્કૃતિઓ મૃત્યું નું જે રીતે અર્થઘટન કરે છે તે જીવન પ્રત્યેની તેમની સમજણને પ્રતિબિંબિત કરે છે. અને

જ્યારે આપણે આ દ્રષ્ટિકોણને સ્વીકારીએ છીએ, ત્યારે આપણે શોધી કાઢીએ છીએ કે મૃત્યું જીવનની વિરુદ્ધ નથી પરંતુ તેની સાતત્યમાં છે - જેમ કે આપણે હજી સુધી વાંચ્યું નથી તેવા પુસ્તકના આગલા પ્રકરણની જેમ, જે શાણપણ, આશ્ચર્ય અને શાશ્વત સાથે પુનઃમિલનનું વચન આપે છે."

નીતાએ પૂછ્યું, "ગુરુજી, મૃત્યું ની સાંસ્કૃતિક સમજણને આકાર આપવામાં ધાર્મિક વિધિઓ અને ધાર્મિક ક્રિયાઓ શું ભૂમિકા ભજવે છે?"

ગુરુજીએ નીતા તરફ જોયું, તેમની નજર સ્થિર અને કરુણાની ઊંડાઈથી ભરેલી હતી. તેમણે ધીમેથી પોતાના હાથ પકડ્યા જાણે આદરથી પ્રશ્ન જ પકડી રાખ્યો હોય. થોડીવારના મૌન પછી, તેમનો અવાજ શાંત છતાં ગહન સ્વરથી ગુંજી ઉઠ્યો.

"વિધિઓ અને સમારંભો," તેમણે શરૂઆત કરી, "મૃત્યું ના રહસ્યને માળખું આપવાની માનવતાની રીત છે - એક રહસ્ય જે ઘણીવાર ખૂબ વિશાળ, ખૂબ અગમ્ય

લાગે છે, એકલા સામનો કરવા માટે. તે એવા જોડાણ છે જે આપણે જાણતા અને અજાણતા, મૂર્ત અને અમૂર્ત વચ્ચે બાંધીએ છીએ. તેમના દ્વારા, આપણે અંતને અર્થ આપીએ છીએ, મૃતકોનું સન્માન કરીએ છીએ અને સમુદાયમાં આશ્વાસન મેળવીએ છીએ."

તેમણે થોભીને, જાણે કે તેઓ બધાને તે સહિયારી શાણપણમાં પ્રવેશવા માટે આમંત્રણ આપતા હોય જે તેઓ પ્રગટ કરવાના હતા, કહ્યું. "વિચાર કરો," તેમણે આગળ કહ્યું, "હિંદુઓના અગ્નિ સંસ્કારોનો વિચાર કરો, જ્યાં શરીરને અગ્નિસંસ્કાર દ્વારા તત્વોમાં પાછું મોકલવામાં આવે છે. અગ્નિના દેવ, અગ્નિને શરીર અર્પણ કરવાની ક્રિયા ફક્ત એક ભૌતિક પ્રક્રિયા નથી. તે એક ગહન સ્વીકૃતિ છે કે આત્માએ તેની પાર્થિવ યાત્રા પૂર્ણ કરી છે. અગ્નિ શુદ્ધિકરણ, પરિવર્તન અને તેના નશ્વર પાત્રમાંથી આત્માની મુક્તિનું પ્રતીક છે. જેમ જેમ જ્વાળાઓ વધે છે, તેમ તેમ આત્મા પણ અસ્તિત્વના આગલા તબક્કા તરફ તેની યાત્રા શરૂ કરે છે. આ ધાર્મિક વિધિ દરમિયાન મંત્રોનો જાપ એક

પવિત્ર દોરા જેવો છે, જે પાર્થિવ અને દિવ્યને એક સુમેળભર્યા સંપૂર્ણમાં વણાવી દે છે."

ગુરુજીએ વાત આગળ વધારી ત્યારે તેમની આંખો શાંત તીવ્રતાથી ચમકી રહી હતી. "ખ્રિસ્તી ધર્મમાં, મૃત્યું ની આસપાસની ધાર્મિક વિધિઓ આશાની ઊંડી ભાવનાથી રંગાયેલી હોય છે. અંતિમ સંસ્કાર, ઘણીવાર સ્તોત્રો અને પ્રાર્થનાઓ સાથે, ફક્ત વિદાય નથી પરંતુ શાશ્વત જીવનનો ઉત્સવ છે. મીણબત્તીઓ પ્રગટાવવી, શાસ્ત્રોનું વાંચન કરવું અને ઘંટ વગાડવો - આ બધા કાર્યો અંધકારના ચહેરા પર પ્રકાશના પ્રતીકો છે, પુનરુત્થાનના વચનમાં વિશ્વાસ છે. જ્યારે પાદરી જાહેર કરે છે, 'રાખથી રાખ, ધૂળથી ધૂળ,' ત્યારે તે વિલાપ નથી પણ આપણા ચક્રીય સ્વભાવની યાદ અપાવે છે - ભગવાનની હાજરીમાં નવી શરૂઆતની ખાતરી સાથે, આપણે જ્યાંથી આવ્યા છીએ ત્યાં પાછા ફરવાની."

તે સહેજ આગળ ઝૂકયા, તેમનો અવાજ હળવો સ્વર લેતો ગયો. "તિબેટીયન બૌદ્ધ ધર્મમાં, *ફોવા* વિધિ મૃતકની ચેતનાને ઉચ્ચ ક્ષેત્રોમાં માર્ગદર્શન આપવા

માટે કરવામાં આવે છે. મંત્રોચ્ચાર અને કલ્પનાઓથી ભરેલી આ વિધિ, મૃત્યું અને પુનર્જન્મ વચ્ચેની મધ્યવર્તી સ્થિતિ - *બાર્ડોમાં સફર કરતા આત્મા માટે હોકાયંત્ર તરીકે કામ કરે છે*. તે પ્રેમ અને માર્ગદર્શનનું કાર્ય છે, ખાતરી કરવાનો એક માર્ગ છે કે આત્મા ખોવાઈ ન જાય પરંતુ મુક્તિ તરફ દોરી જાય છે. કલ્પના કરો કે માતાપિતા બાળકનો હાથ પકડીને વ્યસ્ત શેરી પાર કરાવે છે - તે ફોવા *વિધિનો સાર છે*: આત્મા સંક્રમણ કરતી વખતે તેના તરફ લંબાયેલો હાથ."

તેમણે આગળ વધતા પહેલા તે શબ્દોને પ્રસરવા દીધા. "આફ્રિકન પરંપરાઓમાં, ધાર્મિક વિધિઓ ઘણીવાર પૂર્વજોના જોડાણના વિચાર પર ધ્યાન કેન્દ્રિત કરે છે. મૃતકોને ગયા તરીકે જોવામાં આવતા નથી પરંતુ એક એવા ક્ષેત્રમાં ગયા તરીકે જોવામાં આવે છે જ્યાં તેઓ જીવંત લોકોના રક્ષક બને છે. મુક્તિ રેડવામાં આવે છે, પ્રાર્થના કરવામાં આવે છે, અને તેમની હાજરીને જીવંત રાખવા માટે તેમના નામ મોટેથી બોલવામાં આવે છે. આ ધાર્મિક વિધિઓ

આપણને યાદ અપાવે છે કે મૃત્યું એ વિચ્છેદ નથી પરંતુ સંબંધોને મજબૂત બનાવવાનો - એક સેતુ જે જીવંત અને મૃતકોને પરસ્પર સંભાળ અને આદરમાં સાથે રહેવાની મંજૂરી આપે છે."

ગુરુજી ફરી થોભ્યા, અને પોતાના શબ્દોને શાંત તળાવ પરના પાંદડાની જેમ સ્થિર થવા દીધા. "તાઓવાદી પરંપરામાં, મૃત્યું ને જીવનના મહાન પ્રવાહના ભાગ રૂપે સ્વીકારવામાં આવે છે. ધાર્મિક વિધિઓ ઘણીવાર મૃતકોની શક્તિઓને કુદરતી વિશ્વ સાથે સુમેળ સાધવા માટે બનાવવામાં આવે છે. ખોરાક, ધૂપ અને પ્રતીકાત્મક વસ્તુઓનું અર્પણ ફક્ત મૃતકો માટે જ નહીં પરંતુ બ્રહ્માંડિક સંતુલનનું સન્માન કરવા માટે કરવામાં આવે છે. તાઓવાદી અભિગમ નદીના કિનારે ઊભા રહેવા જેવો છે, તે જાણીને કે વહેતું પાણી આખરે વરસાદ તરીકે પાછું આવશે. તેમની ધાર્મિક વિધિઓ આપણને યાદ અપાવે છે કે ખરેખર કંઈ ખોવાઈ જતું નથી - તે ફક્ત સ્વરૂપ બદલે છે."

હૉલમાં એક હળવો પવન ફૂંકાયો, જે દૂર દૂર સુધી ચાલતા ઘંટારવના અવાજ સાથે હતો. ગુરુજી હસ્યા,

તેમની આંખો સહાનુભૂતિથી ચમકી રહી હતી. "વિધિઓ, તેમના મૂળમાં, વાર્તાઓ છે. તેઓ આપણને કહે છે કે આપણે ક્યાંથી આવ્યા છીએ, આપણે ક્યાં છીએ અને આપણે ક્યાં જઈ રહ્યા છીએ. મૃત્યું ના અંતિમ સમયનો સામનો કરતી વખતે તે આપણને સાતત્યની ભાવના આપે છે. કલ્પના કરો કે તમે એક વિશાળ, અજાણ્યા સમુદ્રના કિનારે ઉભા છો. ધાર્મિક વિધિઓ દીવાદાંડીઓ જેવી છે, જે માર્ગને પ્રકાશિત કરે છે, અનિશ્ચિતતાના ચહેરા પર આરામ આપે છે."

પછી તેમણે એક વાર્તા કહી, તેમના અવાજે ભક્તોને તેમની હૂંફથી લપેટી લીધા. એક સાધુની એક પ્રાચીન વાર્તા છે, જેમણે તેમની મૃત્યું શય્યા પર તેમના શિષ્યોને કહ્યું, 'જ્યારે હું મરી જઉ, ત્યારે મને ઝાડ નીચે, નિશાન વગર દફનાવી દેજો, અને પ્રકૃતિને તેનો માર્ગ અપનાવવા દેજો.'

તેમના શિષ્યો મૂંઝાઈ ગયા અને પૂછ્યું, "પણ, ગુરૂજી, તમારા વારસાનું શું? તમારી યાદશક્તિનું શું?"

સાધુએ હસીને કહ્યું, "મારો વારસો તમે તમારા જીવનને કેવી રીતે જીવો છો તેમાં છે, મારા મૃત્યું ને તમે કેવી રીતે યાદ કરો છો તેમાં નહીં."

ગુરુજીએ વાર્તાને રૂમમાં સ્થિર થવા દીધી અને પછી કહ્યું. "તમે જુઓ છો, ધાર્મિક વિધિઓ ફક્ત મૃતકો માટે જ નથી. તે જીવંત લોકો માટે છે - માર્ગદર્શન આપવા, સાજા કરવા, આપણને યાદ અપાવવા માટે કે મૃત્યું પવિત્ર છે. તેમના દ્વારા, આપણે અંતના ભયને પાર કરીએ છીએ અને સંક્રમણોની સુંદરતાને સ્વીકારીએ છીએ. તેઓ આપણને આપણા કરતા મહાન કંઈક સાથે જોડે છે, તે શાશ્વત સત્ય સાથે કે જીવન અને મૃત્યું અસ્તિત્વના શાશ્વત નૃત્યમાં ફક્ત બે ગતિ છે."

ઓરડો શાંત હતો, પણ તે શૂન્યતાનું મૌન નહોતું - તે વિસ્મય, સમજણ અને સહિયારી માનવતાની ભાવનાથી ભરેલું મૌન હતું. મૃત્યું ની ધાર્મિક વિધિઓ, તેમને સમજાયું કે, ફક્ત ક્રિયાઓ જ નથી - તે જોડાણ છે, જે તેમને અનંતની નજીક લઈ જાય છે.

એલિસે પૂછ્યું, "ગુરુજી, મૃત્યું પરના દાર્શનિક વિચારો મૃત્યું પછીના જીવનના વિચારને કેવી રીતે પડકારે છે અથવા સમર્થન આપે છે?"

ગુરુજીએ એલિસના પ્રશ્નને ધ્યાનથી સાંભળ્યો, તેમની શાંત અભિવ્યક્તિએ પ્રશ્નના ઊંડાણને પ્રતિબિંબિત કર્યો. "એલિસ," તેમણે શરૂઆત કરી, "ફિલસૂફી, તેના મૂળમાં, મહાન અજાણ્યાને શોધવાનો માનવતાનો પ્રયાસ છે, અને મૃત્યું હંમેશા તેના કેન્દ્રિય રહસ્યોમાંનું એક રહ્યું છે. મૃત્યું પરના દાર્શનિક વિચારો ઘણીવાર મર્યાદિત અને અનંત વચ્ચે, આપણે જે જાણીએ છીએ અને જેની આશા રાખીએ છીએ તેની વચ્ચે ફરતા રહે છે. આ દ્રષ્ટિકોણ આપણે અસ્તિત્વને કયા દ્રષ્ટિકોણથી જોઈએ છીએ તેના આધારે મૃત્યું પછીના જીવનના વિચારને પડકાર આપી શકે છે અથવા તેને ટેકો આપી શકે છે."

તેમણે થોભીને, જાણે કે તેમના શબ્દોનું વજન અંદર ડૂબી જાય અને પછી જાણે વાત ચાલુ રહે, કહ્યું. "જીન-પોલ સાર્ત્ર અને આલ્બર્ટ કામુ જેવા અસ્તિત્વવાદીઓનો વિચાર કરો. તેઓ મૃત્યું ને અંતિમ અંત તરીકે જોતા

હતા - એક ઘટના જે માનવ જીવનની વાહિયાતતા અને નાજુકતાને રેખાંકિત કરે છે. સાર્ત્રએ પ્રખ્યાત રીતે કહ્યું હતું કે, ‘માણસ એક નકામો જુસ્સો છે,’ મૃત્યું ની અંતિમતા પર ભાર મૂકે છે. તેમના માટે, કોઈ મૃત્યું પછીનું જીવન નથી, કોઈ ભવ્ય ડિઝાઇન નથી - ફક્ત અહીં અને હમણાં, અને આપણા મૃત્યું ના ચહેરા પર અર્થ બનાવવાનું આપણા પર નિર્ભર છે. આ દૃષ્ટિકોણ, ભલે સ્પષ્ટ હોય, મુક્તિદાયક પણ હોઈ શકે છે. તે આપણને જીવનને સંપૂર્ણ રીતે સ્વીકારવાનો, પ્રમાણિક રીતે જીવવાનો પડકાર આપે છે, એ જાણીને કે આ ક્ષણ જ આપણી પાસે ખરેખર છે.”

ગુરુજીનો અવાજ નરમ પડ્યો, જેનાથી રૂમ વધુ આત્મનિરીક્ષણશીલ અવકાશમાં ખેંચાઈ ગયો. “બીજી બાજુ, પ્લેટો જેવા ફિલોસોફરો જીવન અને મૃત્યું ને દિવસ અને રાત જેવા શાશ્વત ચક્રના ભાગ તરીકે જોતા હતા. તેમના સૌથી પ્રભાવશાળી કાર્યોમાંના એક, *ફેડોમાં*, પ્લેટોએ તેમના શિક્ષક સોક્રેટીસને તેમના મૃત્યું પહેલાં આત્માની અમરત્વની ચર્ચા કરતા દર્શાવ્યા હતા. પ્લેટો માટે, આત્મા માત્ર શાશ્વત જ નહીં પરંતુ

દૈવી પણ હતો, ભૌતિક જગતની નબળાઈથી અસ્પૃશ્ય હતો. તેમણે આ સમજાવવા માટે સારથિની ઉપમાનો ઉપયોગ કર્યો: આત્મા સારથિ છે, શરીરનું માર્ગદર્શન કરે છે, જે ઘોડાઓની જેમ છે. જ્યારે ઘોડા - શારીરિક ઇચ્છાઓ અને વૃત્તિઓનું પ્રતિનિધિત્વ કરે છે - થાકી શકે છે અથવા ડગમગી શકે છે, સારથિ સ્થિર રહે છે, આગળનો માર્ગ બતાવે છે.

"જ્યારે શરીર, એક ઘસાઈ ગયેલા રથની જેમ, તૂટી જાય છે, ત્યારે સારથિ - આત્મા - પૃથ્વીના બંધનોથી મુક્ત, તેની યાત્રા ચાલુ રાખવા માટે મુક્ત થઈ જાય છે. પ્લેટો માનતા હતા કે આ યાત્રા આકસ્મિક નહોતી; તે વૃદ્ધિ અને શીખવાની પ્રક્રિયા હતી. તેમના માટે, પૃથ્વીનું જીવન એક મહાન, શાશ્વત વાસ્તવિકતાનો પડછાયો હતો - આત્માના અંતિમ સત્ય તરફના માર્ગ પર એક પગથિયું. આ મુક્તિના આધ્યાત્મિક વિચારો સાથે સુંદર રીતે સંરેખિત થાય છે, જ્યાં મૃત્યું ને નુકસાન તરીકે નહીં પરંતુ વધુ ગહન, અનંત અસ્તિત્વમાં પાછા ફરવા તરીકે જોવામાં આવે છે."

ગુરુજી થોભ્યા, તેમની નજર ઓરડામાં ફેલાઈ ગઈ જાણે દરેક ભક્તને પ્લેટોના દ્રષ્ટિકોણની કાલાતીતતા પર ચિંતન કરવા માટે આમંત્રણ આપી રહી હોય. પછી તેમણે ચાલુ રાખ્યું, તેમનો સ્વર શાંત ગુરુત્વાકર્ષણ સાથે ગાઢ બનતો ગયો.

“ઈમેન્યુઅલ કાન્ટ આપણને બીજો દ્રષ્ટિકોણ આપે છે, જે નૈતિકતા અને ન્યાયમાં મૂળ ધરાવે છે. કાન્ટે, તર્કના દાર્શનિક તરીકે, મૃત્યું પછીના જીવનની પ્રકૃતિ જાણવાનો દાવો કર્યો ન હતો, પરંતુ તેમણે તેની આવશ્યકતા માટે દલીલ કરી હતી. તેઓ માનતા હતા કે આપણી અંદરનો નૈતિક કાયદો - સાચા અને ખોટાની ઊંડાણપૂર્વકની ભાવના - આપણા ભૌતિક અસ્તિત્વની બહારના ક્ષેત્ર તરફ નિર્દેશ કરે છે. શા માટે? કારણ કે આપણા ધરતીના જીવનમાં, ન્યાય ઘણીવાર અપૂર્ણ હોય છે. સદ્ગુણીઓ પીડાઈ શકે છે, અને દુષ્ટો સમૃદ્ધ થઈ શકે છે. જો આ જીવન જ બધું હોત, તો તે નૈતિકતાના સારને નબળી પાડત.”

“કાન્ટે સૂચવ્યું કે બ્રહ્માંડના નૈતિક ક્રમ માટે મૃત્યું પછીના જીવનનું અસ્તિત્વ અને આત્માનું અમરત્વ

જરૂરી ધારણાઓ છે. તેમણે આ વિચારોને વ્યવહારુ કારણના સિદ્ધાંતો તરીકે જોયા - એવી બાબતો જેમાં આપણે આપણા નૈતિક કાર્યોનો અંતિમ અર્થ થાય તે માટે વિશ્વાસ કરવો જોઈએ. આ રીતે, કાન્ટની ફિલસૂફી મૃત્યું પછીના જીવનનું સીધું વર્ણન કરતી નથી, પરંતુ તેની આવશ્યકતાને સમર્થન આપે છે. એવું લાગે છે કે તે કહી રહ્યા છે,

‘એક એવી જગ્યા, એક ક્ષેત્ર હોવું જોઈએ, જ્યાં ન્યાય પૂર્ણ થાય, જ્યાં સારાને પુરસ્કાર મળે, અને ખોટાઓને સુધારી શકાય.’

ગુરુજી સહેજ આગળ ઝૂક્યા, તેમની આંખો વધુ ઊંડા પ્રકાશથી ચમકતી હોય તેવું લાગતું હતું. “આ રીતે વિચારો: આત્માની યાત્રા વિશે પ્લેટોનો દ્રષ્ટિકોણ એક પક્ષી જેવો છે જે લાંબા પ્રવાસ પછી ઘર તરફ ઉડતું હોય છે, મુક્ત અને બોજારહિત. બીજી બાજુ, કાન્ટનો દ્રષ્ટિકોણ ન્યાયના ત્રાજવા જેવો છે, જે બ્રહ્માંડને સંતુલિત કરે છે તેની ખાતરી કરીને કે ભલાઈના

પ્રયત્નો અને બલિદાન ધ્યાન વીના ન જાય અથવા પુરસ્કાર વીના ન જાય."

તેમણે હળવેથી સ્મિત કર્યું, ઓરડાને આ ગહન વિચારોને ઉતારવાની મંજૂરી આપી. "આ બે દ્રષ્ટિકોણ, ભલે અભિગમમાં અલગ હોય, આપણને ગહન આંતરદૃષ્ટિ પ્રદાન કરે છે. પ્લેટો આપણને મૃત્યું ને મુક્તિ, શાશ્વત તરફ પાછા ફરવા માટે આમંત્રણ આપે છે, જ્યારે કાન્ટ આપણને બ્રહ્માંડના નૈતિક માળખા અને એવા ક્ષેત્રના મહત્વની યાદ અપાવે છે જ્યાં ન્યાય સર્વોચ્ચ શાસન કરે છે. સાથે મળીને, તેઓ આપણને યાદ અપાવે છે કે મૃત્યું , અંતથી દૂર, એક પ્રવેશદ્વાર છે - જે ઊંડા સત્યો, વધુ સમજણ અને જીવનના અંતિમ હેતુની પરિપૂર્ણતા તરફ દોરી જાય છે."

ગુરુજીનો અવાજ નરમ, વધુ ગહન બન્યો, કારણ કે તેમણે મૃત્યું અને મૃત્યું પછીના જીવનને જોવા માટે એક પ્રાચીન દ્રષ્ટિકોણ રજૂ કર્યો. "પૂર્વના જ્ઞાનમાં," તેમણે શરૂઆત કરી, "મૃત્યું ને અંતિમ પડદા તરીકે કે જીવનની સાતત્યમાં વિક્ષેપ તરીકે જોવામાં આવતું

નથી. તે એક સંક્રમણ છે - બધા અસ્તિત્વના મૂળ તરફ એક પવિત્ર વળતર, અનંત સાથે અંતિમ વિલીનીકરણ."

તેઓ થોભ્યા, જેથી આગળ વધતાં પહેલા, રૂમ તેમના શબ્દોને અંદર ઉતારે.

"અવાસ્તવિકતામાંથી, મને વાસ્તવિકતા તરફ દોરી જાઓ. અંધકારમાંથી, મને પ્રકાશ તરફ દોરી જાઓ. મૃત્યું માંથી, મને અમરત્વ તરફ દોરી જાઓ."

બૃહદારણ્યક ઉપનિષદનો આ શ્લોક એક પ્રાર્થના છે, મુક્તિની ઝંખના છે, પરંતુ તે સત્યની ઘોષણા પણ છે. 'અવાસ્તવિક' એ ક્ષણિક, સ્વરૂપ અને અહંકારના ભ્રામક વિશ્વનો ઉલ્લેખ કરે છે. 'વાસ્તવિક' એ અપરિવર્તનશીલ સાર- આત્મા છે - જે શરીરની બહાર અસ્તિત્વ ધરાવે છે. આ પ્રાર્થના ફક્ત મૃત્યું પછીના જીવન વિશે નથી; તે અલગતાના ભ્રમને પાર કરવા અને આપણે જે શાશ્વત વાસ્તવિકતા છીએ તેના પ્રત્યે જાગૃત થવાનું આમંત્રણ છે.

ગુરુજીની નજર હોલમાં ફેલાઈ ગઈ, દરેક ભક્ત પર થોડીવાર માટે સ્થિર રહી. "ઉપનિષદો શીખવે છે કે આત્મા, પાણીના ટીપાની જેમ, સમુદ્રમાં પડી જાય ત્યારે અસ્તિત્વમાં રહેતું નથી. તેના બદલે, તે વિશાળતા સાથે એક થઈ જાય છે. આ અર્થમાં, મૃત્યું એ અંત નથી પણ ઘર વાપસી છે. તે સીમિતનું વિસર્જન છે અને અનંતમાં ભળી જાય છે. આ આત્માની યાત્રા છે – સ્વરૂપ અને સમયની પેલે પારની એક યાત્રા."

ગુરુજીનો અવાજ વધુ ઊંડો પડઘો પાડે છે. "આ દ્રષ્ટિકોણ ફક્ત ઉપનિષદો પૂરતો મર્યાદિત નથી. બૌદ્ધ ધર્મમાં પણ, *નિર્વાણનો ખ્યાલ* સમાન સત્ય તરફ નિર્દેશ કરે છે. *નિર્વાણ પ્રાપ્ત કરવાનો* અર્થ ઇચ્છાની જ્વાળાઓને બુઝાવવાનો, જન્મ અને મૃત્યું ના ચક્રને પાર કરવાનો અને અનંત સાથે ભળી જવાનો છે. ઝેનમાં, મૃત્યું ને ઘણીવાર અંત તરીકે નહીં પરંતુ દ્વૈતના વિસર્જન તરીકે વર્ણવવામાં આવે છે - આપણને અંતિમ વાસ્તવિકતાથી અલગ કરતા પડદાને છોડવો. 'તરંગ સમુદ્રમાં પાછું ફરે છે,' જેમ ઝેન ગુરુઓ કહે છે."

તેમણે એલિસ તરફ નજર કરી, જેણે મૃત્યું પછીના જીવન વિશે પહેલાનો પ્રશ્ન પૂછ્યો હતો અને આગળ કહ્યું, "તાઓવાદમાં પણ, મૃત્યું ને દુર્ઘટના તરીકે નહીં પરંતુ તાઓના કુદરતી પ્રવાહના ભાગ રૂપે જોવામાં આવે છે. તાઓ તે ચિંગ આપણને કહે છે,

'જીવન અને મૃત્યું એક જ દોર છે, એક જ રેખાને અલગ અલગ બાજુથી જોવામાં આવે છે.'

મૃત્યું કોઈ વિચલન નથી; તે સૂર્યના આથમવા જેટલું કુદરતી છે, જે ચંદ્રના ઉદય માટે માર્ગ બનાવે છે.

ગુરુજીના હાવભાવ નરમ પડ્યા, તેમના હોઠ પર એક સૌમ્ય સ્મિત રમી રહ્યું હતું. "આ ઉપદેશોને જોડતી એક સમજણ કે મૃત્યું વિનાશ નથી, પરંતુ એક પરિવર્તન છે. શરીર નાશ પામી શકે છે, પરંતુ સાર – જેને આત્મા, ઉર્જા અથવા ચેતના કહેવાય છે – અવિનાશી રહે છે. જેમ પવનમાં ફૂલની સુગંધ પાંખડીઓ ખરી ગયા પછી પણ વહન થાય છે, તેવી જ રીતે આત્મા તેના સારને ભૌતિક સીમાઓથી આગળ લઈ જાય છે."

તેમણે હળવેથી સ્મિત કર્યું. "બૌદ્ધ ધર્મમાં, મૃત્યું પછીના જીવનનો વિચાર સ્વના સાતત્ય વિશે ઓછો અને ચેતનાના સાતત્ય વિશે વધુ છે. બુદ્ધે શીખવ્યું હતું કે આપણે જેને 'સ્વ' તરીકે માનીએ છીએ તે સતત બદલાતા તત્વોનો સંગ્રહ છે. મૃત્યું સમયે, આ તત્વો વિખેરાઈ જાય છે, અને ભૂતકાળના કાર્યોના કર્મના આધારે એક નવું અસ્તિત્વ ઉદ્ભવે છે. આ એક સ્થિર આત્માના એક શરીરમાંથી બીજા શરીરમાં સ્થળાંતરના અર્થમાં પુનર્જન્મ નથી, પરંતુ કારણ અને અસરની ગતિશીલ પ્રક્રિયા છે. આ દૃષ્ટિકોણથી, મૃત્યું એક અંત અને શરૂઆત બંને છે - વિસર્જન અને પુનર્જન્મ."

ગુરુજી થોભ્યા અને પછી ઉમેર્યું, તેમનો અવાજ વિસ્મયથી ભરેલો હતો, "આધુનિક વિજ્ઞાન પણ રસપ્રદ દ્રષ્ટિકોણ પ્રદાન કરે છે. ઉદાહરણ તરીકે, પરિમાણ ભૌતિકશાસ્ત્ર, જીવન અને મૃત્યું ની આપણી પરંપરાગત સમજને પડકારે છે. પરિમાણ ગૂંચવણ સૂચવે છે કે કણો, એકવાર જોડાયેલા હોય, પછી અંતર કે વિભાજનને ધ્યાનમાં લીધા વિના એકબીજા સાથે જોડાયેલા રહે છે. જો આપણે ચેતનાને બ્રહ્માંડના

મૂળભૂત ભાગ તરીકે જોઈએ છીએ, તો શું તે ભૌતિક મૃત્યું ની સીમાઓને પણ પાર ન કરી શકે? એર્વિન શ્રોડિંગર જેવા વૈજ્ઞાનિકોએ આ શક્યતાનો સંકેત આપ્યો છે, જે સૂચવે છે કે ચેતના શરીર સુધી મર્યાદિત ન હોઈ શકે પરંતુ વાસ્તવિકતાના માળખામાં વણાયેલી હોય છે."

તેમણે સહેજ પાછળ ઝુકાવ્યું, જેનાથી ભક્તો તેમના શબ્દોને ગ્રહણ કરી શક્યા. "તમે જુઓ છો, ફિલસૂફી એક ત્રિપાશ્વકાચની જેમ કાર્ય કરે છે, સત્યના પ્રકાશને તેના અનેક રંગોમાં વિક્ષેપિત કરે છે. તે આપણને પ્રશ્ન કરવા, શંકા કરવા, અન્વેષણ કરવા માટે પડકાર આપે છે. પરંતુ તે આપણને ટેકો પણ આપે છે, માળખા અને દ્રષ્ટિકોણ પ્રદાન કરે છે જે આપણને અગમ્યને સમજવામાં મદદ કરે છે. ભલે તે મૃત્યું પછીના જીવનની પુષ્ટિ કરે કે નકારે, તે આખરે આપણને એ જ ગહન સત્ય તરફ પાછા દોરે છે: સંપૂર્ણ, પ્રમાણિક અને હેતુપૂર્ણ રીતે જીવવાનું મહત્વ."

હૉલ એકદમ શાંત હતો, દરેક ભક્ત ગુરુજીના શબ્દોમાં ડૂબી ગયા હતા. તે સહેજ આગળ ઝૂકયા, તેમનો સ્વર વધુ પ્રતિબિંબિત થતો ગયો. "પશ્ચિમમાં, મૃત્યું નો ડર, પ્રતિકાર અથવા અંતિમ અજાણ્યા તરીકે જોવામાં આવે છે. પરંતુ આ પૂર્વીય પરંપરાઓ આપણને તેને અસ્તિત્વના કુદરતી, પવિત્ર ભાગ તરીકે સ્વીકારવાનું આમંત્રણ આપે છે. મૃત્યું પર ધ્યાન કરવું એ નુકસાન પર ધ્યાન કેન્દ્રિત કરવાનું નથી પરંતુ જીવનની આપણી સમજને વધુ ઊંડી બનાવવી છે. કારણ કે શરીરની અસ્થાયીતાને ઓળખીને, આપણે આત્માની કાલાતીતતાને સમજવાનું શરૂ કરીએ છીએ."

તેમણે નમ્ર નિસાસા સાથે કહ્યું, તેમનો અવાજ લગભગ હળવો હતો. "ઉપનિષદો, બૌદ્ધ ધર્મ, તાઓ ધર્મ - તેઓ આપણે જાણીએ છીએ તેમ સાતત્યના અર્થમાં મૃત્યું પછીના જીવનનું વચન આપતા નથી. તેના બદલે, તેઓ એક મહાન સત્ય પ્રદાન કરે છે: કે આપણે જે પણ કઈં છીએ, આપણા સારમાં, તેની કોઈ શરૂઆત અને અંત નથી. તો પછી, મૃત્યું જીવનનું વિરોધી નથી. તે જન્મનું વિરોધી છે. અને બંનેની બહાર કંઈક

શાશ્વત છે, કંઈક વાસ્તવિક છે. તે જ આપણને સાકાર કરવા માટે કહેવામાં આવ્યું છે."

ગરમ પવન હવામાં હલચલ મચાવી રહ્યો હતો, તેની સાથે પાંદડાઓનો હળવો ખડખડાટ પણ હતો જાણે કુદરત પોતે સંમતિમાં માથું હલાવી રહી હોય. ગુરુજીનો અવાજ ધીમો પડી ગયો અને લગભગ ધીમો થઈ ગયો. "ફિલસૂફી આપણને યાદ અપાવે છે કે મૃત્યું ફક્ત અંત નથી, કે તે ફક્ત શરૂઆત નથી. તે જીવનના સારને પ્રતિબિંબિત કરતો અરીસો છે, જે આપણને અંદર જોવા, ઊંડાણપૂર્વક પ્રશ્ન કરવા અને ખુલ્લા હૃદયથી રહસ્યને સ્વીકારવા માટે પ્રોત્સાહિત કરે છે."

ગુરુજી થોડીવાર માટે શાંતિથી બેઠા રહ્યા. પછી, શાંત હકાર સાથે, તેમણે મધ્યાહ્‌ન વિરામનો સંકેત આપ્યો. ભક્તો ધીમે ધીમે ઉભા થયા, તેમના મનમાં હજુ પણ તેમને મળેલા જ્ઞાનનો પડઘો પડી રહ્યો હતો. તેઓ બુદ્ધ હોલથી અન્નપૂર્ણેશ્વરી તરફ ગયા, જ્યાં હવામાં

તાજા તૈયાર ખોરાકની ગરમ, સમૃદ્ધ સુગંધ આવતી હતી.

ભોજન પછી, આશ્રમમાં શાંત લય શરૂ થઈ ગયો - કેટલાક આરામ કરવા માટે પોતાના રૂમમાં પાછા ફર્યા, અન્ય બગીચાઓમાં ફરી રહ્યા, ખીલેલા જાસ્મીનની સુગંધ અને પ્રાચીન વૃક્ષોના સળસળતાં અવાજોથી આકર્ષાઈને. કેટલાક બુદ્ધ હોલ તરફ પાછા ફર્યા, તેના શાંત આલિંગનનો આરામ શોધતા.

મોટા વડના ઝાડ નીચે, તેના ફેલાયેલા મૂળ, જેમ કે કોઈ વૃદ્ધ ઋષિના હાથ, સાધકો માટે જગ્યા રાખતા હતા, એક નાનું જૂથ ભેગું થયું. અક્ષય, વાસુદેવ, પદમા અને અન્ય લોકો તેની છાયા નીચે સ્થાયી થયા, જ્યારે નીતા, લલિતા, રોહિત, સુજીતા, એસ્પેન, એસ્ટિન અને કિરોન ટૂંક સમયમાં તેમની સાથે જોડાયા. શાંત શ્રદ્ધાથી વાતચીત શરૂ થઈ - રોહિતે પોતાનો પરિચય એવા લોકો સાથે કરાવ્યો જેમને તે પહેલાં મળ્યો ન હતો, અને નીતાએ તેના છેલ્લા એકાંતનો ગહન અનુભવ બતાવ્યો, તેના અવાજમાં આશ્ચર્ય અને કૃતજ્ઞતા બંને હતા.

થોડીવાર પછી, વાસુદેવ સેમ તરફ વળ્યા, તેની આંખો કંઈક વધુ ઊંડી શોધમાં હતી.

"સેમ, મેં તને ઘણી વાર એકાંત માર્ગોમાં જોયો છે. તને ગુરુજી પાસે સૌથી પહેલા કોણ લાવ્યું, અને તને વારંવાર પાછા આવવા માટે શું મજબૂર કરે છે?"

સેમ હસ્યો, પણ તેની આંખોમાં કંઈક હતું - એક અકથિત ભાર, એક વાર્તા કહેવાવાની રાહ જોઈ રહી હતી.

"વાસુદેવ," તેણે ધીમેથી કહ્યું, "તમને જવાબ પહેલેથી જ ખબર છે. કદાચ વિગતો અલગ અલગ હોય, પણ સાર આપણા બધા માટે સમાન છે."

વિદ્યાર્થિ આગળ ઝૂક્યો. "એ સાચું હોઈ શકે છે, સેમ. પણ છતાં, કંઈક એવું બન્યું હશે કે તને ગુરુજી સાથે એવી રીતે જોડવામાં આવ્યો હશે કે જે તને વારંવાર બોલાવે છે."

પદમા, કિરણ અને અન્ય લોકોએ મૌન સંમતિમાં માથું હલાવ્યું. તે દરેક પાસે અહીં આવવાનું એક કારણ હતું

-ઝંખના,પીડા અથવા શોધનો એક દોર જેણે તેમને આ યાત્રામાં ગૂંથ્યા હતા.

વાસુદેવે સેમના ખભા પર હાથ રાખ્યો. "ભાઈ, આપણે બધા વાર્તાઓ સાથે જીવીએ છીએ. અને આ વાર્તાઓ, પીડાદાયક વાર્તાઓ પણ, આપણને સમજવામાં મદદ કરે છે કે આપણે કોણ છીએ. દરેક દુ:ખ, દરેક નુકસાન-જો આપણે તેને મંજૂરી આપીએ તો - આપણને શરણાગતિ તરફ, આપણાથી મહાન કંઈક તરફ દોરી જાય છે."

સેમે પોતાની નજર નીચી કરી. તેનો શ્વાસ ધ્રૂજતો હતો જાણે લાંબા સમય સુધી દટાયા પછી તેના અંદર કંઈક હલતું હોય. તે અચકાયો, પછી ધીમેથી બોલ્યો, "હું કાંઇક કહેવા માંગુ છું. મારી જાતને હળવી કરવા માટે. છેવટે, તમે જ મારો પરિવાર છો. હું બીજા કોની સાથે મારૂ દુ:ખ વહેંચીશ ?"

એક આંસુ તેના ગાલ પરથી સરી પડ્યું. તેણે શરમ વગર તેને ગાલ પરથી નીચે પડવા દીધું.

વાસુદેવે હળવેથી તેનો હાથ દબાવ્યો. “અમે અહીં છીએ, સેમ. તમારે તેને એકલા ઉપાડવાની જરૂર નથી.”

સેમે ધીમેથી શ્વાસ બહાર કાઢ્યો. “આભાર, વાસુદેવ... પૂછવા બદલ, જે ખોલવામાં મને ડર લાગતો હતો તે જોવા બદલ. મે આટલા લાંબા સમયથી આ અંધકારને પકડી રાખ્યો છે, તેને કેવી રીતે મુક્ત કરવો તે ખબર નથી.”

પાંદડાઓનો હળવો સળસળાટ શાંતિને એવી રીતે ભરી દેતો હતો જાણે વડનું ઝાડ પોતે જ તેની શરણાગતિનું સાક્ષી બન્યું હોય.

બરાબર એ જ સમયે, કિરણે તેની ઘડિયાળ તરફ નજર કરી અને સંકેત આપ્યો - હવે પછીના સત્રનો સમય થઈ ગયો છે.

એક પછી એક, તેઓ ઉભા થયા, તેમની વચ્ચેની હવા હવે અકથિત સમજણથી ભરાઈ ગઈ હતી. જેમ જેમ તેઓ બુદ્ધ હોલ તરફ ચાલતા ગયા, સેમના પગલાં

હળવા થવા લાગ્યા, જાણે કે, ઘણા સમય પછી પહેલી વાર, તે હવે એકલો ચાલતો ન હતો.

પ્રકરણ ૨

ચેતના: અજ્ઞાતની ચાવી

"ચેતના, એ ચાવી છે જે અનંતના દરવાજા ખોલે છે; તે મન સુધી મર્યાદિત નથી પણ અજાણ્યા ક્ષેત્રોમાં પહોંચે છે, જ્યાં સમય અને અવકાશ ઓગળી જાય છે."

– શ્રી શામબવ

સારાંશ

આ પ્રકરણ ચેતનાના રસપ્રદ સ્વભાવમાં ઊંડા ઉતારે છે, ભૌતિક શરીર સાથે તેના ઊંડા જોડાણની તપાસ કરે છે અને શરીરના મૃત્યું પછી પણ તે ટકી રહે છે કે કેમ તે શોધે છે. તે ચેતના અને મગજ વચ્ચેના સંબંધ પરના અગ્રણી સિદ્ધાંતોની સમીક્ષા કરીને શરૂ થાય છે,

પ્રશ્ન કરે છે કે ચેતના ફક્ત ચેતા પ્રવૃત્તિનું ઉત્પાદન છે કે કંઈક વધુ ગહન. આ પ્રકરણ નજીકના મૃત્યું ના અનુભવો (NDEs) ની ઘટનાને પણ સંબોધિત કરે છે, જ્યાં વ્યક્તિઓ તબીબી રીતે "મૃત" હોવા છતાં આબેહૂબ અનુભવો જણાવે છે, જે શરીરની બહાર ચેતનાની શક્યતા માટે આકર્ષક પુરાવા પ્રદાન કરે છે. વધુમાં, ભૂતકાળના જીવનની યાદો અને વાર્તાઓના પુરાવાઓનું સંશોધન, ચેતનાની પરંપરાગત વૈજ્ઞાનિક સમજને પડકારે છે, જે સૂચવે છે કે તે મૃત્યું પછી પણ ટકી શકે છે. અંતે, આપણે જોઈએ છીએ કે વિવિધ શૈક્ષણિક ક્ષેત્રો – ચેતાતંત્ર વિજ્ઞાન, મનોવિજ્ઞાન અને ફિલસૂફી - ચેતનાના રહસ્ય અને ભૌતિક મૃત્યું થી બચવાની તેની સંભાવનાનો કેવી રીતે સંપર્ક કરે છે. આ પ્રકરણ વાચકોને તેમની પોતાની ચેતનાની પ્રકૃતિ અને જીવન અને મૃત્યું માં તેની ભૂમિકા પર ચિંતન કરવા આમંત્રણ આપે છે.

ગુરુજીએ પદમાની તરફ નજર ફેરવી, અને જાણી જોઈને સ્મિત સાથે, "ચેતના: અજ્ઞાતની ચાવી" કહેવાનું શરૂ કર્યું.

તેમણે આગળ વધતા પહેલા એક શ્વાસ લીધો. "સદીઓથી, ઋષિઓ, તત્વજ્ઞાનીઓ અને વૈજ્ઞાનિકો બંનેએ ચેતનાના કોયડાને ઉકેલવાનો પ્રયાસ કર્યો છે. તે શું છે? ચેતા પ્રવૃત્તિનું માત્ર આડપેદાશ? કે કંઈક ઘણું મોટું - કંઈક એવું જે ભૌતિકતાથી આગળ વધે છે અને અનંતને સ્પર્શે છે?"

હોલ શાંત હતો, પ્રશ્નનો ભાર હવામાં સ્થિર તળાવ પર ધુમ્મસની જેમ ફેલાઈ રહ્યો હતો. "આધુનિક વિજ્ઞાનમાં, ચેતનાનો અભ્યાસ ઘણીવાર મગજની મર્યાદામાં થાય છે," તેમણે કહ્યું. "ચેતાતંત્ર વૈજ્ઞાનિક આપણને કહે છે કે ચેતના જટિલ ચેતાઓના આંતરિક જોડાણથી ઉદ્ભવે છે, જે જીવરાસાયણિક પ્રતિક્રિયાઓનો ઉભરતો ગુણધર્મ છે. અને છતાં," તેઓ થોભ્યા, તેમની આંખો રહસ્યથી ચમકતી હતી, "જો તે સાચું હોત, તો પછી આટલા બધા અહેવાલો આ દૃષ્ટિકોણને કેમ પડકારે છે? મૃત્યું નજીકના અનુભવો, ભૂતકાળના જીવનની

યાદો અને ઉચ્ચ જાગૃતિની અકલ્પનીય ક્ષણો શા માટે સૂચવે છે કે ચેતના ભૌતિક સ્વરૂપની બહાર અસ્તિત્વ ધરાવે છે?"

તેમણે ભેગા થયેલા ભક્તો તરફ નજર ફેરવી, કેટલાક આગળ ઝૂકીને, તેમના દરેક શબ્દ પર ધ્યાન આપતા હતાં. "જીવન અને મૃત્યું ના ઉંબરે ઊભા રહેલા લોકોની વાર્તાઓ પર વિચાર કરો - જેઓ તબીબી રીતે 'મૃત્યું પામ્યા' છે અને છતાં બહાર શું છે તેના દ્રષ્ટિકોણ સાથે પાછા ફર્યા છે. મૃત્યું નજીકના અનુભવો (NDEs) ને ઘણીવાર મૃત્યું પામેલા મગજના ભ્રમ તરીકે ફગાવી દેવામાં આવે છે. છતાં, વારંવાર, વ્યક્તિઓ આબેહૂબ મુલાકાતો - પ્રકાશની ભોંયરામાંથી મુસાફરી, મૃત પ્રિયજનો સાથે મુલાકાતો અને સ્વની બહાર વિસ્તરણની લાગણી - ની જાણ કરે છે. અને વધુ નોંધપાત્ર રીતે, કેટલાક ઓપરેશન ટેબલની બહારની વિગતો - બાજુના રૂમમાં વાતચીત, એવી વસ્તુઓ જે તેમના શરીરને જ્યાં પડ્યું હતું ત્યાંથી જોઈ શકાતી હતી."

તેમણે પોતાના શબ્દો શાંત થવા દીધા અને ઉમેર્યું, "આપણે આ કેવી રીતે સમજાવીએ? જો ચેતના ફક્ત મગજનું કાર્ય છે, તો મગજ કામ કરવાનું બંધ કરે ત્યારે તે બંધ થઈ જવું જોઈએ. અને છતાં, કંઈક રહે છે. કંઈક જોઈ રહ્યું છે. કંઈક જાણે છે."

વાતાવરણ ચિંતનથી ભરેલું હતું. ગુરુજીએ પછી એક પ્રાચીન સમાનતા તરફ ધ્યાન દોર્યું. "ઉપનિષદોમાં, ચેતના એ ક્ષણિક ઘટના નથી પણ અસ્તિત્વનો જ સાર છે. *માંડુક્ય ઉપનિષદ* જાહેર કરે છે,

'આત્મા જાગૃતિ, સ્વપ્ન અને ગાઢ નિદ્રાની સ્થિતિઓથી પરે છે; તે શુદ્ધ જાગૃતિ છે, અપરિવર્તનશીલ, શાશ્વત છે.'

હજારો વર્ષ પહેલાં ઋષિઓએ જે સમજ્યું હતું, તેને વિજ્ઞાન હમણાં જ સમજવા લાગ્યું છે: ચેતના શરીરમાંથી ઉદ્ભવી શકતી નથી, પરંતુ તેના બદલે શરીરનો ઉપયોગ એક વાસણ તરીકે કરી શકે છે - એક અસ્થાયી નિવાસસ્થાન તરીકે.

પછી તેઓ બીજી એક ગહન સામ્યતા તરફ વળ્યા. "કલ્પના કરો કે ચેતના એક વિશાળ સમુદ્ર તરીકે અને શરીર એક તરંગ તરીકે છે. તરંગ દેખાય છે, ઉગે છે, ફરે છે અને આખરે સમુદ્રમાં પાછું ભળી જાય છે. પરંતુ શું તરંગ અદૃશ્ય થઈ જાય ત્યારે સમુદ્રનું અસ્તિત્વ બંધ થઈ જાય છે? ના. પાણી રહે છે. તરંગનો સાર ક્યારેય ખોવાઈ જતો નથી - તે ફક્ત તેના સ્ત્રોત તરફ પાછો ફરે છે. તેવી જ રીતે, જ્યારે શરીર નાશ પામે છે, ત્યારે શું આપણી ચેતના શૂન્યતામાં ઓગળી જાય છે? કે પછી તે તેના અનંત, મૂળ સ્વભાવમાં પાછી ફરે છે?"

હૉલમાં એક હળવો પવન ફૂંકાયો, જે ધૂપના ધુમાડાને અલૌકિક આકારમાં ફેરવી રહ્યો હતો. "અને પછી, ભૂતકાળના જીવનની યાદોના અહેવાલો છે," તેમણે આગળ કહ્યું, તેમનો અવાજ સ્થિર, ઊંડો. "ઘણી સંસ્કૃતિઓમાં, ખાસ કરીને હિન્દુ ધર્મ અને બૌદ્ધ ધર્મમાં, પુનર્જન્મ એ માન્યતા નથી - તે એક અવલોકિત વાસ્તવિકતા છે. મનોચિકિત્સક ડૉ. ઇયાન સ્ટીવનસન, જેમણે દાયકાઓ સુધી એવા બાળકોનું દસ્તાવેજીકરણ કર્યું જેમણે ભૂતકાળના જીવનને આશ્ચર્યજનક

ચોકસાઈથી યાદ કર્યા - નામો, સ્થાનો અને મૃત્યું ની વિગતો જે તેઓ કદાચ જાણી શક્યા ન હતા. વિજ્ઞાન આ અહેવાલોને સ્વીકારવામાં અચકાય છે, છતાં તે તેમને નકારી કાઢવા માટે સંઘર્ષ કરે છે."

ગુરુજીની નજર હોલમાં ફેલાઈ ગઈ, તેમનો અવાજ પ્રાચીન શાણપણની ઊંડાઈ અને આધુનિક શોધની ચોકસાઈ બંને સાથે ગુંજતો હતો. "વિજ્ઞાને, સમજણની તેની અવિરત શોધમાં, એવા રહસ્યો ખોલ્યા છે જે હજારો વર્ષ પહેલાં ઋષિઓ દ્વારા સમજાવાયેલા સત્યોને પ્રતિબિંબિત કરે છે. આ શોધોમાં, પરિમાણ ગૂંચવણ સૌથી ગહન પૈકી એક છે."

તેઓ એક ક્ષણ માટે થોભ્યા, અને આગળ વધતા પહેલા તેમના શબ્દોનું વજન શાંત થવા દીધું. "પરિમાણ ગૂંચવણ એ એક એવી ઘટના છે જ્યાં બે કણો, એકવાર જોડાયેલા હોય, પછી ભલે તે અંતરને ધ્યાનમાં લીધા વિના જોડાયેલા રહે છે. ભલે તેઓ ગમે તેટલા દૂર હોય - ભલે તે ઓરડામાં હોય કે બ્રહ્માંડના વિરુદ્ધ છેડા પર - જ્યારે એક કણ પ્રભાવિત થાય છે, ત્યારે બીજો તરત જ પ્રતિક્રિયા આપે છે. આ અવકાશ

અને સમયની આપણી શાસ્ત્રીય સમજને પડકારે છે, જે એ ખ્યાલને પડકારે છે કે માહિતી અથવા પ્રભાવને મુસાફરી કરવા માટે માધ્યમની જરૂર છે. આલ્બર્ટ આઈન્સ્ટાઈને પોતે આને 'અંતર પર ભયાનક ક્રિયા' કહી હતી, જે તેને પરંપરાગત ભૌતિકશાસ્ત્ર સાથે સંપૂર્ણપણે સુમેળ સાધવામાં અસમર્થ હતી."

જ્યારે ભક્તો અસ્તિત્વના તાંતણાને ગૂંથેલા આ અદ્રશ્ય દોરા પર વિચાર કરી રહ્યા હતા ત્યારે હોલમાં શાંતિ છવાઈ ગઈ. ગુરુજી આગળ ઝૂક્યા, તેમના અવાજમાં શાંત તીવ્રતા હતી. "જો બ્રહ્માંડનો સાર મૂળભૂત સ્તરે એકબીજા સાથે જોડાયેલો છે, તો શું આપણે આ સમજણને ચેતના સુધી ન વિસ્તારી શકીએ? શું એવું બની શકે કે આપણી જાગૃતિ, આપણું અસ્તિત્વ, મગજના જૈવિક કોષમાં સીમિત નથી, પરંતુ એક વિશાળ, એકબીજા સાથે જોડાયેલા ક્ષેત્રનો ભાગ છે - અનંત સાથે ફસાયેલું છે?"

તેમણે ખુલ્લા આકાશ તરફ ઈશારો કર્યો. "કલ્પના કરો કે ચેતના એક અલગ જ્યોત તરીકે નહીં પણ શાશ્વત

અગ્નિમાંથી નીકળતા તણખા તરીકે છે. જેમ ગૂંચવાયેલા કણો અગમ્ય અંતર સુધી જોડાયેલા રહે છે, તેમ જો આપણી જાગૃતિ પણ સમય અને અવકાશની મર્યાદાઓને પાર કરે તો શું? જો મૃત્યું ચેતનાનું વિભાજન ન હોય પરંતુ તેને વહન કરતા પાત્રનું વિસર્જન હોય તો શું, જ્યારે આપણી જાગૃતિનો સાર મહાન બ્રહ્માંડિક બુદ્ધિ સાથે ગૂંચવાયેલ રહે છે ?"

"આ ફક્ત અનુમાન નથી," તેમણે આગળ કહ્યું. "કેટલાક મહાન વૈજ્ઞાનિક મગજે સૂચવ્યું છે કે ચેતના મગજની આડપેદાશ ન હોઈ શકે, પરંતુ વાસ્તવિકતાનું જ એક મૂળભૂત પાસું હોઈ શકે છે. પરિમાણ ભૌતિકશાસ્ત્રના પ્રણેતા, એર્વિન શ્રોડિંગરે એકવાર લખ્યું હતું:

"ચેતના એ એકવચન છે જેનું બહુવચન અજ્ઞાત છે; ... ફક્ત એક જ વસ્તુ છે, અને તે, જે બહુવચન લાગે છે, તે ફક્ત આ એક વસ્તુના વિવિધ પાસાઓની શ્રેણી છે, જે એક છેતરપિંડી (ભારતીય માયા) દ્વારા ઉત્પન્ન થાય છે; આ જ ભ્રમણા અરીસાઓની ગેલેરીમાં ઉત્પન્ન થાય છે ..."

'મનની કુલ સંખ્યા ફક્ત એક જ છે. તે એકવચન છે જેનું બહુવચન અજ્ઞાત છે.'

આનો તેમનો શું અર્થ હતો? આપણી વ્યક્તિત્વની ભાવના એક ભ્રમ છે, સાર્વત્રિક ચેતનાના વિશાળ સમુદ્રમાં એક ક્ષણિક પ્રતિબિંબ છે.

ભક્તો ચિંતનશીલ મૌનમાં બેઠા હતા, તેમના મન, વિવિધ અર્થો સાથે વિસ્તરતા હતા. ગુરુજીનો અવાજ નરમ પડ્યો છતાં યુગોની ઊંડાઈને વહન કરતો હતો. "ઉપનિષદોના ઋષિઓએ ઘણા સમય પહેલા એક જ સત્યની વાત કરી હતી. તેમણે જાહેર કર્યું હતું કે, 'સ્વયંને જાણનાર બધા જીવોને સ્વમાં જુએ છે, અને સ્વને બધા જીવોમાં જુએ છે. કોઈ અલગતા નથી.' આધુનિક વિજ્ઞાન અને પ્રાચીન શાણપણ - બંને એક જ વાસ્તવિકતા તરફ નિર્દેશ કરે છે: કે આપણે અલગ અસ્તિત્વ નથી પરંતુ 'એક' ના પરસ્પર જોડાયેલ અભિવ્યક્તિઓ છીએ."

તેમણે થોડીવાર માટે આંખો બંધ કરી, જાણે અદ્રશ્યના ફેબ્રિકને સ્પર્શ કરી રહ્યાં હોય. "આમ, જ્યારે આપણે

પૂછીએ છીએ કે શું ચેતના મૃત્યું થી બચી જાય છે, ત્યારે આપણે સૌ પ્રથમ પૂછવું જોઈએ - શું તે ખરેખર આ શરીર સુધી મર્યાદિત હતી? અથવા શું આપણે હંમેશા શાશ્વત, અવિભાજ્ય સંપૂર્ણનો ભાગ રહ્યા છીએ અને હંમેશા રહીશું?"

એક ક્ષણ માટે શાંતિનો અવાજ સંભળાયો: દૂર બગીચામાં પાંદડાઓનો ખડખડાટ. ગુરુજીનો અવાજ ધીમો પડી ગયો અને તેમણે નિષ્કર્ષ કાઢ્યો, "પદમા, ચેતના, માંસથી બંધાયેલી નથી કે મગજ સુધી મર્યાદિત નથી. તે શાંત સાક્ષી છે, શાશ્વત નિરીક્ષક છે. આપણે તેને આત્મા, ભાવના, કે શુદ્ધ જાગૃતિ કહીએ છીએ, તે જન્મ અને મૃત્યું થી અસ્પૃશ્ય રહે છે. શરીર ઝાંખું થઈ શકે છે, મન શાંત થઈ શકે છે, પરંતુ ચેતના - ઉપરના આકાશની જેમ - વિશાળ, અમર્યાદિત અને મુક્ત રહે છે."

ભક્તો શાંત શ્રદ્ધાથી બેઠા હતા જાણે વાસ્તવિકતાનું સ્વરૂપ તેમની નજર સામે બદલાઈ ગયું હોય.

કિરોને પૂછ્યું, "ગુરુજી, ચેતના અને ભૌતિક મગજ વચ્ચેના સંબંધ વિશેના મુખ્ય સિદ્ધાંતો કયા છે?

ગુરુજીની આંખોમાં શાંત જ્ઞાન પ્રતિબિંબિત થયું, જ્યારે તેમણે કિરોન તરફ નજર ફેરવી, તેમના અવાજમાં પૂછપરછ અને અંતર્દૃષ્ટિ બંનેનો ભાર હતો. "આહ, મહાન પ્રશ્ન - શું મગજ, ચેતના બનાવે છે, કે ચેતના કંઈક મોટી છે, જે મગજનો ઉપયોગ ફક્ત એક સાધન તરીકે કરે છે? આ પ્રશ્ને વૈજ્ઞાનિકો, તત્વજ્ઞાનીઓ અને રહસ્યવાદીઓને મૂંઝવણમાં મૂક્યા છે, કારણ કે તેને સમજવું એ અસ્તિત્વના સ્વભાવને ઉજાગર કરવાનું છે."

તેમણે આગળ વધતા પહેલા વિચારને લંબાવવા દીધો, "વિચારોની બે મુખ્ય શાળાઓ છે. પહેલો ભૌતિકવાદ છે, જે દાવો કરે છે કે ચેતના ફક્ત મગજનો ઉભરતો ગુણધર્મ છે - જટિલ ચેતા પ્રવૃત્તિની આડપેદાશ. આ દૃષ્ટિકોણમાં, ચેતાકોષોનું ફાયરિંગ, વિદ્યુત અને રાસાયણિક પ્રક્રિયાઓનું જટિલ નેટવર્ક, આપણા વિચારો, લાગણીઓ અને સ્વ-ભાવનાને જન્મ

આપે છે. જ્યારે મગજ કાર્ય કરવાનું બંધ કરે છે, ત્યારે ચેતના પણ શૂન્યતામાં ઝાંખી પડી જાય છે. આ મોટાભાગના આધુનિક મનોવિજ્ઞાનના દ્રષ્ટિકોણ છે."

ગુરુજીએ થોભીને આ દ્રષ્ટિકોણના ગુરુત્વાકર્ષણને શાંત થવા દીધો. પછી તેમનો સ્વર બદલાયો, જેમાં શાંત શ્રદ્ધા હતી. "અને છતાં, બીજો એક દૃષ્ટિકોણ છે - એક એવો વિચાર જે પ્રાચીન લોકોના જ્ઞાન સાથે વધુ નજીકથી સુસંગત છે. આ વિચાર છે કે ચેતના મૂળભૂત છે, વ્યુત્પન્ન નથી. મગજ ચેતના ઉત્પન્ન કરતું નથી પરંતુ તેને પ્રાપ્ત કરે છે અને ગાળે છે - જેમ કે રેડિયો વિવિધ આવર્તનમાં સૂર મેળવે છે. રેડિયો સંગીત બનાવતો નથી; તે ફક્ત તેને સાંભળવા દે છે. તેવી જ રીતે, મગજ એક સાધન હોઈ શકે છે જે તેની બહાર અસ્તિત્વમાં રહેલી ચેતનાને પ્રસારિત કરે છે."

હોલમાં એક હળવો પવન ફૂંકાયો, તેમણે આગળ વધવાનું ચાલુ રાખ્યું, તેમના શબ્દો આબેહૂબ છબીઓ દોરતા હતા. "એક વિશાળ સમુદ્રનો વિચાર કરો. જો તમે મુઠ્ઠીભર પાણી ઉપાડો છો, તો તે થોડા સમય માટે સમુદ્રથી અલગ લાગે છે, તમારા હાથમાં સમાયેલું છે.

પરંતુ જ્યારે તમે તેને છોડો છો, ત્યારે તે પાછું સમગ્રમાં ભળી જાય છે. શું તમારા હાથમાં રહેલું પાણી સમુદ્રના પાણીથી અલગ છે? ના - તે સમાન છે, ફક્ત અસ્થાયી રૂપે સમાવિષ્ટ છે. તેવી જ રીતે, ચેતના, જેને આપણે 'આપણી' તરીકે માનીએ છીએ, તે ફક્ત અનંત જાગૃતિનો એક ટુકડો હોઈ શકે છે, જે શરીરમાં અસ્થાયી રૂપે રહે છે, ફક્ત મૃત્યું પછી સમગ્ર સાથે ફરી જોડાય છે."

તેમણે હસીને કહ્યું, "આ વિચાર નવો નથી. ઉપનિષદે હજારો વર્ષ પહેલાં જાહેર કર્યું હતું કે,

'આત્મા જન્મતો નથી, કે મૃત્યું પામતો નથી. તે કોઈ પણ વસ્તુમાંથી ઉત્પન્ન થયો નથી, કે તેમાંથી કંઈપણ ઉત્પન્ન થયું નથી. તે અજન્મા, શાશ્વત, અનંત અને પ્રાચીન છે. શરીરની હત્યા થાય ત્યારે તે માર્યો જતો નથી.'

ઋષિઓ સમજતા હતા કે શરીર ક્ષણિક છે, પણ ચેતના - સ્વ - શાશ્વત છે.

ગુરુજીએ પછી તેમની બાજુમાં ઝળહળતા તેલના દીવા તરફ ઈશારો કર્યો. "કલ્પના કરો કે ચેતના આ જ્યોત છે. જો તમે તેના પર કાચ મૂકો છો, તો પ્રકાશ મર્યાદિત અને સીમિત લાગે છે. પરંતુ જ્યારે કાચ ઉપાડવામાં આવે છે, ત્યારે જ્યોત ચાલુ રહે છે - તે બુઝાતી નથી. શરીર, કાચની જેમ, થોડા સમય માટે પ્રકાશને પકડી શકે છે, પરંતુ તે તેને ઉત્પન્ન કરતું નથી. અને જ્યારે શરીર નથી, ત્યારે પ્રકાશ - ચેતના - અમર્યાદિત અને મુક્ત રહે છે."

ગુરુજીની અભિવ્યક્તિ ચિંતનશીલ બની ગઈ, "આધુનિક ભૌતિકશાસ્ત્ર પણ," તેમણે શરૂઆત કરી, તેમનો અવાજ સ્થિર છતાં આશ્ચર્યથી ભરેલો હતો, "ચેતનાના સ્વભાવની ઝલક આપે છે - એવી ઝલક જે આપણી લાંબા સમયથી ચાલતી ધારણાઓને પડકારે છે. શાસ્ત્રીય વિજ્ઞાન લાંબા સમયથી સૂચવે છે કે ચેતના મગજમાંથી ઉદ્ભવે છે, કે તે રાસાયણિક અને વિદ્યુત પ્રક્રિયાઓનું માત્ર ઉપ-ઉત્પાદન છે. પરંતુ પરિમાણ યાંત્રિકી, તેના વિરોધાભાસ અને રહસ્યો સાથે, એક અલગ વાર્તા કહે છે - જે સૂચવે છે કે ચેતના ફક્ત

ભૌતિક વિશ્વનો પ્રભાવ નથી, પરંતુ, કદાચ, વાસ્તવિકતાના જ માળખામાં વણાયેલી છે."

તેઓ થોભ્યા, વિચારને આગળ વધતા પહેલા શાંત થવા દીધો. "ઉદાહરણ તરીકે, પ્રખ્યાત *નિરીક્ષક અસર લો* - એક ઘટના જે અસ્તિત્વની આપણી રોજિંદી સમજને પડકારે છે. પરિમાણ પ્રયોગોમાં, ઇલેક્ટ્રોન જેવા કણો સંભાવનાની સ્થિતિમાં, સંભવિત પરિણામોના વાદળમાં અસ્તિત્વ ધરાવે છે, જ્યાં સુધી તેમનું અવલોકન ન થાય. જે ક્ષણે નિરીક્ષક તેમને માપે છે, તે ક્ષણે તેઓ એક ચોક્કસ સ્થિતિ 'પસંદ' કરે છે. આ સૂચવે છે કે નિરીક્ષણ - સભાન જાગૃતિની ક્રિયા - વાસ્તવિકતાને નક્કી કરવામાં મૂળભૂત ભૂમિકા ભજવે છે."

ગુરુજીની નજર હોલમાં ફેલાઈ ગઈ, તેમના અવાજમાં શ્રદ્ધા અને જિજ્ઞાસા બંને હતા. "આ શોધ ભૌતિકવાદી વિચારના પાયાને હચમચાવી નાખે છે. જો દ્રવ્ય પોતે જ તેનું અવલોકન ન થાય ત્યાં સુધી ચોક્કસ સ્વરૂપ લેતું નથી, તો પછી ચેતના અને બ્રહ્માંડ વચ્ચેના સંબંધ

વિશે તે શું કહે છે? શું એવું બની શકે કે ચેતના ફક્ત મગજનું ઉપ-ઉત્પાદન નથી, પરંતુ એક મૂળભૂત બળ છે - જે અસ્તિત્વને આકાર અને અર્થ આપે છે?"

"હવે, આનો વિચાર કરો," તેમણે આગળ કહ્યું, સહેજ આગળ ઝૂકતા. "જો નિરીક્ષણની સરળ ક્રિયા પરિમાણ ઘટનાના પરિણામને બદલી નાખે છે, તો આપણે કેવી રીતે દાવો કરી શકીએ કે ચેતના નિષ્ક્રિય છે? તે ફક્ત સાક્ષી નથી - તે એક સહભાગી છે, એક સક્રિય શક્તિ છે જે વાસ્તવિકતાને આકાર આપે છે. અને જો ચેતના અસ્તિત્વના નાનામાં નાના કણો પર આવી શક્તિ ધરાવે છે, તો શું આપણે ખરેખર કહી શકીએ કે શરીર મૃત્યું પામે ત્યારે તેનું અસ્તિત્વ બંધ થઈ જાય છે?"

તેમણે પ્રશ્નને લંબાવવા દીધો, અને પોતાના શ્રોતાઓને ચિંતનના ઊંડાણમાં આમંત્રિત કર્યા.

"આ રીતે વિચારો," તેમણે બાજુમાંથી એક નાનો પિત્તળનો વાટકો ઉપાડતા કહ્યું. "કલ્પના કરો કે આ વાટકો તમારું મગજ છે. ભૌતિકવાદીઓ કહેશે કે ચેતના એ અવાજ જેવી છે જે તેને મારતા ઉત્પન્ન થાય

છે - એક કામચલાઉ પડઘો, જે સ્પંદનો બંધ થતાં જ ઝાંખો પડી જાય છે. પરંતુ જો ચેતના આ વાસણ સુધી મર્યાદિત ન હોય તો શું? જો, તેના બદલે, વાટકો ફક્ત એક ધ્વનિ ગ્રાહી હોય, એક સાધન જે જાગૃતિને પહેલે થી અસ્તિત્વમાં રહેલા ક્ષેત્રમાં પ્રસારિત કરે છે?"

તેમણે લાકડાના હાથાથી વાટકીને હળવેથી માર્યો, અને એક નરમ, પડઘો પાડતો અવાજ હોલમાં ભરાઈ ગયો. "જ્યારે વાટકાને મારવામાં આવે છે, ત્યારે અવાજ નીકળે છે. પણ જો વાટકો તૂટી જાય તો પણ શું અવાજની શક્યતા અદૃશ્ય થઈ જશે? ના - સ્પંદનો રહે છે, ફક્ત એક નવા વાસણમાંથી પ્રગટ થવાની રાહ જોતા. એ જ રીતે, જો મગજ કામ કરવાનું બંધ કરી દે, તો શું તેનો અર્થ એ છે કે ચેતના પોતે જ બંધ થઈ જાય છે? અથવા તે ફક્ત બદલાય છે, બીજા સ્વરૂપમાં વ્યક્ત થવાની રાહ જોઈ રહી છે?"

તેમણે વાટકો નીચે મૂક્યો અને વિદ્યાર્થીઓ તરફ જોયું, તેમનો અવાજ હવે શાંત વિશ્વાસથી ભરેલો હતો. "આ ફક્ત આધ્યાત્મિક અનુમાન નથી. પરિમાણ

ભૌતિકશાસ્ત્રના પિતા મેક્સ પ્લાન્ક જેવા ભૌતિકશાસ્ત્રીઓએ પણ આ સત્યને સ્વીકાર્યું છે. તેમણે એક વાર કહ્યું હતું કે, *'હું ચેતનાને મૂળભૂત માનું છું. હું દ્રવ્યને ચેતનામાંથી વ્યુત્પન્ન માનું છું.'* એટલે કે, ચેતના એવી વસ્તુ નથી જે ભૌતિક જગતમાંથી ઉદ્ભવે છે - તેના બદલે, ભૌતિક જગત ચેતનામાંથી ઉદ્ભવે છે."

જ્યારે તેમના શબ્દો અંદર ઉતરતા ગયા, અને સમજની સીમાઓ વિસ્તરી ગઈ, ત્યારે હોલમાં શાંતિ છવાઈ ગઈ.

"તો," ગુરુજીએ આગળ કહ્યું, તેમનો અવાજ હવે નરમ છતાં શક્તિશાળી હતો, "જો ચેતના ચેતાકોષોની પ્રવૃત્તિ કરતાં વધુ હોય - જો તે, જેમ કે ઘણા પરિમાણ ભૌતિકશાસ્ત્રીઓ શંકા કરે છે, વાસ્તવિકતાનું મૂળભૂત પાસું હોય - તો મૃત્યું માટે તેનો શું અર્થ થાય છે? જો આપણે, આપણા મૂળમાં, ચેતના છીએ, અને ચેતના અવકાશ અને સમય દ્વારા બંધાયેલી નથી, તો શું આપણે ખરેખર કહી શકીએ કે જ્યારે શરીર બંધ થાય છે ત્યારે આપણે સમાપ્ત થઈ જઈએ છીએ?"

તેમની આંખો ઊંડા જ્ઞાનથી ચમકતી હતી જાણે કે તેમણે સ્વરૂપ અને સમયની બહારની વિશાળતાની ઝલક જોઈ હોય. “કદાચ મૃત્યું એ ચેતનાનું વિલીન થવું નથી, પરંતુ તેનું વિસ્તરણ છે - જેમ નદી સમુદ્રમાં ભળી જાય છે, હવે તેના કિનારાઓ દ્વારા મર્યાદિત નથી, પરંતુ હવે તેનાથી પણ મોટી વસ્તુનો ભાગ છે.”

તે આગળ ઝૂકયા, તેમના અવાજમાં શાંત તીવ્રતા હતી. “મૃત્યું નજીકના અનુભવો પર વિચાર કરો - અસંખ્ય વ્યક્તિઓના અહેવાલો, જેમને તબીબી રીતે મૃત જાહેર કરવામાં આવ્યા હોવા છતાં, શરીરની બહાર જોવા અને અનુભૂતિનું વર્ણન કરે છે. તેઓ તેમના નિર્જીવ સ્વરૂપોથી ઉપર ફરવા, ગહન પ્રકાશ અને પ્રેમના ક્ષેત્રમાં પ્રવેશવાની, પૃથ્વી પરની કોઈપણ વસ્તુ કરતાં વધુ આબેહૂબ વાસ્તવિકતાનો અનુભવ કરવાની વાત કરે છે. જો ચેતના ફક્ત મગજનું કાર્ય હોત, તો મગજની પ્રવૃત્તિ બંધ થઈ ગઈ હોય ત્યારે આ અનુભવો કેવી રીતે થઈ શકે?”

ભક્તોએ તેમના શબ્દો ગ્રહણ કર્યા ત્યારે હોલમાં શાંતિ છવાઈ ગઈ. વિજ્ઞાન, ફિલસૂફી અને આધ્યાત્મિકતા વચ્ચેની સીમાઓ ઝાંખી પડી ગઈ, જે સામાન્ય ધારણાની બહાર કંઈક ઝલક પ્રગટ કરતી હતી.

ગુરુજીનો અવાજ ધીમો પડી ગયો. "ચેતનાનું સત્ય શબ્દોમાં સંપૂર્ણ રીતે કેદ કરી શકાતું નથી. બુદ્ધિ આપણને ફક્ત ત્યાં સુધી જ લઈ જઈ શકે છે. તે સમુદ્રને હાથમાં પકડવાનો પ્રયાસ કરવા જેવું છે - જે ક્ષણે તમે તમારી આંગળીઓ બંધ કરો છો, તે સરકી જાય છે. પરંતુ ઊંડા ધ્યાન દ્વારા, મૌન દ્વારા, આંતરિક સ્થિરતા દ્વારા, આપણે આપણી અંદરના અનંતને સ્પર્શ કરવાનું શરૂ કરી શકીએ છીએ. આપણી પાસે ચેતના નથી. આપણે ચેતના છીએ."

તેમણે થોડી ક્ષણ માટે આંખો બંધ કરી જાણે તે અનંત વિસ્તારને સ્પર્શ કરી રહ્યા હોય. પછી, શાંત સ્મિત સાથે, તેમણે કહ્યું, "અને તેથી, હું તમને એક વિચાર આપીને જાઉં છું - જો મગજ ફક્ત એક સાધન છે અને ચેતના શાશ્વત સંગીતકાર છે, તો કદાચ મૃત્યું સંગીતનો અંત નથી ... પરંતુ ફક્ત સૂર બદલવો છે."

કિરણે પૂછ્યું, "ગુરુજી, મૃત્યું નજીકના અનુભવો (NDEs) મૃત્યું પછી જીવંત રહેતી ચેતનાની વિભાવનાને કેવી રીતે પડકારે છે અથવા સમર્થન આપે છે?"

ગુરુજીએ એક ક્ષણ માટે આંખો બંધ કરી. "કિરણ," તેમણે ધીમેથી કહ્યું, "મૃત્યું નજીકના અનુભવો, અથવા NDEs(નિયર ડેથ એક્સપિરિયન્સ), વિજ્ઞાન અને આધ્યાત્મિકતાના ક્રોસરોડ્સ પર ઊભા છે, જે જીવન, મૃત્યું અને ચેતના વિશે આપણે જે કંઈ જાણીએ છીએ તેને પડકાર આપે છે. તે વિશ્વો વચ્ચેના ઉંબરામાંથી બહાર આવે છે, જે આપણને ભૌતિકની મર્યાદાઓથી આગળ કંઈકની ઝલક આપે છે."

હોલ શાંત હતો, ભક્તો તેમના શબ્દોની ઊંડાઈથી આકર્ષાયા હતા.

"અગણિત વાર્તાઓમાં," તેમણે આગળ કહ્યું, "જેઓ મૃત્યું ના દરવાજા પર ઉભા રહ્યા છે અને પાછા ફર્યા છે તેઓ કંઈક અસાધારણ વર્ણન કરે છે - એક ક્ષણ જ્યારે શરીર નિર્જીવ પડેલું હતું, પરંતુ જાગૃત હતું.

ઘણા લોકો તેમના શરીર ઉપર તરતા રહેવાની વાત કરે છે, એવી વસ્તુઓ જુએ છે અને સાંભળે છે જે તેઓ બંધ આંખો અને શાંત કાનથી કદાચ સમજી શક્યા ન હતા. કેટલાક પ્રકાશની સુરંગોમાંથી મુસાફરી કરવાનું, વિદાય પામેલા પ્રિયજનોને મળવાનું અથવા શાંતિ, પ્રેમ અને એકતાની અતિશય ભાવનામાં ડૂબી જવાનું વર્ણન કરે છે."

તે થોભ્યા, તેમની નજર સ્થિર રહી. "વિજ્ઞાન લાંબા સમયથી આ સમજાવવા માટે સંઘર્ષ કરી રહ્યું છે. કેટલાક સંશોધકો દલીલ કરે છે કે મૃત્યું નજીકના અનુભવો (NDEs) ફક્ત આભાસ છે - મૃત્યું પામેલા મગજમાં રાસાયણિક પ્રતિક્રિયાઓ. તેઓ સૂચવે છે કે ઓક્સિજનનો અભાવ, અથવા ન્યુરોટ્રાન્સમીટરનો ઉછાળો, આ અનુભવો બનાવે છે. પરંતુ શું રાસાયણિક પ્રવૃત્તિ ફક્ત શરીરની બહાર સમજાયેલી વિગતોની ચોકસાઈ માટે જવાબદાર હોઈ શકે છે? શું તે સમજાવી શકે છે કે જન્મથી અંધ લોકો તેમના મૃત્યું નજીકના અનુભવો (NDEs) પહેલી વાર કેમ જુએ છે? શું તે સમજાવી શકે છે કે શા માટે ઘણા લોકો એક જ યાત્રાનું

વર્ણન કરે છે - ટનલ, તેજસ્વી પ્રકાશ, સર્વવ્યાપી પ્રેમની હાજરી - તેમની સાંસ્કૃતિક અથવા ધાર્મિક પૃષ્ઠભૂમિને ધ્યાનમાં લીધા વિના?"

ઓરડામાં શાંતિ છવાઈ ગઈ, પ્રશ્ન કોઈ પવિત્ર મંત્રના અંતિમ સ્વરની જેમ હવામાં લટકી રહ્યો હતો.

ગુરુજીનો અવાજ નરમ પડ્યો છતાં કાલાતીત સત્યનું વજન પકડી રાખ્યું. "કલ્પના કરો, કિરણ, હવાથી ભરેલો માટીનો ઘડો. જ્યારે ઘડો તૂટી જાય છે, ત્યારે શું અંદરની હવા અસ્તિત્વમાં રહેતી નથી? ના - તે ફક્ત તે વિશાળતા સાથે ભળી જાય છે જે હંમેશા ત્યાં હતી. તેવી જ રીતે, મૃત્યું નજીકના અનુભવો (NDE) સૂચવે છે કે ચેતના મગજ સુધી મર્યાદિત નથી પરંતુ તેની બહાર અસ્તિત્વ ધરાવે છે, જેમ તરંગ સમુદ્રથી અલગ નથી પરંતુ તેના અનંત લયનો એક ભાગ છે."

તે આગળ ઝૂકયા, તેમના હાથ તેમના ઘૂંટણ પર હળવેથી ટકી રહ્યા હતાં. "ઉપનિષદો આ સત્યનો પડઘો પાડે છે, આપણને શીખવે છે કે 'સ્વ ક્યારેય જન્મતો નથી અને ક્યારેય મરતો નથી.' ખ્રિસ્તી ધર્મમાં પણ,

જેમની પાસે મૃત્યું નજીકના અનુભવો (NDE) છે તેઓ ઘણીવાર એક પ્રેમાળ હાજરીનો સામનો કરવાની વાત કરે છે જેને તેઓ ખ્રિસ્ત તરીકે ઓળખે છે. દરેક પરંપરામાં, સમય અને ભૂગોળમાં, આપણને આ ગહન સમાનતા જોવા મળે છે."

ગુરુજીની આંખોમાં કંઈક અકથિત, વિશાળ વસ્તુ ચમકી. "પરંતુ ચાલો આપણે ફક્ત પ્રાચીન શાણપણ પર જ નજર ન કરીએ. આધુનિક વિજ્ઞાને પોતે પણ ધ્યાન આપવાનું શરૂ કરી દીધું છે. મૃત્યું નજીકના અનુભવો (NDEs) પરના અગ્રણી સંશોધકોમાંના એક, ડૉ. બ્રુસ ગ્રેસને, એવા કિસ્સાઓનું દસ્તાવેજીકરણ કર્યું છે જ્યાં લોકોએ તેમના હોસ્પિટલના રૂમની બહાર બનતી ઘટનાઓનું યોગ્ય રીતે વર્ણન કર્યું છે જ્યારે તેમના શરીર તબીબી પ્રમાણે મૃત હતા. ડૉ. એબેન એલેક્ઝાન્ડર, એક સમયે મૃત્યું પછીના જીવનના અસ્તિત્વ પર શંકા કરતા હતા - જ્યાં સુધી તેમને પોતે મૃત્યું નજીકનો અનુભવ (NDE) ન થયો. જ્યારે તેમના મગજને મેનિન્જાઇટિસથી ગંભીર નુકસાન થયું, ત્યારે તેમણે એટલી જીવંત, એટલી વિશાળ ચેતનાનો

અનુભવ કર્યો કે તેઓ એક અચળ નિશ્ચિતતા સાથે ઉભરી આવ્યા: જાગૃતિ મૃત્યું સાથે સમાપ્ત થતી નથી."

ઠંડી પવનની લહેર બહારના પાંદડાઓને એવી રીતે ખડખડાટ કરવી રહી હતી જાણે કે હવા જ પડદા ઓળંગીને પાછા ફરનારાઓના અવાજોને વહન કરી રહી હોય.

ગુરુજીના અવાજમાં શ્રદ્ધાનો ભાવ જાગ્યો. "આનો વિચાર કરો: જો મૃત્યું નજીકના અનુભવો (NDEs) ફક્ત ભ્રમ હોત, તો તેઓ લોકોને આટલા ઊંડાણપૂર્વક કેમ પરિવર્તિત કરે છે? પાછા ફરનારા ઘણા લોકો મૃત્યું નો ડર ગુમાવવાની વાત કરે છે. તેઓ વધુ કરુણા સાથે, એકબીજા સાથે જોડાયેલા રહેવાની ભાવના સાથે જીવે છે, જાણે કે તેઓએ પોતાના કરતા ઘણી મોટી વસ્તુને સ્પર્શ કર્યો હોય. જો આ ફક્ત મૃત્યું પામેલા મનના સપના હોત, તો તેઓ શા માટે આવી કાયમી આધ્યાત્મિક જાગૃતિ તરફ દોરાઈ ગયા હોત?"

તેમણે પોતાના હાથ ફેલાવ્યા, હથેળીઓ આકાશ તરફ ખુલ્લી રાખી. “જ્ઞાનીઓ અજાણ્યાના અવાજોને ફક્ત એટલા માટે નકારી કાઢતા નથી કારણ કે તેઓ આપણે જે માપી શકીએ છીએ તેને પડકારે છે. વિજ્ઞાન નિરીક્ષણ અને વિશ્લેષણ દ્વારા વાસ્તવિકતાને સમજવાનો પ્રયાસ કરે છે - પરંતુ જો ચેતના પોતે માપનની બહાર હોય, સાધનોની પકડની બહાર હોય તો શું? જો તે, જેમ પ્રાચીન ગ્રંથોએ લાંબા સમયથી કહ્યું છે, અસ્તિત્વનો પાયો હોય તો શું?”

ભક્તો ભારે મૌનથી બેઠા હતા, પ્રશ્નનો ભાર તેમના આત્મા પર દબાઈ રહ્યો હતો.

ગુરુજીએ હળવેથી સ્મિત કર્યું. “કદાચ, કિરણ, ખરો પ્રશ્ન એ નથી કે ચેતના મૃત્યું પછી પણ ટકી રહે છે કે નહીં - પણ શું આપણે એ શક્યતાને સ્વીકારવા તૈયાર છીએ કે આપણે કલ્પના કરતા ઘણા વધારે છીએ. કદાચ, મૃત્યું ના કાંઠેથી પાછા ફરનારાઓની જેમ, આપણે પણ જાગૃત થવું જોઈએ - એ સત્ય માટે કે જીવન અને મૃત્યું બે નથી પણ એક છે. કે આપણે અદૃશ્ય થઈ

જતા નથી પણ અસ્તિત્વના વિશાળ, શાશ્વત આલિંગનમાં પાછા ફરતા હોઈએ છીએ."

હવે હોલની હવા અલગ જ લાગતી હતી, એક અકથિત જ્ઞાનથી ભરેલી. અને તે ક્ષણે, જ્યારે તેઓ તેમના ગુરુ સમક્ષ બેઠા હતા, ત્યારે દરેક ભક્તને તે અનુભવાયું - કોઈ સિદ્ધાંત તરીકે નહીં, કોઈ માન્યતા તરીકે નહીં, પરંતુ અંદર એક શાંત હલનચલન તરીકે:

તે ચેતના, સૂર્યના પ્રકાશની જેમ, દૃષ્ટિથી અદૃશ્ય થઈ જાય ત્યારે પણ સમાપ્ત થતી નથી. તે ફક્ત ક્ષિતિજની પેલે પાર, અનંત તરફ તેની યાત્રા ચાલુ રાખે છે.

અક્ષયે પૂછ્યું, "ગુરુજી, શરીરના મૃત્યું પછી પણ ચેતના ટકી શકે છે તે સૂચવવા માટે કયા પુરાવા છે?"

"અક્ષય, આ પ્રશ્ન - કદાચ સૌથી પ્રાચીન - સભ્યતાના ઉદયથી માનવ વિચારના ગલિયારામાં ગુંજી રહ્યો છે. અને આપણી બધી પ્રગતિ છતાં, આપણા જ્ઞાનની વિશાળતા છતાં, આપણે સમુદ્ર સામે બાળકોની જેમ

ઊભા છીએ, આપણા કરતાં ઘણા મોટા રહસ્યને જોઈ રહ્યા છીએ."

ભક્તો સ્થિર બેઠા હતા, તેમના શબ્દોમાં ડૂબેલા હતા જાણે સમય પોતે જ થંભી ગયો હોય.

"પુરાવાની શોધમાં," તેમણે આગળ કહ્યું, "આપણે ઘણી દિશાઓમાં જોવું જોઈએ - વિજ્ઞાન, આધ્યાત્મિક પરંપરાઓ, અને તે પણ એવા લોકોના જીવિત અનુભવો જેઓ જીવનની ધાર પર ચાલીને વાર્તા કહેવા પાછા ફર્યા છે. ચાલો આપણે આધુનિક વિશ્વ જેને સૌથી વિશ્વસનીય માને છે તેનાથી શરૂઆત કરીએ: પ્રયોગમૂલક પુરાવા."

તે આગળ ઝૂકયા, તેમની નજર અડગ રહી. "મૃત્યું નજીક અનુભવો (NDEs) ના ક્ષેત્રે આપણને એવા વ્યક્તિઓના હજારો અહેવાલો મળ્યા છે જેઓ તબીબી રીતે મૃત હતા - કોઈ ધબકારા નહોતા, કોઈ મગજની પ્રવૃત્તિ નહોતી - છતાં શરીરની બહાર અસ્તિત્વની આબેહૂબ યાદો સાથે પાછા ફર્યા હતા. કેટલાક તેમના નિર્જીવ સ્વરૂપો ઉપર તરતા રહ્યા છે, ડોકટરોને તેમને

પુનર્જીવિત કરવા માટે સંઘર્ષ કરતા જોયા છે. પાછળથી, તેઓ એવી ઘટનાઓ અને વાતચીતોનું વર્ણન કરે છે જે તેઓ તેમની શારીરિક ઇન્દ્રિયોથી કદાચ સમજી શક્યા ન હતા. કેટલાક કિસ્સાઓમાં, આ વિગતો આશ્ચર્યજનક ચોકસાઈ સાથે ચકાસવામાં આવી છે."

હોલમાં એક શાંત ગણગણાટ ફેલાઈ ગયો.

"ડો. પિમ વાન લોમેલ, એક હૃદયનિષ્ણાત, જેમણે હૃદય બંદ થયાના ભોગ બનેલા દર્દીઓમાં મૃત્યું નજીકના અનુભવો (NDEs)નો અભ્યાસ કર્યો હતો, તેમના કાર્યને ધ્યાનમાં લો. તેમણે જોયું કે મગજની પ્રવૃત્તિ સંપૂર્ણપણે બંધ થઈ ગઈ હોવા છતાં, ઘણા દર્દીઓએ પ્રકાશ, અતિશય પ્રેમ અને તેઓ ઓળખતા પ્રાણીઓ સાથેના અનુભવોની જાણ કરી હતી - મૃત પ્રિયજનો પણ. જ્યારે મગજ, ચેતનાનું માનવામાં આવતું સ્થાન, હવે કાર્યરત નથી ત્યારે જાગૃતિ કેવી રીતે સમજાવવી?"

ગુરુજીનો અવાજ નરમ, વધુ આત્મીય બન્યો, જાણે તેમને કોઈ મહાન સત્યની નજીક લઈ જઈ રહ્યો હોય.

"અને પછી બાળકો છે," તેમણે કહ્યું, "જેઓ ભૂતકાળના જીવનની વિગતો એટલી સચોટ રીતે કહે છે કે સંશોધકોએ તેમની વાર્તાઓ વાસ્તવિક વ્યક્તિઓ સુધી પહોંચાડી છે જેઓ તેમના જન્મ પહેલાં જીવ્યા અને મૃત્યું પામ્યા હતા. ડૉ. ઇયાન સ્ટીવનસન, એક મનોચિકિત્સકે આવા કેસોની તપાસ કરવામાં દાયકાઓ ગાળ્યા. તેમણે નાના બાળકોનું દસ્તાવેજીકરણ કર્યું જેમને ભૂતકાળના અસ્તિત્વના નામ, સ્થાનો અને ઘટનાઓ યાદ હતી - ક્યારેક તો તેમના પાછલા જીવનના જીવલેણ અકસ્માતના ચોક્કસ સ્થળોએ જન્મચિહ્નો પણ હતા. આ કેવી રીતે સમજાવવું?"

ઓરડો બિલકુલ શાંત હતો જાણે હવા જ સાંભળી રહી હોય.

"પરંતુ ફક્ત વિજ્ઞાન જ ચાવી નથી રાખતું," ગુરુજીએ આગળ કહ્યું. "હજારો વર્ષોથી, પ્રાચીન લોકોના જ્ઞાને

આ સત્ય વિશે વાત કરી છે - કે ચેતના શરીર દ્વારા બંધાયેલી નથી, તે શાશ્વત છે, જન્મ અને મૃત્યું માંથી વહેતી નદીની જેમ જે ક્યારેય બંધ થતી નથી. ભગવદ ગીતા આપણને કહે છે, *'આત્મા ન તો જન્મે છે કે ન તો તે મરે છે. તે શાશ્વત, અવિનાશી અને સમયની બહાર છે.'* અને ઉપનિષદો જાહેર કરે છે, *'જેમ ઇયળ, ઘાસના પદ્દાના છેડા પર પહોંચીને, બીજા જીવનમાં પોતાને ખેંચે છે, તેવી જ રીતે આત્મા એક જીવનમાંથી બીજા જીવનમાં જાય છે."*

તેમણે થોભીને પવિત્ર શબ્દોને પોતાની અંદર સ્થિર થવા દીધા અને પછી વાત ચાલુ રાખી.

"બૌદ્ધ ધર્મમાં, તિબેટીયન બુક ઓફ ધ ડેડ, *બાર્ડો વિશે વાત કરે છે* - મૃત્યું અને પુનર્જન્મ વચ્ચેની મધ્યવર્તી સ્થિતિ, જ્યાં ચેતના નવા અસ્તિત્વમાં પ્રવેશતા પહેલા રહે છે. ખ્રિસ્તી ધર્મમાં, ઈસુ શાશ્વત જીવનની વાત કરે છે, મૃત્યું ને પાર કરતા આત્માની વાત કરે છે. સૂફીઓ આપણને કહે છે કે *આપણે મૃત્યું પામતા નથી, પરંતુ ફક્ત સ્વપ્નમાંથી જાગીએ છીએ.* દરેક પરંપરામાં,

વિશ્વના દરેક ખૂણામાં, આ વિચાર આકાશી પડઘાની જેમ ગુંજી ઉઠે છે - જે કહે છે કે આપણે માંસ અને હાડકા કરતાં વધુ છીએ, આ પૃથ્વી પરના આપણા દિવસોના સરવાળા કરતાં વધુ છીએ."

તેમણે અક્ષય તરફ જોયું, તેમના હાવભાવ કોમળ અને જાણકાર બંને હતા. "અને પારિમાણિક ફિઝિક્સનું શું?"

તેમના ચહેરા પર જિજ્ઞાસાનો ઝબકારો છવાઈ ગયો.

"આધુનિક વિજ્ઞાન પણ હવે એ વાતનો સંકેત આપે છે કે ઋષિઓ હજારો વર્ષોથી શું જાણે છે. પરિમાણ ગૂંચવણ દર્શાવે છે કે કણો વિશાળ અંતર સુધી જોડાયેલા હોઈ શકે છે, એકબીજાને તાત્કાલિક પ્રતિભાવ આપી શકે છે, અવકાશ અને સમયને અવગણી શકે છે. જો વાસ્તવિકતાનું માળખું ભૌતિક મર્યાદાઓથી આગળ એકબીજા સાથે જોડાયેલું હોય, તો શું ચેતના પણ શરીરની મર્યાદાઓની બહાર અસ્તિત્વમાં હોઈ શકે?"

ભક્તોએ એકબીજા પર નજર ફેરવી, જાણે આ વિચારની વિશાળતાનો અહેસાસ કરી રહ્યા હોય.

પ્રખ્યાત ભૌતિકશાસ્ત્રી રોજર પેનરોઝ અને પ્રતિષ્ઠિત શીશીવાળા ડોક્ટર સ્ટુઅર્ટ હેમરોફે *ઓર્કેસ્ટ્રેટેડ ઓબ્જેક્ટિવ રિડક્શન (ઓર્ક-ઓઆર)* તરીકે ઓળખાતી ચેતનાનો એક ક્રાંતિકારી સિદ્ધાંત રજૂ કર્યો. આ મોડેલ પરંપરાગત ચેતાવિજ્ઞાનને પડકાર ફેંકે છે કારણ કે તે પ્રસ્તાવિત કરે છે કે ચેતના ફક્ત ચેતા પ્રવૃત્તિની આડપેદાશ નથી પરંતુ એક મૂળભૂત પારિમાણિક-ભૌતિક ઘટના છે.

તેમના સિદ્ધાંત મુજબ, ચેતના સૂક્ષ્મનળીકાઓમાં થતી પારિમાણિક પ્રક્રિયાઓમાંથી ઉદ્ભવે છે - મગજના કોષોમાં નાના માળખાકીય ઘટકો જે કોષીય કાર્યોમાં મહત્વપૂર્ણ ભૂમિકા ભજવે છે. તેઓ સૂચવે છે કે, આ સુક્ષ્મનળીકાઓ પરિમાણ ગણતરીઓ માટે સ્ટેજ તરીકે સેવા આપે છે, જાગૃતિના સારને ગોઠવે છે.

સૌથી ઊંડાણપૂર્વક, પેનરોઝ અને હેમરોફ દલીલ કરે છે કે મૃત્યું ના સમયે, આ પરિમાણ પ્રક્રિયાઓ ફક્ત બંધ થતી નથી; તેના બદલે, તે બ્રહ્માંડના માળખામાં જ વિલીન થઈ જાય છે. વિશાળ સમુદ્રમાં પાછા ભળી

જતા તરંગની જેમ, ચેતના અદૃશ્ય થતી નથી પરંતુ સંક્રમણ થાય છે - વાસ્તવિકતાના ઊંડા, વધુ મૂળભૂત સ્તર પર પાછી ફરે છે. જો સાચું હોય, તો આનો અર્થ એ થશે કે આપણી જાગૃતિ ભૌતિક શરીર સાથે બંધાયેલી નથી પરંતુ તેના બદલે અસ્તિત્વની રચનામાં વણાયેલી છે, બ્રહ્માંડ સાથે એવી રીતે જોડાયેલી છે જે આપણે હમણાં જ સમજવાનું શરૂ કર્યું છે.

ગુરુજીએ થોડીવાર માટે આંખો બંધ કરી, તેમની હાજરી પવનમાં સ્થિર જ્યોતની જેમ જગ્યાને ભરી દેતી હતી.

"તો, અક્ષય, આ પુરાવા શું સૂચવે છે? તે આપણને કહે છે કે ચેતના એ ફક્ત જીવવિજ્ઞાનનું અકસ્માત નથી. તે ફક્ત અંધારામાં ચેતાકોષોના પ્રજ્વલનની આડપેદાશ નથી. તે કંઈક ઊંડું, કંઈક વિશાળ છે - કદાચ વાસ્તવિકતાનો જ સાર. વિજ્ઞાન દ્વારા હોય કે શાસ્ત્ર દ્વારા, અનુભવ દ્વારા હોય કે અંતઃપ્રેરણા દ્વારા, આપણે એક જ સત્ય પર પહોંચીએ છીએ:

"આપણે શરીર નથી. આપણે મન નથી. આપણે કંઈક વધારે મહાન છીએ, કંઈક શાશ્વત."

ઓરડામાં એક ગાઢ શાંતિ છવાઈ ગઈ. તે શાંતિ નહોતી - તે શ્રદ્ધા હતી, સમજણના ભારથી ભરેલી સ્થિરતા.

પછી, હૂંફ અને અનંત ઊંડાણ બંને ધરાવતા સ્મિત સાથે, ગુરુજી ફરી એકવાર બોલ્યા.

"તો, મને કહો - જો સ્વપ્ન સમાપ્ત થાય છે, તો શું સ્વપ્ન જોનારનું અસ્તિત્વ ખતમ થઈ જાય છે?"

અને તે ક્ષણે, દરેક ભક્તે તેને અનુભવ્યું - એક ખ્યાલ તરીકે નહીં, માન્યતા તરીકે નહીં, પરંતુ એક જ્ઞાન તરીકે જે અંદર ઊંડે સુધી ગુંજી ઉઠ્યું હતું:

ચેતનાનો અંત નથી આવતો. તે ફક્ત ક્ષિતિજની પેલે પાર અસ્તિત્વના અનંત વિસ્તરણમાં જાય છે.

સુજીતાએ પૂછ્યું, "ગુરુજી, અભ્યાસના વિવિધ ક્ષેત્રો (મનોવિજ્ઞાન, ફિલસૂફી) મૃત્યું પછી ચેતના વિશેની ચર્ચામાં કેવી રીતે ફાળો આપે છે?"

સુજીતાનો પ્રશ્ન સાંભળીને ગુરુજીની આંખો શાંત તીવ્રતાથી ચમકી ગઈ, જેનાથી પૂછપરછની ઊંડાઈ હોલના પવિત્ર અવકાશમાં પ્રવેશી. હવા ચિંતનથી ભરેલી હતી, અને એક ક્ષણ માટે, ફક્ત શાંતિ છવાઈ ગઈ – જેવી સાક્ષાત્કાર પહેલાની હોય છે.

આખરે તે બોલ્યા, તેમના અવાજમાં પ્રાચીન શાણપણ અને આધુનિક શોધ બંનેનો ભાર હતો.

"ચેતના, આપણા અસ્તિત્વનો સાર, લાંબા સમયથી સાધકો અને વિદ્વાનોને મૂંઝવણમાં મૂકે છે. માનવ જ્ઞાનના વિશાળ માહોલમાં, વિવિધ વિદ્યાશાખાઓ તેના રહસ્યોને સમજવાનો પ્રયાસ કરે છે, દરેક વિદ્યાશાખાઓ એક મહાન સત્યનો ટુકડો પ્રદાન કરે છે. હાથીનું વર્ણન કરતા અંધ માણસોની જેમ, ચેતાવિજ્ઞાન, મનોવિજ્ઞાન અને ફિલસૂફી, દરેક વિદ્યાશાખા ચેતનાના એક અલગ પાસાને સ્પર્શે છે - છતાં સમગ્રતા અગમ્ય રહે છે."

તેમણે પોતાની નજર ભક્તો તરફ ફેરવી, તેમના શબ્દો વિજ્ઞાન અને આધ્યાત્મિકતાના દ્રષ્ટિકોણને એકસાથે ભેળવી રહ્યા હતા.

ચેતવિજ્ઞાન: યાંત્રિક લેન્સ

“એફએમઆરઆઈ સ્કેન અને ઇઇજી રીડિંગ્સ જેવા સાધનોથી સજ્જ ચેતાવૈજ્ઞાનિકો, ચેતાકોષો અને તેમના સંપર્ક બિંદુના જટિલ નૃત્યમાં ચેતના શોધે છે. તેઓ મગજમાં વિદ્યુત પ્રવૃત્તિનો નકશો બનાવે છે, વિચારો કેવી રીતે ટમટમાય છે અને લાગણીઓ કિનારા પર મોજાની જેમ કેવી રીતે ઉછળે છે તેનું અવલોકન કરે છે. કેટલાક દાવો કરે છે કે ચેતના એ જટિલ ચેતા નેટવર્કનો ઉભરતો ગુણધર્મ છે - જૈવિક પ્રક્રિયાઓમાંથી ઉદ્ભવતો એક માત્ર ભ્રમ. જ્યારે મગજ મૃત્યું પામે છે, ત્યારે તેઓ દલીલ કરે છે, જાગૃતિ પણ મૃત્યું પામે છે.”

તેલ સુકાઈ જાય ત્યારે દીવાની ઝળહળતી જ્યોત ખરેખર *બંધ થઈ જાય છે? કે પછી શું પ્રકાશ તે વાસણની બહાર અસ્તિત્વ ધરાવે છે જેમાં તે એક*

સમયે રહેતો હતો? ક્રિસ્ટોફ કોચ અને ગિયુલિયો ટોનોની જેવા કેટલાક ચેતાવૈજ્ઞાનિકો એવું સૂચન કરે છે કે ચેતના ફક્ત મગજની આડપેદાશ નથી પણ બ્રહ્માંડનો મૂળભૂત ગુણધર્મ છે - જેમ કે અવકાશ, સમય અને ઊર્જા. તેમની *ઇન્ટિગ્રેટેડ ઇન્ફર્મેશન થિયરી સૂચવે છે કે જાગૃતિ દ્રવ્યમાંથી* ઉદ્ભવતી નથી, પરંતુ તે દ્રવ્ય તેના મૂળમાં જાગૃતિથી ભરેલું છે.

મનોવિજ્ઞાન: વિજ્ઞાન અને સ્વ વચ્ચેનો સેતુ

"બીજી બાજુ, મનોવિજ્ઞાન, અનુભવના લેન્સ દ્વારા ચેતનાનો સંપર્ક કરે છે - વિચારો, લાગણીઓ અને યાદોની વ્યક્તિલક્ષી વાસ્તવિકતા. મહાન મનોવિજ્ઞાની કાર્લ જંગે *સામૂહિક અચેતન વિશે વાત કરી* - જે વ્યક્તિગત જીવનની પાર રહેલી પ્રાચીન મૂર્તિઓ અને પૂર્વજોની શાણપણનો વિશાળ ભંડાર છે.

તો પછી, એવા કિસ્સાઓ કેવી રીતે સમજાવી શકાય જ્યાં નાના બાળકો, કોઈ પૂર્વસંપોષણ વિના, ભૂતકાળના જીવનની આબેહૂબ વિગતો યાદ કરે છે -

એવી વાર્તાઓ જેની તપાસ કરવામાં આવે ત્યારે, આશ્ચર્યજનક ચોકસાઈ પ્રગટ થાય છે? ડૉ. ઇયાન સ્ટીવનસન જેવા પુનર્જન્મનો અભ્યાસ કરતા ઘણા મનોવૈજ્ઞાનિકોએ આવા હજારો કિસ્સાઓનું કાળજીપૂર્વક દસ્તાવેજીકરણ કર્યું છે, જે એ ખ્યાલને પડકારે છે કે સ્મૃતિ અને ઓળખ એક જ જીવનકાળ સાથે જોડાયેલી છે."

ફિલોસોફી: શાશ્વત પ્રશ્ન

ગુરુજી, વધુ ચિંતનશીલ સ્વરમાં ફેરવાતા, તેમનો અવાજ ધીમો પડી ગયો.

"અને પછી, ફિલસૂફી છે - એક એવું ક્ષેત્ર જ્યાં કારણ અજ્ઞાત સાથે નૃત્ય કરે છે. મહાન ગ્રીક ફિલસૂફ પ્લેટોએ આત્માને એક સારથિ સાથે સરખાવ્યો હતો, જે શરીરને સ્વરૂપોની ક્ષણિક દુનિયામાં માર્ગદર્શન આપે છે. તેમના માટે, મૃત્યું અંત નહોતો પણ એક વળતર હતું- દેહની મર્યાદાઓમાંથી મુક્તિ, પરલોકના અનંત સત્યમાં."

સદીઓ પછી, ઇમેન્યુઅલ કાન્ટે દલીલ કરી હતી કે મૃત્યું પછીનું જીવન ફક્ત આશાસ્પદ વિચાર નથી પણ એક નૈતિક આવશ્યકતા છે. જો ન્યાયનો અર્થ હોવો હોય, જો સદ્ગુણનું વજન હોવું હોય, તો એક એવું ક્ષેત્ર હોવું જોઈએ જ્યાં આત્માની યાત્રા મૃત્યું ની સીમાઓથી આગળ વધે છે.

એકીકરણ તાર: એક સભાન બ્રહ્માંડ?

ગુરુજી થોભ્યા, અને તેમના શબ્દો શાંત તળાવમાં લહેરોની જેમ સ્થિર થવા દીધા. પછી, તેમના અવાજમાં ચિંતનશીલ સ્વર આવ્યો.

"પારિમાણિક ભૌતિકશાસ્ત્ર પણ ભૌતિકવાદથી આગળના સત્યનો અવાજ ઉઠાવે છે. પારિમાણિક *ગૂંચવણની ઘટના* સૂચવે છે કે કણો, એકવાર જોડાયા પછી, અનંત અંતર સુધી તાત્કાલિક જોડાયેલા રહે છે. જો વાસ્તવિકતાના માળખાકીય તત્વો અવકાશ અને સમયને પડકારે છે, તો પછી ચેતના - આપણું સૌથી ઊંડું સાર - કેમ અલગ હોવું જોઈએ?

કદાચ ચેતના મગજની અંદર રહેતી નથી, પરંતુ તેનો ઉપયોગ એક વાસણ તરીકે કરે છે, જેમ કે સંગીતકાર કોઈ સાધન વગાડે છે. જ્યારે વાદ્ય તૂટી જાય છે, ત્યારે સંગીત અટકતું નથી - તે ફક્ત તે મૌનમાં પાછું ફરે છે જ્યાંથી તે ઉદભવે છે, જે ગાવા માટે બીજા સ્વરૂપની રાહ જુએ છે."

દરેક ભક્ત વિચારમાં ખોવાઈ ગયો હતો અને હોલ શાંત હતો, ગુરુજીએ નિષ્કર્ષ કાઢ્યો કે, "મૃત્યું પછી ચેતનાનો પ્રશ્ન, ઉકેલવા માટેનો કોયડો નથી, પરંતુ પ્રવેશવાનો દરવાજો છે - એક એવી યાત્રા જે આપણને *જે જોઈએ છીએ તેનાથી આગળ અને આપણે જે છીએ* તેમાં જોવાનું આમંત્રણ આપે છે." દરેક ભક્ત વિચારમાં ખોવાઈ ગયો હતો અને હોલ શાંત હતો.

ગુરુજીએ લાંબા, ચિંતનશીલ વિરામ પછી, ધીમેધીમે સાંજના વિરામ માટે સંકેત આપ્યો. સોનેરી સૂર્ય ક્ષિતિજની પાછળ ડૂબી ગયો, તેના છેલ્લા કિરણો નાજુક આંગળીઓની જેમ કુદરતી દ્રશ્ય પર ફેલાયેલા હતા, જવા માટે અનિચ્છા ધરાવતા હતા. દિવસની

અનંત ઉડાનથી થાકેલા પક્ષીઓ, તેમના માળામાં પાછા ફર્યા, તેમના અવાજો હાલરડાં બની ગયા. દિવસની ગરમીથી ગાઢ હવા, એક સમયે ભીનાશ પાડતી હતી, જ્યારે ઝાડમાંથી હળવો પવન પસાર થતો હતો અને તેની સાથે ખડખડાટ પાંદડાઓના અવાજો પણ આવતા હતા, ત્યારે તે શાંત આલિંગનમાં ઠંડક પામતી હતી.

અંધકાર ધીમે ધીમે ઉતરવા લાગ્યો, આકાશને ઊંડા નીલા રંગથી રંગતો હતો, જ્યાં પહેલા તારાઓ પ્રાચીન, આકાશી સ્મૃતિના છૂટાછવાયા ટુકડાઓની જેમ અસ્તિત્વમાં આવ્યા હતાં. હવામાં એક ઉદાસીનતા હતી - ન તો ઉદાસ કે ન તો ભારે, પરંતુ તે પ્રકારની ઉદાસીનતા જ્યારે હૃદય અકથિત પ્રશ્નો ઉશ્કેરે છે ત્યારે ઊંડા ચિંતન સાથે આવે છે.

તાજી ઉકાળેલી ચા અને મસાલાવાળા પીણાંની સુગંધ આશ્રમમાં ફેલાઈ ગઈ, રાત્રિની માટીની સુગંધ સાથે ભળી ગઈ. ભક્તો ભેગા થયા, પોતાના કપમાંથી ચૂસકી લઈ રહ્યા હતા, તેમના શરીર ગરમ હતા પણ તેમના મન બેચેન હતા. દિવસના સત્રોએ તેમની ચેતનામાં

લહેરો છોડી હતી - નવી આંતરદૃષ્ટિ જે લાંબા સમયથી ચાલતી માન્યતાઓ સાથે અથડાઈ રહી હતી, એક આંતરિક ઉત્તેજના જે અસ્વસ્થ અને ગહન બંને હતી. કેટલાક રસ્તા પર મૂકેલી ટમટમતી લાઈટો તરફ જોતા મૌન બેઠા હતા. અન્ય લોકો આકાશ તરફ એવી રીતે જોઈ રહ્યા હતા જાણે તેમના પ્રશ્નોના જવાબો તારાઓ વચ્ચે લખાયેલા હોય.

આખરે તે ક્ષણની શાંતિ તૂટી ગયી જ્યારે અક્ષય શાંત જિજ્ઞાસા સાથે ભવ્યા તરફ વળ્યો.

“ભવ્યા, હું હંમેશા તમને પૂછવા માંગતો હતો કે તમે ગુરુજીને કેવી રીતે મળ્યા? અમે તમને વર્ષોથી ઓળખીએ છીએ, છતાં અમને તમારી વાર્તા ભાગ્યે જ ખબર છે.”

ભવ્યા હસી, પણ તેની આંખોમાં એક દૂરનો ભાવ હતો જાણે તે ઘણા સમય પહેલાની કોઈ વસ્તુ જોઈ રહી હોય, કંઈક જે એક સમયે તેના આત્માના શાંત ખૂણામાં છુપાઈ ગયું હતું.

તેણીએ ધીમો શ્વાસ લીધો, બોલતા પહેલા ક્ષણને શાંત થવા દીધી.

"તમને કહેવાનો સમય આવી ગયો છે..." તેણીએ કહ્યું.

તેમની વચ્ચે એક વિરામ હતો, એક નાજુક મૌન છવાયું હતું, જે અકથિત અપેક્ષાથી ભરેલું હતું.

"આપણે રાત્રિભોજન પછી વાત કરીશું."

પદમા, અપેક્ષા અને રૂપાએ એકબીજા પર નજર ફેરવી અને પછી શાંતિથી સંમતિ દર્શાવી. કેટલીક વાર્તાઓ યોગ્ય સમયે શેર કરવાની હતી - જ્યારે રાત ગાઢ થઈ ગઈ હોય, જ્યારે હૃદય સાંભળવા માટે તૈયાર હોય, અને જ્યારે શબ્દો લાંબા સમયથી બંધાયેલા પાણીના તૂટવાની જેમ મુક્તપણે વહેતા હોય.

એટલામાં જ કિરણે તેની ઘડિયાળ તરફ નજર કરી અને ઈશારો કર્યો.

"આગામી સત્રનો સમય થઈ ગયો છે."

તે ક્ષણનો જાદુ તૂટી ગયો, અને ભક્તો ધીમે ધીમે ઉભા થયા, તેમના પગલાં ઠંડી ધરતી પર પ્રકાશ પાડતા

હતા. પરંતુ જેમ જેમ તેઓ ગુરુજીના હોલ તરફ આગળ વધતા ગયા, તેમ તેમ તેમની વચ્ચેની હવામાં એક અકથિત વચન હતું - આજે રાત્રે, એક વાર્તા કહેવામાં આવશે, અને ભવ્યાના ભૂતકાળમાં છુપાયેલું કંઈક આખરે પ્રકાશમાં આવશે.

પ્રકરણ 3

આત્માની યાત્રા

"આત્માની યાત્રા અંતરનો માર્ગ નથી પણ જાગૃતિનો માર્ગ છે - દિવ્યતા તરફ પાછા ફરવાનો માર્ગ, જે અસંખ્ય જન્મોના જ્ઞાન અને આત્માના ઉપદેશો દ્વારા માર્ગદર્શન આપે છે."

– શ્રી શામબવ

સારાંશ

આ પ્રકરણ, મૃત્યું પછી આત્માની યાત્રાને વિવિધ આધ્યાત્મિક પરંપરાઓ કેવી રીતે સમજે છે તેનું અન્વેષણ કરે છે, ભૌતિક ક્ષેત્રની બહાર શું થાય છે તેના પર દ્રષ્ટિકોણની સમૃદ્ધ ચાકળ પ્રદાન કરે છે. તે હિન્દુ ધર્મ, બૌદ્ધ

ધર્મ, ખ્રિસ્તી ધર્મ અને ઇસ્લામ જેવા ધર્મોમાં પુનર્જન્મ, સ્વર્ગ, નરક, મોક્ષ અને નિર્વાણના વિરોધાભાસી મંતવ્યોમાં ઊંડાણપૂર્વક અભ્યાસ કરે છે. હિન્દુ ધર્મ અને બૌદ્ધ ધર્મ જન્મ, મૃત્યું અને પુનર્જન્મના ચક્ર પર ભાર મૂકે છે, જેનો અંતિમ ધ્યેય મોક્ષ અથવા નિર્વાણ દ્વારા મુક્તિ છે. તેનાથી વિપરીત, ખ્રિસ્તી ધર્મ અને ઇસ્લામ સામાન્ય રીતે સ્વર્ગ અને નરકની વિભાવનાઓ પ્રદાન કરે છે, જ્યાં આત્માઓનો ન્યાય કરવામાં આવે છે અને તેમના પૃથ્વીના કાર્યોના આધારે પુરસ્કાર અથવા સજા આપવામાં આવે છે. આ પ્રકરણ એ પણ શોધે છે કે આ વિવિધ મંતવ્યો નૈતિક વર્તન અને નૈતિક નિર્ણયોને કેવી રીતે પ્રભાવિત કરે છે, જે વ્યક્તિઓને તેમના આત્માના ભાગ્યને આકાર આપવા માટે આધ્યાત્મિક ઉપદેશો અનુસાર જીવવા માટે પ્રોત્સાહિત કરે છે. આ વિવિધ માન્યતાઓની તપાસ કરીને, વાચકોને જીવન, મૃત્યું અને આત્માના અંતિમ હેતુ વિશેની તેમની પોતાની સમજણ પર ચિંતન કરવા માટે આમંત્રિત કરવામાં આવે છે.

ગુરુજી અપેક્ષા તરફ વળ્યા, તેમનો અવાજ ગુંજતો છતાં સૌમ્ય હતો.

આત્માની યાત્રા: એક સાર્વત્રિક તપાસ

"આત્માની યાત્રા, અપેક્ષા, માનવ અસ્તિત્વનું સૌથી કાયમી રહસ્ય રહ્યું છે. સંસ્કૃતિઓ, સભ્યતાઓ અને સહસ્ત્રાબ્દીઓમાં, સાધકોએ મૃત્યું ના પડદાની બહાર શું છે તે સમજવા માટે સ્વર્ગ, શાસ્ત્રો અને પોતાના હૃદયના ઊંડાણ તરફ જોયું છે.

જેમ નદીઓ સમુદ્ર તરફ વહે છે, તેમ દરેક આધ્યાત્મિક પરંપરા આ યાત્રાનું પોતાની રીતે વર્ણન કરે છે, છતાં બધી એક જ શાશ્વત સત્ય તરફ નિર્દેશ કરે છે - કે જીવન એક ક્ષણિક ક્ષણ નથી પરંતુ અનંત, ચક્રીય અથવા દિવ્ય અસ્તિત્વનો ભાગ છે.

હિન્દુ ધર્મ: પુનર્જન્મ અને મોક્ષનો માર્ગ

ગુરુજીએ કહ્યું, "હિન્દુ ફિલસૂફીના વિશાળ ચાકળામાં, આત્મા, અથવા જીવ, શાશ્વત છે. ભગવદગીતા અધ્યાય ૨, શ્લોક ૨૨ આપણને કહે છે:

"જેવી રીતે મનુષ્ય જૂનાં વસ્ત્રો ત્યજીને નવાં વસ્ત્રો ધારણ કરે છે, તેવી રીતે મૃત્યું સમયે આત્મા વૃદ્ધ તથા નકામું શરીર ત્યજીને નવું ભૌતિક શરીર ધારણ કરે છે."

આ ગહન રૂપક આત્મા (*આત્મા*)ને વસ્ત્રો બદલતી વ્યક્તિ સાથે સરખાવે છે, ભાર મૂકે છે કે મૃત્યું અંત

નથી પણ ફક્ત એક સંક્રમણ છે. ભૌતિક શરીર ક્ષણિક છે, પરંતુ આત્મા શાશ્વત છે, તેના કર્મ અનુસાર એક જીવનમાંથી બીજા જીવનમાં જાય છે, જ્યાં સુધી તે *મોક્ષ - જન્મ અને પુનર્જન્મ (સંસાર)*ના ચક્રમાંથી મુક્તિ - પ્રાપ્ત ન કરે.

આ સમજણ સંસારની વિભાવનાને જન્મ આપે છે, જન્મ, મૃત્યું અને પુનર્જન્મનું ચક્ર. પરંતુ આ ચક્ર આકસ્મિક નથી; તે *કર્મ દ્વારા ઘડાય છે*, કારણ અને અસરનો નિયમ. આ જીવનમાં આપણે જે પણ ક્રિયા, દરેક વિચાર, દરેક ઇરાદો રાખીએ છીએ તે આગામી માટે બીજ રોપે છે.

છતાં, અંતિમ ધ્યેય અનંત પુનર્જન્મ નથી પણ *મોક્ષ* છે - ચક્રમાંથી મુક્તિ. જેમ પાણીનું એક ટીપું સમુદ્રમાં પાછું ભળી જાય છે, તેવી જ રીતે સાક્ષાત્કાર થયેલ આત્મા પણ અનંતમાં ભળી જાય છે, પરમાત્મા સાથે એક થઈ જાય છે."

આ શ્લોક સાધકોને ખાતરી આપે છે કે મૃત્યું થી ડરવું જોઈએ નહીં, કારણ કે જેમ આપણે જૂના કપડાં ગુમાવવાનો શોક કરતા નથી, તેમ જ્ઞાનીઓ ભૌતિક શરીરના વિદાયનો શોક કરતા નથી. તેના બદલે, તેઓ સમજે છે કે આત્મા તેની યાત્રા ચાલુ રાખે છે,

વિકાસ પામે છે, શીખે છે અને અંતે પરમાત્મામાં વિલીન થાય છે.

બૌદ્ધ ધર્મ: સ્વ અને નિર્વાણનો ભ્રમ

આગળ વધતાં ગુરુજીની આંખો નરમ થઈ.

બૌદ્ધ ધર્મમાં, સ્વની પ્રકૃતિ અને જીવન અને મૃત્યું ના ચક્રને એક અનોખા દ્રષ્ટિકોણથી જોવામાં આવે છે. જ્યારે હિન્દુ ધર્મ શાશ્વત આત્મા (*આત્મા*) પર ભાર મૂકે છે, ત્યારે બૌદ્ધ ધર્મ કાયમી, અપરિવર્તનશીલ સ્વની વિભાવનાને નકારે છે. બુદ્ધે શીખવ્યું હતું કે આપણે જેને "સ્વ" માનીએ છીએ તે એક ભ્રમ છે, માનસિક અને શારીરિક પ્રક્રિયાઓનો સતત બદલાતો સંગ્રહ છે, જેમાં વિચારો, યાદો, ઇચ્છાઓ અને સંવેદનાઓનો સમાવેશ થાય છે. આ ખ્યાલ *અનત્ત* અથવા "બિન-સ્વ" ના બૌદ્ધ શિક્ષણમાં સમાયેલ છે .

આને સમજાવવા માટે, સમુદ્રની કલ્પના કરો. આપણે ઘણીવાર તરંગો વિશે વાત કરીએ છીએ, પરંતુ દરેક તરંગ પોતે એક અસ્તિત્વ નથી - તે પાણીની એક અસ્થાયી રચના છે જે ઉગે છે અને પડે છે, સતત બદલાતી રહે છે અને એક ક્ષણથી બીજી ક્ષણ સુધી ક્યારેય સરખી નથી. તેવી જ રીતે, બૌદ્ધ ધર્મમાં "સ્વ" એક તરંગ જેવું છે, જે સતત પ્રવાહમાં રહે છે, ક્યારેય

સ્થિર નથી અને ક્યારેય કાયમી નથી. આજે તમે જે "સ્વ" સાથે ઓળખાઓ છો તે ગઈકાલે તમે જે હતા તેનાથી અલગ છે, અને તે કાલે ફરી બદલાશે. આ દૃષ્ટિએ, મૃત્યું એ આત્માની કાયમી વિદાય નથી પરંતુ ભૌતિક શરીરનો અંત અને નિશ્ચિત ઓળખના ભ્રમનું વિસર્જન છે.

બૌદ્ધ ધર્મ પણ પુનર્જન્મની વિભાવનાને સ્વીકારે છે, પરંતુ નિશ્ચિત આત્માનો પુનર્જન્મ થવાને બદલે, તે કર્મિક ગતિ છે - સંચિત ક્રિયાઓ, વિચારો અને ઇરાદાઓ - જે એક જીવનથી બીજા જીવન સુધી ચાલુ રહે છે. આ મીણબત્તી જેવું છે જે તેની જ્યોત બીજી મીણબત્તી તરફ પસાર કરે છે: ત્યાં સાતત્ય છે પરંતુ મૂળ જ્યોતની કોઈ સ્થાયીતા નથી. "સ્વ" તે નથી જે પુનર્જન્મ લે છે; તેના બદલે, વ્યક્તિના કાર્યો અને પસંદગીઓની ઉર્જા - સારા અથવા ખરાબ - પછીના જીવન માટે પરિસ્થિતિઓ બનાવે છે.

બૌદ્ધ ધર્મમાં અંતિમ ધ્યેય જન્મ, મૃત્યું અને પુનર્જન્મના ચક્રને પાર કરવાનો છે, જેને *સંસાર તરીકે ઓળખવામાં આવે છે.* આ ચક્ર ઇચ્છાઓ, આસક્તિઓ અને અજ્ઞાન દ્વારા ચલાવવામાં આવે છે, જે દુઃખને કાયમી બનાવે છે. બૌદ્ધ માર્ગ *નિર્વાણ* તરફ દોરી જાય

છે, જે કોઈ સ્થાન નથી પરંતુ અસ્તિત્વની સ્થિતિ છે – બધી આસક્તિઓ, ઇચ્છાઓ અને દુઃખોથી મુક્તિ. તે તૃષ્ણાનો અંત અને અહંકારનો નાશ છે, જ્યાં વ્યક્તિ હવે જીવનની ક્ષણિક ઘટનાઓ સાથે ઓળખાતો નથી.

નિર્વાણને સમજવા માટે, કલ્પના કરો કે એક જ્યોત ધીમે ધીમે બળી રહી છે. તે જ્યોતનું શૂન્યતામાં અદૃશ્ય થઈ જવાનું નથી, પરંતુ તેનું કુદરતી રીતે બુઝાઈ જવું છે – સ્થિરતા અને શાંતિમાં પાછા ફરવાનું. આ સ્થિતિમાં, હવે કોઈ ઇચ્છા, ભય અને દુઃખ નથી. તે “બનવાના ચક્ર” નો અંત છે, જ્યાં વ્યક્તિ હવે વ્યક્તિત્વના ભ્રમ અને ભૌતિક વિશ્વની અસ્થાયીતા દ્વારા બંધાયેલ નથી.

આ રીતે, બૌદ્ધ ધર્મ મૃત્યું ને અંત તરીકે નહીં પરંતુ મુક્તિની ચાલુ પ્રક્રિયાના એક ભાગ તરીકે જુએ છે. અંતિમ ધ્યેય સ્વના ભ્રમમાંથી મુક્ત થવું અને *નિર્વાણની પરમ શાંતિનો અનુભવ કરવો છે*, જ્યાં જીવન અને મૃત્યું , સ્વ અને અન્ય, દુઃખ અને શાંતિ વચ્ચે કોઈ ભેદ નથી. આ માર્ગની પરાકાષ્ઠા છે - એક શાશ્વત શાંતિ, જ્યાં ઇચ્છાની જ્યોત બુઝાઈ જાય છે, અને ફક્ત અસ્તિત્વની શાંતિ રહે છે.

ખ્રિસ્તી ધર્મ: પુનરુત્થાન અને શાશ્વત જીવનનું વચન

ગુરુજીના અવાજમાં શ્રદ્ધાનો ભાવ જાગ્યો.

ખ્રિસ્તી ધર્મમાં, મૃત્યું પછી આત્માની યાત્રાનો ખ્યાલ વિશ્વાસ, મુક્તિ અને દૈવી કૃપાના તાણાવાણામાં ગૂંથાયેલો છે. ખ્રિસ્તી માન્યતાનું કેન્દ્રબિંદુ શાશ્વત જીવનનો વિચાર છે, જે ઈસુ ખ્રિસ્તમાં વિશ્વાસ દ્વારા શક્ય બન્યું છે. તેમના ઉપદેશો મૃત્યું પર એક ગહન દ્રષ્ટિકોણ પ્રદાન કરે છે, અંતિમતા તરીકે નહીં પરંતુ પરિવર્તનશીલ માર્ગ તરીકે.

યોહાનની સુવાર્તામાં, ઈસુ કહે છે:

"હું પુનરુત્થાન અને જીવન છું. જે કોઈ મારામાં વિશ્વાસ કરે છે તે મૃત્યું પામે તો પણ જીવશે."

આ વિધાન ખ્રિસ્તી ધર્મની મુખ્ય માન્યતાને સમાવે છે: મૃત્યું , અનિવાર્ય હોવા છતાં, અસ્તિત્વનો અંતિમ અંત નથી. તેના બદલે, તે ભગવાન સાથે શાશ્વત જીવનમાં સંક્રમણ છે. ઈસુના શબ્દો આશા આપે છે, ભાર મૂકે છે કે તેમનામાં વિશ્વાસ પુનરુત્થાનનું વચન લાવે છે - શારીરિક મૃત્યું પછી જીવનમાં પાછા ફરવાનું. તેમના મૃત્યું અને પુનરુત્થાન દ્વારા, ખ્રિસ્તીઓ માને છે કે પાપ અને મૃત્યું ની શક્તિ તૂટી ગઈ છે, જે બધા

વિશ્વાસીઓને શાશ્વત જીવનની તક આપે છે, જ્યાં આત્મા ભગવાનની દૈવી હાજરી સાથે ફરી જોડાય છે.

ખ્રિસ્તી ધર્મમાં, મૃત્યું પછી આત્માની યાત્રા વ્યક્તિના ભગવાન સાથેના સંબંધ પર નોંધપાત્ર રીતે આધાર રાખે છે, જે જીવનભર શ્રદ્ધા, પ્રેમ અને કાર્યો દ્વારા આકાર પામે છે. ખ્રિસ્તી સિદ્ધાંત અનુસાર, જેઓ ખ્રિસ્તને સ્વીકારે છે અને તેમના ઉપદેશો અનુસાર જીવે છે તેમને સ્વર્ગમાં સ્થાન, દૈવી સંવાદ ક્ષેત્રનું, વચન આપવામાં આવે છે. સ્વર્ગને એક સ્વર્ગ તરીકે જોવામાં આવે છે જ્યાં આત્મા શાશ્વત શાંતિ, આનંદ અને ભગવાન સાથે નિકટતાનો આનંદ માણે છે. તેને ઘણીવાર સંપૂર્ણ પરિપૂર્ણતાની સ્થિતિ તરીકે વર્ણવવામાં આવે છે, જ્યાં આત્મા ભગવાનની અખંડ હાજરીમાં આરામ મેળવે છે, પૃથ્વીના અસ્તિત્વના દુઃખ અને પીડાથી મુક્ત.

બીજી બાજુ, જેઓ ભગવાનનો અસ્વીકાર કરે છે અથવા તેમના ઉપદેશોની વિરુદ્ધમાં જીવે છે, તેમના માટે મૃત્યું પછીનું સ્થળ નરક તરીકે વર્ણવવામાં આવ્યું છે - ભગવાનથી અલગ થવાની સ્થિતિ. નરકને ઘણીવાર શારીરિક યાતનાના સ્થળ તરીકે નહીં પરંતુ આધ્યાત્મિક અને ભાવનાત્મક વેદના, જીવનના દૈવી સ્ત્રોતથી ખોટ અને વિમુખતાની ઊંડી ભાવના તરીકે

જોવામાં આવે છે. નરકની વિભાવના ખ્રિસ્તી શિક્ષણ પર ભાર મૂકે છે કે જીવનમાં આપણી પસંદગીઓના શાશ્વત પરિણામો હોય છે, ખાસ કરીને ભગવાન સાથેના આપણા સંબંધના સંબંધમાં.

પરંતુ ખ્રિસ્તી ધર્મના હૃદયમાં પુનરુત્થાનનું મુખ્ય વચન છે - મુક્તિ અને પરિવર્તનનું. પુનરુત્થાનમાં વિશ્વાસ, ઈસુ ખ્રિસ્તના જીવન, મૃત્યું અને પુનરુત્થાનમાં ઊંડે સુધી મૂળ ધરાવે છે. ખ્રિસ્તીઓ માને છે કે ખ્રિસ્તના પુનરુત્થાન દ્વારા, મૃત્યું પોતે જ પરાજિત થાય છે. ખ્રિસ્તી કથામાં, ઈસુનું મૃત્યું માંથી સજીવન થવું એ બધા લોકો માટે જેઓ માને છે, નવા જીવનની શક્યતા દર્શાવે છે. આ પુનરુત્થાન ફક્ત પૃથ્વી પર પાછા ફરવાનું નથી પરંતુ એક પરિવર્તન છે - એક આધ્યાત્મિક પુનર્જન્મ જે ભગવાન સાથે શાશ્વત જોડાણ તરફ દોરી જાય છે.

ખ્રિસ્તી ધર્મશાસ્ત્રમાં, આ ફક્ત એક અમૂર્ત ખ્યાલ નથી પણ એક આશા અને ખાતરી છે. પુનરુત્થાનને એક વૈશ્વિક ઘટના તરીકે જોવામાં આવે છે જે એક દિવસ સમગ્ર માનવતા માટે પ્રગટ થશે. જેઓ ખ્રિસ્તમાં મૃત્યું પામ્યા છે તેઓ ફરીથી સજીવન થવાની અપેક્ષા રાખે છે, તેમના શરીર મહિમાવાન, શાશ્વત શરીરમાં

રૂપાંતરિત થાય છે, જે હવે પૃથ્વી પરના અસ્તિત્વની મર્યાદાઓથી બંધાયેલા નથી. આ પુનરુત્થાનને મૃત્યું પર અંતિમ વિજય તરીકે વર્ણવવામાં આવે છે, જ્યાં બધા વિશ્વાસીઓ ભગવાનની હાજરીમાં એક સંપૂર્ણ અને શાશ્વત અસ્તિત્વનો અનુભવ કરશે.

આ અર્થમાં, ખ્રિસ્તી ધર્મ શીખવે છે કે મૃત્યું એ આત્માની યાત્રાનો અંત નથી. તેના બદલે, તે એક નવી અને શાશ્વત વાસ્તવિકતામાં સંક્રમણની ક્ષણ છે, જ્યાં આત્મા, ખ્રિસ્ત દ્વારા મુક્તિ મેળવ્યા પછી, ભગવાન સાથે હંમેશ માટે રહેશે. વિશ્વાસ, પસ્તાવો અને દૈવી કૃપા દ્વારા, મૃત્યું એક ભયાનક ઘટનામાંથી આશાસ્પદ માર્ગમાં પરિવર્તિત થાય છે, જે દૈવી સાથે સંવાદમાં શાશ્વત જીવનનું વચન આપે છે.

આમ, મૃત્યું પછી આત્માની યાત્રાનો ખ્રિસ્તી દૃષ્ટિકોણ ઊંડી આશાનો છે, જ્યાં આત્માનું અંતિમ મુકામ તેના ભગવાન સાથેના સંબંધ દ્વારા નક્કી થાય છે અને જ્યાં પુનરુત્થાનનું વચન ખાતરી કરે છે કે મૃત્યું અંતિમ શબ્દ નથી પરંતુ શાશ્વત જીવન અને દૈવી પરિપૂર્ણતા તરફ એક પગલું છે.

ઇસ્લામ: અંતિમ ચુકાદો અને આનંદનો બગીચો

ગુરુજી આગળ વધ્યા, તેમના હાથ તેમના ઘૂંટણ પર હતાં.

"ઇસ્લામમાં પણ, આત્માની યાત્રા દૈવી ન્યાય દ્વારા સંચાલિત થાય છે. કુરાન *અખિરાહ*, મૃત્યું પછીના જીવનની વાત કરે છે, જ્યાં દરેક આત્મા ન્યાયના દિવસે ભગવાન સમક્ષ ઉભો રહે છે."

અહીં, સારા અને ખરાબ કાર્યોનું વજન કરવામાં આવે છે - અને આત્માને *જન્નત* (સ્વર્ગ), આનંદનો બગીચો, અથવા *જહન્નમ* (નરક), શુદ્ધિકરણ અને પરિણામના ક્ષેત્ર તરફ દોરી જાય છે. ઇસ્લામ દૈવી દયા પણ શીખવે છે, કે કોઈ પણ આત્મા મુક્તિથી પર નથી, અને આખરે, આત્માની યાત્રા સર્જનહાર સાથે પુનઃમિલન તરફ છે.

સૂફીવાદ: આત્માની દિવ્યતા માટે ઝંખના

ગુરુજીની આંખો એક રહસ્યમય પ્રકાશથી ચમકી રહી હતી.

"ઇસ્લામનું રહસ્યમય હૃદય, સૂફીવાદ, મૃત્યું ને ભયાનક અંત તરીકે નહીં પરંતુ પ્રેમીના પ્રિયતમ તરફ

પાછા ફરવાની વાત કરે છે." મહાન સૂફી કવિ રૂમીએ લખ્યું:

'જ્યારે આત્મા શરીર છોડી દે છે, ત્યારે તે તેના મૂળ તરફ ઉડે છે, જેમ બાજ રાજાના હાથમાં પાછો ફરે છે.'

સૂફીઓ માટે, જીવન, પ્રેમની યાત્રા છે, અને મૃત્યું ફક્ત દિવ્યતા સાથે પુનઃમિલનની ક્ષણ છે. તેઓ મૃત્યું નો શોક કરતા નથી; તેઓ તેને આત્માના સ્વદેશ પાછા ફરવાના રૂપમાં ઉજવે છે.

સાર્વત્રિક સત્ય: સ્વરૂપની બહારની યાત્રા

ગુરુજી થોભ્યા, અને પોતાના શબ્દોને સાંભળનારાઓના હૃદયમાં સ્થિર થવા દીધા.

"મારા વહાલાઓ, ભલે તે હિન્દુ ધર્મનો *મોક્ષ હોય*, બૌદ્ધ ધર્મનું *નિર્વાણ હોય*, ખ્રિસ્તી ધર્મનું *શાશ્વત જીવન* હોય કે ઇસ્લામનું *સ્વર્ગ હોય*, બધી પરંપરાઓ ભૌતિકતાથી આગળ, સમયની પેલે પારની યાત્રાની વાત કરે છે. કેટલાક તેને એક ચક્ર તરીકે, કેટલાક નિર્ણય તરીકે, કેટલાક વિસર્જન તરીકે, અને કેટલાક ઘરવાપસી તરીકે જુએ છે."

પરંતુ બધા આપણને એક વાત યાદ અપાવે છે: આપણે અહીં શું કરીએ છીએ, આપણે કેવી રીતે જીવીએ છીએ, આપણે કેવી રીતે પ્રેમ કરીએ છીએ અને આપણે સત્ય કેવી રીતે શોધીએ છીએ - આ બધું આગળની સફરને આકાર આપે છે.

હોલમાં શાંતિ છવાઈ ગઈ, ક્ષણનો ભાર હાજર દરેક આત્મા પર છવાઈ રહ્યો હતો. એવું લાગતું હતું કે, થોડી ક્ષણ માટે, તેઓએ અનંતની ઝલક જોઈ હતી.

અભિલાષાએ પૂછ્યું, "ગુરુજી, પુનર્જન્મ વિશે હિન્દુ અને બૌદ્ધ વિચારો ખ્રિસ્તી અને ઇસ્લામિક વિચારોથી મૃત્યું પછીના જીવન વિશે કેવી રીતે અલગ છે?"

ગુરુજીએ અભિલાષા તરફ જોયું ત્યારે તેમની નજર નરમ થઈ, કારણ કે તેઓ તેના પ્રશ્નની ઊંડાઈથી વાકેફ હતા. "આહ, આત્માની યાત્રા," તેમણે મનમાં વિચાર કર્યો, તેમની આંખોમાં એક દૂરની ઝલક દેખાઈ આવી જાણે તેઓ સમયની બહાર જોઈ રહ્યા હોય. "દરેક પરંપરામાં, અસ્તિત્વ, જીવન અને મૃત્યું ની પ્રકૃતિ કેન્દ્રસ્થાને હોય છે. પુનર્જન્મ અને મૃત્યું પછીના જીવન પરના વિચારો, આપણે પોતાને અને દિવ્યને કેવી રીતે જોઈએ છીએ તેમાં ગહન આંતરદૃષ્ટિ આપે છે."

તેમણે એક ક્ષણ માટે થોભીને પ્રશ્નનો ભાર શાંત થવા દીધો, અને પછી પ્રાચીન શાણપણના પડઘાથી સમૃદ્ધ અવાજ સાથે વાત ચાલુ રાખી.

“હિન્દુ ધર્મમાં,” ગુરુજીએ શરૂઆત કરી, “આત્માની યાત્રા ચક્રીય છે. જીવન એ જન્મ, મૃત્યું અને પુનર્જન્મની સતત પ્રક્રિયા છે, આત્મા મુક્તિ - મોક્ષ પ્રાપ્ત કરે ત્યાં સુધી સંસારનું ચક્ર છે. ઉપનિષદો આનું સુંદર વર્ણન કરે છે:

‘અવાસ્તવિકમાંથી, મને વાસ્તવિકતા તરફ દોરી જાઓ; અંધકારમાંથી, મને પ્રકાશ તરફ દોરી જાઓ; મૃત્યું માંથી, મને અમરત્વ તરફ દોરી જાઓ.’

આ દ્રષ્ટિકોણથી, મૃત્યું એ અંત નથી પણ એક સંક્રમણ છે, નવા માર્ગ બનાવવા માટે જૂનાનું વિસર્જન. આત્મા શાશ્વત છે, ક્યારેય મરતો નથી, ફક્ત સ્વરૂપો બદલતો રહે છે, જેમ નદીઓ સમુદ્રમાં ભળી જાય છે, તેમની વ્યક્તિગત ઓળખ ગુમાવે છે પરંતુ વિશાળ, અનંત પાણી સાથે એક થઈ જાય છે. પુનર્જન્મ એ વિવિધ જીવનમાં આત્માની યાત્રા છે, જે કર્મ દ્વારા સંચાલિત થાય છે - આપણા ભૂતકાળના જન્મોની ક્રિયાઓ - જે આપણા ભાવિ અસ્તિત્વને આકાર આપે છે.

ગુરુજી હળવેથી હસ્યા, તેમના શબ્દો કરુણા અને સમજણથી વણાયેલા હતા. "પુનર્જન્મ એ આત્માની સતત શીખવાની પ્રક્રિયા છે. દરેક જીવન આધ્યાત્મિક વિકાસ માટે, આસક્તિઓ, ઇચ્છાઓ અને અજ્ઞાનને દૂર કરવા માટે તકો રજૂ કરે છે. આખરે, અસંખ્ય ચક્રો પછી, આત્મા મોક્ષ અથવા મુક્તિ પ્રાપ્ત કરે છે, અને જન્મ અને મૃત્યું ની પેલે પાર, અંતિમ વાસ્તવિકતા, બ્રહ્મ સાથે ભળી જાય છે. પુનર્જન્મનો આ વિચાર એવી માન્યતાને મંજૂરી આપે છે કે આપણા કાર્યોનો જીવનકાળ દરમિયાન અર્થ છે. જો આપણે એક જ જીવનમાં મુક્તિ ન મેળવીએ, તો આપણી પાસે ફરીથી પ્રયાસ કરવાની ઘણી તકો છે."

તેમણે ભેગા થયેલા ભક્તો તરફ જોયું, તેમના ચહેરા જિજ્ઞાસા અને ચિંતન બંને પ્રતિબિંબિત કરતા હતા. "બૌદ્ધ ધર્મમાં, યાત્રા પણ ચક્રીય છે. બુદ્ધે શીખવ્યું હતું કે જીવન દુઃખ–કષ્ટ -છે અને આ દુઃખ આપણી આસક્તિઓ અને ઇચ્છાઓમાંથી ઉદ્ભવે છે. પુનર્જન્મને વધુ સારા જીવન તરફ જવાના માર્ગ તરીકે નહીં પરંતુ જન્મ, મૃત્યું અને પુનર્જન્મના અનંત ચક્ર તરીકે જોવામાં આવે છે, જેને સંસાર તરીકે ઓળખવામાં આવે છે. જોકે, પુનર્જન્મ એ કાયમી આત્મા નથી પરંતુ વ્યક્તિના કાર્યોની કર્મ ગતિ છે. બુદ્ધે તેને એક

મીણબત્તીથી બીજી મીણબત્તીમાં પસાર થતી જ્યોત તરીકે વર્ણવ્યું હતું. જ્યોત સમાન નથી, પરંતુ તે પહેલા જે આવ્યું તેની ઊર્જા વહન કરે છે."

ગુરુજીએ આગળ કહ્યું, તેમનો અવાજ શાંત અને આત્મનિરીક્ષણ કરતો ગયો. "બૌદ્ધ ધર્મનું લક્ષ્ય સંસારના આ ચક્રને પાર કરીને નિર્વાણ - દુઃખનો અંત - પ્રાપ્ત કરવાનું છે. નિર્વાણ એ કોઈ સ્થાન કે મૃત્યું પછીનું જીવન નથી, પરંતુ જાગૃતિની સ્થિતિ છે, બધી વસ્તુઓની અસ્થાયીતા અને આસક્તિનો અંત-નો અહેસાસ છે. તે આગ જેવું છે જે પોતાને બાળી નાખે છે, જે હવે ઇચ્છા કે અજ્ઞાનના બળતણ પર ખોરાક લેતું નથી. આ અંતિમ સ્વતંત્રતા છે - સ્વનું વિસર્જન, ચક્રનો અંત અને બધા પુનર્જન્મમાંથી મુક્તિ. આ દૃષ્ટિકોણથી, કોઈ શાશ્વત આત્મા નથી; ફક્ત સ્વનો ભ્રમ છે જેને દૂર કરવો જોઈએ."

તેઓ ફરી થોભ્યા, અને આ બે દ્રષ્ટિકોણની ઊંડાઈને તેમના શ્રોતાઓના મનમાં સ્થિર થવા દીધી. પછી, તેઓ ખ્રિસ્તી ધર્મ અને ઇસ્લામના દ્રષ્ટિકોણ તરફ વળ્યા - બે પરંપરાઓ જે એક જ જીવન અને મૃત્યું પછીના જીવનની માન્યતામાં મૂળ ધરાવે છે.

"ખ્રિસ્તી ધર્મમાં," ગુરુજીએ કહ્યું, "આ એક જીવન પછી, આત્માના શાશ્વત ભાગ્ય પર ધ્યાન કેન્દ્રિત કરવામાં

આવે છે. પુનર્જન્મનું કોઈ ચક્ર નથી. મૃત્યું પછીના જીવનને એક કાયમી સ્થળ તરીકે જોવામાં આવે છે, જે વ્યક્તિ કેવી રીતે જીવે છે અને ભગવાન સાથેના તેના સંબંધ પર આધાર રાખે છે. ખ્રિસ્તી દ્રષ્ટિકોણ બે મુખ્ય શક્યતાઓ પ્રદાન કરે છે: સ્વર્ગ, ભગવાન સાથે શાશ્વત સંવાદનું સ્થળ, અને નરક, દૈવી હાજરીથી અલગ થવાની સ્થિતિ. સ્વર્ગને સ્વર્ગ તરીકે વર્ણવવામાં આવ્યું છે જ્યાં આત્મા શાશ્વત શાંતિ અને આનંદનો અનુભવ કરે છે, જ્યારે નરક આધ્યાત્મિક મૃત્યું , દૈવીથી અલગતાનું પ્રતિનિધિત્વ કરે છે. ઈસુના ઉપદેશો મુક્તિની ચાવી તરીકે વિશ્વાસ અને મુક્તિ પર ભાર મૂકે છે અને ખ્રિસ્તમાં વિશ્વાસ દ્વારા, આત્માને ભગવાનથી શાશ્વત અલગતામાંથી બચાવી શકાય છે. પુનરુત્થાન ખ્રિસ્તી ધર્મનું કેન્દ્રબિંદુ છે - એવી માન્યતા કે, મૃત્યું પછી, શરીર ફરીથી પરિવર્તિત, શાશ્વત સ્વરૂપમાં ઉદય પામશે, આત્મા દૈવી હાજરી સાથે ફરીથી જોડશે."

ગુરુજીની આંખો નરમ થઈ અને તેમણે આગળ કહ્યું, "ઈસ્લામમાં પણ મૃત્યું પછીના જીવનમાં વિશ્વાસ છે, પરંતુ તે આ જીવનમાં વ્યક્તિના કાર્યોના સંદર્ભમાં રચાયેલ છે. ખ્રિસ્તી ધર્મની જેમ, ઇસ્લામ શીખવે છે કે મૃત્યું પછી, આત્મા ન્યાયનો સામનો કરે છે અને તેને

સ્વર્ગ અથવા નરકમાં લઈ જવામાં આવે છે. કુરાન સ્વર્ગને શાશ્વત આનંદના બગીચા તરીકે વર્ણવે છે, જ્યાં ન્યાયીઓને દૈવી હાજરીથી પુરસ્કાર આપવામાં આવે છે, જ્યારે નરક, એ લોકો માટે યાતનાનું સ્થળ છે જેમણે પાપ અને ભગવાનની ઇચ્છાને નકારતા જીવન જીવ્યું છે. ઇસ્લામમાં આત્માની યાત્રા અલ્લાહને સમર્પણ, ન્યાયીપણા અને ભક્તિ દ્વારા આકાર પામે છે. પુનરુત્થાનમાં વિશ્વાસ પણ કેન્દ્રિય છે, કારણ કે શરીર અને આત્મા ન્યાયના દિવસે ફરીથી ભેગા થાય છે, જ્યાં દરેક વ્યક્તિના કાર્યોનો હિસાબ આપવામાં આવે છે."

ગુરુજીની નજર એવી રીતે દૂર દૂર જતી હતી કે જાણે તેઓ સમયની પેલે પાર, જીવન અને મૃત્યું ની પેલે પાર જોઈ રહ્યા હોય. "આ પરંપરાઓમાં, મૃત્યું એક અંતિમ ક્ષણ છે, એક નિર્ણાયક વળાંક છે. તે આ ભૌતિક યાત્રાનો અંત છે અને શાશ્વત કંઈકની શરૂઆત છે. કોઈ પુનર્જન્મ નથી; તેના બદલે, આ જીવનમાં આત્માની ક્રિયાઓ તેનું અંતિમ ભાગ્ય નક્કી કરે છે - કાં તો ભગવાનની હાજરીમાં શાશ્વત જીવન અથવા તેનાથી શાશ્વત અલગ થવું. આ દૃષ્ટિકોણ આત્માની યાત્રાના માર્ગદર્શક બળો તરીકે નૈતિક જવાબદારી અને દૈવી કૃપા પર ભાર મૂકે છે."

તેમણે એક ક્ષણ માટે આંખો બંધ કરી, જાણે તેમણે હમણાં જ વર્ણવેલ યાત્રાની વિશાળતા પર ચિંતન કરી રહ્યા હોય. "હિન્દુ ધર્મ અને બૌદ્ધ ધર્મમાં, આત્માની યાત્રા ચાલુ છે, અસંખ્ય જીવનકાળ દરમિયાન શીખવાની, વિકાસ પામવાની અને મુક્તિની પ્રક્રિયા. ખ્રિસ્તી ધર્મ અને ઇસ્લામમાં, એક જ જીવનકાળ પર ધ્યાન કેન્દ્રિત કરવામાં આવે છે, જ્યાં આત્માની પસંદગીઓ દૈવી સાથે શાશ્વત એકતા અથવા શાશ્વત અલગતા તરફ દોરી જાય છે. વિરોધાભાસ આશ્ચર્યજનક છે, પરંતુ આ બધી પરંપરાઓમાં સામાન્ય દોરી આત્માની યાત્રાનું ગહન રહસ્ય અને આ જીવનની બહાર અર્થની શોધ છે. મૃત્યું પછી શું થાય છે તે પ્રશ્ન એ છે જે સહસ્ત્રાબ્દીઓથી બધા માનવોના હૃદયમાં રહેલો છે, જે આપણા કાર્યો, આપણી શ્રદ્ધા અને સત્યની શોધને માર્ગદર્શન આપે છે."

તેમણે આંખો ખોલી અને અભિલાષા તરફ જોયું, જે ઊંડા વિચારમાં ડૂબેલી હતી. "આખરે, આત્માની યાત્રા માનવ ભાવનાની સૌથી ઊંડી ઝંખનાઓનું પ્રતિબિંબ છે - સમજવાની, પાર કરવાની અને દિવ્યતાથી જોડાવાની. દરેક પરંપરા પોતાના દ્રષ્ટિકોણથી આ ગહન યાત્રાને જોઈ શકે છે, અને જ્યારે વિગતો અલગ અલગ હોઈ શકે છે, ત્યારે સાર એ જ રહે છે: આપણે

બધા શાશ્વતની શોધમાં છીએ, આ વિશાળ, રહસ્યમય બ્રહ્માંડમાં આપણા ટૂંકા છતાં અર્થપૂર્ણ અસ્તિત્વનો અર્થ શોધવા માંગીએ છીએ."

અક્ષતે પૂછ્યું, "ગુરુજી, આધ્યાત્મિક પરંપરાઓ મૃત્યું પછીના અંતિમ લક્ષ્યો તરીકે મોક્ષ કે નિર્વાણ જેવા કયા ખ્યાલો પ્રદાન કરે છે?"

ગુરુજી એક ક્ષણ માટે શાંત મૌનમાં બેઠા, અને પ્રશ્નને ઓરડામાં ઊંડાણપૂર્વક ગુંજવા દીધો જાણે કે તે અસ્તિત્વના તાણાવાણામાંથી ગુંજતો હોય. તેમની નજર નરમ થઈ, અને તેઓ આગળ ઝૂક્યા. "આહ, અક્ષત, મૃત્યું પછીનું અંતિમ લક્ષ્ય. આ પ્રશ્ન પોતે જ દરેક માનવ હૃદયમાં એક ઊંડી ઝંખનાને પ્રગટ કરે છે - સ્વતંત્રતા, શાંતિ અને પરમાત્મા સાથે એકતાની શોધ. આધ્યાત્મિક પરંપરાઓમાં, આ શોધ વિવિધ સ્વરૂપો લે છે, દરેક માનવતાની સૌથી ઊંડી ઝંખનાઓનું પ્રતિબિંબ છે."

તેમણે થોભીને પ્રશ્નનો ભાર શાંત થવા દીધો. "હિન્દુ ધર્મમાં, મોક્ષનો ખ્યાલ આધ્યાત્મિક અનુભૂતિના શિખર તરીકે ઊભો છે. મોક્ષ એ ફક્ત દુઃખનો અંત નથી પરંતુ જન્મ, મૃત્યું અને પુનર્જન્મ - સંસાર - ના ચક્રમાંથી અંતિમ મુક્તિ છે. તે અનુભૂતિ છે કે આત્મા, અથવા જીવ, પરમ ચેતના, બ્રહ્મ સાથે એક છે, અને આપણે

આપણા વ્યક્તિગત જીવનમાં જે સ્પષ્ટ વિભાજન અનુભવીએ છીએ તે એક ભ્રમ છે - એક પડદો જે આપણા સાચા સ્વભાવને છુપાવે છે."

ગુરુજીએ થોડા સમય પછી કહ્યું, "કલ્પના કરો કે પાણીનું એક ટીપું, જે આકાશમાંથી અલગ પડતું હોય તેવું લાગે છે. તે અલગ લાગે છે, પરંતુ જ્યારે તે સમુદ્રમાં ભળી જાય છે, ત્યારે તે તેની વ્યક્તિગત ઓળખ ગુમાવે છે અને સમુદ્રની વિશાળતા સાથે એક થઈ જાય છે. તેવી જ રીતે, મોક્ષ એ વ્યક્તિગત આત્માનું પરમાત્મા સાથે વિલીન થવું છે, તે સમુદ્રમાં પાછા ફરવું છે જેમાંથી આપણે આવ્યા છીએ. તે ઇચ્છાથી પરે, ભયથી પરે એક એવી સ્થિતિ છે જ્યાં સ્વ અનંતમાં ઓગળી જાય છે. મોક્ષમાં, કોઈ પુનર્જન્મ નથી, કોઈ ચક્ર નથી - ફક્ત શાશ્વત શાંતિ અને જે કંઈ છે તેની સાથે એકતા છે."

તેમણે મૌન ટકી રહેવા દીધું અને સરખામણીના મૂળ જમાવવા દીધા. પછી, એક નમ્ર સ્મિત સાથે, તેમણે આગળ કહ્યું. "બૌદ્ધ ધર્મમાં, ધ્યેય નિર્વાણ છે, જે મોક્ષની જેમ, દુઃખમાંથી મુક્તિનું પ્રતિનિધિત્વ કરે છે. પરંતુ મોક્ષની હિન્દુ વિભાવનાથી વિપરીત, નિર્વાણને સાર્વત્રિક સ્વ સાથે વિલીનીકરણ તરીકે જોવામાં

આવતું નથી પરંતુ સ્વના સંપૂર્ણ રીતે નાશ તરીકે જોવામાં આવે છે. બુદ્ધે શીખવ્યું હતું કે બધી પીડા આસક્તિ અને ઇચ્છામાંથી ઉદ્ભવે છે, અને સ્વ એક ભ્રમ છે - વિચારો, લાગણીઓ અને સંવેદનાઓનો ક્ષણિક સંગ્રહ."

ગુરુજીનો અવાજ શાંત અને વધુ આત્મીય બન્યો. "એક જ્યોત વિશે વિચારો. જ્યાં સુધી તેમાં બળતણ હોય ત્યાં સુધી તે તેજસ્વી રીતે બળે છે, પરંતુ જ્યારે બળતણ ખતમ થઈ જાય છે, ત્યારે જ્યોત બુઝાઈ જાય છે. તેવી જ રીતે, નિર્વાણ એ ઇચ્છાની જ્યોતનું વિલીન થવું છે. તે કોઈ સ્થાન કે સ્થિતિ નથી પરંતુ એક અનુભૂતિ છે - બધી વસ્તુઓની અસ્થાયીતામાં ગહન સમજ. જ્યારે સ્વ પ્રત્યેની આસક્તિ અને અહંકારનો ભ્રમ ઓલવાઈ જાય છે, ત્યારે દુઃખ બંધ થાય છે, અને આત્મા મુક્ત થાય છે. નિર્વાણ એ પ્રાપ્ત કરવાનું લક્ષ્ય નથી પરંતુ અનુભૂતિ કરવાનું સત્ય છે, આ વિશ્વના ભ્રમથી આગળ રહેલી અનંત શાંતિની જાગૃતિ છે."

તેમણે ભક્તો તરફ નજર કરી, તેમના ચહેરાઓ ઉપદેશોની ઊંડાઈને પ્રતિબિંબિત કરતા હતા. "હવે, ખ્રિસ્તી ધર્મમાં, અંતિમ ધ્યેય ભગવાન સાથે શાશ્વત જીવન છે - જેને ઈસુએ સ્વર્ગના રાજ્ય તરીકે વર્ણવ્યું હતું. ખ્રિસ્તીઓ માટે, મૃત્યું પછી આત્માની યાત્રા

વ્યક્તિના ખ્રિસ્તમાં વિશ્વાસ, પસ્તાવો અને ભગવાનની કૃપા દ્વારા નક્કી થાય છે. ઈસુએ કહ્યું, 'હું પુનરુત્થાન અને જીવન છું. જે મારામાં વિશ્વાસ કરે છે તે જીવશે, ભલે તે મૃત્યું પામે.' શરીરના પુનરુત્થાનમાં વિશ્વાસ અને ભગવાન સાથે આત્માનું શાશ્વત જોડાણ ખ્રિસ્તી ધર્મનું કેન્દ્રબિંદુ છે. આ દૃષ્ટિકોણથી, સ્વર્ગ શાશ્વત શાંતિ, આનંદ અને દૈવી હાજરીની નિકટતાનું સ્થાન છે, જ્યાં કોઈ દુઃખ, કોઈ પાપ અને ભગવાનથી કોઈ અલગતા નથી. બીજી બાજુ, નરક, ભગવાનથી શાશ્વત અલગતા, આધ્યાત્મિક મૃત્યું ની સ્થિતિનું પ્રતિનિધિત્વ કરે છે."

ગુરુજી થોભ્યા, તેમણે આંખો બંધ કરી, ખ્રિસ્તી ઉપદેશોના ગહન સ્વભાવ પર ચિંતન કરવા. "ખ્રિસ્તી ધર્મમાં, ધ્યેય દુનિયા કે સ્વથી છટકી જવાનું નથી, પરંતુ પ્રેમ અને શ્રદ્ધા દ્વારા પરમાત્મા સાથે રૂપાંતરિત થવું અને સમાધાન કરવું છે. તે સ્ત્રોત તરફ પાછા ફરવાનું છે પરંતુ મુક્તિ અને કૃપાના માર્ગ દ્વારા. અંતિમ ધ્યેય ભગવાન સાથે જોડાણ છે - તેમની હાજરીમાં શાશ્વત જીવન, જ્યાં આત્મા તેનું સાચું ઘર શોધે છે."

ગુરુજીએ આંખો ખોલી અને હળવો નિસાસો નાખતા કહ્યું, "ઇસ્લામમાં, અંતિમ ધ્યેય પણ શાશ્વત જીવન છે, પરંતુ એવા સંદર્ભમાં જે અલ્લાહની ઇચ્છાને આધીન રહેવા અને કુરાનના ઉપદેશો અનુસાર વ્યક્તિના જીવનના ન્યાયી જીવન પર ભાર મૂકે છે. ઇસ્લામમાં મૃત્યું પછીનું જીવન દૈવી પુરસ્કાર અથવા સજાનું સ્થાન છે, જે આ જીવન દરમિયાન વ્યક્તિના કાર્યો અને વિશ્વાસ દ્વારા નક્કી થાય છે. જન્નત, અથવા સ્વર્ગ, શાશ્વત આનંદનું ક્ષેત્ર છે, શાંતિનો બગીચો છે, જ્યાં આત્માને અલ્લાહની અંતિમ નિકટતાનું પુરસ્કાર આપવામાં આવે છે. પરંતુ જહન્નમ, અથવા નરક પણ છે, જ્યાં અલ્લાહના માર્ગદર્શનનો અસ્વીકાર કરનારાઓ દૈવી હાજરીથી શાશ્વત અલગતા ભોગવે છે."

ગુરુજીનો અવાજ વધુ ગંભીર બન્યો. "ઈસ્લામમાં, ખ્રિસ્તી ધર્મની જેમ, ધ્યેય પરમાત્માની નિકટતા પ્રાપ્ત કરવાનું છે, પરંતુ તે સદાચારો, સમર્પણ અને ભક્તિની યાત્રા છે. તે નૈતિક અને આધ્યાત્મિક શિસ્તનો માર્ગ છે, જ્યાં આત્મા અલ્લાહની ઇચ્છા અનુસાર જીવવાનો પ્રયાસ કરે છે, સ્વર્ગના અંતિમ પુરસ્કારની શોધમાં."

પછી તેઓ સહેજ પાછળ ઝૂક્યા, તેમનો ચહેરો નરમ આંતરિક પ્રકાશથી પ્રકાશિત હતો. "આ પરંપરાઓમાં

જે સામાન્ય દોર ચાલે છે તે મુક્તિની ઝંખના, દુઃખનો અંત અને દિવ્યતા સાથે જોડાણ છે. ભલે તે મોક્ષ હોય, નિર્વાણ હોય, સ્વર્ગમાં શાશ્વત જીવન હોય કે જન્નતનું ઈનામ હોય, આ ધ્યેયો માનવ આત્માની સૌથી ઊંડી ઇચ્છાઓનું પ્રતિનિધિત્વ કરે છે - શરીરની મર્યાદાઓને પાર કરવા, ભય અને દુઃખને દૂર કરવા અને આપણે જે અંતિમ સત્યમાંથી આવ્યા છીએ ત્યાં પાછા ફરવા."

ગુરુજીના શબ્દો હવામાં લટકતા હતા, દરેક ઉચ્ચારણ સમય અને અવકાશમાં એક દોરો ગૂંથતું હતું, જ્યારે ભક્તો મૌન બેઠા હતા, તેમણે વર્ણવેલી યાત્રાની વિશાળતાથી ખૂબ જ પ્રભાવિત થયા હતા.

"પણ યાદ રાખો," ગુરુજીએ કરુણાથી ભરેલા અવાજમાં આગળ કહ્યું, "આ ધ્યેયો ફક્ત મૃત્યું પછીના લક્ષ્યો નથી - તે જીવન જીવવાની રીતો છે, વિશ્વમાં રહેવાની રીતો છે. મોક્ષ, નિર્વાણ, શાશ્વત જીવન - આ ભવિષ્યમાં સમજવા જેવી વસ્તુઓ નથી. તે સત્યો છે જેની સાથે આપણે હાલમાં જીવવું જોઈએ. આપણે દરેક ક્ષણને પ્રેમ, જાગૃતિ અને શ્રદ્ધા સાથે કેવી રીતે જીવીએ છીએ તે આપણા આત્માની યાત્રાને આકાર આપશે. ધ્યેય, હેતુ અને શાંતિ સાથે જીવવાનું છે, કારણ કે અંતે, ગંતવ્ય યાત્રાથી અલગ નથી."

પદમાએ પૂછ્યું, "ગુરુજી, વિવિધ ધાર્મિક પરંપરાઓમાં આત્માની યાત્રાનો વિચાર નૈતિક વર્તન અને નિર્ણયોને કેવી રીતે આકાર આપે છે?"

ગુરુજીની નજર હોલમાં ફેલાઈ ગઈ, તેમની આંખો પદમાએ પૂછેલા પ્રશ્નની ઊંડાઈને પ્રતિબિંબિત કરી રહી હતી. "આહ, પદમા, આ પ્રશ્ન ખૂબ જ મૂળભૂત બાબતને સ્પર્શે છે - માન્યતા અને ક્રિયા વચ્ચેનો સંબંધ, આત્માની યાત્રાની આપણી સમજણ અને આપણે જે રીતે જીવવાનું પસંદ કરીએ છીએ તે વચ્ચેનો સંબંધ. દરેક ધાર્મિક પરંપરા મૃત્યું પછી શું થાય છે તેની વિચાર દ્રષ્ટિ આપે છે, પરંતુ વધુ મહત્વનું, તે આપણને તે ક્ષણ આવે તે પહેલાં કેવી રીતે જીવવું તે શીખવે છે."

તેમણે ઊંડો શ્વાસ લીધો, અને આગળ વધતા પહેલા મૌનને બધાની અંદર ખેંચાવા દીધું.

કર્મનો નિયમ: આપણા કાર્યોનો અરીસો

"હિન્દુ ધર્મમાં, કર્મનો ખ્યાલ આત્માની યાત્રાને નિયંત્રિત કરે છે. દરેક વિચાર, દરેક ક્રિયા, દરેક ઇરાદો એક બીજ રોપે છે જે આ કે પછીના જીવનમાં ફળ આપશે."

'જેમ માણસ વાવે છે, તેમ તે લણશે. કર્મથી બંધાયેલો, આત્મા વારંવાર જન્મ લે છે જ્યાં સુધી તે મુક્તિ પ્રાપ્ત ન કરે.'

જેમ ખેડૂત પોતાના ખેતરની સંભાળ રાખે છે, એ જાણીને કે તેના પાકની ગુણવત્તા તેણે વાવેલા બીજ પર આધાર રાખે છે, તેવી જ રીતે વ્યક્તિએ પણ પોતાના કાર્યોની સંભાળ રાખવી જોઈએ. નૈતિક વર્તન ફક્ત નિયમોનું પાલન કરવા વિશે નથી - તે આત્માને મોક્ષ તરફ, જન્મ અને પુનર્જન્મના ચક્રમાંથી મુક્તિ તરફ આગળ વધવાની ખાતરી કરવા વિશે છે. અપ્રમાણિકતા, ક્રૂરતા અને લોભ આત્માને ભારે કરે છે, તેને દુઃખમાં પાછો ખેંચી લે છે. કરુણા, સત્ય અને નિઃસ્વાર્થતા તેને બંધનમાંથી મુક્ત કરે છે.

ભગવદ ગીતા અધ્યાય ૨, શ્લોક ૨૭ આપણને યાદ અપાવે છે:

જાતસ્ય હિ ધ્રુવો મૃત્યું ર્ધ્રુવં જન્મ મૃતસ્ય ચ।

તસ્માદપરિહાર્યેઽર્થે ન ત્વં શોચિતુમર્હસિ ॥૨૭॥

અર્થ: "જેણે જન્મ લીધો છે, તેનું મરણ નિશ્ચિત છે અને જે મૃત્યું પામે છે, તેનો પુનર્જન્મ પણ અનિવાર્ય છે.

તેથી, જે અનિવાર્ય છે તે અંગે તારે શોક ન કરવો જોઈએ."

કલ્પના કરો કે એક કુંભાર માટીને આકાર આપી રહ્યો છે. જો તેના હાથ બેદરકાર હશે, તો વાસણ ફાટી જશે. જો તે ધીરજ અને કાળજીથી કામ કરશે, તો તે મજબૂત અને સુંદર બનશે. એ જ રીતે, આપણા કાર્યો આપણા ભાગ્યને આકાર આપે છે, આત્મા, એ ચાલવાનો માર્ગ બનાવે છે."

બૌદ્ધ ધર્મ: આપણી પસંદગીઓનો લહેર પ્રભાવ

બીજી પરંપરામાં સંક્રમણ કરતા ગુરુજીનો અવાજ ધીમો પડી ગયો.

"બૌદ્ધ ધર્મમાં, અમર, અપરિવર્તનશીલ આત્માનો વિચાર મુખ્ય મુદ્દો નથી. તેના બદલે, બુદ્ધે શીખવ્યું કે આપણી ક્રિયાઓ લહેરો બનાવે છે - આજે આપણે જે કરીએ છીએ તે આવતીકાલના વિશ્વને આકાર આપે છે. કર્મ અને પુનર્જન્મનો ખ્યાલ હજુ પણ લાગુ પડે છે, પરંતુ શાશ્વત આત્માને બદલે, જે ચાલુ રહે છે તે આપણી ક્રિયાઓની ગતિ છે, જેમ કે એક મીણબત્તીથી બીજી મીણબત્તીમાં જ્યોત પસાર થાય છે.

ઘણીવાર એક પ્રવાસીની વાર્તા કહેવામાં આવે છે જે બે રસ્તાઓ પાસે આવે છે - એક કાંટાથી ઢંકાયેલો,

બીજો નરમ ઘાસમાં. જો તે કાંટાળો રસ્તો પસંદ કરે છે, તો તેને દુઃખ થશે. જો તે સરળ રસ્તો પસંદ કરે છે, તો તે સરળતાથી ચાલશે. પરંતુ રસ્તાઓ આકસ્મિક રીતે બનાવવામાં આવ્યા ન હતા - તે તેની પહેલા ચાલનારાઓ દ્વારા મૂકવામાં આવ્યા હતા. આપણી પસંદગીઓ પણ આગળનો રસ્તો બનાવે છે.

તો, નૈતિક વર્તન ફક્ત ભવિષ્યના પુરસ્કાર વિશે નથી, પરંતુ દુઃખને કરુણામાં, અજ્ઞાનને શાણપણમાં અને લોભને ઉદારતામાં પરિવર્તિત કરવા વિશે છે. આત્માની યાત્રા બાહ્ય ન્યાયાધીશ દ્વારા નહીં પરંતુ કારણ અને અસરની પ્રકૃતિ દ્વારા ઘડવામાં આવે છે.

ખ્રિસ્તી ધર્મ: આત્માનું વજન

ગુરુજીના શબ્દોમાં ઊંડો આદર છવાયેલો હતો, તેમની અભિવ્યક્તિ ચિંતનશીલ બની ગઈ.

“ખ્રિસ્તી ધર્મમાં, મૃત્યું પછી આત્માની યાત્રાને ઘણીવાર શ્રદ્ધા, કૃપા અને દૈવી ચુકાદાના દ્રષ્ટિકોણથી સમજવામાં આવે છે. સ્વર્ગ અને નરકનો વિચાર ફક્ત પુરસ્કાર અથવા સજા તરીકે અસ્તિત્વમાં નથી - તે

વ્યક્તિની પસંદગીઓનું માર્ગદર્શન કરતા નૈતિક હોકાયંત્ર તરીકે કામ કરે છે. ઈસુએ શીખવ્યું:

'તમે મારા ભાઈઓમાંના નાનામાં નાના માટે જે કંઈ કરો છો, તે મારા માટે કરો છો.' (માથ્થી ૨૫:૪૦)

અર્થ: "આ, બધા પ્રત્યે કરુણા અને દયા બતાવવાના મહત્વ પર ભાર મૂકે છે, પછી ભલે તેમની સામાજિક સ્થિતિ ગમે તે હોય. તે દર્શાવે છે કે જરૂરિયાતમંદોની સેવા કરવી એ સાચી માનવતાનું પ્રતિબિંબ છે અને તેને ખુદ ઈસુની સેવા કરવા સમાન ગણવામાં આવે છે."

ખ્રિસ્તી ધર્મમાં નીતિશાસ્ત્ર, પ્રેમ, દયા અને ન્યાયીપણા સાથે ઊંડે સુધી જોડાયેલું છે. દયા, ક્ષમા અને વફાદારીના કાર્યો આત્માના સ્વર્ગ તરફના માર્ગને આકાર આપે છે, જ્યાં તેને ભગવાન સાથે શાશ્વત સંવાદ મળે છે. પરંતુ જે લોકો ક્રૂરતા અને સ્વાર્થના માર્ગ પર ચાલે છે તેઓ આ દૈવી હાજરીથી અલગ થવાનું જોખમ લે છે.

એવું કહેવાય છે કે જ્યારે કોઈ વ્યક્તિ મૃત્યું પામે છે, ત્યારે તેના કાર્યોનું વજન બાહ્ય સોના કે સંપત્તિથી નહીં, પરંતુ તેણે આપેલા પ્રેમ અને તેણે જીવેલા સત્યથી થાય છે. એક વૃક્ષની કલ્પના કરો - જો તેને કાળજીથી

પોષણ આપવામાં આવ્યું હોય, તો તે મીઠા ફળ આપે છે. જો અવગણવામાં આવે તો તે સુકાઈ જાય છે. આત્મા પણ તેની પસંદગીઓથી ઘડાય છે.

ઇસ્લામ: ન્યાયનો પુલ

ગુરુજીના અવાજમાં એક સ્થિર લય આવી, જે દૈવી ન્યાયની નિશ્ચિતતાનો પડઘો પાડતી હતી.

"ઇસ્લામમાં, આત્માની યાત્રા જવાબદારી દ્વારા ચિહ્નિત થયેલ છે. કુરાન યૌમ અલ- કિયામાહ, ન્યાયના દિવસની વાત કરે છે, જ્યાં દરેક વ્યક્તિના કાર્યોનું વજન કરવામાં આવે છે. ન્યાયી લોકોને જન્નત, શાંતિના સ્વર્ગમાં પ્રવેશ આપવામાં આવે છે, જ્યારે અન્યાય કરનારાઓને જહન્નમનો સામનો કરવો પડે છે."

પરંતુ દૈવી ન્યાય દયાથી ભરેલો છે. દયાનું એક કાર્ય પણ વ્યક્તિના પક્ષમાં ત્રાજવું બનાવી શકે છે, જેમ પાણીનું એક ટીપું મરતા છોડને પુનર્જીવિત કરી શકે છે. ઇસ્લામ શીખવે છે કે જીવન એક કસોટી છે - આપણા કાર્યો, તે પુસ્તક લખે છે જે કયામતના દિવસે વાંચવામાં આવશે. પયગંબર મુહમ્મદ

'તમારામાંથી શ્રેષ્ઠ એ છે જેનું વર્તન અને ચારિત્ર્ય શ્રેષ્ઠ છે.'

આમ, નૈતિક વર્તન ફક્ત સજા ટાળવા વિશે નથી, પરંતુ ન્યાયીપણા, પ્રામાણિકતા અને અન્યોની સેવા તરફ પ્રયત્નશીલ રહેવા વિશે છે. આત્માની યાત્રા આપણે દૈવી ઇચ્છાને આધીન રહીને કેવી રીતે જીવીએ છીએ તેના દ્વારા નક્કી થાય છે.

એક સામાન્ય દોર: આપણે સાથે ચાલીએ છીએ તે રસ્તો

ગુરુજી સહેજ પાછળ ઝૂક્યા, તેમની નજર ભક્તો પર ફેલાઈ રહી હતી જાણે તેમને માનવ શ્રદ્ધાની વિશાળ, એકબીજા સાથે જોડાયેલી વાર્તાની નજીક ખેંચી રહી હોય.

"આપણે અહીં શું જોઈએ છીએ? બધા ધર્મોમાં, આત્માની યાત્રા ફક્ત મૃત્યું પછી શું થાય છે તે વિશે નથી - તે આપણે હાલમાં જે પસંદગીઓ કરીએ છીએ તેના વિશે છે. કર્મ દ્વારા, નૈતિક નિર્ણય દ્વારા, કે દૈવી કૃપા દ્વારા, દરેક પરંપરા આપણને શીખવે છે કે નૈતિક વર્તન એ મુક્તિ, શાંતિ અને દૈવી સાથે જોડાણની ચાવી છે."

તે હસ્યા, તેમની અભિવ્યક્તિ શાંત હતી.

“કલ્પના કરો કે એક નદી સમુદ્રમાં વહે છે. કેટલાક માને છે કે નદી સમુદ્ર સુધી પહોંચે ત્યાં સુધી પાણીના એક જ ટીપાને વહન કરે છે. અન્ય માને છે કે પાણી સતત બદલાતું રહે છે, છતાં નદી હજુ પણ વહે છે. કેટલાક માને છે કે નદીનો માર્ગ તેના કાર્યો દ્વારા નક્કી થાય છે; અન્ય માને છે કે તે દૈવી હાથ દ્વારા સંચાલિત છે. પરંતુ અંતે, બધી નદીઓ એક જ ગંતવ્ય શોધે છે- વિશાળ, અનંત સમુદ્ર.”

તેવી જ રીતે, આત્માની યાત્રાના બધા માર્ગો, ભલે ગમે તેટલા અલગ લાગે, આપણને સત્ય તરફ, શાંતિ તરફ, પ્રેમ તરફ દોરી જાય છે. અને આપણે જે રીતે તે માર્ગ પર ચાલીએ છીએ, જે રીતે આપણે બીજાઓ સાથે વર્તીએ છીએ, જે રીતે આપણે શાણપણ અને કરુણાનું પોષણ કરીએ છીએ - તે જ ખરેખર આપણા ભાગ્યને આકાર આપે છે.

હોલમાં શાંતિ છવાઈ ગઈ. ગુરુજીના શબ્દોનો ભાર ભક્તોના હૃદયમાં ખીલવાની રાહ જોતા બીજની જેમ ઊંડે સુધી વસી ગયો.

અને તે પવિત્ર ક્ષણમાં, તેઓ સમજી ગયા - આત્માની યાત્રા મૃત્યું પછી ક્યાં જાય છે તે અંગે નહોતી.

તે વ્યક્તિએ કેવી રીતે જીવવાનું પસંદ કર્યું તે વિશે હતું.

એસ્ટિને પૂછ્યું, "ગુરુજી, મૃત્યું પછી સ્વર્ગ, નરક અથવા અન્ય ક્ષેત્રોના અસ્તિત્વને જુદા જુદા ધર્મો જે રીતે જુએ છે તેમાં કઈ સમાનતાઓ અને તફાવતો છે?"

ગુરુજીએ એક ક્ષણ માટે આંખો બંધ કરી, જાણે સમયના પડદાની પેલે પાર માનવ માન્યતાના વિશાળ ચાકળામાં ડોકિયું કરી રહ્યા હોય.

પહોંચ બહાર માટે સાર્વત્રિક ઝંખના

"સંસ્કૃતિઓ અને સદીઓથી, માનવતા, તારાઓ તરફ જોતી રહી છે અને વિચારતી રહી છે કે આ ક્ષણિક અસ્તિત્વની બહાર શું છે? હિન્દુ ધર્મના પવિત્ર શ્લોકોમાં, બૌદ્ધ ધર્મના સૂત્રોમાં, ખ્રિસ્તી ધર્મ અને ઇસ્લામના સાક્ષાત્કારમાં, કે સૂફીવાદની રહસ્યમય કવિતામાં, એક સત્ય સ્પષ્ટ છે: યાત્રા મૃત્યું સાથે સમાપ્ત થતી નથી. પરંતુ તે યાત્રા કેવી રીતે પ્રગટ થાય છે તે શ્રદ્ધા, અનુભવ અને આત્માની ઝંખના દ્વારા આકાર પામેલા વિવિધ દ્રષ્ટિકોણથી જોવામાં આવે છે."

આગળ વધતા પહેલા તેમણે પોતાની વાત શાંત થવા દીધી.

સ્વર્ગ અને નરક: પુરસ્કાર અને ગણતરીના ક્ષેત્રો

"ખ્રિસ્તી ધર્મ અને ઇસ્લામમાં, મૃત્યું પછીના જીવનને ઘણીવાર નૈતિક ગણતરી તરીકે જોવામાં આવે છે - એક ગંતવ્ય જે જીવનમાં વ્યક્તિ દ્વારા કરવામાં આવતી પસંદગીઓ દ્વારા આકાર પામે છે."

બાઇબલમાં, ઈસુ સ્વર્ગને 'ઈશ્વરનું રાજ્ય' કહે છે, જે દૈવી સંવાદનું સ્થળ છે જ્યાં ન્યાયીઓ શાશ્વત આનંદ મેળવે છે. તે નરકની પણ ચેતવણી આપે છે - ઈશ્વરથી અલગ થવાની સ્થિતિ, જ્યાં આત્મા તેના દુષ્કૃત્યોનું પરિણામ ભોગવે છે.

તેવી જ રીતે, ઇસ્લામમાં, કુરાન જન્નત (સ્વર્ગ)ને આનંદના બગીચા તરીકે વર્ણવે છે, જ્યાં આત્માઓને તેમના વિશ્વાસ અને સારા કાર્યો માટે પુરસ્કાર આપવામાં આવે છે. પરંતુ જહન્નમ (નરક) પણ છે, જે ન્યાયથી ભટકી ગયેલા લોકો માટે શુદ્ધિકરણનું સ્થળ છે. છતાં, ઇસ્લામિક વિચારમાં પણ, દૈવી દયા સર્વોપરી છે - કેટલાક આત્માઓ ન્યાય પછી પણ મુક્તિ મેળવી શકે છે.

ગુરુજીનો અવાજ ધીમો પડી ગયો, તેમના શબ્દોમાં ઊંડા ચિંતનનો ભાર હતો.

પુનર્જન્મનું ચક્ર: આત્માની શાશ્વત યાત્રા

"તેનાથી વિપરીત, હિન્દુ ધર્મ અને બૌદ્ધ ધર્મ મૃત્યું પછીના જીવનને એક નિશ્ચિત સ્થળ તરીકે જોતા નથી, પરંતુ એક સતત ફરતા ચક્ર - સંસારના ચક્ર તરીકે જુએ છે."

હિન્દુ ધર્મમાં, આત્મા (આત્મા) શાશ્વત છે, કર્મથી બંધાયેલો છે.

'જેમ માણસ વાવે છે, તેમ તે લણશે. કર્મથી બંધાયેલો, આત્મા વારંવાર જન્મ લે છે જ્યાં સુધી તે મુક્તિ પ્રાપ્ત ન કરે.'

અહીં, સ્વર્ગ અને નરક શાશ્વત નથી પણ ક્ષણિક અવસ્થાઓ છે - એવી જગ્યાઓ જ્યાં આત્મા બીજા જીવનમાં પાછા ફરતા પહેલા તેના કર્મોના ફળનો અનુભવ કરે છે. સાચી મુક્તિ (મોક્ષ) સ્વર્ગ સુધી પહોંચવા વિશે નથી પરંતુ આ ચક્રમાંથી સંપૂર્ણપણે મુક્ત થઈને, સમુદ્રમાં પાછા ફરતા ટીપાની જેમ પરમાત્મામાં ભળી જવા વિશે છે.

તેમણે થોભીને કલ્પનાને સ્થિર થવા દીધી.

"બૌદ્ધ ધર્મમાં, એક અલગ સમજણ ઉભરી આવે છે. કોઈ શાશ્વત આત્મા નથી, ફક્ત કર્મ દ્વારા આકાર પામેલી ચેતનાનો પ્રવાહ છે. અસ્તિત્વના છ ક્ષેત્રો - સ્વર્ગીયથી નરકની સ્થિતિઓ સુધી - વ્યક્તિને તેના કર્મની અભિવ્યક્તિ તરીકે જોવામાં આવે છે. પરંતુ તેમાંથી કોઈ પણ કાયમી નથી. અંતિમ ધ્યેય નિર્વાણ છે - કોઈ સ્થાન નથી, પરંતુ દુઃખની પરે, ભ્રમથી પરે, સ્વના વિચારથી પણ પરે એક સ્થિતિ."

રહસ્યમય દ્રષ્ટિકોણ: પહોંચ બહારની આંતરિક અનુભવ તરીકે "પણ એવા લોકો પણ છે," ગુરુજીએ આગળ કહ્યું, "જેઓ સ્વર્ગ અને નર્કને બહારના સ્થળો તરીકે નહીં પણ અંદર હોવાની સ્થિતિઓ તરીકે જુએ છે. સૂફી રહસ્યવાદીઓ સ્વર્ગને પ્રિયજનના આલિંગન તરીકે વર્ણવે છે, જે સ્વરૂપની બહાર દિવ્યતાની નિકટતા છે. કવિ રૂમીએ લખ્યું:

'ભવિષ્યમાં સ્વર્ગ અને નર્ક શોધશો નહીં: બંને હાલમાં હાજર છે. પહેલું પ્રેમમાં મળે છે, બીજું અહંકારમાં.'

અંતે, ભલે કોઈ વ્યક્તિ સુવર્ણ દરવાજાની કલ્પના કરે, પુનર્જન્મનું ચક્ર કરે, કે સ્વરૂપની બહારની યાત્રા કરે, સંદેશ એક જ છે - આપણે કેવી રીતે જીવીએ છીએ તે આપણે જ્યાં જઈએ છીએ તેને આકાર આપે છે.

પ્રશ્ન જે બાકી છે

ગુરુજીની નજર આખા ઓરડામાં ફેલાઈ ગઈ. "તો, પ્રશ્ન એ રહે છે કે મૃત્યું પછી શું થાય છે તે જ નહીં, પણ તે જ્ઞાન આપણા જીવનને કેવી રીતે બદલી નાખે છે? શું આપણે ડરમાં જીવીએ છીએ કે પ્રેમમાં ચાલીએ છીએ? શું આપણે પુરસ્કારો શોધીએ છીએ, કે આપણે સત્ય માટે પ્રયત્નશીલ છીએ?

દરેક પરંપરા એક નકશો આપે છે, પરંતુ યાત્રા આપણે કરવાની છે.

તે હસ્યા, તેમનો અવાજ સૌમ્ય પણ ગહન હતો. "અને તે માર્ગ પર ઈમાનદારીથી ચાલવાથી, કદાચ આપણે શોધીશું કે સ્વર્ગ કોઈ દૂરનું વચન નથી, કે મુક્તિ કોઈ અમૂર્ત ધ્યેય નથી. કદાચ તે ફક્ત આપણે જે રીતે જીવીએ છીએ, પ્રેમ કરીએ છીએ અને જાગૃત થઈએ છીએ તેમાં જ સાકાર થાય છે... અહીં અને અત્યારે."

ગુરુજી લાંબા સમય સુધી મૌન બેઠા હતા, તેમની આંખો અડધી બંધ હતી, તેમની હાજરી સાંજના સમયે

પર્વત જેવી સ્થિર હતી. પછી, ધીમી, ઇરાદાપૂર્વકની હિલચાલ સાથે, તેઓ તેમના આસનમાંથી ઉભા થયા, તેમનો જમીન પર લહેરાતો ઝભ્ભો ધીમો અવાજ ફેલાવતો હતો. ભક્તો, દિવસના ઉપદેશોના અસ્પષ્ટ નિષ્કર્ષને અનુભવીને, થોડા સમય માટે ગતિહીન રહ્યા અને પછી ઉભા થયા. કોઈ શબ્દોની જરૂર નહોતી - મૌને એ બધાને પોતાના આલિંગનમાં પકડી રાખ્યા.

એક પછી એક, તેઓ બુદ્ધ હોલમાંથી બહાર નીકળ્યા, રાત્રિની ઠંડી હવાએ તેમનું સ્વાગત કર્યું. તેમની ઉપર, વિશાળ આકાશ અનંત રીતે ફેલાયેલું હતું, ચમકતા તારાઓથી છુપાયેલું હતું. અંધકારમાં ઢંકાયેલો ચંદ્ર, વાદળોની પાછળ છુપાઈ ગયો, વિશ્વને એક નરમ, અલૌકિક તેજમાં સ્નાન કરાવતો રહ્યો. હવા, જંગલી ફૂલોની સુગંધ અને નિશાચર પ્રાણીઓના દૂરના, લયબદ્ધ અવાજથી જીવંત હતી - રાત્રિમાં પ્રકૃતિના પોતાના એકાંતનો શાંત સ્વરમેળ.

જ્યારે તેઓ આશ્રમની ખોરાકની કેન્ટીન અન્નપૂર્ણેશ્વરી તરફ જઈ રહ્યા હતા ત્યારે મસાલેદાર કરી અને બાફેલા ભાતની સુગંધ હવામાં ભરાઈ ગઈ. આધ્યાત્મિક તપાસના લાંબા દિવસ પછી ખોરાકની હૂંફ હકીકતને સ્પર્શતી લાગી, આત્માની શોધ વચ્ચે શરીરની

જરૂરિયાતોની નમ્ર યાદ અપાવી. કેટલાક, દિવસના શાણપણનું વજન શોષીને ચૂપચાપ ખાતા હતા. બીજા લોકો ધીમે ધીમે વાતચીત કરી રહ્યા હતા, તેમનું મન હજી પણ ગુરુજીના પ્રવચનના ઘટસ્ફોટ સાથે સંઘર્ષ કરી રહ્યું હતું.

રાત્રિભોજન પછી, આશ્રમ તેના પોતાનામાં શાંત રીતે જીવંત થઈ ગયો. કેટલાક બગીચાઓમાં લટાર મારતા હતા, ઠંડા પવનમાં પાંદડાઓનો ખડખડાટ સાંભળતા હતા. અન્ય લોકો વહેલા નિવૃત્ત થયા, સૂઈ ગયા, તેમના સપનાઓને દિવસના પાઠ સાથે ગૂંથવા દીધા.

પરંતુ થોડા સાધકો માટે, રાત હજુ પૂરી થઈ ન હતી.

અક્ષયે ટોળા તરફ નજર કરી અને શાંત વિશ્વાસ સાથે કહ્યું, "ચાલો, આપણે બધા રાત્રિભોજન પછી આગ સળગાવવાની જગ્યા પર મળીએ."

અપેક્ષા, પદમા અને બીજાઓએ એકબીજા પર નજર ફેરવી અને પછી સંમતિમાં માથું હલાવ્યું. હવામાં કંઈક અધૂરું લાગ્યું, વાતચીત શરૂ થવાની રાહ જોઈ રહી હતી, વિચારોની એક દોર અધૂરી હતી.

આગના અજવાળા દ્વારા વાર્તાઓ

એક કલાક પછી, તેઓ એક તીક્ષ્ણ અગ્નિની આસપાસ ભેગા થયા. જ્વાળાઓ નાચતી હતી, ઠંડી રાત સામે તેમની સોનેરી જીભ ટમટમતી હતી. તણખા આકાશમાં ઉછળ્યા અને અદૃશ્ય થઈ ગયા, ઉપરના નક્ષત્રો સાથે ભળી ગયા, જાણે અગ્નિ પોતે સ્વર્ગને પ્રાર્થના કરી રહી હોય.

કિરોને નિસાસો નાખ્યો, તેનો અવાજ ચિંતનથી ભરેલો હતો. "આજનું સત્ર... એકદમ વિચારપ્રેરક હતું."

એસ્પેન અને એસ્ટિને માથું હલાવ્યું, હજુ પણ ચર્ચા થયેલી વાતની ઊંડાણને સમજી રહ્યા હતા.

એસ્પેને ગણગણાટ કર્યો, "ઘણું બધું સમજવાનું છે... ઘણા બધા સત્યો... કેટલાક દિલાસો આપનારા, કેટલાક અસ્વસ્થ કરનારા."

અગ્નિથી હાથ ગરમ કરતી લલિતા હળવું સ્મિત કરતી હતી. "હું આ એકાંત લગભગ ચૂકી ગઈ હતી... જો મેં મારા પગની સર્જરી કરાવી હોત, તો હું અહીં ન હોત. દૈવી પાસે આપણને માર્ગદર્શન આપવાની એક રીત છે જ્યાં આપણે હોવું જોઈએ. મારી ઘણી આંતરિક શંકાઓ હવે હળવી લાગે છે."

થોડીવાર મૌન છવાઈ ગયું, ભારે પણ બોજારૂપ નહીં. અપેક્ષા, ભવ્યા તરફ ફરી, તેનો અવાજ નરમ હતો.

"ભવ્યા, જો તમને વાંધો ન હોય તો... શું તમે તમારી વાર્તા અમને કહેશો?"

આગનો અવાજ સંભળાયો, ભવ્યાના ચહેરા પર પડછાયાઓ બદલાતા રહ્યા. તેણીએ માથું થોડું પાછળ નમાવ્યું, અનંત આકાશ તરફ જોયું, જ્યાં તારાઓ પ્રાચીન ચોકીદારોની જેમ ઝબકતા હતા, સમય પસાર થતો જોતા હતા. તેની ત્વચા પર અગ્નિની ગરમી રાત્રિની ઠંડીથી વિપરીત હતી, જે તેની અંદર ઉશ્કેરાયેલી લાગણીઓનો સંપૂર્ણ અરીસો હતી.

તેણીએ શ્વાસ છોડ્યો, એક શ્વાસમાં ખચકાટ અને શરણાગતિ બંને હતા.

"હમ્મ... મને ખબર નથી કે ક્યાંથી શરૂઆત કરવી... પણ કદાચ શરૂઆત જ મને માર્ગદર્શન આપશે."

તેણીએ બધાં તરફ જોયું - તેના મિત્રો, તેનો આધ્યાત્મિક પરિવાર - અને શરૂઆત કરી.

"મારો જન્મ એક દૂરના ગામમાં થયો હતો, એક એવી જગ્યા જ્યાં નદીઓ જમીનને એવી રીતે ભેટી પડે છે જેમ માતા, પોતાના બાળકને વહાલથી વહાવે છે.

મારા દાદા-દાદી માછીમારનો વ્યવસાય ચલાવતા હતા જે પાણીની લય સાથે ઊંડો જોડાયેલો હતો. પરંતુ મારા પિતા, રાજારામ, એક અલગ રસ્તો શોધતા હતા - તેમણે સખત અભ્યાસ કર્યો અને એક માનનીય સરકારી પદ મેળવ્યું. મારી માતા, કવિતા, અમારા ઘરનો આધારસ્તંભ હતી, તેમની શાંત શક્તિએ મારા બાળપણનો પાયો ઘડ્યો છે."

"મારો જન્મ તેમના લગ્નના ઘણા વર્ષો પછી થયો હતો, અને તેથી, હું તેમની દુનિયા હતી. તેઓ મને એટલા ઊંડા પ્રેમથી સંભાળતા કે મને ક્યારેય એકલતાનો અનુભવ થયો નહીં. મારા પિતા મારા શ્રેષ્ઠ મિત્ર હતા. હું તેમને બધું કહેતી. અને પછી... મારા દાદા હતા. તેઓ મારા શિક્ષક, મારા વાર્તાકાર, મારા માર્ગદર્શક હતા. દર વર્ષે, અમે તહેવારો ઉજવવા માટે અમારા ગામમાં આવતા હતા, અને તે ક્ષણો હતી જેને હું સૌથી વધુ ચાહતી હતી - જ્યારે આખો સમુદાય એક સાથે આવતો હતો, જ્યારે હવા આનંદથી ભરેલી હતી, જ્યારે હું અને મારા દાદા નદી કિનારે બેસતા અને મારા બધા અનંત પ્રશ્નોના જવાબ અનંત ધીરજથી આપતા હતા."

ભવ્યાનો અવાજ ધીમો પડી ગયો, તેની નજર ભૂતકાળમાં ખોવાઈ ગઈ.

"પછી... જ્યારે હું દસમા ધોરણમાં હતી, ત્યારે બધું બદલાઈ ગયું."

આગની ગરમી, તેને ઉભરી આવેલી ઠંડી યાદથી બચાવી ન શકી.

"અમને સમાચાર મળ્યા - મારા દાદાનું અવસાન થયું. હૃદયરોગનો હુમલો આવ્યો," તેઓએ કહ્યું. બસ, તે ગયા. અમે ગામ તરફ દોડી ગયા, પણ હું... મને સમજાયું નહીં. કોઈ વ્યક્તિ... હવે ત્યાં કેવી રીતે ન હોઈ શકે? કોઈને કેમ મરવું પડે છે? પ્રેમ ફક્ત છીનવી લેવા માટે જ કેમ આપવામાં આવે છે?"

તેણીએ ગળે ઉતાર્યું, તેનો અવાજ સ્થિર હતો પણ યાદથી ભારે હતો.

"તે રાત્રે, ધાર્મિક વિધિઓ પૂર્ણ થયા પછી, મને ઊંઘ ન આવી. હું જ્યારે પણ ગામમાં આવતી, ત્યારે હું મારા દાદા સાથે ખુલ્લા આકાશ નીચે બેસતી, તેમને પ્રશ્નો પૂછતી, અને તેમની પાસે હંમેશા જવાબ હતો. તે રાત્રે, હું તેમને શોધતી તારાઓ તરફ જોતી રહી અને પછી મેં જોયું - એક તારો, બીજા બધા કરતાં વધુ તેજસ્વી,

એટલી તીવ્રતાથી બળી રહ્યો હતો જે મેં પહેલાં ક્યારેય જોયો ન હતો."

"મેં મોટેથી પૂછ્યું, 'તે તારો આટલો તેજસ્વી કેમ ચમકી રહ્યો છે?'"

"અને પછી, જાણે તે હજી પણ ત્યાં જ હોય, મેં તેમનો અવાજ મારા હૃદયમાં ગુંજતો સાંભળ્યો:'તારા પરદાદા તને જોઈ રહ્યા છે.'"

તેની આંખોમાં આંસુ આવી ગયા, પણ તે પડ્યા નહીં.

"તે જ ક્ષણે મને ખ્યાલ આવ્યો કે મારા દાદા ગયા છે. અને છતાં, તેઓ ગયા નથી. મેં તેમને ગુમાવ્યા હતા, પણ મેં ગુમાવ્યા નથી. મારું મન વિરોધાભાસ સાથે ઝઝૂમતું હતું, મારું હૃદય ઝંખના અને સમજણની યુદ્ધભૂમિ હતું. હું મારી જાતને પૂછતો રહ્યો કે શું તે ખરેખર ગયા છે, કે પછી તે હજુ પણ ક્યાંક રહે છે? આ ખોટ અસહ્ય લાગી, જાણે મારામાંથી એક ભાગ છીનવાઈ ગયો હોય. મારી ટીમ નાની થઈ ગઈ હતી. જે વ્યક્તિ મારી સૌથી વધુ કાળજી રાખતી હતી તે હવે ફક્ત... એક યાદ રહી ગઈ હતી."

તેણીએ આગ તરફ જોયું, અંગારા સળગતા જોયા, જાણે કે તે પણ એક સમયે આખા રહેલા કોઈ અવશેષના અવશેષો હોય.

"આપણે જેને પ્રેમ કરીએ છીએ તેને કેમ ગુમાવવું પડે છે? આપણે શા માટે ગુડબાય કહેવું જોઈએ? આ બધાનો અર્થ શું છે... આવવું અને જવું?"

સમૂહ પર ભારે શાંતિ છવાઈ ગઈ.

પછી, પદમાએ ભવ્યાના માથે હળવો હાથ રાખીને કહ્યું, "એક દિવસ, આપણે બધાએ આપણા જીવનના સૌથી પ્રિય લોકોને ગુમાવવા પડશે... પરંતુ તે ખોટમાં, આપણને કંઈક બીજું પણ મળે છે - પ્રેમની ઊંડી સમજ."

ભવ્યાએ ધીમેથી માથું હલાવ્યું.

આગ ફરી એકવાર ભડકી ઉઠી, જેનાથી રાત્રે તણખાઓનો મારો શરૂ થયો.

કિરણે નિસાસો નાખ્યો, તેણે સમય તરફ નજર નાખી. "મોડું થઈ ગયું છે... આપણે કાલના સત્ર પહેલા આરામ કરવો જોઈએ."

એક પછી એક, તેઓ ઉભા થંયા, અને પોતાના આશ્રયસ્થાન તરફ પાછા ફર્યા. પણ જ્યારે નીતા તે

રાત્રે છત તરફ જોતી સૂઈ ગઈ, ત્યારે તે ભવ્યાની વાર્તા વિશે વિચારવાનું બંધ કરી શકી નહીં. પ્રશ્નો તેના અંદર ઉશ્કેરાઈ રહ્યા હતા, અવિરત, અને તેના સપનામાં પોતાને ઓગાળી રહ્યા હતા.

દૂર ક્યાંક, પવન ઝાડમાંથી ફફડાટ ફેલાવી રહ્યો હતો. આકાશની પેલે પાર ક્યાંક, એક તારો થોડો વધુ તેજસ્વી ચમકી રહ્યો હતો.

વિભાગ ૨

વિજ્ઞાન અને આધ્યાત્મિકતાનો સેતુ

"વિજ્ઞાન અસ્તિત્વની ભૌતિકતા સમજવાનો પ્રયાસ કરે છે, જ્યારે આધ્યાત્મિકતા તેના ઊંડા અર્થને પ્રગટ કરે છે; એકસાથે, તેઓ જીવનના રહસ્યોનો એક સર્વાંગી દૃષ્ટિકોણ પ્રદાન કરે છે, જ્યાં દૃશ્યમાન અને અદ્રશ્ય એક જ સત્યની બે બાજુઓ છે."

- શ્રી શામબવ

પ્રકરણ ૪

મૃત્યું પછીના જીવનના વૈજ્ઞાનિક સંશોધનો

"મૃત્યું પછીના જીવનને સમજવાની શોધમાં, વિજ્ઞાન અજાણ્યાને નકારી કાઢવાનો પ્રયાસ કરતું નથી પરંતુ તેનું અન્વેષણ કરવાનો પ્રયાસ કરે છે - મૂર્ત વિશ્વ અને તેનાથી આગળ વધતા રહસ્યો વચ્ચે એક સેતુ પ્રદાન કરે છે."

– શ્રી શામબવ

સારાંશ

આ પ્રકરણ મૃત્યું પછીના જીવનની આધુનિક વૈજ્ઞાનિક તપાસમાં ઊંડાણપૂર્વક તપાસ કરે છે, જેમાં પારિમાણિક ભૌતિકશાસ્ત્ર, ઉર્જા ક્ષેત્રો અને ચેતનામાં ઉભરતા

સિદ્ધાંતો જીવન અને મૃત્યું ની આપણી પરંપરાગત સમજણને કેવી રીતે પડકારે છે તેની તપાસ કરે છે. તે પારિમાણિક સિદ્ધાંતોની શોધ કરે છે જે સૂચવે છે કે ચેતના ભૌતિક મગજની બહાર અસ્તિત્વમાં હોઈ શકે છે, જે મૃત્યું પછી શું થાય છે તે સમજવા માટે સંભવિત રીતે એક માળખું પૂરું પાડે છે. વધુમાં, આ પ્રકરણ મૃત્યું નજીકના અનુભવો અને ભૂતકાળના જીવનના સ્મરણો જેવી દસ્તાવેજીકૃત ઘટનાઓ પર ધ્યાન આપે છે, જે આ અસાધારણ ઘટનાઓ માટે વૈજ્ઞાનિક સમજૂતીઓ શોધે છે. આ પ્રકરણ મૃત્યું પછીના જીવનના શંકાવાદીઓ અને સમર્થકો વચ્ચેના વિરોધાભાસી દ્રષ્ટિકોણને પણ પ્રકાશિત કરે છે, જે દર્શાવે છે કે તેઓ સમાન માહિતીને ખૂબ જ અલગ અલગ રીતે કેવી રીતે અર્થઘટન કરે છે. છેલ્લે, તે મૃત્યું પછીના જીવન જેવા આધ્યાત્મિક ખ્યાલોનો અભ્યાસ કરવા માટે વૈજ્ઞાનિક પદ્ધતિઓ લાગુ કરવામાં રહેલા પડકારોને સંબોધે છે, જ્યારે આધ્યાત્મિક અને ચેતના-આધારિત ઘટનાઓની વાત આવે છે ત્યારે પ્રયોગમૂલક સંશોધનની મર્યાદાઓ પર ભાર મૂકે છે. વિજ્ઞાન અને

આધ્યાત્મિકતાને મિશ્રિત કરીને, આ પ્રકરણ વાચકોને ભૌતિક વિશ્વની બહાર શું શક્ય છે તેના પર પુનર્વિચાર કરવા આમંત્રણ આપે છે.

નીતા તેના હૃદયમાં એક શાંત રોમાંચ સાથે જાગી ગઈ, તેના અસ્તિત્વમાં એક અપેક્ષાની ભાવના ગુંજી રહી હતી. જેમ જેમ તે તેના રૂમમાંથી બહાર નીકળી, તેમ તેમ આશ્રમ સવારના લય સાથે જીવંત થઈ ગયો. રાત્રિનો અંધકાર પીછેહઠ કરી રહ્યો હતો, આકાશમાં ફેલાયેલી સવારની પહેલી સોનેરી આંગળીઓને શરણાગતિ આપી રહ્યો હતો. છત્રછાયાઓમાં છુપાયેલા પક્ષીઓએ તેમની મધુર સુરસમૂહ શરૂ કરી દીધી હતી, તેમના ગીતો હવામાં વહેતા "ઓમ" ના ધીમા, ગુંજતા મંત્રો સાથે સહેલાઈથી ગૂંજી રહ્યા હતા. ભજનોના પવિત્ર સ્પંદનો આશ્રમમાં ગુંજી રહ્યા હતા, તેમના પડઘા સવારની તાજગીભરી શાંતિમાં લટકતા હતા, દરેક આત્માને પોતાનાપણાની અકલ્પનીય લાગણીથી ભરી રહ્યા હતા.

નીતાએ ઊંડો શ્વાસ લીધો, ચંદનના ધૂપ અને ઝાકળવાળી માટીની સુગંધ તેની ઇન્દ્રિયોને ભરી રહી

હતી. તેણીને તેનામાં કંઈક પરિવર્તન અનુભવાયું - એક ગહન શાંતિ, એક શાંત આનંદ જેનું તે નામ આપી શકતી ન હતી.

"આ જગ્યા શાંતિપૂર્ણ છે," તેની બાજુમાં ઉભેલી, સુજીતાએ ધીમેથી કહ્યું, તેનો અવાજ લગભગ ન જેવો જ હતો, જાણે કે ખૂબ મોટેથી બોલવાથી, તે ક્ષણના નાજુક સંવાદિતામાં ખલેલ પડ્યો હોય. *"ખૂબ શાંત... આટલું શાણપણ ભરેલી, આત્મસાત થવાની રાહ જોઈ રહી છે."*

એટલામાં જ, ઝાડમાંથી એક તાજગીભર્યો પવન ફૂંકાયો, તેના ચહેરાને કોઈ અદ્રશ્ય હાથની જેમ સ્પર્શતો, અકથિત સત્યોને ફફડાવતો. જ્યારે તેની અંદર લાગણીઓ, અનંત સમુદ્ર પર મોજાની જેમ ઉછળી, ત્યારે તેણે આંખો બંધ કરી. આંસુઓ ઉભરાઈ આવ્યા, અનિયંત્રિત, તેના ગાલ પર મુક્તપણે વહેતા - દુ:ખથી નહીં, પરંતુ ભયની અતિશય ભાવનાથી. પહેલી વાર દુનિયા સંપૂર્ણપણે પૂર્ણ થઈ ગઈ. જ્યારે તેણીએ તેજસ્વી ક્ષિતિજ તરફ જોયું, જ્યાં આકાશ

ગુલાબી અને પીળા રંગના રંગોથી લાલ થઈ ગયું હતું, ત્યારે તેના હાથ પર રુવાંટી ઉભી થઈ ગયી.

"હું હવે આટલી ખુશ કેમ છું? આટલા વર્ષો હું કેમ ઉદાસ હતી? કઈ લાગણી સાચી છે?" તેણીને આશ્ચર્ય થયું, તેનું હૃદય અજાણ્યા હળવાશથી ફૂલી ગયું.

ટૂંક સમયમાં, તેના મિત્રો તેની આસપાસ ભેગા થયા - લલિતા, એસ્ટિન અને કિરોન - તે દરેક, ક્ષણની ચુંબકીય શાંતિ તરફ આકર્ષાયા. અક્ષય તેમની સાથે જોડાયો, શાંત ચિંતનની હૂંફ લઈને. શાંત નિશ્ચયથી ચમકતી આંખોવાળા વાસુદેવે કહ્યું કે તે ઝેન ધ્યાન ખંડ તરફ જઈ રહ્યા છે, અને રોહિતે તેની સાથે જોડાવાનું નક્કી કર્યું.

જેમ જેમ તેઓ ધ્યાન ખંડ તરફ આગળ વધ્યા, તેઓએ જોયું કે અક્ષતા પહેલેથી જ ઊંડા ધ્યાનમાં બેઠેલી હતી, તેનું સ્વરૂપ મૂર્તિ જેવું સ્થિર હતું, જે આંતરિકનો શાંતિનઆભાસ ફેલાવી રહ્યું હતું. તેની આસપાસ, ભક્તો પ્રાણાયામમાં રોકાયેલા હતા, તેમના શ્વાસ બ્રહ્માંડના લય સાથે સુમેળમાં હતા, જ્યારે અન્ય લોકો

યોગની પવિત્ર ગતિમાં આગળ વધી રહ્યા હતા. સમગ્ર અવકાશ એક સામૂહિક સ્થિરતાથી ધબકતો હતો, એક મૌન એટલું ગહન હતું કે તેને લાગ્યું કે સમય પોતે જ ધીમો પડી ગયો છે.

એક કલાક શાંત આત્મનિરીક્ષણમાં પસાર થયો. જ્યારે તેઓ આખરે ધ્યાનમાંથી બહાર આવ્યા, ત્યારે તેમના મન સવારના આકાશ જેવા સ્પષ્ટ હતા. તેઓ શામબવ ભજન હોલ તરફ ગયા, જ્યાં અપેક્ષા, રૂપા, આકાંક્ષા, અક્ષય અને પદમા પહેલાથી જ ભક્તિ ગાયનમાં ડૂબેલા હતા. તેમના અવાજો સુમેળમાં ગૂંથાયેલા હતા, દરેક અવાજ એક અદ્રશ્ય ચાકળામાં એક તાર ગૂંથતો હતો, જે દરેક હૃદયને કંઈક ઉચ્ચ, કંઈક અનંત તરફ લઈ જતાં હતાં.

આશ્રમમાં ફરતા, તેઓ પ્રાચીન વૃક્ષો નીચે સવારની સાધનામાં મગ્ન ભક્તોને મળ્યા - કેટલાક શ્રદ્ધાપૂર્વક યોગિક મુદ્રાઓનો અભ્યાસ કરી રહ્યા હતા, તો કેટલાક ઊંડી પ્રાર્થનામાં બેઠા હતા. આખો આશ્રમ એક જીવંત મંદિરની જેમ શ્વાસ લેતો હોય તેવું લાગતું હતું જ્યાં

ઘાસનું દરેક તણખલું, દરેક પાંખડી, તળાવની દરેક લહેર ભક્તિના પવિત્ર સારનું વહન કરતી હતી.

તેઓ આખરે બ્રિંદાવન બગીચામાં પહોંચ્યા, જ્યારે દિવસ તેના બધા વૈભવ સાથે ઉગવા લાગ્યો હતો. સૂર્યના કિરણો પાંદડાઓમાંથી પસાર થઈને જમીન પર જટિલ સોનેરી આકૃતિ બનાવી રહ્યા હતા. ફૂલો હળવા પવનમાં લહેરાતા હતા, તેમની પાંખડીઓ સવારના પહેલા ઝાકળના ટીપાં સાથે ચમકતી હતી. ફૂલોની માદક સુગંધથી હવા ગાઢ હતી, એક સુગંધ જે પ્રાચીન શાણપણની વાર્તાઓ ગુંજવી રહી હોય તેવું લાગતું હતું. નજીકમાં, આસ્થા અને અન્ય લોકો પ્રેમાળ હાથોથી બગીચાની સંભાળ રાખતા હતા, તેમનો સ્પર્શ લગભગ એક પ્રાર્થના હતી.

"આ જગ્યા ભવ્ય અને સમૃદ્ધ છે," અભિલાષાએ ધીમેથી કહ્યું, તેના અવાજમાં ઊંડો આદર હતો. *"તે હૃદય અને મનને ભરી દે છે... વ્યક્તિને સંપૂર્ણતાનો અનુભવ કરાવે છે."*

સોફિયા અને અન્ય લોકોએ માથું હલાવ્યું, તેમનું મૌન શબ્દો કરતાં વધુ બોલતું હતું.

સવાર એક પવિત્ર સ્તુતિની જેમ પ્રગટ થઈ હતી, જે આવનારા સમય માટે સંપૂર્ણ સૂર સ્થાપિત કરી રહી હતી. ભરાયેલા હૃદય અને શાંત મન સાથે, તેઓ પૂજનીય સવારના સત્રની તૈયારી કરવા માટે તેમના રૂમમાં પાછા ફર્યા, દરેક ડગલું પહેલા કરતાં હળવું, જાણે કે તેઓ પોતાના કરતા મહાન કંઈક તરફ આગળ વધી રહ્યા હોય.

જ્યારે તેઓ આખરે હોલમાં પ્રવેશ્યા, ત્યારે સભામાં શાંતિ છવાઈ ગઈ. ગુરુજી તેમની સામે બેઠા હતા, તેમની હાજરી માત્ર શાંતિને પાત્ર હતી. લાંબા, ચિંતનશીલ વિરામ પછી, તેમણે હાથ જોડીને સવારની હૃદયપૂર્વકની પ્રાર્થના સાથે પોતાનું પ્રવચન શરૂ કર્યું.

ઓરડો લગભગ મૂર્ત ઉર્જાથી ભારે થઈ ગયો - એક અપેક્ષા એટલી ઊંડી હતી કે જાણે હવા પણ સાંભળી રહી હોય તેવું લાગ્યું. ભક્તોએ આંખો બંધ કરી, કેટલાક

મૌન પ્રાર્થનામાં, અન્ય ફક્ત ક્ષણમાં ડૂબી ગયા. સમય પોતે જ આદરમાં ઝૂકી ગયો હોય તેવું લાગતું હતું.

વિજ્ઞાન અને અજ્ઞાત વચ્ચેનો સેતુ

ગુરુજીએ એક ક્ષણ માટે આંખો બંધ કરી જાણે બ્રહ્માંડની જ ગર્જના સાંભળી રહ્યા હોય. પછી, એક ઊંડા શ્વાસ સાથે, તેમણે શરૂઆત કરી, તેમના અવાજમાં પ્રાચીન શાણપણ અને આધુનિક પૂછપરછ બંનેનો ભાર હતો.

"આકાંક્ષ, સત્યની અવિરત શોધમાં, વિજ્ઞાન, એવા ક્ષેત્રોમાં પ્રવેશ્યું છે જે એક સમયે ફક્ત રહસ્યવાદીઓ અને દાર્શનિકોનું જ માનવામાં આવતું હતું. આજે, જેમ જેમ ભૌતિકશાસ્ત્ર, ચેતાવિજ્ઞાન અને ચેતનાના અભ્યાસની સીમાઓ વિસ્તરે છે, તેમ તેમ મૃત્યું પછીના જીવનનો પ્રશ્ન હવે ફક્ત શ્રદ્ધાનો નથી - તે હવે અનુભવપૂર્ણ શોધ અને માનવ અનુભવના ચોરાહા પર બેઠો છે."

તેમણે સભાની આસપાસ નજર નાખી, તેની નજર શ્રદ્ધા અને જિજ્ઞાસા બંનેથી ભરેલી હતી.

મગજની બહારનું મન: ચેતના અને મૃત્યું નજીકના અનુભવો.

"સદીઓથી, આ મોટી ચર્ચા ચાલી રહી છે: શું ચેતના ફક્ત મગજનું ઉપ-ઉત્પાદન છે, કે પછી તેનું અસ્તિત્વ મગજની બહાર છે?" ગુરુજીએ થોભીને કહ્યું, તેમના શબ્દો શાંત હોલમાં ગુંજી રહ્યા હતા.

"હોસ્પિટલોની જંતુરહિત ઓસરીમાં, જ્યારે મગજ કામ કરવાનું બંધ કરી દેવું જોઈતું હતું, ત્યારે કંઈક અકલ્પનીય બને છે. તબીબી મૃત જાહેર કરાયેલા દર્દીઓ - હૃદયના ધબકારા નહીં, મગજની કોઈ પ્રવૃત્તિ નહીં - વાર્તાઓ સાથે પાછા ફરે છે. તેઓ તેમના શરીર ઉપર તરતા રહેવાની વાત કરે છે, ડોકટરોને તેમને પુનર્જીવિત કરવા માટે કામ કરતા જુએ છે. તેઓ પ્રકાશની ગુફા, મૃત પ્રિયજનોના દર્શન અને શાંતિની અતિશય ભાવનાનું વર્ણન કરે છે.

મૃત્યું નજીકના અનુભવ સંશોધનના પ્રણેતા ડૉ. રેમન્ડ મૂડીએ આવા હજારો અહેવાલો એકત્રિત કર્યા છે. આશ્ચર્યજનક રીતે, આ અનુભવો સંસ્કૃતિઓ, ધર્મો અને

પૃષ્ઠભૂમિમાં વિચિત્ર સમાનતાઓ ધરાવે છે. અંધ લોકોએ પહેલીવાર જોવાનું વર્ણન કર્યું છે. દર્દીઓને શસ્ત્રક્રિયા રૂમમાંથી ચકાસણીયોગ્ય વિગતો યાદ આવી છે જે તેમણે ક્યારેય અનુભવી ન હોવી જોઈએ. જો ચેતના મગજમાં ફક્ત એક ઝળહળતી જ્યોત હોત, જે મૃત્યું સમયે સૂંઘી લેવામાં આવી હોત, તો આ કેવી રીતે સમજાવવું?

પારિમાણિક ભૌતિક વિજ્ઞાન: મૃત્યું પછીના જીવનની એક ઝલક?

ગુરુજીની આંખો શોધના ઉત્સાહથી ચમકી ઉઠી. "જો ફક્ત ભૌતિક વિજ્ઞાન જ આ ઘટનાઓને સંપૂર્ણ રીતે સમજાવી શકતું નથી, તો કદાચ આપણે વાસ્તવિકતાના જ માળખા – પારિમાણિક ભૌતિકશાસ્ત્ર - તરફ વળવું જોઈએ."

"પરિમાણ ગૂંચવણનો વિચાર કરો - જ્યાં બે કણો, પ્રકાશ-વર્ષથી અલગ, રહસ્યમય રીતે જોડાયેલા રહે છે, તેમની સ્થિતિઓ તરત જ એકબીજાને પ્રભાવિત કરે છે. જો બ્રહ્માંડ પોતે અવકાશ અને સમયના

અવરોધોને અવગણે છે, તો શું ચેતના પણ ભૌતિકતાથી આગળ કંઈક હોઈ શકે છે - અનંત સાથે ગૂંચવાયેલી કંઈક ?"

તેમણે આગળ વધતા પહેલા, વિચારને ઠહેરવા દીધો.

"રોજર પેનરોઝ અને સ્ટુઅર્ટ હેમરોફ જેવા ભૌતિકશાસ્ત્રીઓ એવું સૂચન કરે છે કે ચેતના મગજની સૂક્ષ્મનળીકાઓમાં રહેલી પારીમાણિક પ્રક્રિયાઓમાંથી ઉદ્ભવે છે - ચેતાકોષોની અંદરના નાના માળખા. અને જ્યારે શરીર મૃત્યું પામે છે ત્યારે શું થાય છે? તેઓ દલીલ કરે છે કે, આ પારિમાણિક પ્રક્રિયાઓ અદૃશ્ય થતી નથી પરંતુ બ્રહ્માંડના મૂળભૂત ક્ષેત્રમાં પાછી ફરે છે, જેમ કે સમુદ્રમાં ઓગળી જતું એક ટીપું. જો સાચું હોય, તો આનો અર્થ એ થશે કે આપણી જાગૃતિ ફક્ત અદૃશ્ય થઈ જતી નથી; તે બ્રહ્માંડ સાથે એવી રીતે ભળી જાય છે જે રીતે આપણે ફક્ત સમજવાનું શરૂ કર્યું છે."

પુનર્જન્મ અને ભૂતકાળના જીવનની યાદો: માન્યતાથી આગળના પુરાવા

"જો ચેતના શરીર સુધી મર્યાદિત ન હોય, તો શું તે જીવનભર મુસાફરી કરી શકે છે?"

ગુરુજી બાળકો વિશે વાત કરતા હતા ત્યારે તેમનો અવાજ ધીમો પડી ગયો - યુવાન આત્માઓ, જેમણે કોઈ પણ પ્રકારના સંકેત વિના, ક્યારેય જીવ્યા ન હોય તેવા જીવનને યાદ કર્યું.

"ડૉ. ઇયાન સ્ટીવનસન, એક મનોચિકિત્સક, જેમણે બાળકોના ભૂતકાળના જીવનની યાદો પર સંશોધન કરવામાં દાયકાઓ ગાળ્યા. હજારો કિસ્સાઓમાં, બાળકો અજાણી ભાષાઓમાં બોલતા હતા, ભૂતકાળના પરિવારોને ઓળખતા હતા અને આશ્ચર્યજનક ચોકસાઈ સાથે મૃત્યું ને યાદ કરતા હતા - જેમાંથી ઘણા પછીથી ચકાસવામાં આવ્યા હતા. કેટલાકમાં પાછલા જીવનમાં ભોગવેલા ઘા જેવા જન્મચિહ્નો હતા. આપણે આને કેવી રીતે નકારી શકીએ? માત્ર સંયોગ કે પુરાવા કે ચેતના એક જીવનકાળ પછી પણ ટકી રહે છે?"

તેમણે પ્રશ્નને હવામાં લટકતો રહેવા દીધો, વિશાળ અજાણ્યામાં એક સૂઝબૂઝ.

ઉર્જા ક્ષેત્રો અને સ્વની દ્રઢતા

"ઊર્જાનું નિર્માણ કે નાશ થઈ શકતું નથી" આ વિધાન ઊર્જા સંરક્ષણના નિયમને પ્રતિબિંબિત કરે છે, જે ભારપૂર્વક જણાવે છે કે એક અલગ પ્રણાલીમાં કુલ ઊર્જા સમય જતાં સ્થિર રહે છે.ઊર્જાને નિર્માણ કે નાબૂદ કરી શકાતી નથી, તે એક સ્વરૂપમાંથી બીજા સ્વરૂપમાં રૂપાંતરિત થઈ શકે છે.

"આધુનિક વિજ્ઞાન આપણને એક ગહન વાત પણ કહે છે: ઊર્જાનું સર્જન કે નાશ થઈ શકતો નથી - તે ફક્ત રૂપાંતરિત થાય છે. જો આપણે પણ ઊર્જા છીએ, તો શરીર બંધ થઈ જાય ત્યારે આપણા અસ્તિત્વના સારનું શું થાય છે?"

તેમણે શાંત તીવ્રતાથી મેળાવડા તરફ જોયું.

"શું મૃત્યું ખરેખર અંત છે, કે માત્ર એક સંક્રમણ - જેમ બરફ પાણીમાં ઓગળી જાય છે, પાણી ધુમ્મસમાં બાષ્પીભવન થાય છે? સ્વરૂપ બદલાય છે, પણ સાર રહે છે."

રહસ્ય રહે છે, પણ તેથી શોધ પણ રહે છે

ગુરુજીએ ઊંડો શ્વાસ લીધો, તેમનો અવાજ હવે આશ્ચર્ય અને નમ્રતા બંનેથી ભરાઈ ગયો.

"વિજ્ઞાન કદાચ હજી સુધી બધા જવાબો શોધી શક્યું નથી, પરંતુ તેણે સાચા પ્રશ્નો પૂછવાનું શરૂ કરી દીધું છે. તેણે રહસ્યવાદીઓ લાંબા સમયથી જે જાણે છે તે જોયું છે - કે જીવન ફક્ત જીવવિજ્ઞાન કરતાં વધુ છે, અને મૃત્યું એ પ્રકાશનું વિસર્જન નથી પરંતુ તેનું બીજા સ્વરૂપમાં રૂપાંતર છે."

તે હળવેથી હસ્યા. "કદાચ સત્ય એ સાબિત કરવામાં નથી કે પછી શું આવે છે, પરંતુ એ સમજવામાં છે કે યાત્રા પોતે જ પવિત્ર છે. અને તે જાગૃતિ સાથે જીવવામાં, આપણે આગળ જે કંઈ છે તેની તૈયારી કરીએ છીએ - ભયથી નહીં, પણ વિસ્મયથી."

વાસુદેવે પૂછ્યું, "ગુરુજી, પારિમાણિક સિદ્ધાંતો અને ઉર્જા ક્ષેત્રો મૃત્યું પછીના જીવનની આપણી સમજણમાં કેવી રીતે ફાળો આપે છે?"

"વાસુદેવ," તેમણે શરૂઆત કરી, "બ્રહ્માંડ, જેવું દેખાય છે તેવું નથી. આપણા પૂર્વજો, પ્રાચીન ઋષિઓ અને મહાન ગુરુઓ, એક અદ્રશ્ય દોર વિશે વાત કરતા હતા જે બધા અસ્તિત્વને બાંધે છે - ઊર્જા, ચેતના અને કંપનનું એક જાળું. આજે, ભૌતિકશાસ્ત્રીઓ એવી જ વાસ્તવિકતાની વાત કરે છે જેને આપણે 'પદાર્થ' કહીએ છીએ. વિજ્ઞાન અને આધ્યાત્મિકતા વચ્ચેનો સેતુ હંમેશા અસ્તિત્વમાં રહ્યો છે; આપણે હવે તેનું સ્વરૂપ જોવાનું શરૂ કર્યું છે."

તેઓ એક ક્ષણ માટે થોભ્યા, તેમના શબ્દોની ઊંડાઈને શાંત થવા દીધી, પછી ચાલુ રાખ્યું, તેમના અવાજમાં શાંત આદર છવાઈ ગયો.

"પ્રકાશના વિરોધાભાસને ધ્યાનમાં લો. તે કણ અને તરંગ બંને તરીકે વર્તે છે - બે સ્વરૂપો, છતાં એક સાર. પારિમાણિક યાંત્રિકશાસ્ત્ર આપણને કહે છે કે વાસ્તવિકતા પોતે નિરપેક્ષતા દ્વારા નહીં પરંતુ સંભાવનાઓ દ્વારા, અવલોકનની ક્રિયા દ્વારા આકાર પામે છે. પ્રખ્યાત દ્વવિ છિદ્ર પ્રયોગ દર્શાવે છે કે કણો

ફક્ત જોવામાં આવે ત્યારે જ તેમનું વર્તન બદલી નાખે છે. આનો અર્થ શું છે? તે ચેતના વાસ્તવિકતાથી અલગ નથી – જે તેની સાથે *ક્રિયાપ્રતિક્રિયા કરે છે,* તેને આકાર આપે છે, કદાચ તેને *બનાવે છે.*"

તે સહેજ આગળ ઝુક્યા, તેમની આંખો રૂમને જોઈ રહી હતી, ખાતરી કરી રહી હતી કે હાજર દરેક આત્મા આ ગહન યાત્રામાં તેમની પાછળ આવી રહ્યો છે.

"જો ભૌતિક જગત પોતે જ પ્રવાહી છે, અદ્રશ્ય શક્તિઓ અને અદ્રશ્ય બળો દ્વારા સંચાલિત છે, તો પછી મૃત્યું એક કઠોર સીમા કેમ હોવું જોઈએ? શું તે એક સંક્રમણ ન હોઈ શકે - સમુદ્રમાં ઓગળી જતા તરંગ જેવું, જે ખરેખર ક્યારેય અસ્તિત્વમાં નથી રહેતું ?"

એક હળવો પવન હોલમાં ગુંજી રહ્યો હતો જાણે બ્રહ્માંડે પોતે જ આ ક્ષણને પોતાના રહસ્યો કહેવા માટે પસંદ કરી હોય.

"રોજર પેનરોઝ અને સ્ટુઅર્ટ હેમરોફ," ગુરુજીએ આગળ કહ્યું, "સૂચન કરે છે કે ચેતના ફક્ત મગજની પ્રવૃત્તિની આડપેદાશ નથી, પરંતુ કંઈક વધુ ઊંડું છે - કંઈક

વાસ્તવિકતાના માળખામાં વણાયેલું છે. તેમનો *ઓર્કેસ્ટ્રેટેડ ઓબ્જેક્ટિવ રિડક્શન* (ઓર્ક-ઓઆર) સિદ્ધાંત સૂચવે છે કે ચેતના મગજના કોષોની સૂક્ષ્મ નળીકાઓની અંદર પારિમાણિક પ્રક્રિયાઓમાંથી ઉદ્ભવે છે. આ સૂક્ષ્મ નળીકાઓ, કદમાં અનંત, બ્રહ્માંડના મૂળભૂત ફેબ્રિક, પારિમાણિક ક્ષેત્ર સાથે જોડાયેલી છે. અને જ્યારે શરીર મૃત્યું પામે છે," - તેમણે હળવેથી હાથ ઊંચો કર્યો, જાણે કે ઈથરમાં કંઈક અદ્રશ્ય મુક્ત કરી રહ્યા હોય- "આ પારિમાણિક પ્રક્રિયાઓ ફક્ત અદૃશ્ય થતી નથી. તેઓ *પાછી ફરે છે* - જેમ વરસાદના ટીપાં વિશાળ સમુદ્રમાં પાછા ભળી જાય છે."

"પરંતુ આ વિચાર નવો નથી," ગુરુજીએ આગળ કહ્યું. "ઉપનિષદોએ સ્વરૂપ, નામની બહાર એક વાસ્તવિકતાની વાત કરી હતી - શુદ્ધ જાગૃતિનું એક શાશ્વત, અનંત ક્ષેત્ર. આધુનિક ભૌતિકશાસ્ત્રીઓ જેને 'શૂન્ય-બિંદુ ઊર્જા ક્ષેત્ર' કહે છે તે પ્રાચીન દ્રષ્ટાઓ જેને બ્રહ્મ કહેતા હતા તેની સાથે આશ્ચર્યજનક સામ્યતા ધરાવે છે - એક અપરિવર્તનશીલ, અનંત સ્ત્રોત

જેમાંથી બધી વસ્તુઓ ઉદ્ભવે છે અને જેમાં બધી વસ્તુઓ પાછી ફરે છે."

તેણે થોડી ક્ષણો માટે આંખો બંધ કરી, જાણે આ ક્ષેત્રની બહાર કંઈક સાંભળી રહ્યાં હોય, પછી ફરીથી બોલ્યા, તેમનો અવાજ હવે નરમ, લગભગ આદરણીય વિસ્મયથી ભરેલો હતો.

"અને પછી ગૂંચવણની ઘટના છે. બે કણો, જે વિશાળ અંતરથી અલગ પડે છે, જોડાયેલા રહે છે - તરત જ એકબીજાને પ્રતિભાવ આપે છે, જાણે કે તેમની વચ્ચે કોઈ જગ્યા જ ન હોય. આઈન્સ્ટાઈને પોતે આને 'અંતર પર ભયાનક ક્રિયા' કહી હતી. પણ મને કહો, વાસુદેવ, જો બે માત્ર કણો અવકાશ અને સમયને પાર કરી શકે છે, તો ચેતના પોતે કેમ નહીં? જો આપણી જાગૃતિ ફક્ત મગજનું કાર્ય નથી પણ શરીરની બહાર વિસ્તરેલું ક્ષેત્ર છે, તો મૃત્યું અંત નથી - તે ફક્ત એક પરિવર્તન છે, એકબીજા સાથે જોડાયેલા સમગ્રમાં પાછા ફરવું છે."

સભામાં એક ઘેરી શાંતિ છવાઈ ગઈ. કેટલાક આંખો બંધ કરીને, ચિંતનમાં ખોવાયેલા બેઠા હતા; અન્ય

ગુરુજી સામે એવી રીતે જોઈ રહ્યા હતા જાણે બ્રહ્માંડને ફરીથી જોઈ રહ્યા હોય.

"અને તેથી," તેમણે કહ્યું, તેમનો અવાજ હવે લગભગ ધીમો હતો, "કદાચ આપણે ખરેખર મરતા નથી. કદાચ આપણે, પ્રકાશના ફોટોનની જેમ, ફક્ત સ્વરૂપ બદલીએ છીએ. સમુદ્રની વિશાળતામાં ભળી જતી નદીની જેમ, આપણે ઓગળી જઈએ છીએ - પણ આપણે ખોવાઈ જતા નથી. આપણે પોતે જ સમુદ્ર બની જઈએ છીએ."

વિદ્યાર્થિએ પૂછ્યું, "ગુરુજી, મૃત્યું નજીકના અનુભવો અને ભૂતકાળના જીવનના સ્મરણોની ઘટનાને કયા વૈજ્ઞાનિક પુરાવા સમર્થન આપે છે?"

ગુરુજીએ એક ક્ષણ માટે આંખો બંધ કરી, જાણે અજાણ્યાના વિશાળ ક્ષેત્રમાં પહોંચી ગયા હોય. ભક્તો ઉત્સાહિત ધ્યાનથી બેઠા હતા, તેમના શ્વાસ ધીમા પડી ગયા હતા, તેમના હૃદય ખુલ્લા હતા, પછી આવનારા સાક્ષાત્કારની રાહ જોતા હતા.

"વિદ્યાર્થિ," તેમણે શરૂઆત કરી, ગુરુત્વાકર્ષણ અને આશ્ચર્ય બંનેથી ભરપૂર તેમનો અવાજ, "વિજ્ઞાન અને આધ્યાત્મિકતા, જે એક સમયે વિરોધી શક્તિઓ તરીકે જોવામાં આવતા હતા, હવે ચેતનાની સીમા પર એકરૂપ થતા જોવા મળે છે. જેને એક સમયે ફક્ત દંતકથા અથવા ભ્રમ તરીકે નકારી કાઢવામાં આવતું હતું તે હવે અનુભવપૂર્ણ અભ્યાસના લેન્સ દ્વારા શોધવામાં આવી રહ્યું છે. અને આ અંતરને દૂર કરતા સૌથી આકર્ષક રહસ્યોમાં *મૃત્યું નજીકના અનુભવો* અને *ભૂતકાળના જીવનના સ્મરણોનો સમાવેશ થાય છે*."

તે થોભ્યા, અને આગળ વધતા પહેલા તેમના શબ્દોનું વજન શાંત હવામાં સ્થિર થવા દીધું.

"જેમને તબીબી મૃત જાહેર કરવામાં આવ્યા છે - હૃદયના ધબકારા નથી, મગજની પ્રવૃત્તિ નથી - તેમના પાછા ફર્યા પછી, તેઓ શરીરની બહારની મુસાફરીની વાત કરે છે. તેઓ પ્રકાશની સુરંગમાંથી મુસાફરી કરવાનું, તેજસ્વી માણસોનો સામનો કરવાનું અને એટલો ઊંડો પ્રેમ અનુભવવાનું વર્ણન કરે છે કે

શબ્દો તેની ઊંડાઈને પકડી શકતા નથી. ઘણા લોકો ઉપરથી તેમના નિર્જીવ સ્વરૂપોને જોવાની, ડોકટરો અને પરિવારના સભ્યોને સંપૂર્ણ સ્પષ્ટતા સાથે જોવાની વાત કરે છે. કેટલાક તો એવી વાતચીતો પણ કહે છે જે પાછળથી ચકાસવામાં આવી હતી, ભલે તેમની શારીરિક ઇન્દ્રિયોએ કામ કરવાનું બંધ કરી દીધી હોય. આ કેવી રીતે સમજાવી શકાય?"

તેમણે ખુલ્લા હાથે ભક્તો તરફ ઈશારો કર્યો, જાણે તેમને પોતાની સમજની મર્યાદાથી આગળ વધવા માટે આમંત્રણ આપ્યું હોય.

"ડૉ. રેમન્ડ મૂડીએ તેમના અગ્રણી કાર્ય " *લાઇફ આફ્ટર લાઇફ" માં મૃત્યું નજીકના અનુભવો*ના હજારો કેસોનું દસ્તાવેજીકરણ કર્યું, જેમાં સંસ્કૃતિઓ, યુગો અને માન્યતાઓમાં નોંધપાત્ર સુસંગતતા છતી થઈ. મનોચિકિત્સક ડૉ. બ્રુસ ગ્રેસને, આ ઘટના પર દાયકાઓનું સંશોધન સમર્પિત કર્યું, અને શોધી કાઢ્યું કે *મૃત્યું નજીકના અનુભવોનો* અનુભવ કરનારાઓ, ગહન પરિવર્તનોમાંથી પસાર થાય છે - વધુ

કરુણાપૂર્ણ, ઓછા ભૌતિકવાદી અને હેતુની વધુ ભાવના સાથે ઊંડાણપૂર્વક જોડાયેલા બને છે. જો આ દ્રષ્ટિકોણો ફક્ત આભાસ હતા, તો તેઓ આવા આમૂલ અને કાયમી પરિવર્તનને શા માટે પ્રેરણા આપે છે?"

હોલમાં એક શાંતિ છવાઈ ગઈ. ભક્તો સાંભળતા રહ્યા, તેમના મન અજાણ્યામાં ડૂબેલા હતા, અને તેમણે જે સાંભળ્યું હતું તેના અર્થો સાથે ઝઝૂમી રહ્યા હતા.

"પણ હજી ઘણું બધું છે," ગુરુજીએ આગળ કહ્યું, તેમનો અવાજ હવે શાંત તીવ્રતાથી ગુંજી રહ્યો હતો. "ડૉ. ઇયાન સ્ટીવનસન અને પછી ડૉ. જીમ ટકરના નેતૃત્વ હેઠળ યુનિવર્સિટી ઓફ વર્જિનિયાના ડિવિઝન ઓફ પર્સેપ્ચ્યુઅલ સ્ટડીઝે *બાળકોમાં ભૂતકાળની યાદોની તપાસ કરવામાં અડધી સદીથી વધુ સમય વિતાવ્યો છે.* તેમને હજારો કિસ્સાઓ મળ્યા જ્યાં નાના બાળકો, ઘણીવાર બે કે ત્રણ વર્ષની ઉંમરના, જીવનની આબેહૂબ વિગતો યાદ રાખે છે જે તેઓ કદાચ જાણતા ન હતા. તેઓ નામો, સ્થળો અને તેઓ કેવી રીતે મૃત્યું પામ્યા તે પણ યાદ રાખે છે. આમાંના ઘણા અહેવાલો આશ્ચર્યજનક ચોકસાઈ સાથે ચકાસવામાં આવ્યા છે."

જેમ્સ લીનિંગર - બીજા વિશ્વયુદ્ધના ફાઇટર પાઇલટ

લ્યુઇસિયાનાના શાંત શહેરમાં, જેમ્સ લીનિંગર નામના એક નાના છોકરાને માત્ર બે વર્ષની ઉંમરે ભયંકર ખરાબ સપના આવવા લાગ્યા. તે બૂમ પાડતા જાગી જતો, “વિમાનમાં આગ લાગી ગઈ! નાનો માણસ બહાર નીકળી શકતો નથી!” તેના માતાપિતા, એન્ડ્રીયા અને બ્રુસ લીનિંગરે શરૂઆતમાં આ ઘટનાઓને બાળપણના સામાન્ય સપના ગણાવીને ફગાવી દીધી હતી - જ્યાં સુધી જેમ્સે ચિંતાજનક રીતે ચોક્કસ વિગતો બતાવવાનું શરૂ ન કર્યું.

જેમ્સે, નાટોમા બે નામના જહાજ પરથી કોર્સેર ફાઇટર પ્લેન ઉડાડવાની વાત કરી હતી. તેણે સાથી પાઇલટ તરીકે જેક લાર્સનનું નામ યાદ કર્યું અને આગ્રહ કર્યો કે તેને ઇવો જીમા ઉપર ગોળી મારીને તોડી પાડવામાં આવ્યો હતો. તેના માતાપિતા, બંને શંકાસ્પદ હતા, તેમણે તપાસ કરવાનું નક્કી કર્યું. તેમના આશ્ચર્ય વચ્ચે, તેમને ખબર પડી કે જેમ્સ હસ્ટન જુનિયર નામનો એક બીજા વિશ્વયુદ્ધનો પાઇલટ યુએસએસ

નાટોમાં ખાડી પરથી ઉડાન ભરી ગયો હતો અને ૧૯૪૫માં ઇવો જીમા નજીકની કાર્યવાહીમાં માર્યો ગયો હતો. વધુમાં, જેક લાર્સન એક વાસ્તવિક વ્યક્તિ હતો - તે જ સ્ક્વોડ્રનનો બીજો પાઇલટ, હજુ પણ જીવિત હતો.

જ્યારે જેમ્સને તેના ભૂતકાળના જીવનનો અને તેના સ્ક્વોડ્રનનો ફોટોગ્રાફ બતાવવામાં આવ્યો, ત્યારે તેણે એક માણસ તરફ ઈશારો કરીને કહ્યું, "તે હું છું." જ્યારે તેને પૂછવામાં આવ્યું કે તેનું મૃત્યું કેવી રીતે થયું, ત્યારે તેણે એન્જિનમાં અથડાવાથી સમુદ્રમાં અથડાવાનું વર્ણન કર્યું - એક એવી વિગત જે ઐતિહાસિક રેકોર્ડ સાથે બરાબર મેળ ખાય છે.

જેમ્સની વાર્તાની પાછળથી ડૉ. જીમ ટકર દ્વારા તપાસ કરવામાં આવી અને તે તેમના માતાપિતા દ્વારા લખાયેલ પુસ્તક "સોલ સર્વાઈવર" નો વિષય બન્યો. જેમ જેમ તે મોટો થતો ગયો તેમ તેમ, જેમ્સે તેના ભૂતકાળના જીવનની યાદો જાળવી રાખી, જોકે તે ધીમે ધીમે ઝાંખી પડી ગઈ.

શાંતિ દેવી - મથુરામાં પોતાના ભૂતકાળના જીવનને યાદ કરતી છોકરી

૧૯૩૦ના દાયકાની શરૂઆતમાં, ભારતના દિલ્હીમાં જન્મેલી શાંતિ દેવી નામની એક નાની છોકરીએ લગભગ ૧૪૦ કિલોમીટર દૂર મથુરા નામના શહેરમાં પોતાના પાછલા જીવન વિશે વાત કરવાનું શરૂ કર્યું. ચાર વર્ષની ઉંમરે, તેણીએ તેના માતાપિતાને આગ્રહ કરીને ચોંકાવી દીધા કે તેનો પતિ અને એક પુત્ર મથુરામાં છે. તેણીએ દાવો કર્યો કે તેનું નામ લુડગી દેવી હતું, અને બાળજન્મ પછી તરત જ તેનું મૃત્યું થયું હતું.

તેના માતાપિતા મૂંઝવણમાં મુકાયા, પરંતુ શાંતિનો વિશ્વાસ ક્યારેય ડગમગ્યો નહીં. તેણીએ તેના ભૂતપૂર્વ પતિ, કેદારનાથ વિશે વાત કરી અને તેમના ઘર, તેના જીવન વિશેની ચોક્કસ વિગતો અને છુપાયેલા પૈસાનું પણ વર્ણન કર્યું. જ્યારે તેના કેસના સમાચાર મહાત્મા ગાંધી સુધી પહોંચ્યા, ત્યારે તેમણે તપાસનો આદેશ આપ્યો.

શાંતિ સાથે સંશોધકોનું એક જૂથ મથુરા ગયું, જ્યાં તેણીએ કેદારનાથને તરત જ ઓળખી લીધા અને તેમના જીવન વિશેની અંગત વિગતો આપી. તેણીએ તેમના પહેલાના પુત્રને પણ ઓળખી લીધો, જે હવે મોટો થયો છે, અને તેને જોઈને તે રડી પડી. જ્યારે તેણીને તેના પહેલાના ઘરે લઈ જવામાં આવી, ત્યારે તેણીએ ખચકાટ વિના રૂમ અને વસ્તુઓ ઓળખી કાઢી, જેમાં છુપાયેલા પૈસાનો પણ સમાવેશ થાય છે જેના વિશે ફક્ત કેદારનાથ જ જાણતા હતા.

ભારતીય વિદ્વાનો દ્વારા તેમના કેસનું સંપૂર્ણ દસ્તાવેજીકરણ કરવામાં આવ્યું હતું અને તે ઇતિહાસમાં ભૂતકાળના સૌથી પ્રખ્યાત સ્મરણ કેસોમાંનો એક છે.

પીએમનો કિસ્સો - બર્મીઝ છોકરો જેને જાપાની સૈનિક હોવાનું યાદ હતું

ભૂતકાળના જીવનના અભ્યાસના અગ્રણી સંશોધક ડૉ. ઇયાન સ્ટીવનસન, બીજા વિશ્વયુદ્ધ દરમિયાન જાપાની સૈનિક હોવાનો દાવો કરનારા બર્મીઝ છોકરાના કેસનું

દસ્તાવેજીકરણ કરે છે. નાનપણથી જ, તેણે જાપાની સંસ્કૃતિ, ભાષા અને લશ્કરી જીવન પ્રત્યે એક અસ્પષ્ટ આકર્ષણ દર્શાવ્યું હતું - જોકે તેને ક્યારેય તેમની સાથે કોઈ સંપર્ક થયો ન હતો.

તેણે વારંવાર તેના માતાપિતાને કહ્યું કે તે બર્મામાં તૈનાત એક જાપાની સૈનિક હતો અને તેનું મૃત્યું કેવી રીતે થયું તેનું વર્ણન કરતો હતો - દુશ્મનોથી ભાગવાનો પ્રયાસ કરતી વખતે છાતીમાં ગોળી વાગી હતી. છોકરાની છાતી પર એક અસામાન્ય જન્મચિહ્ન હતું, બરાબર તે જ જગ્યાએ જ્યાં તેણે ગોળી મારવાનો દાવો કર્યો હતો.

જ્યારે તેને એક ગામમાં લઈ જવામાં આવ્યો જ્યાં દાયકાઓ પહેલા જાપાની સૈનિકો તૈનાત હતા, ત્યારે તેણે તે વિસ્તાર ઓળખ્યો, તેણે પહેલાં ક્યારેય ન જોયેલા સ્થળો ઓળખ્યા, અને જાપાની શબ્દોનો પણ અસ્ખલિત ઉપયોગ કર્યો, જોકે તેણે ક્યારેય ભાષા શીખી ન હતી. ગામના સાક્ષીઓએ પુષ્ટિ આપી કે યુદ્ધ

દરમિયાન તે જ જગ્યાએ એક જાપાની સૈનિકને ગોળી મારીને મારી નાખવામાં આવ્યો હતો.

ડૉ. સ્ટીવનસને આ કેસની બારીકાઈથી તપાસ કરી, છોકરાના વર્તન, યાદો અને જન્મચિહ્નો તેના ભૂતકાળના દાવાઓ સાથે કેવી રીતે સુસંગત હતા તેનું દસ્તાવેજીકરણ કર્યું.

સંદર્ભ:

- *સ્ટીવનસન, ઇયાન. ટવેન્ટી કેસીસ સજેસ્ટિવ ઓફ રીઇનકારનેશન.*
- *સ્ટીવનસન, ઇયાન. ચિલ્ડ્રન હુ રિમેમ્બર પ્રિવિયસ લાઇવ્સ:અ કવેચ્યન ઓફ રીઇનકારનેશન.*

અંતિમ વિચારો

આ દરેક કિસ્સાઓ ચેતના અને ઓળખની પરંપરાગત સમજને પડકારતા આકર્ષક પુરાવા રજૂ કરે છે. કોઈ પુનર્જન્મમાં માને છે કે નહીં, આ બાળકોની વિગતવાર, ચકાસી શકાય તેવી યાદો સંશોધકોને રસ લેતી કરે છે, જીવન, મૃત્યું અને ભૌતિકતાની બહાર અસ્તિત્વની શક્યતા વિશે ઊંડી ચર્ચાના દ્વાર ખોલે છે.

જીવનભર પડઘા

વાર્તા પૂરી કરતાં ગુરુજીનો અવાજ ધીમો પડી ગયો. "આ કોઈ અલગ-અલગ ઘટનાઓ નથી. બાળકોના મનમાંથી રચાયેલી પરીકથાઓ નથી. તે પડઘા છે - સમયના પડદામાંથી ગુંજતા ઊંડા સત્યના ટુકડાઓ.

જો ચેતના ફક્ત ક્ષણિક અસ્તિત્વની આડપેદાશ હોત, તો આ યાદો કેવી રીતે રહી શકે? જો જીવન ફક્ત એક જ પ્રકરણ હોત, તો કેટલાક લોકો પહેલાથી જ બંધ થયેલા પુસ્તકની વાર્તાઓ કેમ યાદ રાખે છે?"

તેમણે હાથ જોડીને પોતાના ભક્તોની આંખોમાં જોયું, તેમની નજર આશ્ચર્ય અને શ્રદ્ધા બંનેથી ભરાઈ ગઈ.

"નદી ભલે પર્વતોમાંથી ખોદેલા રસ્તાને ભૂલી જાય, પણ સમુદ્ર પાણીના દરેક ટીપાને યાદ રાખે છે જે તેની પાસે પાછું ફરે છે. આત્મા પણ યાદ રાખે છે - એક જીવનમાંથી બીજા જીવનમાં વહેતો, આપણે એક સમયે કોણ હતા અને હજુ સુધી કોણ બન્યા નથી તેની વાર્તાઓ લઈને, એક જીવનમાંથી બીજા જીવનમાં વહેતો."

"આ આપણને શું કહે છે, વિદ્યાર્થિ?" તેમણે ધીમેથી પૂછ્યું. "ચેતના શરીર દ્વારા બંધાયેલી નથી. તે સ્મૃતિ ફક્ત મગજનું કાર્ય નથી. જો આપણી જાગૃતિ ફક્ત ચેતાકોષોના કાર્યનું પરિણામ હોત, તો આવી યાદો મૃત્યું પછી કેવી રીતે ટકી શકે? અને સંસ્કૃતિ અથવા સંસ્કાર દ્વારા આકાર પામે તે પહેલાં નાના બાળકોમાં તે આટલી સ્પષ્ટતા સાથે કેમ ઉભરી આવે છે?"

તેમણે પોતાના હાથ ઉપર તરફ ફેરવ્યા, હવે તેમનો અવાજ વિજ્ઞાન અને ભાવના બંનેનો ભાર વહન કરી રહ્યો હતો.

"શું તે નદી સમુદ્રને મળે છે, છતાં પણ તેના માર્ગની યાદને વહન કરે છે? શું તે પવન જેવું નથી, જે અદ્રશ્ય છતાં અનુભવાય છે, સમય સાથે આગળ વધે છે, જે સાંભળવાની હિંમત કરે છે તેમને તેનું સત્ય કહે છે?"

એક ભક્તની આંખના ખૂણામાંથી એક આંસુ ટપક્યું. તે ઉદાસી નહીં પણ વિસ્મયની અતિશય લાગણી હતી. અસ્તિત્વનું રહસ્ય, જે એક સમયે દૂરનો વિચાર હતો,

હવે કંઈક વાસ્તવિક, કંઈક હાજર - કંઈક યાદ રાખવાની રાહ જોતું હોય તેવું લાગ્યું.

આસ્થાએ પૂછ્યું, "ગુરુજી, મૃત્યું પછીના જીવનની શોધ કરતી વખતે શંકાવાદીઓ અને વૈજ્ઞાનિકો એક જ માહિતીનું અલગ અલગ અર્થઘટન કેવી રીતે કરે છે?"

શ્રદ્ધા અને શંકાનો દ્રષ્ટિકોણ: વિજ્ઞાન, શંકાવાદ અને મૃત્યું પછીનું જીવન

આસ્થાનો પ્રશ્ન મંદિરના ઘંટના મૃદુ પડઘાની જેમ હવામાં લટકતો રહ્યો. ગુરુજી સદીઓનો ભાર અને ઉડતા વાદળની હળવાશ બંને વહન કરતા અવાજ સાથે બોલ્યા.

"પૃથ્વીનું જીવન એક નદી છે, અને જેઓ તેનો અભ્યાસ કરે છે તેઓ વિરુદ્ધ કિનારા પર ઊભા છે. એક બાજુ, વિશ્વાસીઓ તેનો પ્રવાહ ક્ષિતિજમાં અનંતપણે વિસ્તરેલો જુએ છે, અસ્તિત્વનો એક અખંડ પ્રવાહ.

બીજી બાજુ, શંકાશીલ લોકો ફક્ત તે જ જુએ છે જે માપી શકાય છે - સપાટી પરની લહેરો, પ્રકાશના પ્રતિબિંબ. પરંતુ કોઈ અનંત નદી જુએ છે કે ફક્ત ક્ષણિક પ્રવાહ તે કઈ આંખોથી જુએ છે તેના પર આધાર રાખે છે."

તેમણે થોભીને રૂપકને સ્થિર થવા દીધું અને આગળ વધ્યા.

શંકાશીલ દૃષ્ટિકોણ : મશીન તરીકે મન

"શંકાવાદીઓ અને ભૌતિકવાદી વૈજ્ઞાનિકો માનવ મનને એક જૈવિક મશીન તરીકે જુએ છે, ચેતાકોષો અને ચેતોપાગમનો અજાયબી, પરંતુ તેનાથી આગળ કંઈ નથી. તેમના માટે, ચેતના એ આત્મા નથી પરંતુ મગજની પ્રવૃત્તિની આડપેદાશ છે. જ્યારે મગજ મૃત્યું પામે છે, જેમ પવનમાં મીણબત્તી ઓલવાઈ જાય છે, ત્યારે ચેતનાનો પ્રકાશ જતો રહે છે."

તેઓ દલીલ કરે છે કે **મૃત્યું નજીકના અનુભવો**- પ્રકાશની સુરંગ, શરીર ઉપર તરતા રહેવું, મૃત

પ્રિયજનોના દર્શન - ફક્ત માનસિક આભાસ છે. તેઓ કહે છે કે મૃત્યું પામેલા મગજમાં એન્ડોર્ફિનનો ઉછાળો આવે છે, DMT થી ભરાઈ જાય છે, અને ઓક્સિજનની ઉણપ સામે સંઘર્ષ કરે છે, જે અંતિમ ક્ષણોમાં પોતાને આરામ આપવા માટે મૃત્યું પછીના જીવનનો ભ્રમ બનાવે છે.

ભૂતકાળની યાદો? કદાચ તે ક્રિપ્ટોમ્નેશિયા છે, મનની એક યુક્તિ જ્યાં ભૂલી ગયેલી માહિતી સપનામાં અથવા બાળપણની કલ્પનામાં ફરી ઉભરી આવે છે. અથવા કદાચ સાંસ્કૃતિક સ્થિતિ બાળકોને અજાણતાં આ વાર્તાઓને પોતાના તરીકે શોષી લેવા અને પછી વ્યક્ત કરવા તરફ દોરી જાય છે.

તેમનો અભિપ્રાય તર્ક, પ્રયોગમૂલક પુરાવા અને તર્કની ભાષા પર આધારિત છે. 'અમને સાબિતી બતાવો,' તેઓ કહે છે. 'આત્મા ક્યાં છે? મશીનમાં ભૂત ક્યાં છે?'

શોધનારનો દ્રષ્ટિકોણ: શરીરની બહાર ચેતના

ગુરુજીનો અવાજ ધીમો પડી ગયો જાણે બીજા ક્ષેત્રમાં જઈ રહ્યો હોય એમ.

"પરંતુ નદીની બીજી બાજુ, સાધકો ખુલ્લા હૃદય સાથે ઉભા છે. તેમના માટે, ચેતના ફક્ત શરીર સુધી મર્યાદિત નથી, જેમ ચંદ્રનું પ્રતિબિંબ તેને પકડી રાખતા તળાવ સુધી મર્યાદિત નથી."

ડૉ. ઇયાન સ્ટીવનસન, ડૉ. જીમ ટકર અને ઘણા સંશોધકોએ એવા બાળકોના કિસ્સાઓનું દસ્તાવેજીકરણ કર્યું છે જેઓ ભૂતકાળના જીવનને યાદ રાખે છે - કિસ્સાઓ એટલા ચોક્કસ, એટલા વિગતવાર કે ફક્ત તક કે સંયોગ તેમને સમજાવી શકતા નથી. આ શોધકો એવા લોકો તરફ નિર્દેશ કરે છે જેઓ મૃત્યું પામ્યા છે, તબીબી રીતે ગુજરી ગયા હોવાનું જાહેર કરવામાં આવ્યું છે, અને છતાં તેઓ **એક બીજા વિશ્વની વાર્તાઓ સાથે પાછા ફર્યા છે - પ્રેમ, પ્રકાશ અને એકતાની દુનિયા.**

પારિમાણિક ભૌતિકશાસ્ત્ર પોતે જ દૃશ્યમાનની બહારની વાસ્તવિકતાનો સંકેત આપે છે. જો કણો વિશાળ અંતર સુધી ગૂંચળાઈ શકે છે, એકબીજાને તાત્કાલિક પ્રતિક્રિયા આપી શકે છે, તો ચેતના કેમ અલગ હોવી જોઈએ? જો ઇલેક્ટ્રોન એકસાથે અનેક અવસ્થાઓમાં

અસ્તિત્વ ધરાવે છે, તો શું આત્મા ભૌતિક સ્વરૂપને પાર ન કરી શકે?

તેમના માટે, શંકાશીલ લોકો એવા છે જે પતંગિયાના કોશેટોનું પરીક્ષણ કરે છે અને જાહેર કરે છે કે ત્યાં કોઈ પતંગિયું નથી - ફક્ત એક કુશ્કી છે, ફક્ત સડી જતું પદાર્થ છે. પરંતુ શોધક જાણે છે કે કોશેટો અંત નથી; તે એક સંક્રમણ છે.

વિભાજનનો પુલ: વિજ્ઞાન અને આત્મા વચ્ચેનું નૃત્ય

આસ્થાએ ધ્યાનથી સાંભળ્યું, તેનું મન ગુરુજીના શબ્દોના ઊંડાણમાં તરી રહ્યું હતું. તે ખચકાટ સાથે બોલી, "પણ ગુરુજી, શું આ બે વિચારો ક્યારેય મળી શકે?"

ગુરુજી હસ્યા.

"વિજ્ઞાન એ બાળક જેવું છે જેણે સમુદ્રની વિશાળતા શીખવાનું શરૂ કર્યું છે. તે મોજાઓને માપે છે અને પ્રવાહોનો નકશો બનાવે છે, પરંતુ તે હજુ સુધી

ઊંડાણને સમજી શક્યું નથી. બીજી બાજુ, આધ્યાત્મિક શાણપણ એક પ્રાચીન નાવિક જેવું છે જેણે તારાઓના માર્ગદર્શન હેઠળ અનંત પાણીમાં સફર કરી છે.

આ બંને એકબીજાનો વિરોધાભાસ નથી કરતા - તેઓ એકબીજાને પૂર્ણ કરે છે. વિજ્ઞાન આપણને સાધનો આપે છે, પણ આત્મા આપણને અર્થ આપે છે. શંકાશીલ વ્યક્તિ પૂછે છે 'કેવી રીતે?' પણ સાધક પૂછે છે 'શા માટે?'

મારા વ્હાલા, સત્ય એક કિનારે કે બીજા કિનારે નથી, પણ નદીમાં જ છે. અને આપણે બધા - શ્રદ્ધાળુઓ, શંકાશીલો, શોધનારાઓ અને શંકા કરનારાઓ - ફક્ત તેના પર પ્રવાસી છીએ."

આસ્થાને લાગ્યું કે તેના હૃદયમાં એક વિચિત્ર શાંતિ સ્થાયી થઈ ગઈ છે. ચર્ચા સાબિત કરવા કે ખોટા સાબિત કરવા વિશે નહોતી, પરંતુ **બંને આંખોથી જોવા વિશે હતી** - તર્કની આંખ અને આત્માની આંખ. અને તે સંતુલનમાં, કદાચ, જીવનથી આગળના જીવનની સાચી સમજ રહેલી હતી.

અભિરામીએ પૂછ્યું, "ગુરુજી, મૃત્યું પછીના જીવન જેવા આધ્યાત્મિક ખ્યાલોનો અભ્યાસ કરવા માટે વૈજ્ઞાનિક પદ્ધતિઓનો ઉપયોગ કરવામાં કયા પડકારો છે?"

દૃશ્ય અને અદ્રશ્ય વચ્ચે સેતુ બાંધવો: મૃત્યું પછીના જીવનનો અભ્યાસ કરવાનો પડકાર

અભિરામીના અવાજમાં એક શાંત તાકીદ હતી જાણે કે તે ફક્ત જ્ઞાન માટે જ નહીં પરંતુ આત્માના ઊંડા પ્રશ્નોને શાંત કરી શકે તેવા સત્ય માટે પૂછી રહી હોય. હોલમાં હવા સ્થિર હતી જાણે કુદરત પોતે સાંભળવા માટે થોભી ગઈ હોય. ગુરુજીની આંખો, જ્ઞાનના ઊંડા ભંડાર, પૂછપરછના વજનને પ્રતિબિંબિત કરી રહી હતી.

સવારની હવામાં ચંદન અને ચમેલીની નરમ સુગંધ રેલાતી રહી, તેમણે ધીમે ધીમે શ્વાસ લીધો. પછી, સૌમ્ય અને ગહન અવાજમાં, શરૂઆત કરી.

"એક માછીમારની કલ્પના કરો જેણે પોતાનું આખું જીવન દરિયામાં વિતાવ્યું છે. તેનું એકમાત્ર સાધન બારીક દોરાથી ગૂંથેલી જાળ છે, જે માછલી પકડવા માટે યોગ્ય છે. એક દિવસ, તેને કહેવામાં આવે છે કે

એવા પ્રાણીઓ છે જે એટલા નાના છે કે તેઓ તેની જાળમાંથી અદ્રશ્ય રીતે પસાર થાય છે અને બીજા એટલા વિશાળ છે કે કોઈ પણ જાળ તેમને ક્યારેય પકડી શકતી નથી. તે હાંસી ઉડાવે છે. તે કહે છે 'જો મારી જાળ તેમને પકડી ન શકે, તો તેઓ અસ્તિત્વમાં જ નથી.'"

તેમણે થોભીને વાર્તાને તેમના હૃદયમાં સ્થિર થવા દીધી.

"આ, તેમણે આગળ કહ્યું, "વિજ્ઞાનનો ઉપયોગ કરવાનો પડકાર છે- ભૌતિકને માપવા માટે રચાયેલ જાળથી - આધ્યાત્મિકતાને પકડવા માટે."

પ્રયોગમૂલક માપનની મર્યાદાઓ

"વિજ્ઞાનની દુનિયામાં, કોઈપણ વસ્તુને ફક્ત ત્યારે જ 'વાસ્તવિક' માનવામાં આવે છે જો તેને માપી શકાય, પરીક્ષણ કરી શકાય અને પુનરાવર્તિત કરી શકાય. આપણે પથ્થરનું વજન, પ્રકાશની ગતિ, કોષની રચનાનો અભ્યાસ કરી શકીએ છીએ - પરંતુ આપણે

આત્માને કેવી રીતે માપી શકીએ? શરીર છોડીને ચેતનાના અનુભવનું માપ કેવી રીતે મેળવી શકીએ?

મૃત્યું નજીકના અનુભવો, ભૂતકાળના જીવનની યાદો અને ઉત્કૃષ્ટતાની ક્ષણો - **આ ખૂબ જ વ્યક્તિગત, વ્યક્તિલક્ષી ઘટનાઓ છે.** વિજ્ઞાન બાહ્ય અવલોકનો પર આધાર રાખે છે, પરંતુ જો જવાબો અંદર હોય તો શું? જો વાસ્તવિકતા ફક્ત આપણે જે જોઈએ છીએ અને સ્પર્શ કરીએ છીએ તે જ નહીં પણ આપણા અસ્તિત્વના સૌથી ઊંડા ખૂણામાં આપણે જે અનુભવીએ છીએ અને જાણીએ છીએ તે પણ હોય તો શું?

તેણે પોતાની સામે બેઠેલા સાધકો તરફ જોયું, તેમની આંખો શાંત ચિંતનથી ભરાઈ ગઈ હતી.

"એ તો શાસક વડે પવનને માપવાનો પ્રયાસ કરવા જેવું છે કે પ્રેમને બીકરમાં કેદ કરવા જેવું છે. પૂછપરછની પ્રકૃતિ જ આપણી પાસે રહેલા સાધનોનો વિરોધ કરે છે."

વ્યક્તિત્વની સમસ્યા

"બીજો પડકાર," ગુરુજીએ આગળ કહ્યું, "એ છે કે મૃત્યું પછીના અનુભવો દરેક વ્યક્તિ માટે ખૂબ જ વ્યક્તિગત અને અનન્ય હોય છે. એક વ્યક્તિ પ્રકાશની ભોંયરું જુએ છે; બીજો લાંબા સમયથી ખોવાયેલા પ્રિયજનોને મળે છે; અને બીજો કોઈ અનુભવ કરતો નથી. વિજ્ઞાન આટલા વૈવિધ્યસભર અનુભવોમાંથી સાર્વત્રિક કાયદો કેવી રીતે બનાવી શકે?

એટલા માટે શંકાશીલ લોકો કહે છે કે મૃત્યું નજીકના અનુભવોએ મગજમાં થતી રાસાયણિક પ્રતિક્રિયાઓ સિવાય બીજું કંઈ નથી, મૃત્યું સામે સંઘર્ષ કરતા મન દ્વારા રચિત ભ્રમણા છે. છતાં, આપણે એવા કિસ્સાઓ કેવી રીતે સમજાવી શકીએ જ્યાં તબીબી રીતે જાહેર કરેલ મૃતકો એવી વિગતો યાદ કરે છે જે તેઓ જાણી શક્યા ન હતા - દૂર હોસ્પિટલના રૂમમાં વાતચીત, પછી ચકાસાયેલ ઘટનાઓના દ્રષ્ટિકોણ? આપણે એવા બાળકોને કેવી રીતે સમજાવી શકીએ જે ભૂતકાળના જીવનને એટલી ચોકસાઈથી યાદ કરે છે કે તેમના અગાઉના પરિવારો તેમને ઓળખે છે?"

તે સહેજ આગળ ઝૂકયા.

"જો કોઈ અંધ માણસ તમને કહે કે સૂર્ય અસ્તિત્વમાં નથી કારણ કે તેણે તેને ક્યારેય જોયો નથી, તો શું તેનો અર્થ એ છે કે સૂર્ય અસ્તિત્વમાં નથી?"

પારિમાણિક કોયડો: અજાણ્યાના કિનારે વિજ્ઞાન

"પણ," ગુરુજીનો અવાજ ધીમો પડી ગયો, સદીઓના જ્ઞાનનો ભાર વહન કરતો, "વિજ્ઞાન પણ હવે ઊંડા રહસ્યો વિશે વાત કરવા લાગ્યું છે."

"પારિમાણિક મિકેનિક્સની દુનિયામાં, વાસ્તવિકતા એવી રીતે વર્તે છે જે તર્કને અવગણે છે. એક કણ એક જ સમયે બે જગ્યાએ અસ્તિત્વમાં હોઈ શકે છે. એક ઇલેક્ટ્રોન અદૃશ્ય થઈ શકે છે અને વચ્ચેની જગ્યામાં મુસાફરી કર્યા વિના ફરીથી દેખાઈ શકે છે. બે ગૂંચવાયેલા કણો વિશાળ અંતર પર તરત જ વાતચીત કરી શકે છે, જાણે અંતર જ અસ્તિત્વમાં નથી."

આ આપણને શું કહે છે? તે વાસ્તવિકતા એટલી નક્કર નથી, એટલી ભૌતિક પણ નથી જેટલી આપણે એક સમયે માનતા હતા. જો અસ્તિત્વનું માળખું પ્રવાહી, એકબીજા સાથે જોડાયેલું અને સમય અને અવકાશની બહાર હોય, તો શું ચેતના પણ ન હોઈ શકે?"

હોલમાં રહેલા સાધકોએ ઉલ્લાસથી શાંતિથી સાંભળ્યું.

વિજ્ઞાન અને આધ્યાત્મિકતાનો સેતુઃ આગળનો માર્ગ

"તો," ગુરુજીએ અભિરામી તરફ ફરીને કહ્યું, "પડકાર, એ નથી કે વિજ્ઞાન મૃત્યું પછીના જીવનનો અભ્યાસ કરી શકતું નથી - તે એ છે કે આપણા સાધનો હજુ સુધી તેને સમજવા માટે પૂરતા શુદ્ધ નથી. જેમ પ્રાચીન ઋષિઓએ ઊંડા ધ્યાન દ્વારા ચેતનાનું અન્વેષણ કર્યું હતું, તેમ આપણે ભૌતિક વિશ્વની બહાર એવી રીતે અન્વેષણ કરવું જોઈએ જે રીતે વિજ્ઞાન હજુ સુધી સમજી શક્યું નથી."

તેમણે શ્રદ્ધાના શાંત સંકેતમાં હાથ જોડયા.

"વિજ્ઞાન અને આધ્યાત્મિકતા દુશ્મન નથી, પરંતુ એક જ રસ્તા પર ચાલનારા છે. એક, તર્કના દીવા સાથે ચાલે છે, બીજો અંતઃપ્રેરણાની મશાલ સાથે. અને જો તેઓ સાથે ચાલે છે, તો કદાચ - ફક્ત કદાચ - અદ્રશ્ય એક દિવસ જરૂર દેખાશે."

હોલમાં એક ઊંડી શાંતિ છવાઈ ગઈ - ખાલીપણું નહીં, પણ આશ્ચર્યથી ભરપૂર જગ્યા. જાળ હજુ સુધી અનંતને પકડવા માટે પૂરતી મજબૂત ન હોઈ શકે - પણ સમુદ્ર હજુ પણ અસ્તિત્વમાં છે.

ગુરૂજી લાંબા સમય સુધી સ્થિર રહ્યા, તેમની આંખો અડધી બંધ હતી, જાણે શબ્દોના ક્ષેત્રની બહાર કંઈક સાંભળી રહ્યા હોય. બુદ્ધ હોલમાં શાંતિ ગહન હતી, ચિંતનથી ભારે હતી. પછી, શાંત હકાર સાથે, તેમણે મધ્યાહ્ન વિરામનો સંકેત આપ્યો.

ભક્તો ધીમે ધીમે હલચલ મચાવી રહ્યા હતા, કિનારા પરથી પાછા ફરતા મોજાની જેમ તેમના સ્થાનો પરથી ઉભા થયા. કેટલાક અન્નપૂર્ણેશ્વરી તરફ ચાલ્યા ગયા, જ્યાં હવા તાજા રાંધેલા ભોજનની આરામદાયક

સુગંધથી ભરપૂર હતી. અન્ય બગીચાઓમાં ફરતા હતા, ઝૂલતા વૃક્ષો વચ્ચે એકાંત શોધતા હતા. કેટલાક તેમના રૂમમાં પાછા ફર્યા, તેમના મન હજુ પણ પ્રવચનના ઊંડાણમાં ડૂબેલા હતા.

અક્ષયનો સમૂહ ઘણીવાર જ્યાં ભેગા થતો હતો તે મહાન વડના વૃક્ષ નીચે, વાસુદેવ, નીતા, લલિતા, રોહિત અને સુજીતા, શાંત ચિંતનમાં બેઠા હતા. વૃક્ષના પ્રાચીન મૂળ પૃથ્વીમાં ઊંડાણ સુધી ફેલાયેલા હતા, જે તેના વિશાળ છત્ર હેઠળ થતી વાર્તાઓ અને ચર્ચાઓના મૂક સાક્ષી હતા.

ભૂતકાળના સૂસવાટા લઈને પાંદડાઓમાંથી હળવો પવન ફૂંકાયો. થોડી જ વારમાં, એસ્પેન, એસ્ટિન અને કિરોન તેમની સાથે જોડાયા, તેમના ચહેરા શાંત છતાં આશાસ્પદ હતા. દૂરથી, પદમા અને અન્ય લોકો નજીક આવ્યા, તેમની આકૃતિઓ બપોરના સૂર્યની સોનેરી ગરમીમાં સ્નાન કરી રહી હતી.

થોડીવાર સુધી કોઈ બોલ્યું નહીં.

પછી, શાંતિમાં, નીતા, ભવ્યા તરફ ફરી અને ધીમેથી બોલી, "ભવ્યા, ગઈકાલે આપણે જ્યાંથી છોડી દીધું હતું ત્યાંથી કેમ ન ચાલુ કરીએ?"

અપેક્ષા અને રૂપાએ માથું હલાવ્યું, તેમની આંખો શાંત અપેક્ષાથી ભરાઈ ગઈ.

ભવ્યા, તેમની નજર સામે આવી, પછી ધીમે ધીમે શ્વાસ બહાર કાઢ્યો, માથું હલાવ્યું. યાદોનો ભાર તેના પર પરિચિત ડગલા જેવો બેસી ગયો.

"અમે ભારે હૃદયે ગામ છોડી દીધું," ભવ્યાએ શરૂઆત કરી, તેનો અવાજ વીતેલા વર્ષોના ભારને વહન કરતો હતો. "અમે જતા પહેલા, મારી દાદીને અમારી સાથે આવવા વિનંતી કરી, પરંતુ તેમણે ના પાડી. મને લાગે છે કે, ઊંડાણપૂર્વક, અમે જાણતા હતા કે તે નહીં આવે. તેના મૂળ અમે ક્યારેય સમજી શકીએ તે કરતાં વધુ ઊંડા હતા."

તેણી થોભી, જમીન તરફ એવી રીતે તાકી રહી કે જાણે ભૂતકાળ તેની નીચે જમીનમાં કોતરાઈ ગયો હોય.

વડના પાંદડાઓમાંથી પવન ફૂંકાઈ રહ્યો હતો, જે માટી અને દૂરના પાણીની સુગંધ લઈને આવતો હતો.

"ત્યારબાદ અમે ગામની મુલાકાત લેવાનું વધુ શરૂ કર્યું. મારી દાદી, મારા કાકી અને પિતરાઈ ભાઈ, સાથે રહેતા હતા, અને જ્યારે પણ અમે જતા, ત્યારે એવું લાગતું હતું કે અમે અમારી આંગળીઓમાંથી સરકી રહેલી કોઈ વસ્તુને પકડી રાખવાનો પ્રયાસ કરી રહ્યા છીએ. ગામ બદલાઈ ગયું હતું. મારા દાદા ન હતા, અને અમારા ઘરની હૂંફ અધૂરી લાગતી હતી. પરંતુ અમે હજી પણ ત્યાં જ છીએ, અથવા અમે એવું વિચારતા હતા."

ભવ્યાનો અવાજ વધુ ધીમો પડી ગયો.

"પછી, જ્યારે હું બારમા ધોરણમાં હતી, ત્યારે અમને ગામથી ફોન આવ્યો."

ફક્ત આ શબ્દોથી જ સમગ્ર જૂથમાં ચિંતાની લહેર ફેલાઈ ગઈ.

"નદીમાં પાણી વધી ગયું હતું અને પૂર આવી ગયું હતું."

એક ક્ષણ માટે, પ્રાચીન વૃક્ષમાંથી ફક્ત પવનનો અવાજ સંભળાયો.

"જ્યારે અમે ગામમાં પહોંચ્યા, ત્યારે મેં ક્યારેય જોયેલા વિનાશ કરતાં ઘણું અલગ હતું. આખા ઘરો - પેઢીઓથી ઊભા રહેલા ઘરો - એવી રીતે વહી ગયા હતા કે જાણે તેઓ કાગળની હોડીઓ સિવાય બીજું કંઈજ ન હોય. વૃક્ષો ઉખડી ગયા હતા. નદીએ જે ઇચ્છ્યું હતું તે લઈ લીધું હતું, ફક્ત એક સમયે જે હતું તેના ખંડેર અવશેષો છોડી દીધા હતા."

તેણી એક ઘૂટડો ગળી ગઈ, તેની આંગળીઓ તેના શાલની ધારને પકડી રહી હતી.

"અમારું ઘર ઊભું હતું, પણ માંડ માંડ. અંદર પાણી ભરાઈ ગયું હતું, જેના કારણે કાદવ અને ખંડેર થઈ ગયું હતું. પણ અમે નસીબદાર હતા. ઘણા લોકો ન હતા."

શ્રોતાઓમાં લાગણીઓનો એક ગણગણાટ છવાઈ ગયો.

"મારા પિતા, જે આ વિનાશથી હચમચી ગયા હતા, તેમણે મારી દાદીને કહ્યું કે હવે જવાનો સમય થઈ ગયો છે. તેમણે તેમને વિનંતી કરી કે હવે સલામત નથી, આપણે બીજા પૂરનું જોખમ ન લઈ શકીએ."

દાદીના શબ્દો વારંવાર બોલતા ભવ્યાનો અવાજ થોડો ધ્રૂજતો હતો, જાણે કે તે શબ્દો હજુ પણ તેના કાનમાં ગુંજતા હોય.

"તે અમારા તૂટેલા ઘરના ઉંબરે ઊભી રહી અને બોલી, 'તમારા પરદાદા અહીં રહેતા હતા, તમારા દાદા અહીં રહેતા હતા, તમારા પિતાનો જન્મ અહીં થયો છે. દરેક પથ્થર, દરેક ઝાડ, માટીનો દરેક કણ તેમની યાદોને વહન કરે છે. નદીએ ઘણું બધું લીધું છે, પણ તેણે આપણને જીવન પણ આપ્યું છે. તમે મને જવાનું કહો છો? આ ફક્ત એક જગ્યા નથી - તે મારો એક ભાગ છે. હું તેને કેવી રીતે છોડી શકું?'"

જૂથે શાંતિથી સાંભળ્યું, તેમના હૃદય દાદીના શબ્દોના ઊંડાણમાં ડૂબી ગયા.

"મારા પિતાએ ખૂબ પ્રયત્ન કર્યો. તેમણે ખૂબ પ્રયાસ કર્યો. પણ મારી દાદીએ સ્થળાંતર ન કર્યું. તેમના માટે, ગામ ફક્ત એક સ્થાન નહોતું. તે તેમનો ઇતિહાસ હતો. તેમની ઓળખ હતી. તેમના પહેલા આવેલા લોકોને તેમનું વચન હતું. અને તેથી, અંતે, અમે જે કંઈ કરી શક્યા તે સાફ કર્યું, જે બચ્યું તે બચાવ્યું, અને તેમને ત્યાં છોડી દીધા - જ્યાં તે રહેવા માંગતા હતા."

અધૂરી વાર્તા

થોડીવાર સુધી કોઈ બોલ્યું નહિ. સૂર્યપ્રકાશ વડના પાંદડામાંથી પસાર થઈને જમીન પર પડછાયાના બદલાતા ઢોળાવો સાથે છવાઈ ગયો.

પછી, ભવ્યાએ આગળ કહ્યું, તેનો અવાજ જાણે ઘણો દૂર હતો.

"વર્ષો વીતી ગયા. મેં મારું એન્જિનિયરિંગ પૂર્ણ કર્યું અને મને એક સારી સંસ્થામાં નોકરી મળી. જીવન હંમેશાની જેમ આગળ વધ્યું. મારા પિતા નિવૃત્ત થયા,

નાની નાની દિનચર્યાઓમાં શાંતિ શોધતા. પરંતુ તેમનામાંથી એક ભાગ ક્યારેય ગામ છોડતો ન હતો. તે વારંવાર મારી દાદીને મળવા જતા, તેમની સાથે દિવસો વિતાવતા, જાણે ખોવાયેલા સમયની ભરપાઈ કરવાનો પ્રયાસ કરતા હોય."

તેના હોઠ પર એક ઉદાસીન સ્મિત ફરકી ગયું.

"પછી, બે વર્ષ પછી, અમે ગામડાના ઉત્સવમાં પાછા જવાનું નક્કી કર્યું. અમે ઘણા સમય સુધી પાછા ફર્યા ન હતા, અને મારા હૃદયમાં કંઈક મને કહેતું હતું કે હવે સમય આવી ગયો છે. કદાચ તે ઝંખના હતી, અને કદાચ તે ભાગ્ય હતું. પણ મને ખબર હતી કે અમારે જવું પડશે."

તે ચૂપ થઈ ગઈ, જમીન તરફ એવી રીતે જોઈ રહી કે જાણે બાકીની વાર્તા જમીન નીચે દટાયેલી હોય.

તે આગળ વધે તે પહેલાં, કિરણે નિસાસો નાખ્યો, સમય તપાસ્યો.

"મોડું થઈ ગયું છે. આગામી સત્ર ટૂંક સમયમાં શરૂ થશે."

સમૂહમાંથી સંમતિનો શાંત ગણગણાટ સંભળાયો.

જેમ જેમ તેઓ ઉભા થતા ગયા, પોતાના હાથપગ હલકા કરતાં ગયા, તેમના પર એક વિચિત્ર શાંતિ છવાઈ ગઈ. ભવ્યા ની વાર્તા અધૂરી હતી, હવામાં એક અકથિત પ્રાર્થનાની જેમ લટકતી હતી.

તેઓ બુદ્ધ હોલ તરફ ચાલવા લાગ્યા, તેમના પગલાં ધીમા અને વિચારશીલ હતા. આકાશ તેમની ઉપર વિશાળ અને અનંત ફેલાયેલું હતું, બપોરનો સૂર્ય ધીમે ધીમે નીચે ઉતરવા લાગ્યો હતો. પવન જંગલી ફૂલોની સુગંધ વહન કરી રહ્યો હતો, અને દૂર, અદ્રશ્ય પાણીના પડઘા ઝાડમાંથી ગુંજી રહ્યા હતા.

અને ક્યાંક, ભવ્યાએ પાછળ છોડી ગયેલા ગામની ઊંડાઈમાં, નદી વહેતી રહી, પોતાની સાથે ખોટ અને સ્મૃતિ બંને લઈને.

પ્રકરણ ૫

કર્મ અને સભાન ઉત્ક્રાંતિની ભૂમિકા

"સભાન ઉત્ક્રાંતિ એ આત્માની વધુ જાગૃતિ તરફની યાત્રા છે, જ્યાં દરેક વિચાર, દરેક કાર્ય, ફક્ત આપણા ભવિષ્યને જ નહીં, પરંતુ આપણે કોણ બની રહ્યા છીએ તેના સારને પણ આકાર આપે છે."

– શ્રી શામબવ

સારાંશ

આ પ્રકરણ મૃત્યું પછી આત્માની યાત્રામાં કર્મ અને સભાન ઉત્ક્રાંતિની અભિન્ન ભૂમિકાઓની શોધ કરે છે. તે વિવિધ આધ્યાત્મિક પરંપરાઓ કર્મને કેવી રીતે વ્યાખ્યાયિત કરે છે તેની તપાસ કરીને શરૂ થાય છે -

કારણ અને અસરનો નિયમ, જે ક્રિયાઓ, વિચારો અને તેમના પરિણામોને નિયંત્રિત કરે છે સમજવામાં આવે છે. કર્મ આત્માના માર્ગને આકાર આપે છે અને મૃત્યું પછીની તેની યાત્રાને પ્રભાવિત કરે છે, જેનાથી ભવિષ્યના જીવનમાં શીખવા અને વિકાસ માટે તકો ઊભી થાય છે. આ પ્રકરણ સભાન ઉત્ક્રાંતિની વિભાવનામાં પણ ઊંડાણપૂર્વક આગળ વધે છે. વિવિધ આધ્યાત્મિક પરંપરાઓ, ખાસ કરીને પૂર્વીય અને પશ્ચિમી મંતવ્યો, કર્મ અને સભાન ઉત્ક્રાંતિનું અર્થઘટન કેવી રીતે કરે છે તેની તપાસ કરીને, આ પ્રકરણ આ ખ્યાલોની તુલનાત્મક સમજ આપે છે. વધુમાં, તે આ વિચારની શોધ કરે છે કે આત્મા ફક્ત બાહ્ય અનુભવો દ્વારા જ નહીં પરંતુ ઉચ્ચ આધ્યાત્મિક સત્યો સાથે વધુ ઊંડાણપૂર્વક સંરેખિત થવાના સભાન પ્રયાસો દ્વારા વિકસિત થાય છે. આ પ્રકરણ પુનર્જન્મના સિદ્ધાંતને સમર્થન આપતા પુરાવા - કથાત્મક અને વૈજ્ઞાનિક બંને - ની પણ ચર્ચા કરે છે, જે સૂચવે છે કે આત્મા વિવિધ જીવનકાળ દરમિયાન શીખવાની તેની યાત્રા ચાલુ રાખે છે.

ભાગ્યની વણાટ: કર્મ અને આત્માની શાશ્વત યાત્રા

“ગુરુજી,” પદમાએ પૂછ્યું, “કર્મ, આત્માની યાત્રાને કેવી રીતે આકાર આપે છે? અને ચેતના જીવનભર કેવી રીતે વિકસિત થાય છે?”

ગુરુજીએ એક ક્ષણ માટે આંખો બંધ કરી, જાણે કોઈ એવો સૂર સાંભળી રહ્યા હોય જે ફક્ત તેમને જ સંભળાતો હોય. જ્યારે તેઓ બોલતા, ત્યારે તેમનો અવાજ નદી જેવો હતો - સૌમ્ય, વહેતો, છતાં અજાણ્યા ઊંડાણોને વહન કરતો.

કર્મના તાણા બાણા : સમય જતાં વણાયેલા દોરા

“કલ્પના કરો એક ભવ્ય લૂમ,” ગુરુજીએ આંગળીઓ હવા તરફ ખેંચતા કહ્યું. “તમે જે પણ કાર્ય કરો છો તે તમારા આત્માના અસ્તિત્વના તાંતણામાં વણાયેલો દોરો છે. કેટલાક દોરાઓ સોનેરી છે, દયા, પ્રેમ અને શાણપણથી ચમકતા. અન્ય દોરા પીડા, અજ્ઞાન અને સ્વાર્થથી ઘેરાયેલા અને ભારે હોય છે. પરંતુ બધા જરૂરી છે, કારણ કે તે ચાકળાને પૂર્ણ બનાવે છે.”

તેમણે અક્ષય તરફ જોયું, તેની નજર જ્ઞાનથી ભરેલી હતી. "કર્મ સજા નથી, કે પુરસ્કાર પણ નથી. તે ફક્ત તમારા પોતાના કાર્યોનો પડઘો છે, જે જીવનભર લહેરાતો રહે છે."

તેમણે થોભીને પોતાના શબ્દોનું વજન શાંત થવા દીધું. "તમે કેરીનું બીજ વાવીને ગુલાબ ખીલવાની અપેક્ષા ન રાખી શકો. તમે ગુસ્સો આપીને બદલામાં શાંતિની અપેક્ષા રાખો છો. બ્રહ્માંડ ચોક્કસ છે; તે તમે જે કંઈ પણ રજૂ કરો છો, દૃશ્યમાન અને અદ્રશ્ય બંને રીતે પાછું આપે છે."

અક્ષયે ધીમેથી માથું હલાવ્યું. "તો, શું એનો અર્થ એ છે કે આપણું ભવિષ્ય પથ્થરમાં રોપાયેલું છે?"

ગુરુજી હસ્યા. "બિલકુલ નહીં. જ્યારે કર્મ માર્ગ બનાવે છે, ત્યારે તે તમને તેના માટે સાંકળતો નથી. દરેક ક્ષણ એક પસંદગી છે, તમારી વાર્તામાં એક નવો દોર ગૂંથવાની તક છે. સૌથી અંધકારમય રચનાને પણ શાણપણના પ્રકાશથી ફરીથી લખી શકાય છે."

ચેતનાનો વિકાસ: જીવનભરના પાઠ

પછી તેમણે નજીકમાં એક દીવો ઉપાડ્યો, તેની જ્યોત સ્થિર અને અટલ હતી. "ચેતના આ જ્યોત જેવી છે, એક મીણબત્તીથી બીજી મીણબત્તીમાં પસાર થાય છે. જીવન પછી જીવન તે ભૂતકાળની ઓળખના મીણને પાછળ છોડીને, જે શીખ્યા તેના સારને આગળ ધપાવે છે."

"એક બાળકનો વિચાર કરો જે સંગીત તરફ એવી રીતે આકર્ષાય છે જાણે તેનામાં સૂર હોય અથવા એક નાનો છોકરો જે ક્યારેય શીખવ્યા વિના, કોઈ વૃદ્ધ ઋષિની જેમ શાણપણથી બોલે છે. આ કોઈ અકસ્માત નથી. તે ભૂતકાળના જન્મોના પડઘા છે, અને શાણપણ, એક નદીની જેમ આગળ વધે છે જે ક્યારેય તેના સ્ત્રોતને ભૂલતી નથી."

તેમણે આગળ કહ્યું, તેમનો અવાજ હવે એક વાર્તા ગૂંથતો હતો.

"એક યોદ્ધાની કલ્પના કરો, જે એક જ જીવનમાં યુદ્ધથી કઠોર થઈ ગયો હોય. તે માને છે કે તાકાત ફક્ત સ્ટીલ

અને લોહીમાં જ જોવા મળે છે. પરંતુ તેના આગલા જીવનમાં, તે એક ઉપચારક તરીકે જન્મે છે, તેના હાથ હવે તે વસ્તુઓને સુધારવાનું શીખી રહ્યા છે જેનો તેઓએ એક સમયે નાશ કર્યો હતો. આત્મા બદલો લેવાનો પ્રયાસ કરતો નથી - તે સંતુલન, સમજણ અને વિકાસ શોધે છે."

અક્ષયની આંખો પહોળી થઈ ગઈ. "તો, દરેક જીવન એક પાઠ છે?"

ગુરુજીએ માથું હલાવ્યું. "હા. દરેક આનંદ અને દરેક દુઃખ, દરેક બંધન અને દરેક નુકસાન - તે બધા એક હેતુ પૂરો કરે છે: આત્માને શુદ્ધ કરવા, તેને ઉચ્ચ બનાવવા, અજ્ઞાનતાનો નાશ કરવા અને સત્ય પ્રગટ કરવા."

મુક્તિ તરફની યાત્રા: કર્મથી મોક્ષ સુધી

"પણ ગુરુજી," પદમાએ પૂછ્યું, "શું આ ચક્ર કાયમ ચાલતું રહે છે?"

તે હસ્યા, તેમની આંખોમાં સમુદ્ર જેટલો ઊંડો પ્રકાશ હતો. "ના, પદમા. જેમ વિદ્યાર્થી કાયમ માટે શાળામાં રહેતો નથી, તેમ આત્મા પણ અવિરત ભટકતો નથી."

"જ્યારે બધા પાઠ શીખી લેવામાં આવે છે, જ્યારે દરેક આસક્તિ સમજી અને મુક્ત થઈ જાય છે, ત્યારે આત્માને પાછા ફરવાની જરૂર નથી. તે અનંતમાં ભળી જાય છે, જેમ એક ટીપું સમુદ્રમાં ઓગળી જાય છે. આ મોક્ષ છે - જન્મ અને મૃત્યું ના ચક્રમાંથી મુક્તિ. તે છટકી જવાનું નથી પણ પાછા ફરવાનું છે. આપણે જે હંમેશા હતા પણ ભૂલી ગયા છીએ તેના તરફ પાછા ફરવાનું છે."

આત્માની પસંદગી: જાગૃતિનો માર્ગ

હવે હોલ શાંત હતો, અને સાધકો ગુરુજીના શબ્દોની વિશાળતામાં ખોવાઈ ગયા હતા. દીવો જાણે બોલાયેલા સત્ય પ્રત્યે આદરપૂર્વક નમન કરતો હોય તેમ ઝળહળી રહ્યો હતો.

ગુરુજીએ હાથ જોડીને કહ્યું, "તો, પદમા, પ્રશ્ન ફક્ત 'ભૂતકાળમાંથી હું કયા કર્મ લઈને આવ્યો છું?' એ નથી,

પણ 'હવે હું કયા કર્મનું સર્જન કરી રહ્યો છું?' એ પણ છે કે આજે તમારી પસંદગીઓથી, તમારા કાલના ચાકળાને આકાર આપો."

તેમણે પોતાની સામે હાજર લોકો તરફ જોયું. "જાગૃતિથી જીવો. પ્રેમથી કાર્ય કરો. અજ્ઞાનતા પર શાણપણ શોધો. અને તમે જે દોરા વણશો તે તમને બાંધશે નહીં - તે તમને મુક્ત કરશે."

અદ્રશ્ય દોરાઓ : કર્મ અને આત્માની શાશ્વત યાત્રા

ભવ્યાએ, સ્થિર છતાં આશ્ચર્યથી ભરેલા અવાજે, પૂછ્યું, "ગુરુજી, વિવિધ આધ્યાત્મિક પરંપરાઓ કર્મને કેવી રીતે વ્યાખ્યાયિત કરે છે, અને તે મૃત્યું પછી આત્માની યાત્રાને કેવી રીતે પ્રભાવિત કરે છે?"

ગુરુજીએ થોડી ક્ષણ માટે આંખો બંધ કરી જાણે તેઓ અનંતકાળના અવાજો સાંભળી રહ્યા હોય. જ્યારે તેઓ બોલતા, ત્યારે તેમના શબ્દોમાં યુગોનું ઊંડાણ હતું.

કર્મ: ભાગ્યના અદ્રશ્ય શિલ્પી

"કર્મ એ કારણ અને અસરનો મહાન નિયમ છે," તેમણે શરૂઆત કરી. "તે ન તો સજા છે કે ન તો પુરસ્કાર. તે ફક્ત આપણા પોતાના કાર્યોનો પડઘો છે, જે સમય સાથે વહેતો રહે છે, આગળના માર્ગને આકાર આપે છે."

ગુરુજીએ થોડા સમય પછી કહ્યું, "ખેડૂત બીજ વાવે છે અને પાક લણે છે - નસીબથી નહીં, તકથી નહીં, પરંતુ બીજની પ્રકૃતિથી. એ જ રીતે, આપણા વિચારો, શબ્દો અને કાર્યો આપણા ભવિષ્યના અનુભવોના બીજ રોપે છે. દરેક ક્રિયા, ભલે ગમે તેટલી નાની હોય, આત્મા પર છાપ છોડી દે છે, આ જીવનમાં અને તેનાથી આગળ, આગળ વધે છે."

ભવ્યાની આંખોમાં શાંત ચિંતન પ્રતિબિંબિત થયું. "તો, કર્મ પણ ભાગ્ય જેવું છે?"

ગુરુજી હસ્યા. "ભાગ્ય એ કોઈ બાહ્ય શક્તિ દ્વારા આપણા પર લાદવામાં આવેલી વસ્તુ નથી. તે ફક્ત આપણા પોતાના ભૂતકાળના કાર્યોનું પ્રગટીકરણ છે. કર્મ, ભાગ્ય નથી - તે જીવનભર વણાયેલી પસંદગી છે.

પક્ષી જે દિશામાં ઉડે છે તેના માટે પવનને દોષ આપતું નથી; તે તેની પાંખો ફેલાવે છે અને તેનો માર્ગ પસંદ કરે છે."

કર્મની નજરે આત્માની યાત્રા

ગુરુજી જેમ જેમ વાત આગળ વધારી રહ્યા હતા તેમ તેમ તેમનો અવાજ ભાવનાથી ગહન થતો ગયો.

"એક મુસાફરની કલ્પના કરો," તેમણે કહ્યું. "જીવન પછી જીવન, તેઓ એક વિશાળ અને અનંત માર્ગ પર ચાલે છે. દરેક પગલા સાથે, તેઓ યાદો, બોજ, ખુશીઓ અને દુ:ખ એકત્રિત કરે છે. તેઓ જે વજન વહન કરે છે તે નક્કી કરે છે કે તેઓ કેટલી સરળતાથી આગળ વધે છે. કેટલાક હળવાશથી ચાલે છે, અફસોસથી મુક્ત, શાણપણ દ્વારા માર્ગદર્શન મેળવે છે. અન્ય લોકો ભૂતકાળની પસંદગીઓના ભાર નીચે ઠોકર ખાય છે, સંઘર્ષમાંથી શીખે છે."

તેમણે થોભીને કલ્પનાને અંદર ડૂબવા દીધી. "કર્મ એ એક અદ્રશ્ય સામાન છે જે આપણે એક જીવનમાંથી બીજા જીવનમાં લઈ જઈએ છીએ. તે આપણા જન્મના શરીરને, આપણે જે અનુભવોનો સામનો કરીએ છીએ, આપણે જે પાઠ શીખવા જોઈએ, તેને આકાર આપે છે. પરંતુ કર્મનું સૌંદર્ય એ છે કે તે ક્યારેય સ્થિર નથી - તે આપણી જેમ વિકસિત થાય છે."

હિન્દુ ધર્મ: કર્મ અને આત્માની મુક્તિ

ભવ્યા તરફ જોતાં, ગુરુજીએ આગળ કહ્યું, "હિંદુ ધર્મમાં, કર્મ સંસાર - જન્મ, મૃત્યું અને પુનર્જન્મના ચક્ર સાથે ઊંડો જોડાયેલો છે. જેમ ભગવદ ગીતા અધ્યાય ૨ શ્લોક ૨૨ કહે છે:

"જેમ માણસ જૂના કપડાં છોડીને નવા પહેરે છે, તેમ આત્મા જૂના શરીરનો ત્યાગ કરીને નવું શરીર ધારણ કરે છે."

"આત્મા શાશ્વત છે, પરંતુ તે વારંવાર જન્મ લે છે, જે તેના સંચિત કર્મ દ્વારા આકાર પામે છે. સદ્ગુણ, સત્ય

અને ધર્મ (ન્યાયી કાર્ય)નું જીવન આત્માનો બોજ હળવો કરે છે, તેને મોક્ષ તરફ દોરી જાય છે - આ ચક્રમાંથી મુક્તિ."

તેમણે વિશાળ આકાશ તરફ ઈશારો કર્યો. "મોક્ષ એ અંત નથી, પણ અનંત, નિરાકાર, દિવ્ય તરફ પાછા ફરવાનું છે. જ્યારે એક ટીપું સમુદ્રમાં ભળી જાય છે, ત્યારે શું તે પોતાને ગુમાવે છે? ના, તે પોતે જ સમુદ્ર બની જાય છે."

બૌદ્ધ ધર્મ: કર્મ, અસ્તિત્વની ક્ષણ તરીકે

"બૌદ્ધ ધર્મ," તેમણે આગળ કહ્યું, "એક અલગ દ્રષ્ટિકોણ આપે છે. અહીં, કોઈ અપરિવર્તનશીલ આત્મા નથી, પરંતુ ચેતનાનો એક પ્રવાહ છે જે એક અસ્તિત્વથી બીજા અસ્તિત્વમાં વહે છે, જે કર્મ દ્વારા વહન કરવામાં આવતી નદીની જેમ તેણે સ્પર્શેલી ભૂમિને આકાર આપે છે."

"એક મીણબત્તીની કલ્પના કરો," તેમણે પવનમાં ઝળહળતી એક નાની જ્યોત તરફ ઈશારો કરતા કહ્યું. "એક મીણબત્તી બીજી મીણબત્તીને પ્રગટાવે છે. જ્યોત

એકસરખી નથી, છતાં તે ચાલુ રહે છે. તેથી, આપણા વિચારો, ઇરાદાઓ અને કાર્યો પણ આગળ વધે છે, જે આગામી જીવન માટે પરિસ્થિતિઓ બનાવે છે. ધ્યેય નિર્વાણ છે - તૃષ્ણા, ભ્રમ, દુઃખનું વિસર્જન."

તેમનો અવાજ ધીમો પડી ગયો. "જ્યોત ફૂંકાય ત્યારે ક્યાંય જતી નથી. તે ફક્ત સળગવાનું બંધ કરે છે. અને છતાં, તે બંધ થવામાં, શાંત રહે છે."

ખ્રિસ્તી ધર્મ અને ઇસ્લામ: કર્મ એક દૈવી ન્યાય તરીકે

ગુરુજીએ પછી પોતાની નજર સભા તરફ ફેરવી. "ખ્રિસ્તી ધર્મ અને ઇસ્લામમાં, કર્મને દૈવી ન્યાયના રૂપમાં સમજવામાં આવે છે. 'જેમ તમે વાવો છો, તેમ તમે લણશો.' બંને પરંપરાઓ શીખવે છે કે મૃત્યું પછી, આત્માનો ન્યાય થાય છે, તેના કાર્યોનું વજન થાય છે, તેના ઇરાદાઓનું માપન થાય છે."

તેમણે ભવ્યા તરફ જોયું અને સ્મિત કર્યું. "છતાં પણ આ શ્રદ્ધાના હૃદયમાં કૃપા રહેલી છે - એક સમજ કે મુક્તિ, ક્ષમા અને પરિવર્તન હંમેશા શક્ય છે."

પસંદગીની શક્તિ: દરેક ક્ષણમાં કર્મ

ગુરુજીએ પછી ઝાડ પરથી પડતા એક પાન તરફ ઈશારો કર્યો, જે પૃથ્વી પર પડતા પહેલા ધીમેથી ફરતું હતું.

"આ ક્ષણે," તેમણે કહ્યું, "તમે બીજ વાવી રહ્યા છો. તમે જે રીતે બોલો છો, જે રીતે તમે કાર્ય કરો છો, તમારા હૃદયમાં જે વિચારો છે તે પણ - દરેક આગળના જીવનને આકાર આપે છે."

"જો તમે ગુસ્સો વહન કરશો, તો તમે એવી દુનિયામાં ચાલશો જે તેને તમારા તરફ પાછું પ્રતિબિંબિત કરશે. જો તમે પ્રેમ વહન કરશો, તો જીવન બદલામાં તેને પ્રતિબિંબિત કરશે. કર્મ તમારી બહારની કોઈ શક્તિ નથી. તે તમારી અંદર છે, પ્રતિભાવ આપે છે, બદલાય છે, તમે જે કરો છો તેનાથી વિકાસ પામે છે."

તે આગળ ઝુક્યા, તેમની નજર ઊંડી અને અડગ રહી. "તો, ભવ્યા, પ્રશ્ન ફક્ત 'મને વારસામાં કયા કર્મ મળ્યા છે?' એ નથી, પણ 'આ ક્ષણે હું કયા કર્મનું નિર્માણ કરી રહ્યો છું?'"

પ્રકાશની નદી: સભાન ઉત્ક્રાંતિ અને જીવનભર આત્માની યાત્રા

શાંત જિજ્ઞાસાથી ભરેલી આંખો સાથે, આરણાએ સહેજ આગળ ઝૂકીને પૂછ્યું, "ગુરુજી, જીવનભર આધ્યાત્મિક વિકાસના વિચારમાં સભાન ઉત્ક્રાંતિ શું ભૂમિકા ભજવે છે?"

ગુરુજી હસ્યા - એક એવું સ્મિત જેમાં કરુણાની કોમળતા અને જ્ઞાનની તીક્ષ્ણતા હતી. તેમણે એક નાનો કાંકરો ઉપાડ્યો, બોલતા પહેલા તેને પોતાની આંગળીઓ વચ્ચે હળવેથી ફેરવ્યો.

બીજ અને સૂર્ય: વૃદ્ધિનું સામ્ય

"કલ્પના કરો," તેમણે શરૂઆત કરી, તેમનો અવાજ શાંત સરોવર જેવો હતો, "પૃથ્વીની અંદર ઊંડાણમાં દટાયેલું બીજ. અંધકારમાં, તે સૂઈ રહ્યું છે - ઉપરના વિશાળ આકાશથી અજાણ, તેની પોતાની ક્ષમતાથી પણ અજાણ. પરંતુ તેની અંદર કંઈક એક પ્રાચીન સ્મૃતિને જગાડે છે, સૂર્યનો એક અવાજ જે તેણે ક્યારેય જોયો નથી. ધીમે ધીમે, તે માટીમાંથી ધસીને, એક

અદ્રશ્ય ઝંખના દ્વારા ખેંચાય છે. પહેલા એક નાજુક અંકુર, પછી એક કોમળ અંકુર, એક દિવસ, તે પ્રકાશમાં મુક્ત થઈ જાય છે."

તેમણે થોભીને, તેમના શ્રોતાઓના મનમાં છબી ખીલવા દીધી.

"આ બીજ," તેમણે આગળ કહ્યું, "આત્મા છે. સૂર્ય એ અંતિમ સત્ય છે, દૈવી સ્ત્રોત છે. અને અંધકારથી પ્રકાશ તરફની સફર - તે સભાન ઉત્ક્રાંતિ છે."

આત્માની લાંબી યાત્રા

ગુરુજીની નજર દૂર દૂર સુધી ગઈ, જાણે કે તેઓ ફક્ત તેમની સામેના ચહેરાઓ જ નહીં પણ અસંખ્ય જીવનોને એક અનંત ચાકળામાં વણાયેલા જોઈ રહ્યા હોય.

"આત્મા કાલાતીત છે," તેમણે ધીમેથી કહ્યું. "તે ઘણા શરીરો ધારણ કરે છે, ઘણા નામો બોલે છે, ઘણા હૃદયોને પ્રેમ કરે છે. પરંતુ આ બધા સ્વરૂપો હેઠળ,

તેનો એક જ હેતુ છેઃ જાગૃત થવું. દરેક જીવન એક વર્ગખંડ છે, દરેક વ્યક્તિ આનંદ કે દુઃખ, લાભ કે નુકસાનમાં લખાયેલ પાઠનો અનુભવ કરે છે. ક્યારેક, આપણે રાજા છીએ; ક્યારેક, આપણે ભિખારી છીએ. ક્યારેક, આપણે નિર્માણ કરીએ છીએ; ક્યારેક, આપણે નાશ કરીએ છીએ. પરંતુ તે બધા દ્વારા, આપણે શીખી રહ્યા છીએ - મનથી નહીં, પણ હૃદયથી, ભાવનાથી."

આરનાએ ધ્યાનથી સાંભળ્યું, તેનો શ્વાસ શાંત હતો, જાણે સત્યના પવિત્ર પ્રગટીકરણમાં ખલેલ પહોંચાડવાનો ડર હતો.

ચેતનાઃ વધુ તેજસ્વી થતી જ્યોત

ગુરુજીએ એક નાનો તેલનો દીવો ઉપાડ્યો, તેની જ્યોત ધીમેથી ઝળહળી રહી હતી. "આ જ્યોત જુઓ," તેમણે કહ્યું. "તે નાની છે, પણ તે પ્રકાશ આપે છે. હવે કલ્પના કરો કે તેને વધુ તેલ અને વધુ હવા આપો. તે વધુ મજબૂત, તેજસ્વી અને ગરમ બને છે. આ ચેતના છે. આપણા શરૂઆતના જીવનમાં, જ્યોત ઝાંખી પડી જાય છે, અસ્તિત્વ દ્વારા, ભય દ્વારા, વૃત્તિ દ્વારા ભસ્મીભૂત

થાય છે. પરંતુ જેમ જેમ આપણે જીવનકાળમાંથી પસાર થઈએ છીએ, તેમ તેમ આપણે પ્રશ્ન કરવાનું, શોધવાનું શરૂ કરીએ છીએ. હું કોણ છું? હું અહીં કેમ છું? આ જીવનની બહાર શું છે?"

તેમણે આકાશગંગાઓને પકડી રાખતી આંખો સાથે આરના તરફ જોયું. "જે ક્ષણે આપણે આ પ્રશ્નો પૂછીએ છીએ, ત્યારે આપણે સભાન ઉત્ક્રાંતિના માર્ગ પર પગલું ભરીએ છીએ. આપણે હવે ફક્ત અસ્તિત્વમાં નથી - આપણે જાગૃત થઈ રહ્યા છીએ.

વૃદ્ધિનો સર્પાકાર: રેખીય નહીં, પણ વિસ્તૃત

"ઘણા લોકો માને છે કે આધ્યાત્મિક વિકાસ એ એક સીધો માર્ગ છે," ગુરુજીએ આંગળી વડે ધૂળમાં એક સર્પાકાર દોરતા આગળ કહ્યું. "પરંતુ તે આના જેવું જ છે - એક સર્પાકાર. આપણે એ જ પાઠ અને એ જ રચનાની ફરી મુલાકાત લઈએ છીએ, પરંતુ દરેક વખતે ઉચ્ચ દ્રષ્ટિકોણથી. કદાચ એક જીવનમાં, આપણે હૃદયભંગ દ્વારા પ્રેમ વિશે શીખીએ છીએ.

બીજામાં, ભક્તિ દ્વારા. બીજામાં, નુકસાન દ્વારા. પાઠ એ જ છે, પરંતુ આપણી સમજણ વધુ ઊંડી બને છે."

તેમણે ધૂળના સર્પાકાર પર હળવેથી ફૂંક મારી, અને તે પવનમાં વિખેરાઈ ગઈ. "**કંઈ પણ બગડતું નથી,**" તેમણે ધીમેથી કહ્યું. "**દરેક આંસુ, દરેક સ્મિત, દરેક ભૂલ - તે આત્માના ઉત્ક્રાંતિના દોરાઓ છે.**"

ઉત્ક્રાંતિમાં દુઃખ અને આનંદની ભૂમિકા

આરનાનું કપાળ થોડું ખરબચડું થયું. "પણ ગુરુજી, દુઃખ શા માટે હોવું જોઈએ? આત્મા ફક્ત આનંદથી જ કેમ વિકાસ પામી શકતો નથી?"

ગુરુજીનો ચહેરો કરુણાથી નરમ પડ્યો. "આહ, આરના," તેમણે ધીમેથી કહ્યું, "એક નદીની કલ્પના કરો. જો પાણી સરળતાથી વહેતું હોય, તો તે ફક્ત સપાટીને પ્રતિબિંબિત કરે છે - વૃક્ષો, આકાશ અને વાદળો. પરંતુ જ્યારે નદી ખડકોને મળે છે, જ્યારે તે ગબડે છે અને અથડાય છે, ત્યારે શું થાય છે? પાણી તેના ઊંડાણમાંથી ખળભળાટ મચાવે છે. છુપાયેલા પથ્થરો પ્રગટ થાય છે. એ જ રીતે, દુઃખ આત્માને તેના

ઊંડાણમાંથી ઉશ્કેરે છે, શક્તિ, શાણપણ અને કરુણાના સ્તરો ઉજાગર કરે છે જે આપણે ક્યારેય જાણતા ન હતા કે ત્યાં હતા."

"આનંદ એ સૂર્યપ્રકાશ છે જે આપણને ખીલવામાં મદદ કરે છે," તેમણે ઉમેર્યું, "પરંતુ દુઃખ એ વરસાદ છે જે આપણા મૂળને પોષણ આપે છે."

જાગૃત થવાની પસંદગી

ગુરુજી સહેજ આગળ ઝૂક્યા, તેમનો અવાજ વધુ આત્મીય બન્યો.

"આ રહસ્ય છે," તેમણે ધીમેથી કહ્યું. "સભાન ઉત્ક્રાંતિ આપોઆપ થતી નથી. ઘણા લોકો ઇચ્છા, ભય અને ટેવથી પ્રેરિત થઈને અસંખ્ય જીવન ઊંઘમાં જીવે છે. પરંતુ જે ક્ષણે તમે જાગૃત થવાનું, જાગૃતિ સાથે જીવવાનું, સત્ય શોધવાનું પસંદ કરો છો - તે જ ક્ષણે ઉત્ક્રાંતિ ઝડપી બને છે. તમે કર્મના ભોગ તરીકે નહીં પણ તમારા ભાગ્યના સભાન સહ-નિર્માતા તરીકે જીવવાનું શરૂ કરો છો."

તેમણે હળવેથી પોતાના હ્રદયને સ્પર્શ કર્યો. "જાગૃતિ એ કંઈક નવું બનવા વિશે નથી. તે યાદ રાખવા વિશે છે કે તમે હંમેશા કોણ હતા – અનંતની એક ચિનગારી."

જીવનભર જાગૃતિ

ગુરુજીની આંખો ફરી દૂર થઈ ગઈ જાણે સમયના ભંડારમાં પહોંચી ગઈ હોય.

"હું તમને એક વાર્તા કહું," તેમણે કહ્યું. "ઘણા સમય પહેલા, રિયાન નામનો એક યોદ્ધા હતો. ઉગ્ર અને ગર્વિત, તે તલવારના જોરે જીવતો હતો, મહત્વાકાંક્ષાથી ચાલતા દેશો પર વિજય મેળવતો હતો. જીવનભર, તે એક શક્તિશાળી માણસ તરીકે પુનર્જન્મ પામ્યો - રાજા, સેનાપતિ અને શાસક. પરંતુ દરેક જીવન સાથે, કંઈક ખાલીપણું અનુભવાતું હતું, એક ભૂખ જેને કોઈ પણ વિજય સંતોષી શકતી ન હતી."

"એક દિવસ, સોનાથી ભરેલા મહેલમાં એક વૃદ્ધ માણસ એકલો બેઠો હતો, ત્યારે રિયાને પથ્થરના ફ્લોરમાં તિરાડમાંથી ઉગેલા એક સરળ ફૂલ તરફ જોયું. પહેલી વાર, તેણે તેને જોયું - તેની આંખોથી નહીં, પરંતુ તેના

આત્માથી. તેને સમજાયું કે તે એક જ ફૂલની શાંત સુંદરતાની તુલનામાં તેના બધા વિજયો અર્થહીન હતા."

ગુરુજીનો અવાજ આત્માને ધ્રુજાવતા પવનની જેમ નરમ પડ્યો. "તે ક્ષણે, કંઈક બદલાયું. તેના આગલા જીવનમાં, તે રાજા તરીકે નહીં પણ કવિ તરીકે જન્મ્યો. હવે તે વિશ્વને જીતવા માટે ઝનૂની ન હતો, તેણે તેને સમજવાનો પ્રયાસ કર્યો. અને તેના શબ્દો દ્વારા, તેણે બીજાઓને જાગૃત કર્યા. તે સભાન ઉત્ક્રાંતિ છે - ભાગ્યમાં પરિવર્તન નહીં, પરંતુ દ્રષ્ટિમાં પરિવર્તન."

અંતિમ સત્ય

ગુરુજીની નજર ફરી આરના પર સ્થિર થઈ. "તો, તમે જુઓ," તેમણે ધીમેથી કહ્યું, "આત્મા સીડી ચઢી રહ્યો નથી - તે કાદવમાંથી પ્રકાશ તરફ કમળની જેમ પ્રગટ થઈ રહ્યો છે. દરેક જીવન એક પાંખડી છે. દરેક અનુભવ, આનંદદાયક હોય કે પીડાદાયક, અનંતકાળના કેનવાસ પર રંગનો એક પ્રહાર છે."

ઉપર આકાશમાં અંધારું થતું ગયું, પણ ગુરુજીની આસપાસના હૃદય વધુ તેજસ્વી બન્યા. આરનાને તેની છાતીમાં એક હૂંફનો અનુભવ થયો - કોઈ પ્રશ્નનો જવાબ નહીં, પરંતુ એક ઊંડા પ્રશ્નનો જન્મ, જે તેને આવનારા જીવનકાળ માટે માર્ગદર્શન આપશે.

"સભાન ઉત્ક્રાંતિ," ગુરુજીએ ધીમેથી કહ્યું, "એ યાદ રાખવાની કળા છે કે તમે નદી, જ્યોત, બીજ, સૂર્ય છો - અને અનંત આકાશ છો જેમાં તે બધું પ્રગટ થાય છે."

ભાગ્યનો દોર: પૂર્વીય અને પશ્ચિમી આધ્યાત્મિક પરંપરાઓમાં કર્મની અલગ થતી નદીઓ

હળવા પવનમાં ચમેલીની મંદ સુગંધ આવતી હતી, જે ઝભ્ભાની નરમ હલચલ અને શાંત અવાજો સાથે ભળી ગઈ હતી.

દેવ, તેની આંખો શ્રદ્ધા અને જિજ્ઞાસા બંનેથી ચમકી રહી હતી, તેણે આગળ ઝૂકીને પૂછ્યું, "ગુરુજી, પૂર્વીય અને પશ્ચિમી આધ્યાત્મિક પરંપરાઓ વચ્ચે કર્મના ખ્યાલો કેવી રીતે અલગ પડે છે?"

ગુરુજીએ થોડીવાર માટે આંખો બંધ કરી, જાણે પવન દ્વારા વહેતા પ્રાચીન જ્ઞાનના પડઘા સાંભળી રહ્યા હોય. જ્યારે તેમણે આંખો ખોલી, ત્યારે તેમની નજર પર્વતોની શાંતિ અને સમુદ્રોની ઊંડાઈ પર પડી.

જીવનનો કરઘો :

"કલ્પના કરો," ગુરુજીએ ધીમેથી શરૂઆત કરી, "બ્રહ્માંડમાં ફેલાયેલ એક વિશાળ કરઘો. દરેક જીવન એક દોરો છે, અને દરેક વિચાર, શબ્દ અને ક્રિયા અસ્તિત્વના તાંતણામાં વણાયેલો ટાંકો છે. આ ડિઝાઇન આડી અવળી નથી - તે છુપાયેલી સમપ્રમાણતા સાથે પ્રગટ થાય છે, જે, આપણે જે પસંદગીઓ કરીએ છીએ તેના દ્વારા આકાર પામે છે."

તેમણે પોતાની આંગળીઓથી હવામાં અદ્રશ્ય રચના શોધી કાઢી. "પરંતુ અહીં વિરોધાભાસ છે: જ્યારે કરઘો સાર્વત્રિક છે, ત્યારે આપણે તેની રચનાનું અર્થઘટન કરવાની રીત સંસ્કૃતિથી સંસ્કૃતિ, પરંપરાથી

પરંપરામાં અલગ અલગ હોય છે. આ કર્મની વાર્તા છે."

પૂર્વીય ચાકળામાં કર્મ: કારણ અને અસરનો નિયમ

ગુરુજીનો અવાજ વધુ ગહન બન્યો, જેમાં કાલાતીત સત્યોનો ભાર હતો.

"પૂર્વીય આધ્યાત્મિક પરંપરાઓમાં - હિન્દુ ધર્મ, બૌદ્ધ ધર્મ, જૈન ધર્મ - કર્મ એ સજા કે પુરસ્કાર નથી. તે ફક્ત એક કુદરતી નિયમ છે, જેમ કે ગુરુત્વાકર્ષણ. તેનો અર્થ 'ક્રિયા' થાય છે, અને દરેક ક્રિયાનું પરિણામ હોય છે. એટલા માટે નહીં કે કોઈ દેવતા ન્યાયમાં બેસે છે, પરંતુ એટલા માટે કે બ્રહ્માંડ કારણ અને અસરની એક જટિલ જાળ છે."

તેમણે એક નાનો પથ્થર ઉપાડ્યો અને તેને નજીકના તળાવમાં હળવેથી ફેંકી દીધો. લહેરો સંપૂર્ણ વર્તુળોમાં બહારની તરફ ફેલાઈ ગઈ.

"જુઓ, લહેરો કેવી રીતે ફરે છે? જ્યાં સુધી તેઓ આખી સપાટીને સ્પર્શ ન કરે ત્યાં સુધી તેઓ અટકતી નથી. તમારા કાર્યો આ પથ્થર જેવા છે - તમે જે કરો છો,

કહો છો અને વિચારો છો તે અસ્તિત્વના માળખામાં લહેરો ફેલાવે છે. કેટલીક લહેરો એક જ જીવનમાં ઝડપથી પાછી ફરે છે. અન્યને પાછા ફરવામાં જીવનકાળ લાગી શકે છે."

ગુરુજી થોભ્યા, તેમની આંખોમાં પાણીની લહેરો છલકાઈ રહી હતી. "આ દ્રષ્ટિકોણ, કર્મ શીખવા વિશે પણ છે. સજાથી બચવા માટે 'સારા' બનવા વિશે નથી - તે વિકાસ વિશે છે. જો તમે ક્રોધના બીજ વાવો છો, તો તમે ક્રોધના ફળનો અનુભવ કરો છો જ્યાં સુધી તમે તેના સ્વભાવને સમજી ન લો અને અલગ રીતે પસંદ ન કરો. જીવન પોતે જ શિક્ષક બની જાય છે."

સંસારનું ચક્ર: જીવનભર કર્મ

ગુરુજીએ કહ્યું, "પૂર્વીય પરંપરાઓ જીવનને ચક્રીય - જન્મ, મૃત્યું , પુનર્જન્મ - સંસાર તરીકે જુએ છે. કર્મ, એ શક્તિ છે જે આત્માને આ ચક્રો દ્વારા આગળ ધપાવે છે. પરંતુ ધ્યેય, મુક્તિ, મોક્ષ અથવા નિર્વાણ છે: કર્મને પાર કરીને ચક્રમાંથી બહાર નીકળવું, કારણ અને અસરથી પરે સાચા સ્વનો અનુભવ કરવો."

સમૂહ પર શાંતિ છવાઈ ગઈ, શાશ્વતતાનો ભાર તેમના હૃદય પર હળવેથી દબાઈ ગયો.

પશ્ચિમી મનમાં કર્મ: નૈતિકતા અને દૈવી ન્યાય

ગુરુજીનો સ્વર બદલાઈ ગયો, કોમળ છતાં વિચારશીલ.

“હવે, ઘણી પશ્ચિમી આધ્યાત્મિક પરંપરાઓમાં, ખાસ કરીને જે અબ્રાહમિક માન્યતાઓમાં મૂળ ધરાવે છે - ખ્રિસ્તી ધર્મ, યહુદી ધર્મ, ઇસ્લામ - ધ્યાન વધુ એક રેખીય છે. જીવનને જન્મથી મૃત્યું સુધીની એક જ યાત્રા તરીકે જોવામાં આવે છે, ત્યારબાદ શાશ્વત મૃત્યું પછીનું જીવન આવે છે. આ જીવનમાં થતી ક્રિયાઓ આગામી જીવનમાં તમારું ભાગ્ય નક્કી કરે છે: સ્વર્ગ, નરક અથવા દૈવી ચુકાદો.”

તે થોભ્યા, શબ્દોને શાંત થવા દીધા.

“અહીં, કર્મ નૈતિક કાયદાનું સ્વરૂપ લે છે - પાપ અને પુણ્ય, સાચું અને ખોટું, બાહ્ય ભગવાન દ્વારા નક્કી કરવામાં આવે છે. આજ્ઞાપાલન, શ્રદ્ધા અને દૈવી કૃપા પર ભાર મૂકવામાં આવે છે. દુઃખને ઘણીવાર

ભૂતકાળના કાર્યોના સીધા પરિણામને બદલે શ્રદ્ધાની કસોટી અથવા દૈવી યોજનાના ભાગ તરીકે જોવામાં આવે છે."

ગુરુજી હળવેથી હસ્યા. "આ બે પ્રકારના બગીચાઓની સરખામણી કરવા જેવું છે. પૂર્વીય બગીચામાં, દરેક છોડ તમે વાવેલા બીજમાંથી ઉગે છે, ઘણી ઋતુઓમાં તમારા પોતાના હાથે તેની સંભાળ રાખવામાં આવે છે. પશ્ચિમી બગીચામાં, માળીને ઘણીવાર અલગ માનવામાં આવે છે - એક દૈવી અસ્તિત્વ જે તમે નિયમોનું કેટલું સારી રીતે પાલન કર્યું તેના આધારે પુરસ્કાર આપે છે અથવા કાપણી કરે છે."

વિભાજન દૂર કરવું: અંતર્ગત એકતા

દેવની ભ્રમરો થોડી ઉપર થઈ. "પણ ગુરુજી, કયું સાચું છે?"

ગુરુજી હળવેથી હસ્યા, તેમનું હાસ્ય પાંદડાઓના ખડખડાટ જેવું હતું - હળવું છતાં ગહન.

"આહ, દેવ, સત્ય એ ફક્ત બે બાજુઓ ધરાવતો સિક્કો નથી. તે હીરા જેવું છે - દરેક પાસું સમગ્રના એક ભાગને પ્રતિબિંબિત કરે છે. કર્મના પૂર્વીય અને પશ્ચિમી વિચારો વિરોધી નથી; તે એક જ રહસ્યનું વર્ણન કરતી અલગ અલગ ભાષાઓ છે."

તે આગળ ઝૂકયા, તેમનો અવાજ આશ્ચર્યથી વણાયેલો હતો. "જો બંને સાચા હોય તો શું? કદાચ કર્મ એ વ્યક્તિત્વહીન કાયદો અને દૈવી કૃપા બંને છે. કદાચ આપણે બંને બીજ વાવનારા અને બ્રહ્માંડના પ્રિય બાળકો છીએ. એક માર્ગ આપણને આપણા કાર્યોની જવાબદારી શીખવે છે; બીજો આપણને શરણાગતિની શક્તિ શીખવે છે. સાથે મળીને, તેઓ કરવાનું અને હોવું, પ્રયત્ન અને સ્વીકૃતિ વચ્ચે એક પુલ બનાવે છે."

હૃદયમાંથી એક વાર્તા

ગુરુજીની આંખો દૂર ગઈ જાણે સમયની તિજોરીમાં પહોંચી ગઈ હોય.

"હું તમને એક વાર્તા કહું," તેમણે કહ્યું. "ઘણા સમય પહેલા, એલિયાસ નામનો એક માણસ હતો. તે એક

નાના ગામમાં રહેતો હતો, ખૂબ જ ધાર્મિક, દરેક કાર્યનો ન્યાય કરનારા ભગવાનમાં માનતો હતો. તે સંપૂર્ણ બનવાનો પ્રયાસ કરતો હતો, કોઈપણ ભૂલ માટે દૈવી સજાથી ડરતો હતો. પરંતુ તેનું હૃદય ભારે થઈ ગયું, અપરાધ અને ભયથી દબાઈ ગયું હતું."

"એક દિવસ, એલિયાસ એક વૃદ્ધ મુસાફરને મળ્યો - પૂર્વના ભટકતા ઋષિ. તેઓએ ખુલ્લા આકાશમાં તરાઓની નીચે જોડે ભોજન કર્યું. એલિયાસે પોતાના ડરની કબૂલાત કરી, અપેક્ષા રાખી કે ઋષિ તેને પાપ અને પુણ્ય પર વ્યાખ્યાન આપશે. પરંતુ ઋષિએ ફક્ત હસીને કહ્યું, 'જીવન ન્યાયરૂમ નથી, મારા મિત્ર. તે એક શાળા છે. તમે અહીં ન્યાય કરવા માટે નથી - તમે અહીં શીખવા માટે છો.'"

ગુરુજીનો અવાજ નરમ પડ્યો જાણે સીધા હૃદય સાથે વાત કરી રહ્યા હોય. "તે શબ્દો એલિયાસમાં એક ચિનગારી પ્રગટાવતા હતા. તેને સમજાયું કે તે તેની ખામીઓથી નિંદા પામતો નથી; તેને શિલ્પકારની જેમ

પથ્થરમાંથી છીણીને આકાર આપવામાં આવ્યો હતો જેથી અંદર છુપાયેલી સુંદરતા પ્રગટ થાય."

"તે દિવસથી, એલિયાસે હજુ પણ પ્રાર્થના કરી, પણ ડરથી નહીં. તેણે સાંભળવા, આગળ વધવા અને પ્રેમ કરવા માટે પ્રાર્થના કરી. તેણે શોધ્યું કે દૈવી ફક્ત તેની ઉપર નથી - તે તેની અંદર છે, તેના અસ્તિત્વના માળખામાં વણાયેલી છે. તે બે વિશ્વ વચ્ચે એક સેતુ બન્યો, જ્યાં કર્મ સજા કે પુરસ્કાર નહીં, પરંતુ કારણ, પરિણામ અને ચેતનાનું પવિત્ર નૃત્ય હતું."

સત્યનો અંતિમ અવાજ

ગુરુજીની નજર ગુરુત્વાકર્ષણ અને હૂંફ બંનેથી ભરેલી દેવ તરફ પાછી ફરી.

"તો, તમે જુઓ," તેમણે ધીમેથી કહ્યું, "તમે કર્મને તમારા પોતાના કાર્યોનો પ્રવાહ માનતા હોવ કે કોઈ દૈવી અસ્તિત્વનો નિર્ણય, સાર એ જ રહે છે: દરેક પસંદગી મહત્વપૂર્ણ છે. દરેક કાર્ય એવી ઊર્જા વહન કરે છે જે ફક્ત તમારા ભાગ્યને જ નહીં પરંતુ તમારા આત્માને પણ આકાર આપે છે. જીવન ભૂલો ટાળવા

વિશે નથી - તે ભૂલો ટાળવા વિશે છે - તે ભૂલોમાંથી શીખવા વિશે છે, તેમાંથી વિકાસ કરવા વિશે છે, અને છેવટે, સત્ય પ્રત્યે જાગૃત થવા વિશે છે કે તમે વણકર અને દોરો, લહેર અને સમુદ્ર બંને છો."

જીવનભરના પડઘા: પુનર્જન્મ દ્વારા આત્માની યાત્રાનો પુરાવો

જ્હોન આગળ ઝૂક્યો, તેના અવાજમાં સદીઓથી ચાલી આવતી માનવ અજાયબીઓની પૂછપરછનો ભાર હતો.

"ગુરૂજી," તેણે પૂછ્યું, "પુનર્જન્મ દ્વારા આત્માઓ શીખવા અને વિકસિત થવાના સિદ્ધાંતને સમર્થન આપતા કયા પુરાવા, જો કોઈ હોય તો?"

ગુરુજીએ થોડીવાર માટે આંખો બંધ કરી. જ્યારે તેમણે આંખો ખોલી, ત્યારે એવું લાગતું હતું કે તેઓ ફક્ત જોન તરફ જ નહીં, પરંતુ તેના દ્વારા - જીવેલા અસંખ્ય જીવન અને શીખેલા પાઠના ઊંડાણમાં જોઈ રહ્યા હતા.

નદી અને વરસાદનું ટીપું:

“જોન,” ગુરુજીએ શરૂઆત કરી, તેમનો અવાજ સંધ્યાકાળના આકાશ જેવો શાંત હતો, “કલ્પના કરો કે એક વરસાદનું ટીપું એક વિશાળ નદીમાં પડે છે. તે ભળી જાય છે અને તેનો આકાર ગુમાવે છે, છતાં તે ચાલુ રહે છે - વહેતું, ગતિમાન, બદલાતું રહે છે. જોકે તે હવે ટીપા જેવું દેખાતું નથી, તેનો સાર નદીની અંદર પ્રવાસ કરે છે, ક્યારેક ધુમ્મસ, ક્યારેક બરફ અને ક્યારેક ફરીથી વરસાદ બને છે. તે આત્મા છે.”

તેમણે શબ્દોને હવામાં લટકતા રહેવા દીધા, જેમ કોઈ અદ્રશ્ય કેન્દ્રમાંથી બહારની તરફ ફેલાયેલી લહેરો.

“મૃત્યું સાથે આત્મા અદૃશ્ય થતો નથી. તે પરિવર્તન પામે છે, વિકસિત થાય છે અને જીવનભર અનુભવોની છાપ વહન કરે છે. અને જ્યારે આ યાત્રાનો મોટો ભાગ છુપાયેલ રહે છે, જેમ કે ગાઢ ધુમ્મસ નીચે નદી, ત્યાં ક્ષણિક, ગહન ક્ષણો હોય છે જ્યાં ભૂતકાળના જીવનના પડઘા ઉભરી આવે છે.”

યાદ રાખનારા બાળકો: ભૂતકાળના જીવનના યાદના કિસ્સાઓ

ગુરુજી ફરી બોલતા પહેલા તેમની આંખો સમયની રેતીમાંથી દૂર થઈ ગઈ, જાણે કે તેઓ દૂર જતા રહ્યા.

"યુનિવર્સિટી ઓફ વર્જિનિયાના મનોચિકિત્સક ડૉ. ઇયાન સ્ટીવનસન દ્વારા અભ્યાસ કરાયેલા નોંધપાત્ર કિસ્સાઓ ધ્યાનમાં લો. તેમણે પોતાના જીવનના ચાર દાયકાથી વધુ સમય એવા નાના બાળકો પર સંશોધન કરવા માટે સમર્પિત કર્યો હતો જેઓ ભૂતકાળના જીવનની વિગતવાર યાદોને સ્વયંભૂ યાદ કરતા હતા - ઘણીવાર બે થી પાંચ વર્ષની વય વચ્ચે સાંસ્કૃતિક સ્થિતિ આવી વાર્તાઓને આકાર આપી શકે તે પહેલાં."

તે થોભ્યા, પોતાના શબ્દોની ગંભીરતા શાંત થવા દીધી.

શાંતિ દેવી (ભારત) નો કેસ:

"૧૯૩૦ ના દાયકામાં, દિલ્હીમાં શાંતિ દેવી નામની એક યુવતીએ ૧૦૦ માઇલથી વધુ દૂર મથુરામાં પોતાના ભૂતકાળના જીવન વિશે વાત કરવાનું શરૂ કર્યું. તેણીને ચોક્કસ વિગતો યાદ આવી - તેના પૂર્વ પતિનું નામ, તેના ઘરનો રંગ અને વ્યક્તિગત કૌટુંબિક

ગતિશીલતા પણ. શંકાસ્પદ લોકો અને અધિકારીઓએ તપાસ કરી, તેણીને ખોટી સાબિત કરવાની અપેક્ષા રાખી. પરંતુ જ્યારે મથુરા લઈ જવામાં આવી, ત્યારે તેણીએ શેરીઓ, લોકો અને સામાનને વિચિત્ર ચોકસાઈથી ઓળખી કાઢ્યા, અને તેના પૂર્વ પતિને પણ ઓળખી કાઢ્યા, જેણે તેણીની યાદોની પુષ્ટિ આપી."

ગુરુજીનો અવાજ ધીમો પડી ગયો, જેમાં વિસ્મયનો ભાર હતો.

"આ સ્થળો કે લોકોના સંપર્કમાં ન હોય તેવા બાળક પાસે આટલું જ્ઞાન કેવી રીતે હોઈ શકે? એવું લાગે છે કે આત્માની સ્મૃતિ, જે સામાન્ય રીતે ઢંકાયેલી હોય છે, તેને ચમકવા માટે એક તિરાડ મળી ગઈ છે."

જેમ્સ લીનિંગર (યુએસએ) નો કેસ:

"અડધી દુનિયા દૂર, આધુનિક અમેરિકામાં, જેમ્સ લીનિંગર નામના છોકરાને બે વર્ષની ઉંમરે જ ભયંકર સ્વપ્નો આવવા લાગ્યા - વિમાન ક્રેશ, વિસ્ફોટ અને કોકપીટમાં ફસાઈ જવા વિશે ચીસો પાડવી. તેણે બીજા

વિશ્વયુદ્ધના ફાઇટર પ્લેનની જટિલ વિગતોનું વર્ણન કર્યું, જેમાં તેનું મોડેલ અને એરક્રાફ્ટ કેરિયરનું નામ શામેલ હતું. શરૂઆતમાં શંકાસ્પદ રહેલા તેના પરિવારે સંશોધન કર્યું અને વાસ્તવિક પાઇલટ, જેમ્સ હસ્ટન જુનિયરના જીવન સાથે એક આશ્ચર્યજનક સામ્યતા શોધી કાઢી, જેનું દાયકાઓ પહેલા યુદ્ધમાં મૃત્યું થયું હતું. જેમ્સે ફોટોગ્રાફ્સ પરથી સાથી પાઇલટ્સને ઓળખ્યા, તેમણે ક્યારેય મુલાકાત ન લીધી હોય તેવા સ્થળો ઓળખ્યા, અને બાળકની સમજણ બહારની તકનીકી વિગતો વર્ણવી."

ગુરુજીની નજર જોન પર હતી, જાણે શંકા અને આશ્ચર્ય વચ્ચેનું અંતર પૂરું કરી રહી હોય.

"આ કોઈ પુસ્તકોમાંથી શીખેલી વાર્તા નહોતી - એવું લાગતું હતું કે આત્માએ યુદ્ધના પડઘા પોતાના અસ્તિત્વના તાણાવાણામાં વણાયેલા રાખ્યા હતા."

કાર્લેન (સ્વીડન) નો કેસ :

"સ્વીડનમાં, બાર્બ્રો કાર્લેન નામની એક યુવતીએ આગ્રહ કર્યો કે તે બાર્બ્રો નહીં પણ 'એન ફ્રેન્ક' છે. તેણીએ એન ફ્રેન્કના જીવનની વિગતો, અપ્રકાશિત ડાયરીની નોંધો અને તે ક્યારેય ન મુલાકાત લીધેલી જગ્યાઓનું વર્ણન કર્યું - જ્યાં સુધી કિશોરાવસ્થામાં, તે એમ્સ્ટરડેમમાં એન ફ્રેન્ક હાઉસની સામે ઊભી રહી, અને તેને તરત જ ઓળખી ગઈ. તેના માતાપિતા સ્તબ્ધ થઈ ગયા, કારણ કે બાર્બ્રોને પહેલાં ક્યારેય એન ફ્રેન્ક વિશે કહેવામાં આવ્યું ન હતું."

ગુરુજીનો અવાજ શાંત થઈ ગયો, લગભગ આદરપૂર્ણ.

"બાર્બ્રોની યાદો ફક્ત કલ્પનાઓ નહોતી; તેઓ ભાવનાત્મક ભાર વહન કરતી હતી - એક જીવંત અનુભવ, કાચો અને નિર્વિવાદ."

ધ સોલ્સ ફિંગરપ્રિન્ટ: બિયોન્ડ મિયર સ્ટોરીઝ

જોનની આંખોમાં શંકા હતી, પણ જિજ્ઞાસા સવારના પહેલા પ્રકાશની જેમ અંદર આવી ગઈ હતી.

ગુરુજીએ ધીમેથી આગળ કહ્યું, "શંકાવાદીઓ દલીલ કરે છે કે આ સંયોગો, બનાવટી યાદો અથવા

અર્ધજાગ્રત શોષણ હોઈ શકે છે. અને છતાં, આપણે એવા કિસ્સાઓ કેવી રીતે સમજાવી શકીએ જ્યાં બાળકો અસ્પષ્ટ ઐતિહાસિક તથ્યો, વ્યક્તિગત સંબંધો અથવા ભાષાઓ યાદ કરે છે જેના તેઓ ક્યારેય સંપર્કમાં આવ્યા નથી? ફક્ત યાદો જ નહીં, પરંતુ ભાવનાત્મક છાપ - ભય, પ્રતિભા અને ભૂતકાળના જીવનની ઇજાઓને અનુરૂપ શારીરિક જન્મચિહ્નો પણ."

તેમણે હવામાં એક વર્તુળ શોધ્યું. "આત્મા સ્મૃતિ કરતાં વધુ વહન કરે છે - તે ઢાંચો વહન કરે છે. એક બાળ પ્રતિભા જે કોઈ તાલીમ વિના પિયાનો વગાડે છે, ક્યારેય આઘાતજનક અનુભવ ન હોવા છતાં અથવા ક્યારેય જાણતી ન હોય તેવી સંસ્કૃતિ સાથે ઊંડો જોડાણ હોવા છતાં પાણીનો ડર - આ આત્માની યાત્રાના ફિંગરપ્રિન્ટ્સ છે."

વિકાસનો બગીચો: પુનર્જન્મનો હેતુ

ગુરુજીની આંખો કરુણાથી નરમ પડી ગઈ. "પણ જોન, વાસ્તવિક પુરાવા ફક્ત અસાધારણ કિસ્સાઓમાં જ નથી. તે તમારા પોતાના જીવનના શાંત ઉદ્ભવમાં છે.

શું તમે ક્યારેય કોઈને મળ્યા છો અને તાત્કાલિક જોડાણ અનુભવ્યું છે, જાણે તમારા આત્માઓ એકબીજાને ઓળખતા હોય? અથવા એવા સંઘર્ષોનો સામનો કર્યો છે જે અપ્રમાણસર ભારે લાગતા હોય, જાણે કે આ જીવનની વાર્તા કરતાં કંઈક ઊંડાણમાં મૂળ ધરાવતા હોય?"

તે સહેજ આગળ ઝૂકયા, તેમનો અવાજ કોમળ હતો.

"પુનર્જન્મ ભૂતકાળની યાદોના દર્શન વિશે નથી. તે ચેતનાની ઉત્ક્રાંતિ વિશે છે. જેમ જેમ વિદ્યાર્થી ગ્રેડ દ્વારા પ્રગતિ કરે છે, વિવિધ પાઠ શીખે છે, તેમ તેમ આત્મા જીવનમાં આગળ વધે છે, દરેક વ્યક્તિ વિકાસ, કરુણા અને શાણપણને પ્રોત્સાહન આપવા માટે નવા અનુભવો પ્રદાન કરે છે."

"હું તમને એક વાર્તા કહું," ગુરુજીએ કહ્યું, તેમનો અવાજ સભામાં પવિત્ર દોરા જેવો ગુંજી રહ્યો હતો.

"એક સમયે અર્જુન નામનો એક શિલ્પકાર એક દૈવી વ્યક્તિની મૂર્તિ પર અથાક મહેનત કરતો હતો. દરરોજ, તે અપૂર્ણતાથી હતાશ થઈ જતો હતો. એક

દિવસ, નિરાશામાં, તેણે મૂર્તિને ખૂબ જોરથી ઘા માર્યો, અને તેનો મોટો ટુકડો તૂટી ગયો. તે રડવા લાગ્યો, એવું માનીને કે તેણે તેને બરબાદ કરી દીધી છે. પરંતુ જેમ જેમ તેણે નજીકથી જોયું, તેણે જોયું કે ખરબચડી બાહ્ય ભાગની નીચે, એક સુંદર સ્વરૂપ છુપાયેલું હતું. ખામીએ માસ્ટરપીસને પ્રગટ કરી દીધી હતી."

ગુરુજી હળવેથી હસ્યા.

"આત્મા એ પ્રતિમા જેવો છે. દરેક જીવન એક છીણીનો પ્રહાર છે. આપણે દરેક પ્રહાર યાદ રાખી શકતા નથી, પણ આત્મા તે આકાર યાદ રાખે છે જે બની રહ્યો છે. આપણી ભૂલો, આપણી જીત, આપણા હૃદયભંગ - તે બધા, અંદરની દિવ્યતાને ઉજાગર કરવાનો ભાગ છે."

"તો, જોન, પુનર્જન્મના પુરાવા ફક્ત વાર્તાઓ કે વૈજ્ઞાનિક અભ્યાસો સુધી મર્યાદિત નથી. તે હૃદયની ઝંખનાઓ, આત્માના દાખલાઓ અને આપણે જે અકલ્પનીય શાણપણ વહન કરીએ છીએ તેમાં કોતરાયેલા છે. વાસ્તવિક પ્રશ્ન એ નથી કે પુનર્જન્મ અસ્તિત્વમાં છે કે નહીં - પરંતુ શું આપણે જીવનભર

આપણે જે પાઠ લીધા છે તે ઓળખવા માટે પૂરતા જાગૃત છીએ કે નહીં."

સાંજના ચમકતા પ્રતિબિંબો

ગુરુજીએ સત્ર પૂરું કર્યું ત્યારે, વરસાદના પહેલા ટીપા પહેલાની શાંતિ જેવી, સભામાં એક ઊંડી શાંતિ છવાઈ ગઈ. ભક્તો ધીમે ધીમે ઉભા થયા, તેમના હૃદય ચિંતનથી ભારે થઈ ગયા. બુદ્ધ હોલમાં બોલાયેલા શબ્દોએ તેમના અંદર કંઈક ઊંડે સુધી હલચલ મચાવી દીધી હતી - અકથિત સત્યો, ભૂલી ગયેલા દુઃખો અને અર્થની શાશ્વત શોધ.

તેઓ પીણાંના કાઉન્ટર તરફ આગળ વધ્યા, જ્યાં તાજી ઉકાળેલી ચા અને મસાલેદાર કોફીની સુગંધ સાંજના ઠંડા પવન સાથે ભળી રહી હતી. સૂર્ય ક્ષિતિજની પેલે પાર ધીમે ધીમે નીચે આવવા લાગ્યો હતો, આશ્રમને સોનેરી રંગમાં રંગી રહ્યો હતો. પથ્થરના રસ્તાઓ પર પડછાયા લાંબા સમય સુધી ફેલાયેલા હતા અને શાંત વાતચીતનો ગણગણાટ ક્યારેક પાંદડાઓના ખડખડાટ સાથે ભળી ગયો હતો.

જેમ જેમ મિનિટો પસાર થતી ગઈ, તેમ તેમ અંધકાર ધીમેધીમે જગ્યાને ઘેરી લેતો ગયો, જાણે કુદરત પોતે જ ભક્તોના વિચારોની ઊંડાઈ સમજી ગઈ હોય. વિશાળ આકાશમાં તારાઓ જાગવા લાગ્યા, તેમનો નરમ પ્રકાશ રસ્તાઓ પરના ઝગમગતા દીવાઓમાં પ્રતિબિંબિત થયો. ભક્તોએ તેમના પીણાં પૂરાં કર્યાં ત્યારે દુનિયા શ્વાસ લેતી હોય તેવું લાગતું હતું. કેટલાકે ધીમે ધીમે ધીમે ચાલવાનું પસંદ કર્યું, સત્રની શાણપણને તેમની અંદર સ્થિર થવા દીધી, જ્યારે અન્ય લોકો શાંત ચર્ચાઓમાં વ્યસ્ત હતા, ગુરુજીના શબ્દોને આદર સાથે વિભાજિત કર્યા.

પણ એક વ્યક્તિ અલગ હતી.

જૂના આંબાના ઝાડ નીચે, દેવ એકાંતમાં ઉભો હતો, તેના હાથ એકબીજા સાથે જોડાયેલા હતા, તેની નજર દૂર હતી. ફાનસના નરમ પ્રકાશે તેની આસપાસ લાંબા પડછાયા પાડ્યા હતા, પરંતુ તેની આંખોમાં, એક અલગ જ તોફાન ઉભું થયું - લાગણીઓનું, યાદોનું, પ્રશ્નોનું એક તોફાન જે શબ્દો માટે ખૂબ વિશાળ હતું.

દૂરથી, અક્ષય, વાસુદેવ અને પદમાએ તેને એકલો ઊભો, સ્થિર, વિચારોમાં ખોવાયેલો જોયો. એકબીજા પર નજર ફેરવતા, તેઓ તેની તરફ ચાલ્યા. વાસુદેવે સૌ પ્રથમ તેના ખભા પર નમ્ર હાથ મૂક્યો.

"દેવ, તું અહીં એકલો કેમ ઊભો છે?" અક્ષયાએ પૂછ્યું, તેનો અવાજ નરમ હતો.

શરૂઆતમાં, દેવે કોઈ જવાબ ન આપ્યો. તેના હોઠ બોલવા ગયા, પણ કોઈ શબ્દ ન નીકળ્યો. પછી, ધીમે ધીમે, તેની આંખોમાં અખંડ આંસુઓ છલકાઈ ગયા.

"મારા મનમાં ઘણી બધી વાતો છવાઈ રહી છે," તેણે આખરે ગભરાટથી કહ્યું. તેનો અવાજ ધ્રૂજી ગયો, અને એક ક્ષણ માટે, તેણે પોતાની અંદર ઉભરાતી લાગણીઓને કાબૂમાં રાખવાનો પ્રયાસ કર્યો.

એ જાણીને વાસુદેવ હસ્યા, સમજણવાળું સ્મિત જે ફક્ત તે જ આપી શકે છે જેઓ આંતરિક પરિવર્તનના માર્ગ પર ચાલ્યા હતા.

"દેવ," તેમણે ધીમેથી કહ્યું, "ગુરુજીએ ઘણા આત્માઓને સ્પર્શ્યા છે, અને આપણે - આપણામાંના દરેક - તે

મહાન આત્માનો ભાગ બની રહ્યા છીએ. આપણે ફક્ત વિદ્યાર્થીઓ નથી. આપણે કંઈક મોટા, શાશ્વત કંઈકના ટુકડા છીએ."

દેવે તેમની સામે જોયું જાણે તે તેમના શબ્દોની ઊંડાઈ સમજવાનો પ્રયાસ કરી રહ્યો હોય.

તેની બાજુમાં ઊભેલ અક્ષય આગળ બોલ્યો, તેના અવાજમાં સમય દ્વારા મળેલી શાણપણનો ભાર હતો.

"જીવન એવી વસ્તુ નથી જેને આપણે થોભાવી શકીએ, પાછું ફેરવી શકીએ કે ફરીથી બનાવી શકીએ. દરેક ક્ષણ, દરેક આનંદ, દરેક દુઃખ - તે ફક્ત એક જ વાર બને છે. તે ક્યારેય એ જ રીતે પુનરાવર્તિત થશે નહીં. તે શીખવાની, વિકાસ કરવાની, આપણને જે આપવામાં આવે છે તેને સ્વીકારવાની એક વખતની તક છે."

પછી એક શાંતિ છવાઈ ગઈ. ખાલીપણું નહીં પણ સમજણનું મૌન.

પછી, પદમા આગળ વધી, તેનો અવાજ વહેતી નદી જેવો સ્થિર હતો.

"કલ્પના કરો કે તમે હોડીમાં સફર કરી રહ્યા છો. રસ્તામાં, તમારે ઘણી મુશ્કેલીઓનો સામનો કરવો પડશે - જોરદાર પવન, અણધાર્યા તોફાન અને મોજા જે તમારા હૃદયને હચમચાવી નાખે છે. પણ શું તમે તેમાંથી બચવા માટે હોડીમાંથી કૂદી પડો છો? ના. તમે પકડી રાખો. તમે શીખો. તમે મજબૂત બનો છો. અવરોધો અદૃશ્ય થતા નથી, પરંતુ તમે એવા વ્યક્તિ બનો છો જે જાણે છે કે આ બધાની વચ્ચે પણ સફર કેવી રીતે કરવી."

તેના શબ્દો પવિત્ર મંત્રોચ્ચારની જેમ હવામાં સ્થિર થઈ ગયા, અને જગ્યાને ગહન શાંતિથી ભરી દીધી.

દેવે ઊંડો શ્વાસ લીધો, તે શબ્દોને રૂઝ આપતા મલમની જેમ પોતાના પર વહેવા દીધા. તેની અંદરનું તોફાન ઓસરી ગયું નહીં, પરંતુ અચાનક, તે પૂરને બદલે નદી જેવું લાગ્યું, જે ભારે થવાને બદલે વહેતું હતું. તેણે તેમની તરફ જોયું, તેના હોઠ પર એક નાનું

પણ સાચું સ્મિત છવાઈ ગયું - કૃતજ્ઞતા, સમજણ અને શાંત સ્વીકૃતિનું સ્મિત.

કોઈ વધુ બોલે તે પહેલાં, કિરણ દૂરથી દેખાયો, તેણે પરિચિત ઈશારામાં હાથ ઊંચો કર્યો.

"સત્રનો સમય થઈ ગયો છે." તેણે બૂમ પાડી.

ચારેય જણાએ છેલ્લી નજર ફેરવી અને પછી બુદ્ધ હોલ તરફ વળ્યા. જેમ જેમ તેઓ ચાલતા ગયા, તેમ તેમ તેમની આસપાસ રાત ગાઢ થતી ગઈ. હવામાં જંગલી ફૂલોની સુગંધ ફેલાઈ ગઈ, અને દૂર દૂર, મંદિરના ઘંટનો નરમ અવાજ શાંતિમાં ગુંજતો રહ્યો.

અને જોકે કંઈ દેખીતી રીતે બદલાયું ન હતું, દેવની અંદર કંઈક બદલાયું હતું.

કદાચ, પહેલી વાર, તેને સમજાયું કે જીવન પીડાથી બચવા વિશે નથી, પરંતુ તેના પાઠ સ્વીકારવા વિશે છે.

પ્રકરણ ૬

મૃત્યું શય્યાના દ્રષ્ટિકોણો અને રહસ્યમય મુલાકાતો

“જીવનની અંતિમ ક્ષણોમાં, વિશ્વના પાતળા અને મૃત્યું શય્યાના દ્રષ્ટિકોણો વચ્ચેનો પડદો એક દરવાજો બની જાય છે - જે આપણે જેને પ્રેમ કરીએ છીએ અને જેઓ આપણને આગામી ક્ષેત્રમાં માર્ગદર્શન આપે છે તેમની ઝલક આપે છે.”

– શ્રી શામબવ

સારાંશ

આ પ્રકરણ મૃત્યું શય્યાના દર્શનો અને રહસ્યમય મુલાકાતોની ગહન ઘટનાની શોધ કરે છે, જ્યાં જીવનના અંતની નજીક પહોંચેલી વ્યક્તિઓ મૃત

પ્રિયજનો અથવા આધ્યાત્મિક માણસોને જોવાની અથવા અન્ય દુનિયાની ઘટનાઓનો અનુભવ કરવાની જાણ કરે છે. આ દ્રષ્ટિકોણોને ઘણીવાર દિલાસો આપનારા અને આશ્વાસન આપનારા તરીકે વર્ણવવામાં આવે છે, જે આત્માને જીવનમાંથી મૃત્યું તરફ સંક્રમણ કરતી વખતે માર્ગદર્શન આપે છે. આ પ્રકરણ, સંસ્કૃતિઓ અને પરંપરાઓમાં ઉદ્ભવતા સામાન્ય વિષયોની તપાસ કરે છે, જેમ કે દૂતો, પરિવારના સભ્યો અથવા દૈવી માણસોની હાજરી, જે બધા શાંતિ અને જોડાણની ભાવના પ્રદાન કરે છે. આ અહેવાલો દ્વારા, આપણે આત્માની યાત્રાની પ્રકૃતિ અને ભૌતિક અને આધ્યાત્મિક ક્ષેત્રો વચ્ચેના સંક્રમણ વિશે આ અનુભવો શું પ્રગટ કરી શકે છે તે શોધવાનું શરૂ કરીએ છીએ. આ પ્રકરણ આ રહસ્યમય મુલાકાતોના વૈજ્ઞાનિક અને આધ્યાત્મિક અર્થઘટન બંનેમાં પણ ઊંડાણપૂર્વક તપાસ કરે છે, ધ્યાનમાં લઈને કે તે સંપૂર્ણપણે મનોવૈજ્ઞાનિક ઘટના છે કે ઉચ્ચ વાસ્તવિકતાની ઝલક છે. અંતે, તે સંબોધિત કરે છે કે કેવી રીતે વ્યક્તિગત માન્યતાઓ અને સાંસ્કૃતિક

સંદર્ભો આ અનુભવોને ગ્રહણ કરવામાં અને સમજવામાં આકાર આપે છે. મૃત્યું શય્યાના દર્શનોની તપાસ કરીને, આ પ્રકરણ વાચકોને જીવન, મૃત્યું અને તેનાથી આગળ રહેલા રહસ્યો પર ચિંતન કરવા આમંત્રણ આપે છે.

મૃત્યું શય્યાનો દ્રષ્ટિકોણ અને રહસ્યમય મુલાકાતો

સાધકોના વર્તુળમાં વાસુદેવ પણ હતા, જેમના હૃદયમાં જિજ્ઞાસા અને વિદાયની શાંત પીડા બંને હતી. તેમની આંખોમાં એવા પ્રશ્નો હતા જેને શબ્દો ભાગ્યે જ સમાવી શકે, પરંતુ આખરે, સાંજના શાંત ગુંજારવ ઉપર તેમનો અવાજ નરમાશથી ઊંચો થયો.

"ગુરુજી," તેમણે ધ્રૂજતા ઇમાનદારીથી પૂછ્યું, "મૃત્યું શય્યાના દર્શન અને રહસ્યમય મુલાકાતો જીવન અને મૃત્યું વચ્ચેના સંક્રમણ વિશે શું પ્રગટ કરે છે?"

ગુરુજીએ થોડી ક્ષણ માટે આંખો બંધ કરી, જાણે કોઈ શાંત ગીત સાંભળી રહ્યા હોય જે ફક્ત તેમનો આત્મા જ સાંભળી શકે. જ્યારે તેઓ બોલ્યા, ત્યારે તેમનો

અવાજ સવારના પહેલા પ્રકાશ જેવો હતો - સૌમ્ય છતાં પ્રકાશિત.

ટમટમતો દીવો

"વાસુદેવ," ગુરુજીએ શરૂઆત કરી, "કલ્પના કરો કે એક દીવો રાતભર સતત બળી રહ્યો છે. જેમ જેમ પરોઢ થાય છે, તેમ તેમ જ્યોત ઝબકવા લાગે છે - એટલા માટે નહીં કે તે મરી રહી છે, પરંતુ એટલા માટે કે સૂર્યનો પ્રકાશ ઉગ્યો છે. જ્યોત ધ્રૂજે છે, એવું અનુભવે છે કે વધુ પ્રકાશ નજીક છે. મૃત્યું પણ તે ઝબકવા જેવું છે - એક એવી જાગૃતિ કે જેને આપણે જીવન તરીકે ઓળખીએ છીએ તે કંઈક વિશાળ, વધુ તેજસ્વી તરફ માર્ગ આપી રહ્યું છે."

તે થોભી ગયા, તેમના શબ્દો તેમની આસપાસ એકઠા થયેલા હૃદયમાં ઊંડા ઉતરી ગયા.

"અને તે અંતિમ ક્ષણોમાં, જ્યારે આત્મા, દુનિયાની વચ્ચે ઉભો હોય છે, ત્યારે ઘણા લોકો એવા દ્રષ્ટિકોણો જુએ છે જે સામાન્ય આંખોને દેખાતા નથી. આ ભય

અથવા લુપ્ત થતી ચેતનાથી જન્મેલા ભ્રમ નથી - તે પડદાની બહાર શાશ્વત પ્રકાશની ઝલક છે."

આત્માની સ્મૃતિમાં કોતરાયેલી વાર્તાઓ

ગુરુજીની નજર જાણે તેમણે જે અદ્રશ્ય ક્ષેત્રો વિશે વાત કરી હતી તેમાં ડોકિયું કરતી હોય તેમ દૂર સુધી ગઈ.

સર વિલિયમ બેરેટની પત્ની (ઇંગ્લેન્ડ)નો અનુભવ: "સર વિલિયમ બેરેટ, એક આદરણીય ભૌતિકશાસ્ત્રી અને પ્રોફેસર, ની વાર્તા પર વિચાર કરો. તેમની પત્ની, ફ્લોરેન્સ, એક સાથી વૈજ્ઞાનિક અને આધ્યાત્મિક બાબતોમાં શંકાશીલ, મૃત્યું શય્યા પર સુતી હતી. જેમ જેમ તેણીનો શ્વાસ છીછરો થતો ગયો, તેણીએ અચાનક આંખો પહોળી કરી, તે આશ્ચર્યથી ભરાઈ ગઈ. તેણીએ ધીમેથી કહ્યું, 'ઓહ, વિલિયમ, વિલિયમ... હું તેમને જોઉં છું, અને તેઓ ખૂબ સુંદર છે!' તેણીએ લાંબા સમયથી વિદાય પામેલા પ્રિયજનોને તેજસ્વી પ્રકાશમાં ઉભા રહીને તેની રાહ જોતા જોયાનું વર્ણન કર્યું. પછી, શાંતિપૂર્ણ સ્મિત સાથે, તેણીનું અવસાન થયું."

ગુરુજીનો અવાજ ધીમો પડી ગયો.

"વૈજ્ઞાનિક વિલિયમ બેરેટ આ અનુભવથી એટલા પ્રભાવિત થયા કે તેમણે પોતાનું બાકીનું જીવન મૃત્યું શય્યાના દ્રષ્ટિકોણોનો અભ્યાસ કરવામાં સમર્પિત કર્યું, જે વિજ્ઞાન સમજાવી શકતું નથી તે સમજવાનો પ્રયાસ કર્યો."

દેવદૂત જોનાર બાળક (ભારત):

"ભારતના એક નાના ગામમાં, આરવ નામનો એક નાનો છોકરો ગંભીર બીમારીથી મૃત્યું પામ્યો હતો. તેનો પરિવાર, હ્રદયભંગ, તેની બાજુમાં જાગતો બેઠો હતો. પરંતુ આરવે, તેજસ્વી સ્મિત સાથે, ધીમેથી કહ્યું, 'રડશો નહીં, અમ્મા. તેઓ મારા માટે આવ્યા છે.' જ્યારે તેની માતાએ પૂછ્યું કે કોણ, ત્યારે તેણે ઉપર તરફ ઈશારો કર્યો, તેની આંખો વિસ્મયથી ભરાઈ ગઈ. 'દેવદુતો,' તેણે ધીમેથી કહ્યું, 'પ્રકાશના સુંદર માણસો.' જ્યારે તેણે અંતિમ શ્વાસ લીધો ત્યારે તેનો ચહેરો શાંત, ભયમુક્ત હતો."

ગુરુજીએ વાર્તાની પવિત્રતાને લંબાવીને વિરામ લીધો. "જટિલ ધાર્મિક વિચારોથી અસ્પૃશ્ય બાળક, આવા

આબેહૂબ દ્રષ્ટિકોણોનું સંપૂર્ણ શાંતિથી વર્ણન કેવી રીતે કરે છે? એવું લાગે છે કે આત્મા, મન જે ભૂલી ગયું છે તે યાદ રાખે છે."

નર્સના સાક્ષી અનુભવો (સંસ્કૃતિઓમાં):

"દુનિયાભરમાં ઘણી હોસ્પાઇસ નર્સો, સાંસ્કૃતિક કે ધાર્મિક પૃષ્ઠભૂમિને ધ્યાનમાં લીધા વિના, આશ્ચર્યજનક રીતે સમાન વાર્તાઓ જણાવે છે. દર્દીઓ, ઘણીવાર મૃત પ્રિયજનો તેમના પલંગના તળિયે ઉભા રહેવાની, હસતા, તો ક્યારેક તેમને નામથી બોલાવવાની વાત કરે છે. કેટલાક દર્દીઓ સુંદર કુદરતી દ્રશ્યો, તેજસ્વી ક્ષેત્રો અથવા પ્રકાશના પુલને પાર કરવાનું વર્ણન કરે છે. જે લોકો દિવસોથી બેભાન હતા તેઓ પણ અચાનક જાગી ગયા, સ્પષ્ટ અને આનંદથી ભરાઈ ગયા, જાણે કોઈને ગુમાવી દીધા હોય તેની સાથે ફરી મળ્યા હોય."

ગુરુજીની નજર વાસુદેવ સાથે મળી. "શું આ બધા વર્ણનો, જુદા જુદા સમય, સંસ્કૃતિઓ અને માન્યતા પ્રણાલીઓમાં, ફક્ત સંયોગ હોઈ શકે છે? કે પછી તે એક જ સાર્વત્રિક ચાકળામાં વણાયેલા છે?"

આત્માનું સંક્રમણ: એક દરવાજો, અંત નહીં

ગુરુજીનો અવાજ વધુ ધીમો થઈ ગયો જાણે કે તેઓ બીજા કોઈ ક્ષેત્રના ઊંડાણમાંથી બોલતા હોય.

"વાસુદેવ, મૃત્યું એ પૂર્ણવિરામ નથી. તે આત્માની યાત્રાના લાંબા વાક્યમાં અલ્પવિરામ છે."

ગુરુજીએ કહ્યું, "જ્યારે ઈયળ તેના કોષ્ટકમાં પ્રવેશ કરે છે, ત્યારે તે અંત જેવું લાગે છે. પરંતુ તે શાંતિમાં, પરિવર્તન થઈ રહ્યું છે. ઈયળ મરતી નથી - તે પતંગિયું બની જાય છે. કોષ્ટક ક્યારેય કબર નહોતું; તે એક પવિત્ર માર્ગ હતો."

તેમણે વાસુદેવ તરફ કોમળ આંખોથી જોયું. "એ જ રીતે, શરીર ફક્ત એક કોષ્ટક છે. જ્યારે તે પડી જાય છે, ત્યારે આત્મા તેની પાંખો ફેલાવે છે."

અદ્રશ્યનું રહસ્ય: ફક્ત ભ્રમણા જ નહીં

વાસુદેવની ભ્રમર થોડી ઊંચી થઈ, તેમનું હૃદય શ્રદ્ધા અને શંકા બંને સાથે ઝઝૂમી રહ્યું હતું. "પણ ગુરુજી, શું

આ ફક્ત મનના છેલ્લા ભ્રમ હોઈ શકે છે - મગજ બંધ થવાથી થતા ભ્રમ?"

ગુરુજીએ વિચારપૂર્વક માથું હલાવ્યું. "વાજબી પ્રશ્ન, વાસુદેવ. પણ આનો વિચાર કરો – ભ્રમ, અસ્તવ્યસ્ત અને અસંબંધિત હોય છે, જે ઘણીવાર મૂંઝવણ અથવા ભયનું કારણ બને છે. છતાં, મૃત્યું શય્યાના દ્રષ્ટિકોણો નોંધપાત્ર રીતે સુસંગત, શાંતિપૂર્ણ અને ગહન સ્પષ્ટતાથી ભરેલા હોય છે. જેઓ જીવનમાં ખૂબ જ શંકાશીલ હતા તેઓ પણ ઘણીવાર આ મુલાકાતો વિશે વિસ્મય અને આનંદથી વાત કરે છે એનાથી વધુ રસપ્રદ શું છે? ઘણા દર્દીઓએ એવા પ્રિયજનોને જોયાનું કહ્યું છે જેમને તેઓ જાણતા ન હતા કે તેઓ પહેલાથી જ ગુજરી ગયા છે - ફક્ત પરિવાર પછીથી તેમના મૃત્યું ની પુષ્ટિ કરે છે."

તે સહેજ ઝૂકયા, તેમની આંખો હૂંફથી ભરાઈ ગઈ. "શું એ વિચિત્ર નથી કે મન, તેની સૌથી નાજુક સ્થિતિમાં, ભય નહીં પણ ગહન શાંતિ કેવી રીતે ઉત્પન્ન કરે છે? કદાચ એટલા માટે કે તે મન જ નથી બનાવતું - તે આત્મા છે જે તેને યાદ કરે છે."

ગુરુજી એક ક્ષણ માટે શાંત થયા, તેમની આંખોમાં એક કોમળ સ્મૃતિ ઝળકી રહી હતી.

"એક વાર હું મારા પ્રિય શિષ્ય સાથે બેઠો હતો જ્યારે તેમણે અંતિમ શ્વાસ લીધા. તેમની અંતિમ ક્ષણોમાં, તેમણે મારો હાથ ધીરેથી દબાવ્યો, દિવસોની બેભાનતા પછી તેમની આંખો અચાનક સભાનથઈ ગઈ. તેમણે ધીમેથી કહ્યું, 'ગુરુજી... પ્રકાશ... બધે જ છે. હું સંગીત સાંભળું છું, પણ આ દુનિયાનું નહીં.' અને પછી, સૂર્ય કરતાં પણ ચમકતા સ્મિત સાથે, તેઓ ચાલ્યા ગયા."

ગુરુજીનો અવાજ થોડો ધ્રૂજ્યો, પણ તેમનું સ્મિત શાંત રહ્યું.

"મને તે ક્ષણે દુઃખ થયું ન હતું. હું વિસ્મયમાં હતો. કારણ કે મેં અંત નહીં, પણ સ્વદેશ પાછા ફરતા જોયા હતા."

"વાસુદેવ, મૃત્યું શય્યાના દર્શન એ એક મહાન કૃતિના અંતિમ નાટક જેવા છે - જે દર્શાવે છે કે જીવનનો કેનવાસ હંમેશા અદ્રશ્ય રંગોથી રંગાયેલો હતો. તેઓ

આપણને યાદ અપાવે છે કે આપણે માંસ અને હાડકા કરતાં વધુ છીએ. આપણે તારાની ધૂળ અને આત્મા છીએ, શાશ્વતના પડઘા છીએ."

ગુરુજીએ થોડા સમય પછી કહ્યું, "આગલી વખતે જ્યારે તમે મૃત્યું થી ડરશો, ત્યારે આ યાદ રાખો - તે અંધકાર તરફની યાત્રા નથી, પરંતુ પ્રકાશ તરફ પાછા ફરવાનું છે."

વાસુદેવ મૌન બેઠા હતા, તેમની આંખોમાં આંસુ ચમકી રહ્યા હતા - દુ:ખથી નહીં, પરંતુ આત્માની જેમ પ્રેમ, પણ ક્યારેય ખરેખર મરતો નથી તે અનુભૂતિના ગહન સૌંદર્યથી.

આત્માની સાર્વત્રિક ભાષા: સંસ્કૃતિઓમાં મૃત્યું શય્યા દ્રષ્ટિકોણમાં સામાન્ય વિષય.

સાંજનો પવન આશ્રમના પ્રાચીન વૃક્ષોમાંથી ફૂંકાતો હતો, જે તેની સાથે ચંદન અને ચમેલીની સુગંધ લઈને આવતો હતો. શ્રદ્ધા અને જિજ્ઞાસા બંનેથી ભરેલા અવાજ સાથે, *એસ્પેને પૂછ્યું, "ગુરુજી, વિવિધ*

સંસ્કૃતિઓમાં મૃત્યું શય્યાના દર્શનોના વર્ણનોમાંથી કયા સામાન્ય વિષયો બહાર આવે છે?"

ગુરુજીની નજર એવી નરમ પડી ગઈ કે જાણે તેઓ એસ્પેન તરફ નહીં પણ તેના દ્વારા જોઈ રહ્યા હોય - પ્રશ્નના હૃદયમાં, જ્યાં શબ્દો ઓગળી જાય છે, અને ફક્ત સત્ય જ રહે છે. તેમણે થોડીવાર માટે આંખો બંધ કરી, જીવન અને મૃત્યું ના ઉંબરે નાચતા અસંખ્ય આત્માઓના શાંત પડઘા એકઠા કર્યા.

બધી જમીનમાંથી વહેતી નદી

"એસ્પેન," ગુરુજીએ શરૂઆત કરી, તેમનો અવાજ નમ્ર છતાં ગુંજતો હતો, "એક મહાન નદીની કલ્પના કરો જે ઘણા દેશોમાં વહે છે. દરેક જગ્યાએ, તેને અલગ નામ આપવામાં આવી શકે છે, તેના પાણી તે સ્પર્શ કરેલી માટીથી રંગીન હોય છે, છતાં નદીનો સાર એ જ રહે છે - પ્રવાહી, જીવન આપનાર, શાશ્વત."

તેમણે થોભીને, તેમના શ્રોતાઓના મનમાં તે છબીને છવાઈ જવા દીધી.

"મૃત્યું શય્યાના દર્શન એ નદી જેવા છે. તે વિવિધ ભાષાઓ, માન્યતાઓ અને સંસ્કૃતિઓ દ્વારા આકાર પામેલા હૃદયમાંથી ઉદ્ભવે છે, છતાં તેમનો સાર આશ્ચર્યજનક સમાનતાઓ સાથે વહે છે, જાણે આત્મા અનંતકાળના ઉંબરે ઊભો હોય ત્યારે એક વૈશ્વિક ભાષા બોલે છે."

ગુરુજી સહેજ આગળ ઝૂક્યા, તેમની આંખો સાંજના ઝાંખા પડતા પ્રકાશને પ્રતિબિંબિત કરતી હતી છતાં કાલાતીત શાણપણની આંતરિક જ્યોતથી ઝળહળી રહી હતી.

1. **મૃત પ્રિયજનોની હાજરી: પરિચિત કિનારાઓનો અવાજ**

   "વિશ્વભરમાં," ગુરુજીએ મૃદુતાથી કહ્યું, "સૌથી સામાન્ય વિષયોમાંનો એક એ છે કે મૃત્યું પામેલા લોકોની પથારી પાસે દેખાતા દિવંગત પ્રિયજનોની હાજરી. એવું લાગે છે કે જાણે આત્મા, પેલે પારના વિશાળ સમુદ્રની નજીક, કિનારેથી ઓળખાતા અવાજો સાંભળે છે."

અનાયાની વાર્તા - વારાણસી, ભારત

"મને અનાયા વિશેની વાર્તા કહેવા દો," ગુરુજીએ શરૂઆત કરી, "તેમની નજર દૂર દૂર સુધી જતી હતી જાણે તેની અંતિમ ક્ષણો તેમની સ્મૃતિના કેનવાસ પર કોતરાયેલી જોઈ રહ્યાં હોય."

અનાયા, વારાણસીની, જે પ્રાચીન શહેર જ્યાં ગંગા નદી વહે છે અને અસંખ્ય આત્માઓને મુક્તિ તરફ લઈ જાય છે, ૮૪ વર્ષીય મહિલા હતી. તેણીએ નાના નાના આનંદ, ઊંડી શ્રદ્ધા અને ભક્તિના લયથી ભરેલું સાદું જીવન જીવ્યું હતું.

તેના અંતિમ દિવસોમાં, અનાયાનું શરીર નબળું પડ્યું, પરંતુ તેનો આત્મા વધુ તેજસ્વી થતો જતો હતો. જે સાંજે તે આ દુનિયા છોડીને જતી રહી, તેની પુત્રી, મીરા, તેનો નાજુક હાથ પકડીને તેની બાજુમાં બેઠી હતી. ઓરડો પ્રાર્થનાના મૃદુ ગણગણાટથી ભરેલો હતો.

અચાનક, અનાયાની બંધ આંખો ખુલી ગઈ. તે રૂમની દિવાલોની પેલે પાર જોઈ રહી હતી, તેની નજર કોઈ વસ્તુ પર - અથવા કોઈ વ્યક્તિ પર - સ્થિર હતી જે જીવંત લોકો દ્વારા અદ્રશ્ય હતી. એક તેજસ્વી સ્મિત

તેના ચહેરા પર ચમક્યું, જેણે પીડા અને ઉંમરના પડછાયાને ધોઈ નાખ્યા. તેના પાતળા હાથ લંબાયા, ઝંખના અને આનંદના મિશ્રણથી ધ્રૂજતા હતા. તેણીએ ધીમેથી કહ્યું, *"પપ્પા... મા... તમે મારા માટે આવ્યા છો."*

મીરાં, અભિભૂત થઈ ગઈ હતી, તેણે તેની માતાના ચહેરા પરથી આંસુ વહેતા જોયા - ડરથી નહીં, પણ પુનઃમિલનના, જાણે તે લાંબા પ્રવાસ પછી પ્રિય સાથીઓને મળી રહી હોય. અનાયાએ પોતાનો અંતિમ શ્વાસ બહાર કાઢ્યો ત્યારે તેનો ચહેરો ચમકતો, શાંત અને શાંતિપૂર્ણ હતો - એક શ્વાસ જે ઘરે પાછા ફરવાના હળવા નિસાસા જેવો લાગતો હતો.

ગુરુજી થોભ્યા, તેમની આંખોમાં ચમકતી જ્યોતનો પ્રકાશ દેખાઈ રહ્યો હતો.

"આ ફક્ત મૃત્યું નહોતું," તેમણે ધીમેથી કહ્યું. "તે એક પુનરાગમન હતું - જીવનભરના પ્રેમ સાથેનું પુનઃમિલન."

ફજોર્ડ્સ પર પ્રકાશ - નોર્વે

ગુરુજીની નજર એવી રીતે વળી ગઈ જાણે તેમનું મન ગંગાના પવિત્ર કિનારાથી નોર્વેના બરફથી ઢંકાયેલા ફજોર્ડ્સ તરફ વહાણ ચલાવી રહ્યું હોય.

“હવે, હું તમને એક દૂરના દેશમાં લઈ જાઉં છું જ્યાં પર્વતોમાંથી બર્ફીલા પવનો ફૂંકાય છે, પરંતુ આત્માની હૂંફ ઠંડી જાણતી નથી.”

એક નાના દરિયાકાંઠાના શહેરમાં, **આઈનાર નામના એક વૃદ્ધ માણસ** મૃત્યું શય્યા પર પડ્યા હતા. આખી જિંદગી એક દૃઢ માછીમાર, આઈનાર લાગણીશીલતા માટે જાણીતા હતા. તેમનો પરિવાર તેમની આસપાસ એકઠો થયો, તેઓ અપેક્ષા રાખતા હતા કે તેમના અંતિમ કલાકો પણ તોફાનો અને મુશ્કેલીઓ દરમિયાન તેમણે જે શાંત સ્થિતિસ્થાપકતા બતાવી હતી તે જ રીતે પસાર થશે.

પણ કંઈક નોંધપાત્ર બન્યું. ઉંમર સાથે આંખો ઝાંખી પડી ગઈ હતી તે આઈનાર અચાનક રૂમના ખૂણા તરફ જોતા રહ્યા, તેમના હાવભાવ આશ્ચર્યમાં ઢીલા પડી ગયા.

તેમણે નોર્વેજીયન ભાષામાં ધીમેથી કહ્યું, *"મમ્મા... ફ્રર... ડેરેર હર."* *("મા... પિતા... તમે અહીં છો.")*

દરિયામાં વર્ષોથી તરબોળ તેમનો ચહેરો, આંતરિક પ્રકાશથી ચમકતો હતો, એક હૂંફ જે બહારની ઠંડીને અવગણી રહી હોય તેવું લાગતું હતું. તે હસ્યા, તેમના ખરબચડા ગાલ પર આંસુ વહી રહ્યા હતા, જાણે કે તે મૃત્યું ને નહીં પણ ક્ષિતિજ પર ઘર વાપસી જોઈ રહ્યા હતા - આ જીવનના તોફાની પાણીની પેલે પાર એક બંદર.

તેમના પરિવારે, ખૂબ જ પ્રભાવિત થઈને, વર્ણન કર્યું કે રૂમ પોતે જ કેવી રીતે અલગ લાગ્યો - એક અકલ્પનીય શાંતિથી ભરેલો, જાણે કે દુનિયા વચ્ચેનો પડદો એક ક્ષણ માટે પાતળો થઈ ગયો હોય.

પૂર્વજોનું આહ્વાન - ઘાના, પશ્ચિમ આફ્રિકા

ઘાનાના અકાન લોકો વિશે વાત કરતા ગુરુજીનો અવાજ વધુ સમૃદ્ધ અને આદરથી રંગીન બન્યો, જ્યાં મૃત્યું ને અંત તરીકે નહીં પરંતુ પૂર્વજોના ક્ષેત્રમાં પવિત્ર સંક્રમણ તરીકે જોવામાં આવે છે.

"ઘણી આફ્રિકન સંસ્કૃતિઓમાં, મરનારને પાર કરવાનો નો ડર હોતો નથી. તેઓ તેના માટે એવી રીતે તૈયારી કરે છે જેમ કોઈ વ્યક્તિ સન્માનિત મહેમાનોને મળવા માટે તૈયારી કરે છે."

ગુરુજીએ તેમના ગામના એક વડીલ, ક્વામેની વાર્તા સંભળાવી. ક્વામે તેમના પરિવારથી ઘેરાયેલા, તેમની વણેલી સાદડી પર સૂતા હતા, તેમણે જીવતા લોકો સાથે નહીં, પણ અદ્રશ્ય લોકો સાથે વાત કરવાનું શરૂ કર્યું.

તેમના પરિવારે તેમને કહેતા સાંભળ્યાની જાણ કરી, *"નાના... એસી... હું તમને ત્યાં ઊભેલા જોઉં છું."* તેમણે તેમના પૂર્વજોની આબેહૂબ છબીઓનું વર્ણન કર્યું - પરંપરાગત પોશાક પહેરેલા, તેજસ્વી અને મજબૂત, તેમને ઉંબરા પાર કરાવવા માટે રાહ જોઈ રહ્યા હતા.

તેમના અવાજમાં કોઈ ડર નહોતો, ફક્ત એક સ્થિર, શાંતિપૂર્ણ સ્વીકૃતિ હતી જાણે તેની અપેક્ષા રાખવામાં આવી હોય, અને હવે તેનો સમય આવી ગયો હતો.

તેમના મૃત્યું પછી, ગામમાં ઉજવણી કરવામાં આવી – મૃત્યું ની નહીં, પરંતુ તેમના પૂર્વજોના પરિવારમાં પાછા ફરવાની, જ્યાં તેઓ જીવંત લોકોનું ધ્યાન રાખતા રહેશે.

પ્રકાશથી ભરેલો હોસ્પિટલ રૂમ - શિકાગો, યુએસએ

ગુરુજીના શબ્દો, પવિત્ર નદીઓ કે પ્રાચીન ધાર્મિક વિધિઓથી દૂર, આધુનિક વાતાવરણ તરફ વળ્યા - શિકાગોમાં એક જંતુરહિત હોસ્પિટલ રૂમ.

“એવા સ્થળોએ પણ જ્યાં મૃત્યું નું રહસ્ય ઘણીવાર મશીનો અને તબીબી ચાર્ટ પાછળ છુપાયેલું હોય છે, ત્યાં આત્માની યાત્રા પોતાને પ્રગટ કરે છે.”

બે દાયકાથી વધુ સમયથી ઉપશામક સંભાળમાં કામ કરતી લિન્ડા નામની નર્સે પોતાના ગહન અનુભવો કહ્યા. તેમણે આ જીવનમાં ઘણી મુશ્કેલીઓનો સામનો કર્યો હતો, પરંતુ એક વાર્તા ખાસ રહી.

માર્ગારેટ નામની એક વૃદ્ધ મહિલા તેના અંતિમ સમયમાં હતી, દિવસો સુધી કોઈ પ્રતિભાવ આપતી નહોતી. અચાનક, માર્ગારેટની આંખો આશ્ચર્યથી પહોળી

થઈ ગઈ. તેણીએ હસીને કહ્યું, *"ઓહ, તમે અહીં છો... મને તમારી ખૂબ યાદ આવી."*

લિન્ડાએ વર્ણવ્યું કે કેવી રીતે આખો ઓરડો બદલાતો હોય તેવું લાગતું હતું.

"એવું લાગતું હતું કે હવા હળવી થઈ ગઈ છે, હૂંફથી ભરાઈ ગઈ છે અને એક અગમ્ય હાજરી છે," તેણીએ યાદ કર્યું.

માર્ગારેટ ધ્રૂજતા હાથે આગળ વધી, જાણે કોઈ અદ્રશ્ય વ્યક્તિને ભેટી રહી હોય. થોડીવાર પછી, તે શાંતિથી ત્યાંથી પસાર થઈ, તેનો ચહેરો શાંત હતો, જાણે કે તેણીએ કોઈના હાથમાં પગ મૂક્યો હોય જેને તે ઝંખતી હતી.

સાર્વત્રિક દોર: સરહદોની બહાર પ્રેમ

ગુરુજીનો અવાજ ધીમો પડી ગયો, રાત્રિની શાંતિ સાથે ભળી ગયો.

"તમે જુઓ છો, મારા પ્રિયજનો?" તેમણે ધીમેથી પૂછ્યું, તેમની આંખો એક ચહેરા પરથી બીજા તરફ ફરતી

હતી, "વારાણસી હોય કે નોર્વે, ઘાના હોય કે શિકાગો, ગીત એક જ છે. મૃત્યું એ અંધકારમાં એકલા ઉતરવાનું નથી. તે એક પવિત્ર માર્ગ છે - પ્રેમ દ્વારા માર્ગદર્શન આપવામાં આવે છે, પ્રકાશ દ્વારા પ્રકાશિત થાય છે અને પડદાની બહાર આપણી રાહ જોતા લોકો દ્વારા આલિંગન આપવામાં આવે છે."

તે પાછળ ઝૂકી ગયા, તેના હાવભાવ શાંત હતા, જાણે તેમણે પણ તે પ્રકાશ ઘણી વાર જોયો હોય – તેમની આંખોથી નહીં, પણ તેમના આત્માથી.

"આ વાર્તાઓ ફક્ત સંયોગો નથી," ગુરુજીએ ધીમેથી કહ્યું. "આ એક સત્યના પડઘા છે જે હૃદય હંમેશા જાણે છે: આપણે આ માર્ગ પર એકલા નથી ચાલતા."

તેમનો અવાજ વધુ નરમ બન્યો.

"સંદેશ સ્પષ્ટ છે - આત્મા એકલો પેલે પાર નથી જતો. પ્રેમ, જીવન અને મૃત્યું ની સીમાઓને પાર કરે છે."

2. પ્રકાશ દ્વારા પ્રવાસ: તેજનો પુલ

ગુરુજીએ આંખો બંધ કરી, તેમનો અવાજ રાત્રિના તાંતણામાં વણાયેલો સુરીલો દોર બની ગયો.

“બીજો સામાન્ય દોરો એક તેજસ્વી પ્રકાશનું દર્શન છે - એક એવો પ્રકાશ જે આ દુનિયામાં જોવા મળતો નથી. કેટલાક તેને સુરંગ તરીકે વર્ણવે છે, તો કેટલાક તેને તેજસ્વી ક્ષેત્ર તરીકે, પરંતુ હંમેશા, તે હૂંફ, શાંતિ અને બિનશરતી પ્રેમની જબરજસ્ત ભાવનાથી ભરેલો હોય છે.”

યુકીની વાર્તા - જાપાન

“હું તમને યુકી વિશે જણાવું,” ગુરુજીએ શરૂઆત કરી, તેમની નજર નરમ હતી, જે તેઓ જે કહેવાના હતા તેના રહસ્ય અને સ્પષ્ટતા બંનેને પ્રતિબિંબિત કરતી હતી.

યુકી ક્યોટો શહેરનો એક સામાન્ય માણસ હતો, એક એવું શહેર જ્યાં પ્રાચીન મંદિરો અને ધમધમતી શેરીઓ સાથે સહઅસ્તિત્વ ધરાવે છે. વ્યવસાયે સોફ્ટવેર એન્જિનિયર, યુકીએ ક્યારેય આધ્યાત્મિકતા પર વધુ વિચાર કર્યો ન હતો. તેનું જીવન કામની

સમયમર્યાદા, સવારની મુસાફરી અને પરિવાર સાથે વિતાવેલી શાંત સાંજની આસપાસ ફરતું હતું.

પરંતુ શિયાળાની એક સાંજે યુકીને અચાનક હૃદયરોગનો હુમલો આવ્યો ત્યારે બધું બદલાઈ ગયું. પેરામેડિક્સ ઝડપથી પહોંચ્યા, અને ભલે તેનું શરીર થોડી મિનિટો માટે નિર્જીવ હતું, તે સમય દરમિયાન યુકીએ જે અનુભવ કર્યો તે કોઈ મશીન દ્વારા માપી શકાય તેમ ન હતો.

"હું મારા શરીર ઉપર તરતો હતો," યુકીએ પાછળથી યાદ કર્યું, તેનો અવાજ ધ્રૂજતો હતો - ભયથી નહીં, પણ વિસ્મયથી. "મેં પેરામેડિક્સને બેબાકળા થઈને કામ કરતા જોયા, મારી પત્ની મારી બાજુમાં રડતી હતી, છતાં મને તેમના ગભરાટનો કોઈ અનુભવ થયો નહીં. હું શાંત હતો, ઉપરથી બધું એવું જોઈ રહ્યો હતો કે જાણે ત્યાં પડેલો મૃતદેહ ખરેખર 'હું' ન હતો."

પછી, યુકીએ એક તેજસ્વી, સોનેરી પ્રકાશ તરફ ખેંચાઈ જવાનું વર્ણન કર્યું. તે આંધળું ન હતું પણ ગરમ હતું - શાંત કરનારું, શુદ્ધ પ્રેમથી બનેલા આલિંગન જેવું.

"મને એક અદભુત શાંતિ, પોતાનાપણાની ભાવનાનો અનુભવ થયો જાણે હું ઘર કરતાં વધુ પરિચિત જગ્યાએ પાછો ફરી રહ્યો છું. તે ફક્ત હળવું નહોતું. તે... બધું જ હતું - આરામ, પ્રેમ, સમજણ - એક સાથે."

પણ તે યુકીનો સમય નહોતો. તેને એક હળવું ખેંચાણ લાગ્યું, અને તેની સાથે, તે તેના નાજુક શરીરમાં પાછો જાગી ગયો, શ્વાસ લેવા માટે હાંફતો હતો. ભલે તે બચી ગયો, પણ યુકીનું જીવન ક્યારેય પહેલા જેવું નહોતું.

તેને હવે મૃત્યું નો ડર નહોતો. *"મને હવે ખબર પડી,"* તે ઘણીવાર કહેતો, *"જીવન સમાપ્ત થતું નથી. તે ફક્ત... સ્વરૂપ બદલે છે."*

'સ્વર્ગીય ચમક' - એક ખ્રિસ્તીનો મૃત્યું નજીકનો અનુભવ (યુએસએ)

ગુરુજીનો અવાજ નરમ પડ્યો અને વાર્તાને સમુદ્ર પાર કરીને ટેક્સાસની એક હોસ્પિટલમાં લઈ ગયા, જ્યાં સારાહ નામની એક મહિલાએ કંઈક એવો જ ભયાનક અનુભવ કર્યો, જોકે તે તેના પોતાના વિશ્વાસ દ્વારા આકાર પામી હતી.

સારાહ એક શ્રદ્ધાળુ ખ્રિસ્તી હતી, રવિવારની શાળાની શિક્ષિકા હતી જે હંમેશા સ્વર્ગમાં માનતી હતી પરંતુ ક્યારેય કલ્પના નહોતી કરી કે તેને સ્વર્ગની એક ઝલક મળશે. સર્જરીની ગૂંચવણોને કારણે તેનું હૃદય બંધ થઈ ગયું, ત્યારબાદ ડોકટરોએ તેને પુનર્જીવિત કરવા માટે અથાક મહેનત કરી.

તે મહત્વપૂર્ણ ક્ષણો દરમિયાન, સારાહે પાછળથી "સ્વર્ગીય તેજ" થી ઘેરાયેલા હોવાનું વર્ણન કર્યું . તેણીએ એક તેજસ્વી પ્રકાશ જોયો, જે સૂર્ય કરતાં નરમ પણ પૃથ્વીની કોઈપણ વસ્તુ કરતાં વધુ તેજસ્વી હતો. તે પ્રકાશમાં તેણીએ ઓળખી શકાય એવી આકૃતિઓ જોઈ - તેણીની દાદી, તેણીની શ્રેષ્ઠ મિત્ર જે વર્ષો પહેલા ગુજરી ગઈ હતી - બધા તેજસ્વી, હસતાં અને પ્રેમથી ભરેલા.

તેણીએ કોઈ બોલાયેલા શબ્દો સાંભળ્યા નહીં, છતાં તેના હૃદયમાં સંદેશો અનુભવ્યો: *"તમને પ્રેમ કરવામાં આવે છે. તમે સુરક્ષિત છો. પણ અત્યારે તમારો સમય નથી."*

જ્યારે સારાહને ફરીથી જીવ મળ્યો, ત્યારે તેના ચહેરા પરથી આંસુ વહી રહ્યા હતાં - ડરથી નહીં, પણ તે પ્રકાશને પાછળ છોડી દેવાના કડવા-મીઠા દુ:ખથી.

"તે સ્વપ્ન નહોતું," તેણીએ ભારપૂર્વક કહ્યું. "મેં જે કંઈ જોયું છે તેના કરતાં તે વધુ વાસ્તવિક હતું."

'સ્પષ્ટ પ્રકાશ' - તિબેટીયન બૌદ્ધ ઉપદેશો (તિબેટ)

ગુરુજી તિબેટના રહસ્યમય દૃશ્યો તરફ જતા હતા ત્યારે તેમની આંખો ચમકી ગઈ, જ્યાં "બાર્ડો થોડોલ" - તિબેટીયન બુક ઓફ ધ ડેડ - મૃત્યું પછીના અનુભવનું આબેહૂબ વિગતવાર વર્ણન કરે છે.

એક તિબેટી સાધુ, તેનઝિને, એક વખત યાત્રા દરમિયાન ગંભીર રીતે પડી ગયા પછી પોતાનો મૃત્યું નજીકનો અનુભવ બતાવ્યો. બેભાન અવસ્થામાં, તેનઝિને "સ્પષ્ટ પ્રકાશ" નો સામનો કર્યો - આ ઘટના તિબેટીયન બૌદ્ધ ઉપદેશોમાં ઊંડા મૂળ ધરાવે છે.

"તે ફક્ત પ્રકાશ નહોતો," તેન્ઝિને સમજાવ્યું. "તે સ્પષ્ટતા જ હતી. 'હું' કે 'હું' નો કોઈ અહેસાસ નહોતો, ફક્ત અનંત જાગૃતિ હતી, જાણે આકાશની વિશાળતામાં ભળી ગઈ હોય."

તિબેટીયન પરંપરામાં, આ **"સ્પષ્ટ પ્રકાશ" ને** ચેતનાની સૌથી શુદ્ધ સ્થિતિ માનવામાં આવે છે - એક તેજસ્વી જાગૃતિ જે દરેક આત્મા મૃત્યું પછી અનુભવે છે. ઉપદેશો આ પ્રકાશને મનના સાચા સ્વભાવ, મુક્તિના પ્રવેશદ્વાર તરીકે ઓળખવા પર ભાર મૂકે છે.

તેન્ઝિનના અનુભવે તેમના વ્યવહારમાં પરિવર્તન લાવ્યું. "પહેલાં, હું પ્રાર્થનાઓ વાંચતો હતો. તે દિવસ પછી, મેં તેમને જીવી."

'તેજસ્વી ગેટ' - ઇસ્લામિક પરંપરા (ઇજિપ્ત)

ગુરુજીએ પછી ઇજિપ્તના કૈરોના એક માણસ, આમિર વિશે વાત કરી, જેની વાર્તા આ જ સાર્વત્રિક વિષયોનો પડઘો પાડે છે. એક કાર અકસ્માતમાં અમીરને ઘણી

મિનિટો માટે તબીબી રીતે મૃત જાહેર કર્યા પછી, તેમણે એક અસાધારણ દ્રષ્ટિનું વર્ણન કર્યું.

“પ્રકાશના તેજસ્વી દરવાજા” ની સામે ઊભો જોયો , જેની પેલે પાર તેને એક પ્રચંડ હાજરીનો અહેસાસ થયો - દયાળુ, વિશાળ અને પ્રેમથી ભરપૂર.

ઇસ્લામિક ધર્મમાં ઉછરેલા હોવા છતાં, આમિરે સ્વીકાર્યું કે તે હંમેશા મૃત્યું થી ડરતો હતો. *“પરંતુ તે ક્ષણે,” તેણે કહ્યું “મને કોઈ ડર નહોતો લાગ્યો. ફક્ત શાંતિ. એક એવી શાંતિ કે શબ્દો તેને પકડી શકતા નથી.”*

તેણે કોઈ માનવ અવાજો સાંભળ્યા નહીં, છતાં મૌન ઘણું બધું બોલતું હતું - ક્ષમા, સમજણ અને પોતાના કરતાં મહાન કંઈક સાથે શાશ્વત જોડાણ.

જ્યારે તે જીવનમાં પાછો ફર્યો, ત્યારે અમીરનો વિશ્વાસ વધુ ઊંડો થયો, જવાબદારીથી નહીં પરંતુ દૈવી હાજરીની અચળ ભાવનાથી.

“હું હવે ફક્ત મૃત્યું પછીના જીવનમાં જ માનતો નથી,” તે કહેતો. “મેં તેની ધારને સ્પર્શ કરી છે.”

સામાન્ય દોર : એક પ્રકાશ જે સીમાઓ પાર કરે છે

ગુરુજીનો અવાજ વધુ ધીમો પડી ગયો, ખચકાટથી નહીં પણ શ્રદ્ધાથી.

"શું તમે આ રચના જુઓ છો?" તેમણે ધીમેથી પૂછ્યું, તેમની નજર સચેત ચહેરાઓ પર ત્રાટકતી હતી. "યુકીએ જાપાનમાં સોનેરી પ્રકાશ જોયો. સારાહે અમેરિકામાં સ્વર્ગીય પ્રકાશ અનુભવ્યો. તેનઝિન તિબેટમાં સ્પષ્ટ પ્રકાશ સાથે ભળી ગયો. અમીર ઇજિપ્તમાં તેજસ્વી દરવાજા સામે ઊભો હતો. વિવિધ સંસ્કૃતિઓ. વિવિધ ધર્મો. છતાં એ જ પ્રકાશ."

તેમણે થોભીને પોતાના શબ્દોના ભારને શ્રોતાઓના હૃદયમાં સ્થિર થવા દીધો. "આ પ્રકાશ કોઈ એક ધર્મ, કોઈ એક ભૂમિ પૂરતો મર્યાદિત નથી. તે આત્માનું હોકાયંત્ર છે, જે આપણને ઘર તરફ નિર્દેશ કરે છે. ભલે આપણે તેને સ્વર્ગ, નિર્વાણ, જન્નત, કે ફક્ત શાંતિ કહીએ, આત્મા તેને સહજ રીતે ઓળખે છે - જાણે કે તે હંમેશા તેનો માર્ગ જાણતો હોય."

"મૃત્યું ," ગુરુજીએ આખરે કહ્યું, "વાર્તાનો અંત નથી. તે ફક્ત એક પાનું ફેરવવાનું છે."

3. જીવનની સમીક્ષા : આત્મા નો અરીસો.

ગુરુજીના અવાજમાં વધુ ઊંડો, ચિંતનશીલ સ્વર આવ્યો.

"ઘણા લોકો તેમના જીવનની ગહન સમીક્ષાનું વર્ણન કરે છે, નિર્ણય સાથે નહીં પણ સમજણ સાથે. એવું લાગે છે કે આત્મા એક પવિત્ર ફિલ્મ જુએ છે - સિદ્ધિઓ કે નિષ્ફળતાઓની નહીં, પરંતુ તે ક્ષણોની જ્યારે પ્રેમ આપવામાં આવ્યો હતો અથવા રોકી રાખવામાં આવ્યો હતો."

ડેવિડની વાર્તા - આયર્લેન્ડ

"હું તમને ડેવિડ વિશે કહું," ગુરુજીએ શરૂઆત કરી, તેમની આંખોમાં વાર્તામાં વણાયેલા દુઃખ અને કૃપા બંને પ્રતિબિંબિત થઈ રહ્યા હતા.

ડેવિડ ઓ'કોનેલ આયર્લેન્ડના ગેલવેનો એક સામાન્ય માણસ હતો - એક શાળા શિક્ષક, પિતા અને પતિ. તે એવા પ્રકારનો માણસ હતો જે તે જે જોઈ શકે છે, સ્પર્શ કરી શકે છે અને સમજાવી શકે છે તેમાં વિશ્વાસ રાખતો હતો. શ્રદ્ધા, આધ્યાત્મિકતા અને મૃત્યું પછીનું જીવન, બીજાઓ માટે દિલાસો આપતી વાર્તાઓ હતી, પરંતુ તેના માટે, એવી કોઈ વાર્તા નહોતી, તેણે ખરેખર તેને સ્વીકારી હતી.

પાનખરની એક શાંત સાંજે, જ્યારે ડેવિડ ગેલવે ખાડીના ધુમ્મસવાળા કિનારા પર તેના કૂતરાને ફરવા લઈ જતો હતો ત્યારે તેને હૃદયરોગનો મોટો હુમલો આવ્યો, ત્યારે આ માન્યતા તૂટી ગઈ. પેરામેડિક્સ ઝડપથી પહોંચ્યા, પરંતુ ડેવિડનું હૃદય પહેલેથી જ બંધ થઈ ગયું હતું. સાત મિનિટ સુધી, તે તબીબી રીતે મૃત હતો - કોઈ ધબકાર નહીં, કોઈ શ્વાસ નહીં, ફક્ત મૌન.

પણ ડેવિડ હજી ગયો નહોતો.

જ્યારે તે પછીથી સ્વસ્થ થયો, હોસ્પિટલની જંતુરહિત લાઇટ્સમાં નિસ્તેજ અને ધ્રૂજતો, ત્યારે તેણે કંઈક અસાધારણ વાત કરી. *"મેં મારું જીવન ફક્ત મારી આંખો સમક્ષ 'જોયું' નહીં,"* તેણે કહ્યું, તેનો અવાજ ભયથી નહીં પણ વિસ્મયથી ધ્રૂજતો હતો. *"મેં તેને ફરીથી જીવ્યું - દરેક ક્ષણ, દરેક વિગત, ફક્ત મારા પોતાના દ્રષ્ટિકોણથી નહીં. મેં તેને બીજાબધાંઓના હૃદયમાં અનુભવ્યું."*

ડેવિડે વર્ણન કર્યું કે કેવી રીતે, એક ક્ષણ અને અનંતકાળ બંને જેવા અનુભવમાં, તેણે **"જીવન સમીક્ષા"નો અનુભવ કર્યો**. તે ફક્ત તેના ભૂતકાળને ફિલ્મના દ્રશ્યોની જેમ જોઈ રહ્યો ન હતો; તે દરેક ક્ષણની **અંદર હતો**, બીજાઓ પર તેના કાર્યોની લહેરભરી અસરો અનુભવી રહ્યો હતો.

- જ્યારે તે બે વાર વિચાર્યા વિના પોતાનું લંચ શેર કરતો ત્યારે તેને બાળપણના સહાધ્યાયી જેવો **શુદ્ધ આનંદ** અનુભવ્યો .

- કિશોરાવસ્થામાં જે છોકરાને તે ચીડવતો હતો, તેમાં તેને **અપમાનનો અનુભવ થયો**, આ ક્ષણ ડેવિડ ઘણા સમયથી ભૂલી ગયો હતો - પણ તે છોકરો ભૂલી ગયો ન હતો.

- મોડી રાતની વાતોએ તેની એકલી માતાએ જે આરામ અને હૂંફ આપી હતી તે તેને અનુભવ્યું હતું, અને દલીલો દરમિયાન તેની પત્નીના હૃદયમાં મૌન ઉદાસી હતી જેને તે તુચ્છ માનતો હતો.

ડેવિડ અભિભૂત થઈ ગયો - અપરાધ કે ગર્વથી નહીં, પરંતુ આપણે બધા કેટલા એકબીજા સાથે જોડાયેલા છીએ તેની ઊંડી સમજણથી.

"પણ અહીં ચમત્કાર છે," ગુરુજીનો અવાજ ધીમો પડી ગયો, "કોઈ નિર્ણય નહોતો. કોઈ દૈવી વ્યક્તિ આંગળી હલાવી રહી ન હતી. કોઈ નિંદા કે પ્રશંસા કરતો અવાજ નહોતો. ફક્ત... હાજરી. એક અનંત, કરુણાપૂર્ણ હાજરી

જેણે તેમના દરેક ભાગને બિનશરતી પ્રેમમાં રાખ્યો હતો."

ડેવિડે તેને "પ્રકાશથી બનેલા અરીસા" સામે ઊભા રહેવા તરીકે વર્ણવ્યું, તેને સજા કરવા માટે નહીં પરંતુ તેને સ્પષ્ટ રીતે જોવામાં મદદ કરવા માટે - શીખવા માટે, વિકાસ કરવા માટે.

"તે મેં શું 'ખોટું' કર્યું તે વિશે નહોતું," ડેવિડે પછી કહ્યું. "તે હું શું અલગ રીતે સમજી શકું છું, હું કેવી રીતે વધુ સારી રીતે પ્રેમ કરી શકું છું તે વિશે હતું. બ્રહ્માંડ કોઈ ન્યાયાલય રૂમ નહોતો - તે એક વર્ગખંડ હતો."

સંસ્કૃતિઓમાં પડઘા: સમાન જીવન સમીક્ષાઓ

ગુરુજીના શબ્દો પછીના મૌનમાં અટકી ગયા. પછી તેમણે આગળ કહ્યું, તેમનો અવાજ ડેવિડની વાર્તાને માનવ અનુભવના મોટા ચાકળામાં ભેળવી રહ્યો હતો. "ડેવિડનો અનુભવ ફક્ત તેના પૂરતો નથી, કે આયર્લેન્ડનો પણ નથી. સમય જતાં, સંસ્કૃતિઓમાં, આત્માઓ એક જ ઘટનાનું વર્ણન કરે છે - જીવન

સમીક્ષા. એવું લાગે છે કે આત્માના વિકાસની વાત આવે ત્યારે બ્રહ્માંડ એક જ ભાષા બોલે છે."

ડેનિયન બ્રિંકલીનો કેસ - યુએસએ

ગુરુજીએ ૧૯૭૫માં વીજળી પડતાં અમેરિકન વ્યક્તિ ડેનિયન બ્રિંકલી વિશે વાત કરી હતી. લગભગ ૨૮ મિનિટ સુધી મૃત જાહેર કરવામાં આવતા, ડેનિયનએ પણ આવી જ જીવન સમીક્ષા કરી હતી.

"મેં મારું જીવન જોયું, પણ મેં તેને દરેકના દ્રષ્ટિકોણથી અનુભવ્યું જેમને હું મળ્યો હતો," ડેનિયન યાદ કરે છે. ડેવિડની જેમ, તેનો ન્યાય કોઈ બાહ્ય દેવતા દ્વારા કરવામાં આવ્યો ન હતો. તેણે અન્ય લોકોને જે પીડા આપી હતી તે સમીક્ષામાં તે તેને દુઃખ પહોંચાડે છે, સજા માટે નહીં, પરંતુ તેને સહાનુભૂતિ શીખવવા માટે.

અનિતા મૂરજાનીની વાર્તા - હોંગકોંગ

પછી અનિતા મૂરજાની હતી, જે કેન્સર સામે લડ્યા પછી કોમામાં સરી પડી હતી. મૃત્યું નજીક આવતા અનુભવ દરમિયાન, તેણીને ન્યાય નહીં પણ અમર્યાદિત પ્રેમનો સામનો કરવો પડ્યો. તેણીએ

શરમથી નહીં પણ સ્પષ્ટતાથી પોતાના જીવનની સમીક્ષા કરી, તેણીને ખ્યાલ આવ્યો કે તેણી કેટલી વાર પોતાના મૂલ્યને સ્વીકારવાને બદલે ડરમાં જીવી હતી. જ્યારે તેણી તેના શરીરમાં પાછી ફરી, ત્યારે અનિતાનું કેન્સર ચમત્કારિક રીતે સાજું થઈ ગયું, પરંતુ વધુ ઊંડાણપૂર્વક, તેનું હૃદય સાજું થઈ ગયું હતું.

જીવન સમીક્ષાનો પાઠ

ગુરુજીની નજર નરમ પડી ગઈ, શાંત શ્રોતાઓને સંબોધતા તેમની આંખો ભાવનાથી ચમકી રહી હતી. "શું તમે તાંતણા જુઓ છો?" તેમણે ધીમેથી પૂછ્યું. "જીવન સમીક્ષા નિંદા વિશે નથી. તે જોડાણ વિશે છે. તે સ્વર્ગનો દરબાર નથી; તે આત્માનો વર્ગખંડ છે."

તે થોભ્યા, સત્યને તેમની સામેના હૃદય પર પવિત્ર રાખની જેમ સ્થિર થવા દીધું.

"બ્રહ્માંડ, પાપો અને પુણ્યનું ગણતરી કરતા એકાઉન્ટન્ટની જેમ સ્કોર રાખતું નથી. તે એક શિક્ષક

જેવું છે જે તમને તમારું કામ બતાવે છે - તમને શરમાવવા માટે નહીં, પરંતુ તમને શીખવામાં મદદ કરવા માટે. કારણ કે અંતે, પ્રશ્ન એ નથી કે ‘શું તમે સંપૂર્ણ હતા?’ પ્રશ્ન એ છે કે, ‘શું તમે પ્રેમ કરવાનું શીખ્યા?’“

4. ‘ઘરે જવા’ ની ભાવના: મૂળ તરફ પાછા ફરવું

ગુરુજીનો અવાજ નરમ પડીને લગભગ કોઈ સૂરમાં ફેરવાઈ ગયો.

“કદાચ સૌથી સુંદર સામાન્ય સૂર એ પ્રચંડ લાગણી છે કે મૃત્યું અંત નથી, પરંતુ એક પરત છે - ઘરે જવું. જીવનના દરેક ક્ષેત્રના લોકો, પછી ભલે તેઓ ધાર્મિક માન્યતાઓમાં ઉછરેલા હોય કે બિલકુલ ન હોય, ઘણીવાર આ લાગણીનું વર્ણન આશ્ચર્યજનક સ્પષ્ટતા સાથે કરે છે.”

તેઓ આગળ વધતા પહેલા જાણે કોઈ પ્રાચીન પડઘો સંભળાતો હોય તેમ થોભ્યા.

ફાતિમાની વાર્તા - મોરોક્કો

“મને ફાતિમાની વાર્તા કહેવા દો,” ગુરુજીએ કહ્યું, “ફાતિમા મોરોક્કોના મરાકેશ નજીકના એક નાના ગામની એક વૃદ્ધ મહિલા હતી - જેનું જીવન પરિવાર, શ્રદ્ધા અને રણના પવનોના લયના સમૃદ્ધ ચાકળાથી વણાયેલું હતું. તેણીએ પ્રેમ, વિપત્તિ, વિપુલતાની ઋતુઓ અને મુશ્કેલીઓના સમય જીવ્યા હતા, તેના દિવસો પ્રાર્થનાની સાદડીઓ, ઓલિવ વૃક્ષો અને સોનેરી રેતીમાં ગુંજતી પ્રાર્થના માટે આહ્વાનની સરળ સુંદરતા દ્વારા ચિહ્નિત થયા હતા.”

બીમારીથી નબળી પડી ગયેલી ફાતિમા પોતાના અંતિમ દિવસોમાં એક સાધારણ ગાલીચા પર સુતી હતી, અને તેની આસપાસ તેના બાળકો અને પૌત્ર-પૌત્રીઓ હતા. તેના પુત્ર દ્વારા પઠવામાં આવેલા કુરાનના શ્લોકોના હળવા ગણગણાટ સિવાય રૂમમાં શાંતિ હતી. તેમના શ્વાસ છીછરા થઈ ગયા, છતાં તેમના ચહેરા પર ભયનો કોઈ પત્તો નહોતો - ફક્ત

એક શાંત શાંતિ જેવી કે જાણે તે કોઈ ગીત સાંભળી રહી હોય જે ફક્ત તે જ સાંભળી શકતી હતી.

પછી, તેના છેલ્લા શ્વાસ સાથે, તેણે **સ્મિત કર્યું** - એક ઝાંખું, ઝાંખું સ્મિત નહીં, પરંતુ શાંતિથી ચમકતું સ્મિત, તેની આંખો આંતરિક પ્રકાશથી ચમકતી હતી. તેણીએ અરબીમાં ધીમેથી કહ્યું, *"હું ઘરે જઈ રહી છું."*

તેનો પરિવાર નિરાશાથી નહીં, પણ કંઈક પવિત્ર વસ્તુ જોઈને રડ્યો - એક વિદાય, કૃપાથી લપેટાયેલી, પવન દ્વારા ધીમેધીમે વહન કરાયેલા પાંદડાની જેમ, ખોવાયેલી નહીં પણ માર્ગદર્શિત.

દુનિયાભરમાં પડઘા: અલગ અલગ અવાજો, એક જ ગીત

ગુરુજીનો અવાજ વધુ ધીમો થતો ગયો, છતાં દરેક શબ્દ અસંખ્ય આત્માઓના અંતિમ સૂઝનો ભાર વહન કરતો હતો.

"ફાતિમાના શબ્દો એકલા તેના નથી. ખંડો, ભાષાઓ અને માન્યતાઓમાં, જીવનના ઉંબરાની નજીક આવતા લોકો ઘણીવાર 'ઘરે જવા'ની વાત કરે છે. તે એક

લાગણી છે, એક માન્યતા છે - શીખવવામાં આવતી નથી, શીખવામાં આવતી નથી, પરંતુ યાદ રાખવામાં આવે છે."

જ્યોર્જની વાર્તા - ઇંગ્લેન્ડ

લંડનમાં, જ્યોર્જ નામનો એક વૃદ્ધ માણસ, જે આજીવન નાસ્તિક રહ્યો હતો, તેણે પોતાના અંતિમ કલાકો ધર્મશાળાના પલંગ પર વિતાવ્યા. તેના પરિવારને ડર કે પસ્તાવાની અપેક્ષા હતી, કારણ કે તેને મૃત્યું પછીના જીવનમાં કોઈ પણ બાબતમાં અડગ વિશ્વાસ ન હતો. પરંતુ તેના બદલે, જ્યોર્જનો ચહેરો નરમ પડ્યો, તેની નજર રૂમની પેલે પાર એક દૂરના બિંદુ પર ટકેલી હતી.

"હવે બધું બરાબર છે," તેમણે ધીમેથી કહ્યું, હળવાશથી હસતાં. *"હું ઘરે જાઉં છું."*

તેની પુત્રીએ તેનો હાથ પકડીને પાછળથી કહ્યું, "એવું લાગ્યું કે તેમનું શરીર બંધ થાય તેના ઘણા સમય પહેલા જ તેઓ ક્યાંક શાંતિપૂર્ણ સ્થળે પહોંચી ગયા હતા."

કવિનો અનુભવ - ભારત

વારાણસીમાં, જ્યાં પવિત્ર ગંગા નદી અસંખ્ય આત્માઓની આશાઓને જન્મ આપે છે, ત્યાં કવિ નામનો એક વૃદ્ધ નાવિક હતો જેણે આખી જિંદગી યાત્રાળુઓને લઈ જવામાં સફળતા મેળવી હતી. મૃત્યું શય્યા પર, મંદિરના ઘંટના અવાજો નદીના અવાજો સાથે ભળી ગયા, ત્યારે તેણે ધીમેથી કહ્યું, *"નદી સમુદ્રમાં પાછી વહે છે. હું પણ આવું જ કરૂં છું."* અને તે સાથે, તેણે પોતાનો છેલ્લો શ્વાસ એવી રીતે છોડ્યો કે જાણે તે અંત ન હોય પણ એક ચાલુ પ્રવાહ હોય - એક પ્રવાહ જે મોટી ભરતી સાથે ભળી જાય છે.

બેટી એડીનો કેસ - યુએસએ

ગુરુજીએ બેટી એડીનો પણ ઉલ્લેખ કર્યો, એક અમેરિકન મહિલા, જેને સર્જરી પછી મૃત્યું ની નજીકનો અનુભવ થયો હતો. તેણીએ પોતાના શરીરને છોડીને એક અવર્ણનીય પ્રેમથી ઘેરાયેલી હોવાનું વર્ણન કર્યું, એક ઓળખાણની લાગણી એટલી ગહન હતી કે

તેણીએ વિચાર્યું, *"હું ઘરે છું. હું હંમેશા અહીં રહી છું. હું ભૂલી ગઈ."*

ઊંડો અર્થ: 'ઘર' શું છે?

ગુરુજીએ બોલતા બોલતા તેમનો હાથ તેમના હૃદય પર રાખ્યો, તેમના અવાજમાં લોરી જેવી કોમળતા હતી.

"પણ આ 'ઘર' શું છે જેની તેઓ વાત કરે છે? તે નકશા પરનું સ્થાન નથી - શહેર નથી, દેશ નથી. તે આત્માની અંદર એક જગ્યા છે. એક સ્મૃતિ - કંઈક નવું નહીં, પણ કંઈક શાશ્વત જે આપણે હંમેશાથી જાણીએ છીએ."

તે સહેજ આગળ ઝૂકયા, તેમની નજર તેમના શ્રોતાઓની પહોળી, આશ્ચર્યચકિત આંખો પર પડી.

"કલ્પના કરો કે સમુદ્રમાં એક મોજું છે. થોડા સમય માટે, મોજું માને છે કે તે અલગ છે - અનોખું, ઉંચે ચઢી રહ્યું છે, નીચે પડી રહ્યું છે. પરંતુ જ્યારે તેનો સમય આવે છે, ત્યારે તે સમુદ્રમાં પાછું ફરે છે, નુકસાન તરીકે

નહીં, પરંતુ એક જોડાણ તરીકે. તે શરૂઆતમાં ક્યારેય અલગ નહોતું. તે ફક્ત ભૂલી ગયું હતું."

એક પવિત્ર સ્મૃતિ

ગુરુજીના શબ્દોએ જીવન અને મૃત્યું વચ્ચે ભયનો નહીં પણ સ્મરણનો સેતુ બનાવ્યો.

"અરબી, અંગ્રેજી, હિન્દી, કે હૃદયની શાંત ભાષામાં, સંદેશ એક જ છે: આપણે ક્યાંક અજાણ્યા નથી જઈ રહ્યા. આપણે ઘરે જઈ રહ્યા છીએ - એક એવા પ્રેમ તરફ જે આપણને ક્યારેય છોડ્યો નથી, એક એવા પ્રકાશ તરફ જે હંમેશા આપણી અંદર રહ્યો છે."

સભામાં એક સૌમ્ય મૌન છવાઈ ગયું, જે ખાલીપણું નહીં પણ શાંત, પવિત્ર પૂર્ણતાથી ભરેલું હતું - હૃદયના ધબકારા વચ્ચેના વિરામની જેમ, જ્યાં શાશ્વતતા રહે છે.

5. જીવનનું પરિવર્તન: ઉપચાર કરતા પડઘા

ગુરુજીનો અવાજ શાંત થઈ ગયો, શ્રદ્ધાથી ભરેલો.

“અને અહીં એક વાત છે જેને ઘણીવાર અવગણવામાં આવે છે - આ દ્રષ્ટિકોણોનો જીવંત લોકો પર પરિવર્તનકારી પ્રભાવ. જે પરિવારો કોઈ પ્રિય વ્યક્તિના શાંતિપૂર્ણ અવસાનના સાક્ષી બને છે તેઓ ઘણીવાર મૃત્યું નો ભય ઓછો અનુભવે છે. દુઃખ, ભલે સ્વાભાવિક હોય, એક વિચિત્ર આરામમાં લપેટાયેલું હોય છે, જાણે કે તેઓએ તેમની સમજની બહાર એક પવિત્ર સત્યની ઝલક જોઈ હોય.”

તેમણે એસ્પેન તરફ હળવેથી સ્મિત કર્યું.

“શું આ વિચિત્ર નથી? મૃત્યું , જેનો આપણે સૌથી વધુ ડર રાખીએ છીએ, તે ઘણીવાર ફક્ત દુઃખ જ નહીં, પણ વિસ્મય પણ છોડી જાય છે.”

અંતિમ પ્રતિબિંબ: એક દોરો જે બધા હૃદયને બાંધે છે

ગુરુજીનો અવાજ રાત્રિની વિશાળતામાં એક કોમળ પડઘો બની ગયો. “એસ્પેન, મૃત્યું શય્યાના

દ્રષ્ટિકોણોના સામાન્ય વિષયો એક સાર્વત્રિક ગીતના સ્વરો જેવા છે - એક સૂર જે શબ્દોથી નહીં પરંતુ આત્માના ઊંડા જ્ઞાનથી ગવાય છે. ખંડોમાં, ભાષાઓમાં, ગીત એક જ છે: તમે એકલા નથી. તમને માપથી વધુ પ્રેમ કરવામાં આવે છે. મૃત્યું એ અંધકાર નથી જેનો તમે ડર રાખો છો; તે પ્રકાશ છે જેનને તમે ભૂલી ગયા છો."

તેમણે પોતાના શિષ્યો તરફ નજર કરી, તેમની નજર આખરે એસ્પેન પર ટકેલી હતી, જેની આંખો શાંત આંસુઓથી ચમકી રહી હતી - ઉદાસીથી નહીં, પણ પોતાના કરતાં મોટી કોઈ વસ્તુથી સ્પર્શી ગયેલા હૃદયથી.

"જ્યારે અંતિમ શ્વાસ આવે છે," ગુરુજીએ ધીમેથી કહ્યું, "તે તમારી વાર્તાનો અંત નથી. તે પાનું ફેરવવાનો સમય છે."

તે પદમા હતી, જેનો અવાજ આશ્ચર્ય અને અનિશ્ચિતતા બંનેથી ધ્રૂજતો હતો, જેણે પવિત્ર મૌન તોડ્યું.

"ગુરુજી," તેણીએ ધીમેથી પૂછ્યું, "મૃત્યું શય્યાના દર્શન જીવન અને મૃત્યું વચ્ચેના સંક્રમણ વિશે કેવી રીતે સમજ આપી શકે છે?"

ગુરુજીએ થોડીવાર માટે આંખો બંધ કરી, જાણે કોઈ પ્રાચીન સ્મૃતિ સાંભળી રહ્યા હોય, પછી ઊંડા જ્ઞાનથી ભરેલી નજરે આંખો ખોલી.

"આહ, પદમા," તેમણે શરૂઆત કરી, પવનની જેમ તેમનો અવાજ નરમ હતો, "મૃત્યું શય્યાના દર્શન એ ફક્ત ભ્રમ કે અધોગતિમાં રહેલા મનનો વિલીન ભ્રમ નથી. તે આ દુનિયા અને પરલોક વચ્ચેની બારીઓ - ટૂંકા મુખ જેવું છે. તેના દ્વારા, આપણે ફક્ત મૃત્યું ના રહસ્યને જ નહીં પરંતુ જીવનના શાશ્વત સ્વભાવને પણ જોઈ શકીએ છીએ."

1. અમીનાની વાર્તા - પાતળો થતો પડદો

"હું તમને અમીના વિશે કહું," તેમણે કહ્યું, તેમનો સ્વર લાગણીઓના ઊંડા કૂવામાં ડૂબી ગયો.

અમીના ઇજિપ્તના કૈરોની એક વૃદ્ધ મહિલા હતી, જેનું જીવન પ્રેમ, હાસ્ય અને પરોઢિયે થતી શાંત પ્રાર્થનાઓથી ભરેલું હતું. જેમ જેમ તેણીની તબિયત બગડતી ગઈ, તેણીનો પરિવાર - પુત્રો, પુત્રીઓ અને પૌત્રો - તેણીની આસપાસ ભેગા થયા - બધા તેનો નાજુક હાથ પકડીને, અનિવાર્યથી ડરી રહ્યા હતાં.

તેના અંતિમ કલાકોમાં, અમીનાની આંખો, જે એક સમયે વર્ષોના ભારથી ઘેરાયેલી હતી, અચાનક સાફ થઈ ગઈ. તેણીએ ઓરડાના એક ખૂણા તરફ જોયું, તેનો ચહેરો અદ્રશ્ય પ્રકાશથી પ્રકાશિત હતો. તેણીએ સ્મિત કર્યું - નરમાશથી, શાંતિથી - અને ધીમેથી કહ્યું,

"મા... બાબા... તમે આવી ગયા."

તેના પરિવારે કંઈ જોયું નહીં, પણ અમીનાની નજર અટલ હતી, ઓળખ અને આનંદથી ભરેલી હતી. તેણીએ તેમની સાથે વાત કરવાનું શરૂ કર્યું, માથું હલાવ્યું, હળવું હસ્યું, અદ્રશ્ય હાથ પકડવા માટે હાથ પણ લંબાવ્યો. પછી, એક શાંત નિસાસા સાથે, જાણે

તોફાન પછી પવન ફૂંકાઈ રહ્યો હોય તેવું લાગ્યું, તેણીએ તેના અંતિમ શબ્દો બોલ્યા:

"હું હવે તૈયાર છું."

ગુરુજીનો અવાજ ધીમો પડી ગયો, તેમની આંખો દૂર ગઈ જાણે કે તેઓ પણ પડદાની પેલે પાર જોઈ શકતા હતા.

"પદમા, તે પવિત્ર ક્ષણમાં, અમીના ઉંબરા પર ઉભી હતી - એકલી નહીં, પરંતુ તેની સામે ઓળંગી ગયેલા પ્રિયજનો દ્વારા તેનું સ્વાગત કરવામાં આવ્યું. એવું લાગે છે કે આત્મા, જ્યારે શરીરના બંધનોમાંથી મુક્ત થાય છે, ત્યારે તે એવા પરિમાણો જોવા માટે સક્ષમ બને છે જે હંમેશા ત્યાં હતા પરંતુ દૃષ્ટિથી છુપાયેલા હતા."

2. સંસ્કૃતિઓમાં રચના: એક સાર્વત્રિક ભાષા

ગુરુજીનો સૌમ્ય પણ પડઘો પાડતો અવાજ, સમય, સંસ્કૃતિ અને માનવ હૃદયમાંથી પસાર થતી અસંખ્ય વાર્તાઓનું વજન વહન કરતો હતો.

“આ ફક્ત અમીના માટે જ નથી,” તેમણે શરૂઆત કરી, તેમની આંખોમાં શાણપણ અને આશ્ચર્ય બંને ચમકી રહ્યા હતા.

“તે દરેક જગ્યાએ થાય છે, દરેક સાથે - સરહદોની પેલે પાર, માન્યતાઓથી આગળ. એવું લાગે છે કે, જીવનના છેડે, આત્મા એક વૈશ્વિક ભાષા બોલે છે.”

તે થોભ્યા, મૌનને તેમના શબ્દો કહેવા દીધા, પછી આગળ વધ્યા.

“ચાલો હું તમને કેટલીક વાર્તાઓ કહું - આ દુનિયા અને પછીના વિશ્વ વચ્ચેના ઉંબરા પરથી આવતી વાતો.”

ગ્રામીણ આયર્લેન્ડમાં: ચુલા દ્વારા પૂર્વજો

ગુરુજીએ આયર્લેન્ડના કાઉન્ટી ક્લેરના એક નાના ગામ વિશે વાત કરતાં તેમની આંખો મીંચાઈ ગઈ, ગામ જ્યાં ધુમ્મસ ઘણીવાર નીલમણિની ટેકરીઓ પર ચોંટી રહેતું હતું, જાણે કોઈ યાદ ઝાંખી થવાનું બંધ કરી દેતી હોય.

"સીમસ નામનો એક માણસ હતો," ગુરુજીએ કહ્યું, "એક સરળ ખેડૂત, વર્ષોની કઠોર મહેનતથી, તેના હાથ તેણે સંભાળેલી પૃથ્વીની રેખાઓથી કોતરેલા હતા."

જ્યારે સીમસ ગંભીર રીતે બીમાર પડ્યો, ત્યારે તેનો પરિવાર તેના સાદા ઘરની આસપાસ એકઠો થયો, હવા ચૂલામાંથી પીટની સુગંધથી ભરેલી હતી. તેના અંતિમ કલાકોમાં, સીમસની નજર જીવંત લોકો તરફ નહીં, પરંતુ તેમની પેલે પાર, એવી જગ્યા તરફ ગઈ જ્યાં બીજું કોઈ જોઈ શકતું ન હતું.

તેના લુપ્ત ચહેરા પરથી આંસુઓ વહી રહ્યા હતા, અને તેણે કહ્યું ,

'દા... શું તે તમે છો? અને મા... આગ પાસે?'

તેમની પુત્રી, મોઇરાએ પાછળથી વર્ણવ્યું કે કેવી રીતે તેના પિતાનો ચહેરો બદલાઈ ગયો - હવે પીડાથી વિકૃત નહીં પરંતુ ઓળખ, હૂંફ, અને હાસ્યથી પણ ચમકતો હતો. તેમણે હાથ લંબાવ્યો, આંગળીઓ ધ્રૂજતી હતી જાણે ફક્ત તે જ હાથને સ્પર્શ કરવા માટે.

થોડીવાર પછી, સીમસ ત્યાંથી પસાર થયો, તેની અભિવ્યક્તિ શાંત હતી, એક માણસ જે ઘરે ગયો હતો.

ગુરુજીનો અવાજ શાંતિમાં લહેરાતો રહ્યો, અર્થથી ભરેલો.

"આઇરિશ લોકકથાઓમાં, ચૂલો ફક્ત હૂંફનું સ્થળ નથી - તે ઘરનું હૃદય છે, એક પવિત્ર જગ્યા જ્યાં વાર્તાઓ કહેવામાં આવે છે અને પૂર્વજોને યાદ કરવામાં આવે છે. સીમસનું દ્રષ્ટિકોણ કોઈ ભ્રમ નહોતો; તેનો આત્મા પરિચિત ચહેરાઓને ઓળખતો હતો, ચૂલા પાસે રાહ જોતો હતો જે હંમેશા તેનો આધ્યાત્મિક લંગર રહ્યો હતો."

મૂળ અમેરિકન જનજાતિઓમાં: પવિત્ર વૃક્ષો હેઠળ આત્માના માર્ગદર્શકો

ગુરુજી થોડા ખસ્યા, "હવે, મારી સાથે લકોટા સિઓક્સના પ્રદેશોમાં મુસાફરી કરો," તેમણે ધીમેથી કહ્યું, "જ્યાં આકાશ અનંતપણે ફેલાયેલું છે અને પૃથ્વી અસંખ્ય પૂર્વજોના પગલાં ધરાવે છે."

તેમણે સફેદપીંછા વિશે વાત કરી, એટલે કે એક વૃદ્ધ અને આદરણીય શામન, જેમણે પોતાનું જીવન તેમના લોકોને પવિત્ર માર્ગો શીખવવામાં વિતાવ્યું હતું. જેમ જેમ સફેદપીંછા,તેમના અંતિમ દિવસો નજીક આવી રહ્યા હતા, તેમનો આદિજાતિ એક વર્તુળમાં ભેગા થયો, પ્રાર્થનાઓ, ગીતો અને તેમના આત્માને માર્ગદર્શન આપવા માટે સુગંધિત વનસ્પતિ બાળી રહ્યો હતો.

પોતાના અંતિમ કલાકોમાં, સફેદ પીંછાનો શ્વાસ છીછરો થઈ ગયો, પણ તેમની આંખો વિસ્મયથી પહોળી થઈ ગઈ. તે પોતાની માતૃભાષામાં નરમાશથી બોલ્યા:

'હું મહાન વૃક્ષ જોઉં છું. મૂળ પૃથ્વીને સ્પર્શે છે, પણ ડાળીઓ તારાઓને પકડી રાખે છે. અને ત્યાં... મારો આધ્યાત્મિક માર્ગદર્શક રાહ જુએ છે.'

સફેદપીંછાએ એક ગરુડનું વર્ણન કર્યું જે ઝાડ ઉપર ઉડતું હતું, અને તેની નીચે, પડછાયાવાળી વ્યક્તિઓ - પૂર્વજો અને આત્માઓ - તેનું ભય વિના સ્વાગત કરી રહ્યા હતા, ફક્ત પ્રેમ. એક છેલ્લા શ્વાસ સાથે, તે અદ્રશ્ય પાંખો પર લહેરાતા હોય તેમ તેઓ હસ્યા.

ગુરુજીનો અવાજ કોમળ, લગભગ આદરણીય બની ગયો.

“લાકોટા પરંપરામાં, પવિત્ર વૃક્ષ, પૃથ્વી અને દિવ્ય વચ્ચેના જીવનના જોડાણનું પ્રતીક છે. સફેદ પીછાનું દ્રષ્ટિકોણ ફક્ત આરામ નહોતું - તે એક નકશો હતો, તેમના આત્માની ભાષામાં લખાયેલ માર્ગદર્શિકા.”

તિબેટીયન મઠોમાં: મૃત્યું નો સ્પષ્ટ પ્રકાશ

ઓરડો શાંત થઈ ગયો જાણે હવા પણ વધુ ધ્યાનથી સાંભળતી હોય. ગુરુજીની નજર તેમના મનમાં પૂર્વ તરફ ગઈ.

“અને તિબેટના હિમાલયના મઠોની ઊંચાઈએ,” તેમણે આગળ કહ્યું, “સાધુઓ આકૃતિઓ કે ચહેરાઓ વિશે નહીં પણ પ્રકાશ વિશે વાત કરે છે - શુદ્ધ, તેજસ્વી, વર્ણનની બહાર.”

ગુરુજીએ લામા તેન્ઝિનની વાર્તા સંભળાવી, એક આદરણીય સાધુ જેમણે વર્ષો સુધી એકાંતમાં ધ્યાન કર્યું હતું, અને જીવન અને પુનર્જન્મ વચ્ચેની મધ્યવર્તી સ્થિતિ - ‘બાર્ડો’ - તરીકે ઓળખાતા મહાન

સંક્રમણની તૈયારી કરી હતી. જ્યારે લામા તેન્ઝિન બીમાર પડ્યા, ત્યારે તેમના સાથી સાધુઓ તેમની આસપાસ ભેગા થયા, ધીમે ધીમે મંત્રોચ્ચાર કરતા, પવિત્ર મંત્રોથી તેમની ચેતનાને માર્ગદર્શન આપતા.

જેમ જેમ તેમનો શ્વાસ ધીમો પડી ગયો, લામા તેન્ઝિને અચાનક તેમની આંખો ખોલી, પહોળી અને અવર્ણનીય તેજથી ભરેલી. તેમના અંતિમ શબ્દોમાં, તેમણે ધીમેથી કહ્યું,

'આહ... સ્પષ્ટ પ્રકાશ. તે બધું જ છે અને કંઈ જ નથી. હું ઘરે છું.'

તેમના અવસાન પછી, સાધુઓએ નોંધ્યું કે તેમનું શરીર અસામાન્ય રીતે શાંત રહ્યું, દિવસો સુધી મૃત્યું ના લાક્ષણિક ચિહ્નોથી અસ્પૃશ્ય રહ્યું - તિબેટીયન બૌદ્ધ કથાઓમાં આ ઘટના અસામાન્ય નથી.

ગુરુજીનો અવાજ શાંત થઈ ગયો, વિસ્મયથી ભરેલો. "તિબેટીયન બુક ઓફ ધ ડેડમાં, 'સ્પષ્ટ પ્રકાશ' મનના સાચા સ્વભાવનું પ્રતિનિધિત્વ કરે છે - શુદ્ધ, અનંત ચેતના. લામા તેન્ઝિને ફક્ત તેને જોયું નહીં; તે તે બની

ગયા. તેમના માટે, મૃત્યું એ અંત નહોતો પણ જે હંમેશા હતું ત્યાં પાછા ફરવાનો અર્થ હતો."

તે દોરો જે બધાને બાંધે છે

ગુરુજીની આંખો ધીમે ધીમે તેમની આસપાસના ચહેરાઓ પર પાછી ફરી, કેટલાક આંસુઓથી ભીના હતા, તો કેટલાક આશ્ચર્યથી પહોળા હતા. તેમનો અવાજ નરમ પડ્યો, હવે તે અવાજ કરતાં હૃદયના ધબકારા જેવો વધુ હતો.

"સીમસ, વ્હાઇટ ફેધર અને લામા તેન્ઝિનને શું જોડે છે?" તેમણે ધીમેથી પૂછ્યું.

"વિવિધ ભૂમિઓ, વિવિધ માન્યતાઓ, છતાં એક જ અનુભવ - પોતાના કરતા મહાન કંઈક દ્વારા સ્વાગત, માર્ગદર્શન અને ભેટી પડવાનો. ભલે તે પૂર્વજોને ચૂલા દ્વારા માર્ગદર્શન આપવામાં આવે, પવિત્ર વૃક્ષો હેઠળ આત્મા માર્ગદર્શન આપે, કે નિરાકાર સ્પષ્ટ પ્રકાશ, સંદેશ એક જ છે: મૃત્યું ત્યાગ નથી. તે એક પુનઃમિલન છે."

તેમણે પોતાનો હાથ પોતાના હૃદય પર મૂક્યો, તેમની આંગળીઓ હળવેથી દબાવી રહી હતી જાણે કોઈ અદ્રશ્ય દોરાનો સ્પર્શ કરી રહી હોય.

“આ દ્રષ્ટિકોણો ભયમાંથી જન્મેલી કલ્પનાઓ નથી. તે એક સત્યના પડઘા છે જે આપણે હંમેશા જાણીએ છીએ પણ ભૂલી ગયા છીએ - જ્યાં સુધી આપણે તે પવિત્ર ઉંબરા ઉપર રહીએ નહીં.”

“મૃત્યું ,” ગુરુજીએ ધીમેથી કહ્યું, “એ કોઈ દરવાજો બંધ થવાનું નથી. એ તો એ દરવાજો ખોલવાનું છે જેની તરફ આપણે લાંબા સમયથી ચાલી રહ્યા છીએ.”

તેઓ થોભ્યા, પોતાના શબ્દોના ભારને અંદર ડૂબવા દીધો.

“આ સહિયારા દ્રષ્ટિકોણો આપણને શું કહે છે? કદાચ મૃત્યું , એ અંધકારમાં એકલતાનો પ્રવેશ નથી પણ એક પવિત્ર વળતર છે - જેમને આપણે પ્રેમ કરીએ છીએ અને જે સારનો આપણે હંમેશા હિસ્સો રહ્યા છીએ તેમની સાથે પુનઃમિલન.”

3. દુનિયા વચ્ચેનો પુલઃ ભ્રમ નહીં, પણ એક

સાક્ષાત્કાર

પદમાની આંખોમાં અખંડ આંસુઓ ચમકી રહ્યા હતા. "પણ ગુરુજી, શું આ ફક્ત મગજની છેલ્લી ઝબકતી ક્ષણો ન હોઈ શકે? રસાયણો અને ભયની યુક્તિ?"

ગુરુજી હળવેથી હસ્યા, તેમની નજર ગરમ અને ધીરજવાળી હતી.

"એક વાજબી પ્રશ્ન. પણ આનો વિચાર કરો: આ દ્રષ્ટિકોણો ઘણીવાર શાંતિ, સ્પષ્ટતા અને નવા જ્ઞાનથી ભરેલા કેમ હોય છે? મૃત્યું ની અણી પર રહેલા લોકો શા માટે એવા પ્રિયજનોને જુએ છે જેમને તેઓ જાણતા પણ નહોતા કે તેઓ ગુજરી ગયા છે - ફક્ત તેમના પરિવારો પછીથી તેની પુષ્ટિ કરી શકે છે?"

તે નજીક ઝૂકયા, તેમનો અવાજ જાણે પ્રાચીન શાણપણથી વણાયેલો નરમ દોરો હતો.

"જો તમે કિનારા પર ઉભા હોવ અને કોઈને દૂર જતા જોતા હોવ, તો તમે કહી શકો છો, 'તેઓ ગયા છે.' પરંતુ સમુદ્રની બીજી બાજુ, બીજો અવાજ બૂમ પાડે છે, 'તેઓ આવી ગયા છે.' મૃત્યું શય્યાના દ્રષ્ટિકોણ એ તે

અવાજોના પડઘા છે - જે બંને કિનારાઓથી એકસાથે સંભળાય છે."

4. રવિની વાર્તા - ક્ષિતિજની પેલે પારની એક ઝલક

ગુરુજીએ બીજી વાર્તા કહેતા તેમની આંખો યાદથી ઘેરાઈ ગઈ.

"રવિ નામનો એક છોકરો હતો," તેમણે ધીમેથી કહ્યું, "માત્ર દસ વર્ષનો, એક એવી બીમારીથી પીડિત હતો જેનો ઇલાજ શ્રેષ્ઠ ડોકટરો પણ કરી શક્યા નહીં."

રવિનો સમય નજીક આવતો ગયો તેમ, તેની માતા તેની બાજુમાં બેઠી હતી, તેના ચહેરા પરથી આંસુ વહી રહ્યા હતા. પણ અચાનક, રવિના હાવભાવ બદલાઈ ગયા. બીમારીથી કંટાળી ગયેલી તેની આંખો વિસ્મયથી ચમકી ગઈ.

'મમ્મી,' તેણે ધીમેથી કહ્યું, 'તમે કેમ રડી રહ્યા છો? તમને સુંદર લોકો દેખાતા નથી? તેઓ બધે જ છે. તેઓ મારી સામે સ્મિત કરી રહ્યા છે.'

પછી, થોડા વિરામ પછી, તેણે સંપૂર્ણ ખાતરી સાથે ઉમેર્યું,

'તેઓ કહે છે કે હું ઠીક થઈ જઈશ. તેઓ કહે છે કે આ ગુડબાય નથી.'

આટલું કહીને, તેણે આંખો બંધ કરી, તેનો નાનો ચહેરો શાંત, જાણે કે તે બીજા રૂમમાં ચાલ્યો ગયો હોય.

ગુરુજીએ પૂછ્યું, "રવિએ શું જોયું? ભ્રમ? કે પછી તેના આત્માની નિર્દોષતાએ તેને એવી વાસ્તવિકતાની ઝલક દેખાડી જે આપણા ભયભીત મન સમજી શકતા નથી?"

5. સામ્યતા: ઈયળ અને પતંગિયું

ગુરુજીએ ઊંડો શ્વાસ લીધો, અને ફરીથી બોલતા પહેલા પવિત્ર મૌનને ફરી એકવાર શાંત થવા દીધું.

"એક ઈયળનો વિચાર કરો," તેમણે કહ્યું, "જેણે પોતાનું જીવન પૃથ્વી પર રખડતા વિતાવ્યું છે. એક દિવસ, તે રોકાવા, શરણાગતિ સ્વીકારવા માટે એક અનિવાર્ય

ખેંચાણ અનુભવે છે, અને કોષ્ટકમાં પ્રવેશ કરે છે. ઈયળને, આ અંત જેવું લાગશે - અંધકાર, સ્થિરતા, વિસર્જન."

તેમની આંખો શાંત આશ્ચર્યથી ચમકી.

"પણ શું આ અંત છે? ના. એ એક પરિવર્તન છે. એ અંધકારની બીજી બાજુ, ઈયળ બહાર આવે છે - જેવી હતી તેવી નહીં, પણ એક પતંગિયાની જેમ, જેની પાંખો હંમેશા રહેવાની હતી. મૃત્યું શય્યાના દર્શન એ કોકૂનમાં પ્રકાશની પહેલી તિરાડો જેવા છે. એ યાદ અપાવે છે કે આપણે ક્યારેય કાયમ માટે ઘસડવા માટે નહોતા."

6. એક વર્ગખંડ, પડદો નહીં

ગુરુજીએ તેમના હૃદય પર હળવેથી હાથ મૂક્યો, તેમનો અવાજ હવે નરમ પ્રાર્થના જેવો થઈ ગયો.

"પદમા, મૃત્યું દિવાલ નથી પણ એક દરવાજો છે. લોકો તેની નજીક આવતાની સાથે જે દ્રષ્ટિકોણનો

અનુભવ કરે છે તે ફક્ત સપના નથી પણ તેની બહાર રહેલી મહાન વાસ્તવિકતાની પવિત્ર ઝલક છે."

તેમણે આંસુ અને આશ્ચર્ય બંનેથી ભરેલા ચહેરાઓ તરફ આસપાસ જોયું.

"બ્રહ્માંડ એટલું ક્રૂર નથી કે આપણને જન્મવા, પ્રેમ કરવા, દુઃખ સહન કરવા અને વધવા દેવા દે, ફક્ત શૂન્યતામાં અદૃશ્ય થઈ જાય. જીવન કોઈ વાક્ય નથી - તે એક વાર્તા છે. અને મૃત્યું ... મૃત્યું ફક્ત આગળનું પ્રકરણ છે."

પવન તેના શબ્દોને સાંજની વિશાળતામાં લઈ જતો હતો, જ્યારે તેઓ અંધારા આકાશને વીંધવા લાગ્યા ત્યારે તારાઓ સાથે ભળી ગયા હતા - નાના પ્રકાશો, દરેકને યાદ અપાવે છે કે સૌથી ઊંડી રાત પણ અસંખ્ય અદ્રશ્ય સૂર્યથી ભરેલી હોય છે.

બે જગતોની વચ્ચે : મૃત્યું શૈયા પર દેખાતી દ્રષ્ટિનું વિજ્ઞાન અને આધ્યાત્મિકતા.

ચિંતનના શાંત ગુંજારવથી આશ્રમની અંદરની હવા શાંત હતી. સાંજના દીવાઓના સોનેરી પ્રકાશ દિવાલો

પર લાંબા પડછાયા પાડતા હતા, જે અદ્રશ્ય ફફડાટની જેમ ટમટમતા હતા. ગુરુજી મધ્યમાં બેઠા હતા, તેમની હાજરી હૂંફ અને અટલ ઊંડાણ બંને ફેલાવી રહી હતી જાણે કે તેઓ તેમનામાં ઘણા જીવનકાળનું જ્ઞાન વહન કરતા હોય.

રૂપાના નમ્ર છતાં જિજ્ઞાસાથી ભરેલા અવાજે મૌન તોડ્યું.

"ગુરુજી, જીવનના અંતમાં મૃત પ્રિયજનો અથવા આધ્યાત્મિક માણસોના દર્શન માટે કયા વૈજ્ઞાનિક અને આધ્યાત્મિક અર્થઘટન અસ્તિત્વમાં છે?"

ગુરુજીના હોઠ પર એક જાણીતું સ્મિત ફરી વળ્યું. તેમણે એક ક્ષણ માટે આંખો બંધ કરી જાણે અવાજની બહાર કંઈક સાંભળી રહ્યા હોય. પછી, એક ઊંડા શ્વાસ સાથે, તેમણે શરૂઆત કરી.

"આહ, રૂપા," તેમણે મનમાં કહ્યું, "તારો પ્રશ્ન એ પૂછવા જેવો છે કે સમુદ્ર, કિનારાને સ્પર્શે છે ત્યારે શા માટે ગાય છે. શું તે મોજાઓનું વિજ્ઞાન છે કે સમુદ્રની કવિતા? કદાચ બંને."

તે સહેજ આગળ ઝૂકયા, તેમના હાથ તેમના ઘૂંટણ પર હળવા લંગરની જેમ આરામ કરી રહ્યા હતા.

"ચાલો, હું તમને એક વાર્તા કહું."

એલેનાની વાર્તા: દુનિયા વચ્ચેનો પુલ

ગુરુજીનો અવાજ નરમ પડ્યો, કોમળતા અને વિસ્મય બંનેથી વણાયેલો.

"ઈટાલીના ફ્લોરેન્સની એક નર્સ એલેના નામની સ્ત્રી હતી. તેણીએ પોતાનું જીવન મૃત્યું પામેલા લોકોની બાજુમાં વિતાવ્યું હતું - હાથ પકડીને, સાંત્વના આપતા, અસંખ્ય અંતિમ શ્વાસ જોતા. પરંતુ જ્યારે તેનો પોતાનો સમય આવ્યો, ત્યારે રહસ્ય તેની બાજુમાં નહીં, પણ તેની અંદર ખુલ્યું."

એલેનાને ટર્મિનલ કેન્સર હોવાનું નિદાન થયું હતું. તેના છેલ્લા અઠવાડિયામાં, તે ચેતનામાંથી અંદર અને બહાર આવતી હતી, તે ઘણીવાર એવા લોકો સાથે નરમાશથી વાત કરતી હતી જેમને કોઈ જોઈ શકતું ન હતું. એક રાત્રે, તે ચોંકી ઉઠી, તેનો નાજુક ચહેરો તેજસ્વી સ્મિતથી ચમકી ગયો.

'મમ્મી?' ઝાંખા પ્રકાશમાં તેણીએ બબડાટ કર્યો, તેના ગાલ પર ખુશીના આંસુ વહી રહ્યા હતા. *'ઓહ, તમે મને ઘરે લઈ જવા આવ્યા છો.'*

તેની પુત્રી, અન્ના, તેના પલંગ પાસે બેઠેલી, રડી પડી - ડરથી નહીં, પરંતુ કંઈક પવિત્ર જોઈને. થોડીવાર પછી, એલેના મૃત્યું પામી, તેનો ચહેરો શાંત, જાણે કોઈ અદ્રશ્ય હાથે ઉપાડેલો હોય.

ગુરુજીએ થોભીને વાર્તાનો ભાર શાંત થવા દીધો. "હવે, શું તે મનનો અંતિમ ઝબકારો હતો? કે પછી આત્માને, શાશ્વત વસ્તુની પહેલી ઝલક હતી?"

તે પાછળ ઝૂકી ગયા, તેમની નજર શાંત વર્તુળને પાર કરી રહી હતી.

"ચાલો આપણે બંને માર્ગો - વૈજ્ઞાનિક અને આધ્યાત્મિક - ને વિરોધાભાસ તરીકે નહીં, પણ બે નદીઓ એક જ સમુદ્રને મળે છે તે રીતે શોધીએ."

વૈજ્ઞાનિક દ્રષ્ટિકોણ: મનની અંતિમ સીમાનો નકશો

ન્યુરોકેમિકલ ફેરફારો:

“જેમ જેમ મગજ બંધ થવા લાગે છે,” ગુરુજીએ સમજાવ્યું, “ઘણીવાર ન્યુરોકેમિકલ્સ - એન્ડોર્ફિન, ડોપામાઇન - નો ઉછાળો આવે છે જે આબેહૂબ અનુભવો પેદા કરી શકે છે. હાયપોક્સિયા (ઓક્સિજનનો અભાવ) નો સામનો કરતી વખતે મગજ, આભાસ પેદા કરી શકે છે, જે સપનામાં અથવા મૃત્યું નજીકના અનુભવોમાં થાય છે.”

તેમણે સૂર્યાસ્ત સમયે આકાશ રંગોથી ઝળહળતું થાય છે તેની સાથે તેની તુલના કરી: “રંગો વાસ્તવિક છે, પરંતુ તે પ્રકાશ કેવી રીતે વળે છે તેના કારણે થાય છે. કદાચ મન, તેની અંતિમ ક્ષણોમાં, કંઈક સુંદર પ્રગટ કરવા માટે વાસ્તવિકતાને વાળે છે.”

યાદશક્તિ અને ભાવનાત્મક પ્રક્રિયા:

“મગજ ઊંડી ભાવનાત્મક યાદોને, સામનો કરવાની પદ્ધતિ તરીકે ફરીથી રજૂ કરી શકે છે,” ગુરુજીએ આગળ કહ્યું.

તેમણે ડૉ. ક્રિસ્ટોફર કેરનો કિસ્સો રજૂ કર્યો, જે એક ધરમશાળાના ફિઝિશિયન હતા જેમણે હજારો

જીવનના અંતના દ્રષ્ટિકોણોનું દસ્તાવેજીકરણ કર્યું હતું. "તેમના દર્દીઓએ સતત મૃત પ્રિયજનોને જોયા હોવાનું જણાવ્યું હતું - ક્યારેક એવા લોકો જેમના વિશે તેમણે દાયકાઓથી વિચાર્યું પણ ન હતું. અવ્યવસ્થિત યાદો નહીં, પરંતુ અર્થપૂર્ણ યાદો, પ્રેમ અને નિકટતાથી ભરેલી."

મગજ એક 'ગળણી' તરીકે, 'ફેક્ટરી' તરીકે નહીં:

ગુરુજીની આંખો ચમકી ગઈ. "અહીં એક રસપ્રદ વિચાર છે, કેટલાક ચેતાતંત્ર વૈજ્ઞાનિકોનો પણ: જો મગજ ચેતના ઉત્પન્ન ન કરે પણ તેને ગાળી રહ્યું હોય તો શું? રેડિયોની જેમ જે ચોક્કસ આવૃતિમાં સૂર મેળવે છે. જ્યારે શરીર મૃત્યું પામે છે, ત્યારે ગળણી નબળી પડી જાય છે - અને કદાચ, કદાચ, આપણને બહારથી 'સંકેતો' મળવાનું શરૂ થાય છે."

જૂથ વિચારશીલ મૌન બેઠું હતું. વૈજ્ઞાનિક સમજૂતીઓએ માળખું પૂરૂં પાડ્યું, પરંતુ હૃદયને લાગ્યું કે ત્યાં કંઈક વધુ હતું - તર્કની ધારની બહાર કંઈક.

આધ્યાત્મિક દ્રષ્ટિકોણ: અજ્ઞાતનું આહ્વાન

ગુરુજીના હાવભાવ એવા નરમ પડ્યા કે જાણે તેઓ હવે અદ્રશ્યના ક્ષેત્રમાં પ્રવેશ કરી રહ્યા હોય.

"જ્યારે વિજ્ઞાન મિકેનિક્સનું પરીક્ષણ કરે છે, ત્યારે આધ્યાત્મિકતા મોટો પ્રશ્ન પૂછે છે: જો આ દ્રષ્ટિકોણો વાસ્તવિક હોય તો શું?"

તેમણે તેમને લોસ એન્જલસમાં થયેલા એક કિસ્સા વિશે કહ્યું, જ્યાં એમિલી નામની એક યુવતી, જે એક ગંભીર બીમારીથી મૃત્યું પામી રહી હતી, અચાનક ખાલી જગ્યા તરફ હાથ લહેરાવતી હતી, તેનો ચહેરો ખુશીથી ચમકી રહ્યો હતો.

'મમ્મી? પપ્પા?' તે ધીમેથી બોલી. 'તમે આવી ગયા?'

તેનો પરિવાર તેની આસપાસ સ્તબ્ધ થઈને ઊભો હતો - તેના માતાપિતા દાયકાઓ પહેલા ગુજરી ગયા હતા. છતાં એમિલીએ તેમની સાથે એવી રીતે વાત કરી જાણે તેઓ રૂમમાં જ હોય, હસતા હોય, રાહ જોતા હોય. થોડીવાર પછી, તે જતી રહી, એક શાંત સ્મિત હજુ પણ તેના હોઠ પર ટકી રહ્યું હતું.

ગુરુજીએ કહ્યું, "હવે ચાલો મગજના નકશાથી આગળ વધીએ અને આત્માના પ્રાકૃતિક ચિત્રમાં જઈએ."

પડદો પાતળો થાય છે:

"ઘણી આધ્યાત્મિક પરંપરાઓ માને છે કે જીવંત અને મૃતક વચ્ચેની સીમા દિવાલ નથી, પરંતુ એક પડદો છે - એક પાતળો, નાજુક પડદો જે મૃત્યું સમયે અર્ધપારદર્શક બની જાય છે."

તેમણે પ્રાચીન યુરોપીય પ્રજા વિશે વાત કરી, જેઓ આ જગ્યાને 'પાતળી જગ્યાઓ' કહેતા હતા, જ્યાં પવિત્ર અને સામાન્ય સ્પર્શ થાય છે. "જીવનની ધાર પર, તે પડદો ઊંચકાઇ જાય છે, અને આપણે ત્યાં હંમેશા શું રહ્યું છે તેની ઝલક જોઈએ છીએ."

પ્રવાસ માટે માર્ગદર્શિકાઓ:

ગુરુજીએ 'બાર્ડો' - મૃત્યું પછીની સંક્રમણ અવસ્થામાં તિબેટીયન બૌદ્ધ માન્યતા કહી. "તિબેટીયન સાધુઓ તેમના આખા જીવન દરમિયાન આ માટે તૈયારી કરે છે, તેઓ માને છે કે પ્રબુદ્ધ માણસો અથવા પ્રિયજનો

આત્માને માર્ગ દ્વારા માર્ગદર્શન આપવા આવે છે, જેમ અંધારામાં ફાનસ ધારકો."

સંસ્કૃતિઓમાં સાર્વત્રિક રચના:

"શું તે રસપ્રદ નથી," તેમણે વિચાર્યું, "ભારત, આફ્રિકા, યુરોપ કે અમેરિકામાં - વિવિધ સંસ્કૃતિઓના લોકો એક જ અનુભવનું વર્ણન કરે છે? મૃતક સ્વજનોને જોવું, અપાર પ્રેમની અનુભૂતિ કરવી, પ્રકાશના માણસોનો સામનો કરવો. તે કેવી રીતે માત્ર સંયોગ હોઈ શકે?"

ગુરુજી થોભ્યા, તેમની આંખો, પ્રશ્નની ઊંડાઈ અને બધા જવાબો ન મેળવવાની નમ્રતા બંનેને પ્રતિબિંબિત કરે છે.

"કદાચ આ દ્રષ્ટિકોણો ભ્રમ નથી પણ સ્વદેશ પાછા ફરવાના છે. મનની બનાવટ નથી, પરંતુ બ્રહ્માંડના હૃદયમાંથી જ આમંત્રણો છે."

વિજ્ઞાન અને આત્મા વચ્ચેનો સેતુ: એક દરવાજો, અંત નહીં

ગુરુજી હસ્યા, ઓરડામાં પરિવર્તનનો અહેસાસ થયો. તેમણે આગળ કહ્યું, તેમના અવાજમાં નિશ્ચિતતા અને આશ્ચર્ય બંને હતા.

"કદાચ ભૂલ એ છે કે એવું વિચારવું કે વિજ્ઞાન અને આધ્યાત્મિકતા એકબીજાના વિરોધમાં હોવા જોઈએ. જો તેઓ એક જ વાસ્તવિકતાને જુદા જુદા દ્રષ્ટિકોણથી જોતી બે આંખો હોય તો શું?"

તેમણે રૂપા તરફ ફરીને કહ્યું, "વિજ્ઞાન મગજમાં થતા ફેરફારો, રાસાયણિક તત્વોનો ઉછાળો - આ બધું સમજાવે છે. પરંતુ તે તેનો અર્થ સમજાવી શકતું નથી. તે આપણને કહી શકતું નથી કે આ દ્રષ્ટિકોણો શા માટે આરામ આપે છે અથવા શા માટે તેઓ સંસ્કૃતિઓ અને સદીઓથી સમાન વિષયો ધરાવે છે. તે આત્માના ક્ષેત્રના છે."

તેમણે પોતાના હૃદય પર હાથ મૂક્યો. "મીણબત્તી, જ્યારે બળી જાય છે, ત્યારે તે જ્યોતનો નાશ કરતી નથી - તે ફક્ત તેને ઉપર ચઢવા દે છે. જીવન સાથે પણ એવું જ થાય છે. જ્યારે શરીર ઝાંખું પડી જાય છે,

ત્યારે ચેતનાનો પ્રકાશ બુઝાઈ જતો નથી. તે સ્ત્રોત તરફ પાછી ફરે છે."

સભામાં એક ઘેરી શાંતિ છવાઈ ગઈ જાણે કે તેમને પણ ભૌતિકતાની બહાર કંઈક જોવા મળ્યું હોય.

ગુરુજીએ નજીકની ફૂલદાનીમાંથી એક નાનું જંગલી ફૂલ હળવેથી ઉપાડ્યું, તેને પોતાની આંગળીઓ વચ્ચે નાજુક રીતે પકડી રાખ્યું.

"આ ફૂલ વિશે વિચારો," તેમણે ધીમેથી કહ્યું. "વિજ્ઞાન આપણને તેના વિશે બધું જ કહી શકે છે - તેનું જીવવિજ્ઞાન, તેની રચના, સૂર્યપ્રકાશ તેને કેવી રીતે પોષણ આપે છે. પરંતુ વિજ્ઞાન સંપૂર્ણપણે સમજાવી શકતું નથી કે તેની સુંદરતા આપણને કેમ પ્રેરે છે, તેની સુગંધ આપણને અંદરથી કેમ પ્રેરણા આપે છે."

તેમણે આસપાસ જોયું, તેમનો અવાજ કોમળ હતો. "મૃત્યું શય્યાના દર્શન પણ આવા જ હોય છે. વિજ્ઞાન, 'કેવી રીતે' વિષે વર્ણન કરી શકે છે, પરંતુ આહ, 'શા માટે' – એ આત્માનું છે."

અંતિમ આમંત્રણ: આપણે શું જોવાનું પસંદ કરીએ છીએ?

ગુરુજીએ પૂછ્યું કે, "તો જ્યારે સમય આવશે, ત્યારે આપણે શું જોઈશું?" તેમની આંખો ચમકી ગઈ.

તે અંદર તરફ ઝૂકી ગયા, લગભગ ધીમેથી બોલતા, "શું આપણે ફક્ત લુપ્ત થતા મનના કાર્યો જોઈશું? કે પછી આપણે આપણા તરફ પહોંચતા હાથોને, જે ચહેરાઓની આપણે ઝંખના રાખી છે, જે પ્રકાશને આપણે હંમેશા ઓળખીએ છીએ તે ઓળખીશું?"

રૂપાના ગાલ પરથી આંસુ ટપક્યા.

"ગુરુજી," તેણીએ ધીમેથી કહ્યું, "કદાચ આપણે જવાબ જાણવા માટે મૃત્યું ની રાહ જોવાની જરૂર નથી. કદાચ, જો આપણે આપણા મનને શાંત કરીએ, જો આપણે આપણા હૃદયને ખોલીએ, તો આપણે તેને હમણાં પણ અનુભવી શકીએ છીએ."

ગુરુજી હસ્યા, મૌન છતાં કહેતા, "હા, રૂપા." હા.

ગુરુજી પાછળ ઝૂક્યા, શાંતિને પાછી આવવા દીધી. "રૂપા, અંતે, કદાચ ચમત્કાર વિજ્ઞાન કે ભાવના વચ્ચે પસંદગી કરવામાં નથી. ચમત્કાર એ છે કે બંને એક જ રહસ્ય તરફ નિર્દેશ કરે છે - કે પ્રેમ, શ્વાસથી સમાપ્ત થતો નથી, ચેતના, ચેતાકોષોના સંકેતોનું પ્રસારણ કરતાં વધુ હોઈ શકે છે, કે જ્યારે આપણે મરી જઈશું, ત્યારે આપણે અંધકારમાં નહીં પણ પ્રકાશમાં જઈશું."

લાંબા વિરામ પછી, ગુરુજીએ હળવેથી સ્મિત કર્યું. "અને કદાચ, કદાચ... જેમને આપણે ગુમાવ્યા માનતા હતા તેઓ ક્યારેય ગયા નથી. તેઓ ફક્ત આપણા દર્શનની રાહ જોઈ રહ્યા છે."

માર્ટિનાએ પૂછ્યું, "ગુરુજી, વ્યક્તિગત માન્યતાઓ અને સાંસ્કૃતિક સંદર્ભો મૃત્યું નજીક રહસ્યમય મુલાકાતોના અર્થઘટનને કેવી રીતે આકાર આપે છે?"

ગુરુજીની આંખો મીંચાઈ ગઈ. પછી, શાંત શ્વાસ લેતા, તેમણે કહ્યું, "માર્ટિના, કલ્પના કરો કે એક નદી અનેક દેશોમાં વહે છે. દરેક ક્ષેત્રમાં, તેનું નામ અલગ અલગ

હોય છે - ભારતમાં ગંગા, ઇજિપ્તમાં નાઇલ અને દક્ષિણ અમેરિકામાં એમેઝોન. છતાં, તે એક જ પાણી છે, એક જ પ્રવાહ છે, જે ફક્ત અલગ અલગ આંખો દ્વારા જોવામાં આવે છે. મૃત્યું નજીક આપણી રહસ્યમય મુલાકાતો તે નદી જેવી જ છે. અનુભવો સાર્વત્રિક છે, પરંતુ નામો, અર્થઘટન, આપણી વ્યક્તિગત માન્યતાઓ અને સાંસ્કૃતિક પ્રાકૃતિક ચિત્રની માટી દ્વારા રંગાયેલા છે."

તે થોભ્યા, પોતાના શબ્દોને ખરતા પાંદડાની જેમ સ્થિર થવા દીધા.

પ્રકાશની નદી

એજિયન સમુદ્રના ખડકો પર વસેલા એક શાંત ગામમાં, સોફિયા નામની એક વૃદ્ધ સ્ત્રી તેના સાદા પલંગ પર સૂતી હતી, હવામાં ઓલિવ તેલ અને ખારા પાણીની મંદ સુગંધ ફેલાઈ રહી હતી. જેમ જેમ તેનો શ્વાસ ઓછો થતો ગયો અને તેનો પરિવાર એકઠો થઈ ગયો, તેમ તેમ તેણે અચાનક તેની આંખો ખોલી, જે એક સમયે ઉંમરને કારણે ઝાંખી પડી ગઈ હતી, હવે

એક અજાણી દુનિયાની ચમક સાથે પ્રકાશિત થઈ ગઈ. ધ્રૂજતા હાથ સાથે હાથ લંબાવતા, તેના હોઠ પર એક નરમ સ્મિત વળ્યું, તેની નજર કંઈક અદ્રશ્ય પર સ્થિર થઈ ગઈ.

"પ્રકાશનો દેવદૂત," તેણીએ ધીમેથી કહ્યું, તેનો અવાજ નાજુક છતાં વિસ્મયથી ભરેલો હતો. *"મુખ્ય દેવદૂત માઈકલ... તમે મારા માટે આવ્યા છો."*

તેની દીકરી હળવેથી રડી રહી હતી, દુઃખથી નહીં પણ સોફિયાના ચહેરા પરથી પ્રસરી રહેલી અતિશય શાંતિથી, જાણે કે રૂમ પોતે જ દિવ્યતાથી સ્પર્શી ગયો હોય.

દુનિયાથી ઘણા દૂર, ભૂટાનના ધુમ્મસથી ઢંકાયેલા પર્વતોમાં, તેનઝિન નામના એક વૃદ્ધ સાધુ ધ્યાનમાં બેઠા હતા, તેમની અંતિમ ક્ષણો કમળની છેલ્લી પાંખડીની જેમ ખુલી રહી હતી. તેમનો શ્વાસ ધીમો પડી ગયો, છતાં તેમનું મન સ્પષ્ટ રહ્યું. બંધ આંખો સાથે, તેમણે અંદરની વિશાળતામાંથી નીકળતી એક તેજસ્વી તેજનું વર્ણન કર્યું - એક સ્વરૂપ વિનાની તેજસ્વી

હાજરી, જે તેમને ધર્મકાર્યના *સ્પષ્ટ પ્રકાશ તરીકે ઓળખાતા તરફ ધીમેધીમે માર્ગદર્શન આપી રહી હતી.* કોઈ ભય નહોતો, કોઈ વળગી રહેવું નહોતું - ફક્ત એક વિશાળ શાંતિ, જાણે કે તેઓ અસ્તિત્વના માળખામાં, તેમની આસપાસ અને તેમની અંદરના પ્રકાશમાં ઓગળી રહ્યા હતા.

દરમિયાન, નાઇજીરીયાના એક ગામડાના ગરમ, માટીના હૃદયમાં, ઓલુફેમી નામના એક વડીલ એક પ્રાચીન બાઓબાબ વૃક્ષની છાયા નીચે આરામ કરી રહ્યા હતા. તેમનો પરિવાર તેમને ઘેરી રહ્યો હતો, પ્રાર્થનાઓ કરી રહ્યો હતો, તેમના અવાજો પવનના ગડગડાટ સાથે ભળી રહ્યા હતા. જેમ જેમ વિશ્વો વચ્ચેની સરહદ પાતળી થતી ગઈ, ઓલુફેમીનો ચહેરો પ્રકાશિત થયો. તેમણે તેમના પૂર્વજોને જોવાની વાત કરી - તેજસ્વી વસ્ત્રોમાં શણગારેલા ઊંચા, ભવ્ય વ્યક્તિઓ, તેમની આંખો પડદાની બહારથી શાણપણથી ભરેલી હતી. તેઓ તેમના સિવાય બધાને અદ્રશ્ય એવા ઉંબરા પર ઉભા હતા, તેમને ઘરે

બોલાવતા હતા, તેમના અવાજો પૃથ્વીની નાડીમાં વણાયેલા સુમેળભર્યા પડઘા હતા.

અલગ અલગ ભૂમિ. અલગ અલગ ભાષાઓ. અલગ અલગ પ્રતીકો.

છતાં તે બધાની નીચે, એ જ ગહન મુલાકાત - એક તેજસ્વી હાજરી, એક ઇશારો કરતો પ્રકાશ, એક પરિચિત હૂંફ જે સંસ્કૃતિ અને ધર્મના અવરોધોને પાર કરે છે. કેટલાક તેને દેવદૂત કહે છે, અન્ય લોકો સત્યનો સ્પષ્ટ પ્રકાશ, અન્ય લોકો હજુ પણ પ્રિય પૂર્વજોના આત્માઓ છે. પરંતુ સાર યથાવત રહ્યો, જેમ કે એક જ નદી ઘણા કુદરતી દ્રશ્યમાંથી વહે છે, જે વિવિધ નામોથી ઓળખાય છે, છતાં હંમેશા પાણી - શુદ્ધ, શાશ્વત અને જીવન આપનાર.

કદાચ સૌથી મોટું રહસ્ય આ દ્રષ્ટિકોણોના સ્વરૂપોમાં નહીં, પરંતુ માનવતાના હૃદયમાં વણાયેલા સાર્વત્રિક દોરામાં હતું. એવું લાગતું હતું કે, જીવન અને મૃત્યું વચ્ચેના પવિત્ર ઉંબરામાં, આત્માને ભાષા કરતાં વધુ ઊંડી, માન્યતા કરતાં જૂની કંઈક યાદ આવી રહી હતી

- એક મૌન એ જાણીને કે બધા વિભાજનથી આગળ, આપણે બધા એક જ અનંત પ્રકાશનો ભાગ છીએ, ઘરે પાછા ફરી રહ્યા છીએ.

ગુરુજી સહેજ આગળ ઝૂક્યા, તેમનો અવાજ નરમ, આદરણીય સ્વરમાં નીચો થઈ ગયો.

“જુઓ, માર્ટિના, આપણી માન્યતાઓ રંગીન કાચની બારીઓ જેમ કાર્ય કરે છે. દૈવી પ્રકાશ દરેક માટે એકસરખો ચમકે છે, પરંતુ જેમ જેમ તે કાચમાંથી પસાર થાય છે, તે વિવિધ રંગો અને રચનાઓ ધારણ કરે છે. એક ખ્રિસ્તી, સંતો કે દેવદૂતોને જોઈ શકે છે, એક હિન્દુ કૃષ્ણ કે શિવને જોઈ શકે છે અને એક નાસ્તિક, ફક્ત સ્વરૂપ કે ચહેરા વિના પ્રેમ અને શાંતિની જબરજસ્ત હાજરી અનુભવી શકે છે. અનુભવ પ્રકાશ દ્વારા નહીં, પરંતુ આપણા હૃદયના લેન્સ દ્વારા આકાર પામે છે.”

તેમણે પોતાની છાતીને હળવેથી સ્પર્શ કર્યો જાણે અસંખ્ય આત્માઓના પડઘા અનુભવી રહ્યાં હોય.

"આનો અર્થ એ નથી કે એક સાચી છે અને બીજી ખોટી. નદી ઓછી નથી કારણ કે તેને અલગ અલગ નામોથી બોલાવવામાં આવે છે. અનુભવનું હૃદય - જોડાણ, શાંતિ, ઘરે પાછા ફરવાની ભાવના - સમાન છે. તે અંધવિશ્વાસ કરતાં કંઈક વધુ ઊંડી, કંઈક સાર્વત્રિક, આપણા અસ્તિત્વની અભિવ્યક્તિમાં વણાયેલી વાત કરે છે."

કદાચ સૌથી મોટું રહસ્ય એ નથી કે આપણે આ ક્ષણોમાં શું જોઈએ છીએ, પરંતુ તે આપણા વિશે શું પ્રગટ કરે છે - આપણી જમીન, આપણી ભાષાઓ અથવા આપણા જીવન ગમે તેટલા દૂર હોય, આપણે બધા એક જ પવિત્ર પ્રવાહમાંથી ચૂસકી લઈ રહ્યા છીએ.

ઓરડો એક એવી શાંત શાંતિમાં ડૂબી ગયો, જાણે હવા જ પોતાનો શ્વાસ રોકી રહી હોય, સમય, અવકાશ અને માન્યતા દ્વારા દરેક આત્માને જોડતા અદ્રશ્ય તાંતણાઓનું સન્માન કરતી હોય.

ગુરુજી ધીમે ધીમે તેમના આસનમાંથી ઉભા થયા, બુદ્ધ હોલમાં એક ઊંડી શાંતિ છવાઈ ગઈ - એક પ્રકારની શાંતિ જે ગહન અનુભૂતિ પછી આવતી હોય છે. તેમની હાજરી, પવિત્ર મંત્રના અંતિમ સૂરની જેમ, તેઓ દૂર જવા લાગ્યા ત્યારે પણ ટકી રહી, જે દિવસના સત્રના અંતનો સંકેત આપે છે.

એક પછી એક, ભક્તો રાત્રિના આલિંગનમાં પ્રવેશતા ગયા. ઉપરનું આકાશ વિશાળ અને અનંત ફેલાયેલું હતું, તારાઓથી ચમકતું હતું, તેમનો પ્રકાશ ઝડપથી ફરતા વાદળોમાંથી ઝળહળતો હતો. ચંદ્ર, જે આંશિક રીતે છુપાયેલો હતો, તે આશ્રમ પર નરમ ચમક પાડતો હતો, મંદિરના દીવાઓના પ્રકાશ સાથે ભળી ગયો હતો.

પ્રતિબિંબની રાત્રિ

રાત્રિભોજન પછી, કેટલાક ભક્તો આશ્રમના બગીચાઓમાં ફરવાનું પસંદ કરતા હતા, તેમના વિચારો હજુ પણ સત્ર દરમિયાન વહેંચાયેલા જ્ઞાનમાં ડૂબેલા હતા. અન્ય લોકો તેમના ઓરડાઓનો એકાંત

શોધતા હતા, મૌનમાં ચિંતન કરતા હતા. પરંતુ અક્ષય અને અન્ય લોકો માટે, રાત હજુ પૂરી થઈ ન હતી.

આશ્રમના શાંત ખૂણામાં આવેલી આ સગડી, તેમનું પવિત્ર સ્થાન બની ગયું હતું - એક એવી જગ્યા જ્યાં વાતચીત કાચી હતી, જ્યાં સત્ય ખચકાટ વિના બોલવામાં આવતું હતું, અને જ્યાં તેઓ સંવેદનશીલ બની શકતા હતા. જ્વાળાઓ ઝળહળતી હતી, ઠંડી રાત્રિના પવન સામે ગરમ શાલમાં લપેટાયેલા તેમના ચહેરા પર નૃત્ય કરતી છાયા પાડતી હતી.

નીતા સૌથી પહેલા બોલી, તેનો અવાજ વિચારશીલ હતો.

"આજનું સત્ર ખૂબ જ ગહન હતું... ઘણું શીખવા મળ્યું, અને ખૂબ જ સ્પષ્ટતા સાથે."

પદમા અને બીજાઓએ માથું હલાવ્યું, તેમના હાવભાવ ગંભીર હતા. ગુરુજીના શબ્દોનો ભાર હજુ પણ તેમના મન પર ભારે હતો.

વર્તુળની બીજી બાજુથી, અભિરામીનો અવાજ શાંત ગણગણાટમાંથી પસાર થયો.

"આજે કેટલીક વાર્તાઓ... તે ખરેખર હૃદયસ્પર્શી હતી."

તેના શબ્દો રાત્રિની શાંતિમાં પડઘા પાડતા હોય તેવું લાગતું હતું.

તેની સામે, સેમ ગતિહીન બેઠો હતો, તેનું માથું નીચું હતું, તેના ગાલ પરથી આંસુ વહી રહ્યા હતા.

ખચકાટ વગર, એલિસે તેના ખભા પર દિલાસો આપતો હાથ મૂક્યો. તેણીએ કંઈ કહ્યું નહીં - તેણીને કંઈ કહેવાની જરૂર નહોતી. ક્યારેક, હાજરી પૂરતી હતી.

થોડી ક્ષણો પસાર થઈ કે આરનાએ ભવ્યા તરફ ફરીને હળવેથી પૂછ્યું, "પછી શું થયું?"

ભવ્યાએ ધીમે ધીમે શ્વાસ બહાર કાઢ્યો. તેણે આગ તરફ નજર કરી, જ્વાળાઓ આકાશ તરફ વળીને વળી રહી હતી, જે તેના જીવનને એક સમયે તોડી નાખનારા તોફાનનું પ્રતિબિંબ હતું.

"અમે યોજના મુજબ ગામ ગયા. તહેવાર ખૂબ જ સુંદર હતો... પણ મારા દાદાની યાદ મને ક્યારેય છોડતી નહોતી. હું જ્યાં પણ ફરતી, ત્યાં મને તેઓ જોવા

મળતા. મને યાદ આવ્યું કે અમે કેવી રીતે સાથે ફટાકડા ફોડતા, તહેવાર દરમિયાન ચાલતી વખતે તેઓ મારો હાથ પકડીને મારા માટે રમકડાં અને મીઠાઈઓ ખરીદતા... એવું લાગતું હતું કે તેમનું હાસ્ય હજુ પણ હવામાં લટકતું હતું, પણ જ્યારે હું પાછી ફરી ત્યારે તેઓ ત્યાં નહોતા."

તેનો અવાજ ડગમગ્યો, પણ તે ચાલુ રહી.

"બીજા દિવસે, ગામનું ભાગ્ય બદલાઈ ગયું."

ટોળા પર શાંતિ છવાઈ ગઈ.

"હવામાન ખરાબ થઈ ગયું. રેડ એલર્ટ જારી કરવામાં આવ્યું - તૈયારી કરવાનો સમય નહોતો. આકાશ અંધારું થઈ ગયું, વાદળો વધુ ભારે થયા, અને પછી વરસાદ શરૂ થયો. પણ આ અસામાન્ય નહોતું. અમારું ગામ પૂરથી ટેવાઈ ગયું હતું. લોકો સૌથી ખરાબ માટે તૈયારી કરવાનું શીખી ગયા હતા. તે લગભગ એક ધાર્મિક વિધિ હતી: ઘરોને નુકસાન થશે, કેટલાક ધોવાઈ જશે, પણ જીવન ચાલુ રહેશે."

તેણીએ એક ઘૂંટડો ગળ્યો, તેના હાથ મુઠ્ઠીમાં કડક થઈ ગયા.

"પણ તે રાત્રેાા ... વાત અલગ હતી."

"મધ્યરાત્રિએ, અમને એક અનોખી ગર્જના સંભળાઈ. શું થઈ રહ્યું છે તે અમે સમજી શકીએ તે પહેલાં જ, પાણી એક અણનમ શક્તિની જેમ આવ્યું, તેના માર્ગમાં આવતી દરેક વસ્તુને ગળી ગયું. તે પૂર નહોતું - તે કોઈ જાનવર હતું. મેં રડવાનું અને ભયાવહ ચીસો સાંભળી અને પછી - કંઈ જ નહીં."

આગ તરફ જોતી વખતે તેની આંખો ચમકી ગઈ. તેના અંદરના તોફાનને પ્રતિબિંબિત કરતા, અંગારા ફૂટી રહ્યા હતા.

"અમારું ઘર થોડી જ સેકન્ડોમાં પાણીથી ભરાઈ ગયું. મને યાદ છે કે મારા દાદાજી મને ક્યાંક લઈ જઈ રહ્યા હતા, મને સલામત સ્થળે પહોંચાડવાનો પ્રયાસ કરી રહ્યા હતા. અને પછી... અંધારું."

એક ઊંડો શ્વાસ. એક વિરામ.

જ્યારે હું જાગી ગઈ ... બે દિવસ વીતી ગયા હતા. મને કાટમાળમાંથી બહાર કાઢવામાં આવી હતી, નબળી, ઘાયલ, એકલી. મારા હોઠમાંથી નીકળેલા પહેલા શબ્દો હતા -

તેણીએ પોતાના જડબાને ભીંસી નાખ્યું, શ્વાસ સ્થિર કરવાનો પ્રયાસ કર્યો.

"મારા પિતા ક્યાં છે? મારા દાદા ક્યાં છે?"

મૌન.

"કોઈએ મને જવાબ આપ્યો નહીં. કોઈ મને જવાબ આપી શક્યું નહીં."

તેણીએ આકાશ તરફ જોયું જાણે કંઈક શોધી રહી હોય.

"હું અજાણ્યાઓથી ઘેરાયેલી હતી. મારું ઘર, મારું ગામ... ગયું. મારો પરિવાર... ગયો."

પદમાએ ધીમેથી હાંફીને પોતાનો હાથ મોં પર દબાવ્યો.

અક્ષતાની આંખો આંસુઓથી છલકાઈ ગઈ.

"પછીથી જ મને ખ્યાલ આવ્યો... મારા પિતા, મારા દાદા, મારો આખો પરિવાર - પૂરમાં નાશ પામ્યો."

આખા જૂથમાં ભારે શાંતિ છવાઈ ગઈ. આગ પણ શાંત થઈ ગઈ હોય તેવું લાગતું હતું.

ભવ્યાએ આંખો બંધ કરી જાણે તે દિવસોના ખાલીપણાને ફરી જીવી રહી હોય.

"જ્યારે હું મુસાફરી કરવા માટે પૂરતી સ્વસ્થ થઈ, ત્યારે હું શહેરમાં પાછી ફરી. પણ ઘર... ઘર હવે ઘર નહોતું."

તેણીએ ધ્રુજતો શ્વાસ લીધો, તેનો અવાજ હવે ફફડાટ જેવો હતો.

"ઘરમાં શાંતિ હતી. કોઈ હાસ્ય નહોતું, કોઈ અવાજો નહોતા, જે મારું નામ લેતા હતા, કોઈ પગલાઓનો અવાજ ઓસરીમાં ગુંજતો નહોતો. તે ખાલી જેલમાં રહેવા જેવું હતું - એક એવી જગ્યા જ્યાં યાદો દરેક ખૂણામાં સતાવતી હતી, પરંતુ જે લોકો તેમને બનાવતા હતા તે ન હતા."

એક આંસુ તેના ગાલ પરથી સરી પડયું.

“મને એક બોજ જેવું લાગવા લાગ્યું. એક એવો ભાર જે હું ઉપાડી ન શકી. મને ગુસ્સો આવવા લાગ્યો - કુદરત પર, ભાગ્ય પર અને જીવન પર પણ. મેં મારી દાદીને દોષ આપ્યો - તેમણે ગામ છોડવાની ના કેમ પાડી? જો તેમણે હા પાડી હોત, તો શું પરિસ્થિતિ અલગ હોત? મેં નદીને દોષ આપ્યો, એ જ પાણી જેણે એક સમયે આપણને જીવન આપ્યું હતું પણ હવે મારી પાસેથી બધું છીનવી લીધું છે. પણ મોટાભાગે... મેં મારી જાતને દોષ આપ્યો.”

તેણીએ તેના મિત્રોના ચહેરા તરફ આસપાસ જોયું, તેનો અવાજ કર્કશ હતો.

“મને સમજાતું નહોતું કે આપણને પ્રેમ કરનારા લોકો કેમ મરવા પડે છે? આપણે એવા લોકોને કેમ ગુમાવવા પડે છે જેઓ આપણા માટે સૌથી વધુ મહત્વ ધરાવે છે? આ પ્રશ્ને મને બરબાદ કરી દીધી. તેણે મને મૂંઝવણના સમુદ્રમાં ધકેલી દીધી, જ્યાં કોઈ જવાબો નહોતા... ફક્ત દુઃખ હતું.”

એક લાંબી શાંતિ છવાઈ ગઈ. દૂરથી આવતા તરવૈયાઓના કિલકિલાટ, આગના કર્કશ અવાજ અને રાત્રિના પવનનો ક્યારેક ક્યારેક અવાજ, ફક્ત એક જ અવાજ હતો.

સભાના છેડે ઊભેલા કિરણે આખરે વાત કરી, તેનો અવાજ સૌમ્ય હતો.

"બહુ મોડું થઈ ગયું છે... આપણે કાલના સત્ર માટે આરામ કરવો જોઈએ."

એક પછી એક, ટોળું ધીમે ધીમે વિખેરાઈ ગયું. પણ ભવ્યાના શબ્દોનું વજન તેમને છોડતું ન હતું.

નીતા તેના આશ્રયસ્થાનમાં પાછી ફરી, ત્યારે તેને આ વાર્તા તેના હૃદયમાં ઊંડા ઉતરતી અનુભવાઈ. પીડા, પ્રશ્નો, મૌન - આ બધું તેની અંદર પડઘાતું હતું.

આજે રાત્રે ઊંઘ સરળતાથી નહીં આવે.

વિભાગ 3

ભૌતિક ક્ષેત્રની બહારનું જીવન

"ભૌતિક ક્ષેત્રની બહારનું જીવન કોઈ દૂરનું સ્થાન નથી, પરંતુ અસ્તિત્વની એક સ્થિતિ છે - જ્યાં આત્મા શરીરની મર્યાદાઓને છોડી દે છે અને અસ્તિત્વના અનંત સત્યોમાં વિસ્તરે છે."

-શ્રી શામબવ

પ્રકરણ ૭

મૃત્યું પછી તરત જ શું થાય છે?

"મૃત્યું એ અંત નથી પણ એક સીમા છે - એક એવો માર્ગ જ્યાં આત્માને પ્રકાશ, પ્રેમ અને શાશ્વત શાણપણ દ્વારા સ્વીકારીને જાગૃતિના તેના આગલા તબક્કા તરફ ધીમેધીમે માર્ગદર્શન આપવામાં આવે છે."

– શ્રી શામબવ

સારાંશ

આ પ્રકરણમાં, આપણે વિવિધ આધ્યાત્મિક ઉપદેશો અને પ્રત્યક્ષ અહેવાલોનું અન્વેષણ કરીએ છીએ જેથી શારીરિક મૃત્યું પછી તરત જ આત્માનું શું થાય છે તે શોધી શકાય. ઘણા મૃત્યું નજીકના અનુભવોનું

કેન્દ્રબિંદુ "પ્રકાશની ગુફા"નું દ્રષ્ટિકોણ છે જેને ઘણા લોકો આત્માને શરીરથી દૂર લઈ જતા દિલાસો આપનારા, પરિવર્તનશીલ માર્ગ તરીકે વર્ણવે છે. આપણે આ અનુભવના મહત્વ અને વિવિધ આધ્યાત્મિક સંદર્ભોમાં તેના અર્થઘટનની ચર્ચા કરીએ છીએ. આત્મા માર્ગદર્શકોની ભૂમિકાની પણ તપાસ કરવામાં આવે છે - આ પરોપકારી માણસો જીવનથી મૃત્યું તરફના સંક્રમણમાં કેવી રીતે મદદ કરે છે, માર્ગમાં માર્ગદર્શન અને રક્ષણ આપે છે તેવું માનવામાં આવે છે. "જીવન સમીક્ષા"ની વિભાવનાનો ઊંડાણપૂર્વક અભ્યાસ કરવામાં આવે છે, જ્યાં આત્મા તેની ક્રિયાઓ, પસંદગીઓ અને શીખેલા પાઠોની સ્પષ્ટ સમજ મેળવવા માટે તેના ભૂતકાળના જીવનની સમીક્ષા કરે છે. આ સમીક્ષાને વ્યક્તિગત વિકાસ અને આધ્યાત્મિક ઉત્ક્રાંતિ માટે એક શક્તિશાળી સાધન તરીકે જોવામાં આવે છે. વધુમાં, આપણે વિવિધ આધ્યાત્મિક પરંપરાઓ અને વ્યક્તિગત અહેવાલો, મૃત્યું પછીના તાત્કાલિક પરિણામોનું ચિત્રણ કેવી રીતે કરે છે તે શોધી કાઢીએ છીએ, આ અર્થઘટનમાં સમાનતા અને

તફાવતોને ધ્યાનમાં લેતા. આ અહેવાલો દ્વારા, આ પ્રકરણ મૃત્યું પછી આત્માની યાત્રામાં ઊંડી આંતરદૃષ્ટિ પ્રદાન કરે છે, મુક્તિ, શિક્ષણ અને સંક્રમણની પ્રક્રિયા પર પ્રતિબિંબને આમંત્રણ આપે છે.

કાંચીપુરમમાં પવિત્ર પરોઢ

કાંચીપુરમની વહેલી સવાર હળવા ઝરમર વરસાદથી છવાઈ ગઈ હતી, વરસાદના ટીપાં પૃથ્વીને હળવેથી ચુંબન કરી રહ્યા હતા, અને એક સુગંધ છોડી રહ્યા હતા જે ચમેલી, ચંદન અને ભીની માટીની સુગંધ સાથે ભળી ગઈ હતી. પ્રાચીન શહેરની આસપાસ એક રહસ્યમય ધુમ્મસ છવાઈ ગયું હતું, જાણે સ્વર્ગ જાગતી દુનિયાને રહસ્યો કહી રહ્યું હોય.

અક્ષય અને અન્ય ભક્તો, મંદિરના માર્ગો પર શાંતિથી ચાલતા હતા, તેમના પગલાં પ્રકૃતિના લયબદ્ધ અવાજ સાથે ભળી રહ્યા હતા - પક્ષીઓનો કિલકિલાટ, પાંદડાઓનો ખડખડાટ, અને ક્યારેક ક્યારેક દૂર મંદિરના ઘંટનો અવાજ. ઠંડો અને તીવ્ર પવન,

મંદિરના તળાવમાંથી ખીલેલા કમળના ફૂલોની સુગંધ લઈને, ગર્ભગૃહમાંથી વહેતી ધૂપની, પવિત્ર સુગંધ સાથે ભળી રહ્યો હતો.

જેમ જેમ તેઓ ચાલતા ગયા, તેમ તેમ ભજન હોલ, આત્માને ઉત્તેજિત કરનારા સૂરોથી જીવંત થઈ ગયો. એક ખૂણામાંથી, "ઓમ" ના જાપનો ઊંડો, ગુંજતો અવાજ સંભળાયો, જે હવાને લગભગ આકાશી કંપનથી ભરી રહ્યો હતો. હવા પોતે જ ઊર્જાથી ગુંજતી હોય તેવું લાગતું હતું, જાણે બ્રહ્માંડ પોતે સાંભળવા માટે થોભી ગયું હોય. બીજા છેડેથી, ભક્તોના મધુર અવાજો સ્તોત્રો ગાતા હતા, તેમની ભક્તિ દરેક ઉચ્ચારણમાંથી વહેતી હતી, દિવ્ય હાજરીના સમુદ્રમાં પ્રવાહોની જેમ ભળી ગઈ હતી.

મંદિરની ઓસરીમાં આવેલા ઉંચા વૃક્ષો ધીમેથી હલતા હતા, તેમની ડાળીઓ પવનના લયમાં નૃત્ય કરતી હતી. સવારના ઝરમર વરસાદથી ચુંબન પામેલા પાંદડાઓ સુંદર રીતે નીચે તરતા હતા, પવનને શરણાગતિ આપતા હતા, જેમ કે અસ્થાયીતાના નાના

સંદેશવાહકો. સૂર્યપ્રકાશના પ્રથમ કિરણો, હજુ પણ શરમાળ, ક્ષિતિજમાંથી ડોકિયું કરતા હતા, ધીમે ધીમે ધુમ્મસમાં પ્રવેશવાનો પ્રયાસ કરતા હતા, પવિત્ર ભૂમિ પર એક અલૌકિક ચમક ફેલાવતા હતા.

આશ્રમની પેલે પારનું ગામ પણ જાગી રહ્યું હતું. દૂરથી, તેઓ દરવાજાઓમાં દીવા ઝબકતા અને સ્ત્રીઓ તેમના ઉંબરા પર જટિલ કોલમ દોરતા જોઈ શકતા હતા, જે બીજા એક ધન્ય દિવસની શરૂઆત દર્શાવે છે. મંદિરના ઘંટ અને શંખનો મંદ અવાજ હવામાં સંભળાતો હતો, જે સવારની પહેલી પ્રાર્થનાનો સંકેત આપે છે. આખું દ્રશ્ય દિવસની શરૂઆત જેવું ઓછું અને એક પવિત્ર તૈયારી જેવું વધુ લાગ્યું - જીવનનો જ એક ઉત્સવ.

સવારની પ્રતિબિંબ વિધિ

થોડા સમય પછી, ઝરમર વરસાદ નરમ ધુમ્મસમાં ઓગળી ગયો, અને અક્ષય અને અન્ય લોકો કોફી કાઉન્ટર તરફ ગયા, જે એક મોટા પીપળાના ઝાડ નીચે એક સાદી લાકડાની દુકાન હતી. તાજી બનાવેલી

ફિલ્ટર કોફીની સુગંધ હવામાં ભરાઈ ગઈ, ભીની માટીની સુગંધ સાથે ભળી ગઈ.

સવારની ઠંડી સામે તેમના હાથમાં રહેલા કોફીના કપની હૂંફ આરામદાયક લાગતી હતી. સોનેરી-ભૂરા ફીણ નૃત્ય કરી રહ્યા હતા કારણ કે તેઓ ધીમે ધીમે તેમના કપને ફેરવતા હતા, ધીમે ધીમે ઘૂંટડા લેતા હતા, કડવાશ અને મીઠાશને તેમની જીભ પર એકીકૃત રીતે ભળી જવા દેતા હતા - જીવનની દ્વંદ્વતાની જેમ.

થોડી ક્ષણો મૌનમાં પસાર થઈ, દરેક વ્યક્તિ પોતાના વિચારોમાં ખોવાઈ ગઈ.

"ગઈકાલનું સત્ર... તે ખૂબ જ ગહન હતું," અક્ષયાએ આખરે પોતાનો કપ નીચે મૂકતા કહ્યું.

બીજાઓએ માથું હલાવ્યું, તેમના હાવભાવ વિચારશીલ હતા. ગયા દિવસના પ્રવચનમાં તેમના અનુત્તરિત પ્રશ્નો અને સ્પષ્ટતાના જરૂરી વિચારો હતા.

તેઓ બ્રિંદાવન ગાર્ડન તરફ આગળ વધ્યા, આશ્રમની અંદર એક શાંત જગ્યા જ્યાં ખીલેલા ફૂલો અને હળવો

પવન તેમને ચિંતન માટે એક સંપૂર્ણ મંદિર બનાવતો હતો. અહીં, જીવંત લીલોતરી અને સુગંધિત ફૂલો વચ્ચે, તેઓ એક વર્તુળમાં બેઠા, ચર્ચા કરતા, પ્રશ્નો પૂછતા અને ગુરુજીના ઉપદેશોની તેમની સમજને વધુ ગાઢ બનાવતા.

વાતચીત સહેલાઈથી ચાલી - આંતરદૃષ્ટિની આપ-લે થઈ, શંકાઓનું નિરાકરણ આવ્યું, અને સવારના સૂર્યની જેમ અનુભૂતિની ક્ષણો ઉગી નીકળી.

જેમ જેમ ચર્ચાઓ પૂરી થતી ગઈ, ભક્તો ધીમે ધીમે વિખેરાઈ ગયા, દિવસના સત્રની તૈયારી માટે તેમના આશ્રય સ્થાનો પર પાછા ફર્યા.

પડદાની બહારની યાત્રા

આકાંક્ષે પૂછ્યું, "ગુરુજી, મૃત્યું પછી તરત જ શું થાય છે?"

ગુરુજી એક ક્ષણ માટે શાંતિથી બેઠા, તેમની આંખોમાં અસ્ત થતા સૂર્યના સોનેરી રંગો પ્રતિબિંબિત થઈ રહ્યા

હતા. પ્રશ્ન શાંત હવામાં પવિત્ર સૂરજની જેમ ફેલાઈ રહ્યો હતો. પછી, હળવા શ્વાસ સાથે, તેમણે બોલવાનું શરૂ કર્યું, "મૃત્યું પછી તરત જ શું થાય છે?" તેમણે પુનરાવર્તન કર્યું, તેમની નજર દૂર, જાણે દૃષ્ટિની બહારના ક્ષેત્રમાં ડોકિયું કરી રહી હોય. "આ પ્રશ્ન માનવતા જેટલો જ જૂનો છે, દરેક આધ્યાત્મિક પરંપરાના તાણાવાણામાં વણાયેલો છે, પવિત્ર ગ્રંથો દ્વારા કહેવાયો છે, અને પાછળ રહી ગયેલા લોકોના નાજુક હૃદયમાં વહન કરે છે."

તેમણે એક નાનો પથ્થર ઉપાડ્યો, તેને પોતાની આંગળીઓ વચ્ચે વિચારપૂર્વક ફેરવ્યો. "કલ્પના કરો કે જીવન એક નદી જેવું છે," તેમણે કહ્યું, "વિશાળ સમુદ્ર તરફ અવિરત વહેતું. મૃત્યું એ નદીનો અંત નથી, પરંતુ તે ક્ષણ છે જ્યારે તે અનંત સમુદ્રમાં ભળી જાય છે. સ્વરૂપ બદલાય છે, પણ સાર રહે છે."

ભગવદ ગીતા (હિન્દુ ધર્મ)માંથી:

ભગવદ ગીતા અધ્યાય ૨, શ્લોક ૨૨ માંથી શાશ્વત શ્લોક વાંચતા ગુરુજીનો અવાજ વધુ ઊંડો અને શાંત શ્રદ્ધાથી ભરાઈ ગયો:

"જેમ માણસ જૂનાં કપડાં ત્યજીને નવાં પહેરે છે, તેમ આત્મા પણ જૂનાં શરીરનો ત્યાગ કરીને નવું શરીર ધારણ કરે છે."

"હિન્દુ વિચારધારામાં," તેમણે સૌમ્યતાથી શરૂઆત કરી, "આત્મા, અથવા પ્રાણ, શાશ્વત છે- અપરિવર્તનશીલ, અવિનાશી, જન્મ અને મૃત્યું ની પેલે પાર. શરીર ફક્ત એક વસ્ત્ર છે, ક્ષણિક અને નાજુક, જ્યારે આત્મા, સાર છે, દૈવી ચેતનાનો શાશ્વત તણખો."

તેમણે થોભીને જમીન પરથી એક સૂકું પાંદડું ઉપાડ્યું, જે બરડ અને ઝાંખું થઈ ગયું હતું. "આ પાંદડું એક સમયે પવનમાં નાચતું હતું, જીવંત અને લીલું. હવે, તે સુકાઈ ગયું છે, પરંતુ વૃક્ષ - સ્ત્રોત - અસ્પૃશ્ય રહે છે, નવા પાંદડાઓને જીવન આપે છે. એ જ રીતે, આત્મા શરીરથી શરીરમાં ફરે છે, ભૌતિક સ્વરૂપના ક્ષયથી અસ્પૃશ્ય."

ગુરુજી સહેજ આગળ ઝૂક્યા, તેમનો અવાજ નીચો થયો, અને શ્રોતાઓને પવિત્ર રહસ્યમાં ખેંચી ગયા. “વૈદિક શાણપણનું હૃદય, ઉપનિષદ, મૃત્યું પછી આત્માની યાત્રાનું વર્ણન કરે છે. બૃહદારણ્યક ઉપનિષદ ‘ચાંદીની દોરી’ વિશે વાત કરે છે - એક તેજસ્વી દોરો જે આત્માને શરીર સાથે જોડે છે. આ દોરી નાજુક છે, ભૌતિક આંખ માટે લગભગ અદ્રશ્ય છે, પરંતુ તે આત્માને જીવન સાથે બાંધીને રાખે છે. જ્યારે મૃત્યું આવે છે, ત્યારે દોરી તૂટી જાય છે, અને આત્મા મુક્ત થાય છે, જેમ પક્ષી ખુલ્લા પાંજરામાંથી સરકી જાય છે.”

તેમણે થોડીવાર માટે આંખો બંધ કરી, જાણે સંક્રમણની તે જ ક્ષણ જોઈ રહ્યા હોય. “કેટલાક આત્માઓ, ખાસ કરીને જેઓ જાગૃતિ સાથે જીવ્યા છે, તેઓ પ્રકાશના માણસો - માર્ગદર્શકો, પૂર્વજો અથવા દૈવી હાજરી - દ્વારા મળે છે જે તેમને બહારના ક્ષેત્રમાં શોધ ખોળ કરવામાં મદદ કરે છે. આ ફક્ત પૌરાણિક કથા નથી. આધુનિક મૃત્યું નજીકના અનુભવો પણ આ વર્ણનોનો પડઘો પાડે છે. લોકો, તેજસ્વી વ્યક્તિઓ દ્વારા સ્વાગત

કરવામાં આવે છે, શાંતિ, પ્રેમ અને સંબંધની અતિશય ભાવના અનુભવે છે તેની વાત કરે છે."

ગુરુજીનો અવાજ નરમ અને વધુ ગહન બન્યો. "પરંતુ દરેક આત્મા આ પ્રકાશને તરત જ ઓળખી શકતો નથી. ગરુડ પુરાણમાં, એવું કહેવામાં આવ્યું છે કે આત્મા તેના કાર્યો - તેના કર્મો - ની છાપ વહન કરે છે જે મૃત્યું પછી તેના અનુભવોને આકાર આપે છે. કેટલાક આત્માઓ સરળતાથી ઉચ્ચ ક્ષેત્રો તરફ આગળ વધે છે, જ્યારે અન્ય, આસક્તિઓથી બંધાયેલા, મૂંઝવણમાં રહે છે, દુનિયા વચ્ચે ફસાયેલા રહે છે."

તેમણે બાજુમાંથી એક નાનો દીવો ઉપાડ્યો, તેની જ્યોત ધીમેથી ટમટમતી હતી. તેમણે કહ્યું, "કલ્પના કરો કે આ જ્યોત આત્મા છે. દીવો તૂટી શકે છે, પણ જ્યોતને બીજા વાસણમાં બદલી શકાય છે. મૃત્યું , એ જ્યોતને બુઝાવવાનું નથી; તે ફક્ત દીવો બદલવાનું છે."

ગુરુજીએ આસપાસ જોયું, તેમની આંખો એક સૌમ્ય, કાલાતીત જ્ઞાનથી ભરાઈ ગઈ. "આ યાત્રા ડરવા જેવી

નથી. કારણ કે અસ્તિત્વના સ્તરો નીચે, જન્મ અને મૃત્યું ના ચક્રોથી આગળ, આત્મા અસ્પૃશ્ય રહે છે - શાશ્વત, તેજસ્વી, અનંત સાથે એક."

ખ્રિસ્તી ધર્મ:

ગુરુજી થોભ્યા, તેમના શબ્દોનું વજન પવિત્ર સ્તુતિ પછીના મૌનની જેમ શાંત થવા દીધું. તેમની નજર નરમ પડી ગઈ, જેમાં શાણપણ અને કરુણા બંને પ્રતિબિંબિત થયા, જેમ જેમ તેઓ આગળ વધતા ગયા, તેમનો અવાજ શાંત શ્રદ્ધાથી રંગાયેલો હતો.

"ખ્રિસ્તી પરંપરાઓમાં," તેમણે નરમાશથી કહ્યું, "જીવન અને મૃત્યું વચ્ચેના ઉંબરે ઊભા રહેલા લોકોના અસંખ્ય અહેવાલો છે, જે 'પ્રકાશની ગુફા' તરીકે ઓળખાતી ઘટનાનું વર્ણન કરે છે. આ ફક્ત કાવ્યાત્મક કલ્પના નથી - તે સંસ્કૃતિઓ અને યુગોમાં વારંવાર થતો અનુભવ છે, જ્યાં વ્યક્તિઓ એક સર્વવ્યાપી, તેજસ્વી પ્રકાશ તરફ ખેંચાયાની વાત કરે છે. પરંતુ આ પ્રકાશ ફક્ત તેજ નથી; તે એક ગહન, બિનશરતી પ્રેમ,

પૃથ્વીની તુલનાથી આગંળની હૂંફથી ભરેલો છે. તે આત્માને ધીમેથી ખેંચે છે, બળથી નહીં, પરંતુ પોતાનાપણાની અનિવાર્ય ભાવનાથી - જાણે આત્મા એવા ઘરમાં પાછો ફરી રહ્યો છે, જેને તે ક્યારેય ભૂલી ગયો હતો તે જાણતો ન હતો."

તે ફરી થોભ્યા, તેમની આંગળીઓએ તેમની પ્રાર્થના કરવાની માળાને હળવેથી સ્પર્શ કરી, પછી ચાલુ રાખ્યું,

"લુકની સુવાર્તામાં, જ્યારે ઈસુ વધસ્તંભ પર લટકતા હતા, ત્યારે તેમણે તેમની બાજુમાં બેઠેલા પસ્તાવો કરનાર ચોર તરફ ફરીને કહ્યું, 'હું તને સાચે જ કહું છું, આજે તું મારી સાથે સ્વર્ગમાં હશે.' (લુક ૨૩:૪૩) આ શક્તિશાળી વચન મૃત્યું પછી તાત્કાલિક માર્ગ સૂચવે છે, વિલંબિત નહીં, દૂર નહીં - દૈવી કૃપાના આલિંગનમાં ત્વરિત પસાર થવું. એવું લાગે છે કે, મૃત્યું સમયે, આત્મા શ્વાસ કરતાં પાતળા પડદામાંથી પસાર થાય છે, જે ભય દ્વારા નહીં, પરંતુ પ્રેમ દ્વારા માર્ગદર્શન આપે છે.

ગુરુજી સહેજ આગળ ઝૂક્યા, તેમનો અવાજ નરમ પડ્યો અને તેમના શ્રોતાઓને ભાવનામાં નજીક લાવ્યા. "અને પછી જીવન સમીક્ષા આવે છે - એક અનુભવ જે પ્રાચીન શાસ્ત્રો અને આધુનિક મૃત્યું નજીકની જુબાનીઓ, બંનેમાં વર્ણવવામાં આવ્યો છે. પરંતુ અહીં ગહન સત્ય છે: તે ન્યાયરૂમ નથી જ્યાં આત્મા ન્યાયાધીશ સમક્ષ મુકદ્દમામાં ઉભો રહે છે. કોઈ ઘા નથી, કોઈ કડક ચુકાદો નથી. તેના બદલે, તે એક અરીસા સામે ઊભા રહેવા જેવું છે જે ચહેરાને નહીં પણ હૃદયને પ્રતિબિંબિત કરે છે. આત્મા દયાના દરેક કાર્યને, પ્રેમમાં બોલાયેલા દરેક શબ્દને ફરીથી જીવે છે - પણ તેના કઠોર શબ્દોની લહેરોને, તે અજાણતા પેદા થયેલી પીડાને પણ અનુભવે છે. છતાં આ પડછાયાઓનો સામનો કરવામાં પણ, કોઈ નિંદા નથી - ફક્ત કરુણાની એક જબરજસ્ત હાજરી, જાણે પ્રકાશ પોતે જ ધીમેથી કહે છે, 'જુઓ, શીખો, વધો.'"

તેમનો અવાજ કોમળ બન્યો, તેમની આંખો અકથિત સમજણની ઊંડાઈથી ચમકી રહી હતી. "કલ્પના કરો કે તમે લાંબી, ઠંડી રાત પછી ગરમ સૂર્ય નીચે ઊભા છો.

સૂર્ય હિમને સજા કરતો નથી; તે ફક્ત તેને પીગાળી દે છે. આત્માના જીવનની સમીક્ષા આ પ્રમાણે છે - પ્રકાશ બધું જ પ્રગટ કરે છે, પરંતુ શરમજનક નહીં. તે આત્માની ઉત્ક્રાંતિને રુઝાવવા, જાગૃત કરવા અને માર્ગદર્શન આપવા માટે પ્રગટ કરે છે."

પછી તે શાંત થઈ ગયા, અવકાશની પવિત્ર શાંતિ તેમના શબ્દોને એક નાજુક, સુંદર જ્યોતની જેમ પકડી રાખતી હતી.

બૌદ્ધ ધર્મ (તિબેટીયન બુક ઓફ ધ ડેડ):

"બૌદ્ધ ઉપદેશોમાં," તેમણે સૌમ્યતાથી શરૂઆત કરી, "ખાસ કરીને તિબેટી પરંપરામાં, એક ગહન ગ્રંથ છે જેને બાર્ડો થોડોલ અથવા તિબેટીયન બુક ઓફ ધ ડેડ તરીકે ઓળખવામાં આવે છે. આ પવિત્ર ગ્રંથ મૃત્યું પામેલા લોકો માટે માર્ગદર્શિકા અને જીવંત લોકો માટે નકશા બંને તરીકે કામ કરે છે, જે મૃત્યું અને પુનર્જન્મ વચ્ચેના અવકાશમાં આત્મા દ્વારા કરવામાં આવતી

સફરને પ્રકાશિત કરે છે - એક ક્ષેત્ર જેને બાર્ડો તરીકે ઓળખવામાં આવે છે."

તેમણે થોભીને તે નામને દૂરના ઘંટના નરમ અવાજની જેમ હવામાં લંબાવવા દીધું, પછી આગળ કહ્યું, "બાર્ડો ફક્ત એક સ્થળ નથી; તે ચેતનાની સ્થિતિ છે - મન દ્વારા જ આકાર પામેલ એક તેજસ્વી, બદલાતું કુદરતી દ્રશ્ય. બે વિશ્વોની વચ્ચે ઊભા રહેવાની કલ્પના કરો, જ્યાં સમય, શરીર અને ઓળખની પરિચિત સીમાઓ ઓગળી જાય છે. આ અવકાશમાં, આત્માને આબેહૂબ દ્રષ્ટિકોણો મળે છે - ચમકતા પ્રકાશ, શાંત કરુણા ફેલાવતા શાંતિપૂર્ણ દેવતાઓ અને ક્રોધિત, ભયાનક સ્વરૂપો પણ. પરંતુ અહીં ગહન શિક્ષણ રહેલું છે: આ બાહ્ય જીવો નથી જે રીતે આપણે કલ્પના કરી શકીએ છીએ. તેઓ અરીસાઓ છે, આપણી પોતાની ચેતનાના પ્રતિબિંબો છે, આપણા સૌથી ઊંડા ભય, ઇચ્છાઓ, શાણપણ અને અજ્ઞાનના કાચા અંદાજો છે."

ગુરુજીના હાથ હવામાં અદ્રશ્ય પ્રવાહોને અનુસરતા હોય તેમ ધીમેથી હલતા હતા. "પ્રબુદ્ધ લોકો માટે -

જેમણે જીવન દરમિયાન જાગૃતિ અને સૂઝ કેળવી છે - આ દ્રષ્ટિકોણો ખરેખર શું છે તેજ રીતે ઓળખાય છે: ભ્રમ, મનના વિશાળ, અપરિવર્તનશીલ આકાશની સામે વાદળો જેવા. તેઓ ચમકતા પ્રકાશ, દિલાસો આપતી આકૃતિઓ અને ભયાનક આકારો દ્વારા જુએ છે, સમજે છે કે આમાંથી કોઈપણ દેખાવ અંતિમ વાસ્તવિકતા ધરાવતો નથી. આ માન્યતા સાથે મુક્તિ આવે છે - જન્મ અને મૃત્યું ના ચક્રમાંથી મુક્તિ, જેને સંસાર તરીકે ઓળખવામાં આવે છે."

તેમની નજર કોમળ બની ગઈ, કરુણા અને ગુરુત્વાકર્ષણ બંનેથી ભરેલી. "પરંતુ જેઓ હજુ પણ આસક્તિ, ભય અથવા અજ્ઞાનથી બંધાયેલા છે, તેમના માટે બાર્ડો દ્વારા મુસાફરી મૂંઝવણભરી હોઈ શકે છે. દ્રષ્ટિકોણોને ક્ષણિક અંદાજો તરીકે ઓળખવાને બદલે, તેઓ તેમને વળગી રહે છે - જે પરિચિત લાગે છે તેના માટે પહોંચે છે, જે ભયાનક લાગે છે તેનાથી ભાગી જાય છે. આ વળગી રહેવું ગતિ બનાવે છે, આત્માને બીજા જન્મ તરફ, બીજા જીવન તરફ ખેંચે છે, જે

આગળ ધપાવવામાં આવેલા કર્મની છાપ દ્વારા આકાર પામે છે."

તે થોભ્યા, તેમના શબ્દો પછીના મૌનમાં હળવેથી આરામ કરતા હતાં, પછી ધીમેથી ઉમેર્યું, "તેને સ્વપ્ન જેવું માનો. જો, સ્વપ્ન જોતી વખતે, તમને ખ્યાલ આવે કે તે એક સ્વપ્ન છે, તો તમે મુક્ત છો. તમે ડર્યા વિના અવલોકન કરી શકો છો, એ જાણીને કે કંઈપણ તમને ખરેખર નુકસાન પહોંચાડી શકે નહીં. પરંતુ જો તમે ભૂલી જાઓ છો, તો સ્વપ્ન વાસ્તવિક લાગે છે. તમે રાક્ષસોથી ભાગી જાઓ છો, ખોવાયેલા પ્રેમ માટે પીડાઓ છો, અને ફક્ત એક ભ્રમમાં ફસાયેલા અનુભવો છો. બાર્ડો એ અંતિમ સ્વપ્ન છે - જીવન વચ્ચેનું સ્વપ્ન. જાગૃત લોકો તેમાંથી પસાર થાય છે. જાગૃત લોકો તેમાં ખોવાઈ જાય છે."

ગુરુજીનો અવાજ શાંત થઈ ગયો જાણે કોઈ પવિત્ર રહસ્ય કહી રહ્યાં હોય, "આ જ કારણ છે કે તિબેટી બૌદ્ધો મૃત્યું માટે ભયથી નહીં, પરંતુ સભાનતાથી તૈયારી કરે છે. તેઓ અસ્થાયીતા પર, મનના સ્વભાવ પર, કરુણા

પર ધ્યાન કરે છે - જેથી જ્યારે મહાન સંક્રમણ આવે, ત્યારે તેઓ યાત્રા માટે અજાણ્યા ન રહે. તેઓ બાર્ડોને અરીસા તરીકે ઓળખશે અને, તેમના માર્ગદર્શક તરીકે શાણપણ સાથે, ભ્રમમાંથી મુક્તિના અનંત પ્રકાશમાં પ્રવેશ કરશે."

ત્યારબાદ જે શાંતિ હતી તે ખાલી નહોતી. તે સંપૂર્ણ હતી - આશ્ચર્ય, ચિંતન અને બહાર શું છે તેના મહાન રહસ્ય પર વિચાર કરતા આત્માઓની શાંત ઉત્તેજનાથી ભરેલી.

સૂફીવાદ (ઇસ્લામિક રહસ્યવાદ):

ગુરુજીનો અવાજ નરમ પડ્યો, એક ગીતાત્મક, લગભગ સંગીતમય ગુણવત્તા ધારણ કરી, જાણે તેમની આસપાસની હવા પ્રાચીન કવિતાનો લય વહન કરતી હોય. "સૂફી રહસ્યવાદમાં," તેમણે શરૂઆત કરી, તેમના શબ્દો સૌમ્ય પ્રવાહની જેમ વહેતા હતા, "મૃત્યું ને અંત તરીકે જોવામાં આવતું નથી, પરંતુ પ્રિયતમ તરફ એક પવિત્ર ઘરે પાછા ફરવા તરીકે જોવામાં

આવે છે, જે દૈવી સ્ત્રોતમાંથી આપણે બધા બહાર આવીએ છીએ. તે વિદાય નથી પણ પુનઃમિલન છે."

તે થોભ્યા, પછી ધીમેથી બોલ્યા, પવિત્ર રેશમની જેમ તેમની જીભમાંથી શબ્દો સરી પડ્યા:

'દુઃખ ન કરો. તમે જે કંઈ ગુમાવો છો તે બીજા સ્વરૂપમાં આવે છે.'

"આ મહાન સૂફી કવિ જલાલુદ્દીન રૂમીના શબ્દો છે, જેમના શ્લોકો અજાણ્યાના અંધકારમાં આત્માઓને માર્ગદર્શન આપતા ફાનસ જેવા છે. સૂફી માટે, આત્મા એક અલગ, અલગ અસ્તિત્વ નથી પરંતુ પાણીનું એક ટીપું છે જે દૈવી પ્રેમના અનંત સમુદ્રમાં ફરી ભળી જવાની ઝંખના રાખે છે."

ગુરુજીની નજર ક્ષિતિજ તરફ એવી રીતે ગઈ જાણે આંખો જે જોઈ શકે તેનાથી આગળ જોઈ રહી હોય. તેમણે આગળ કહ્યું, "મને એક વાર્તા કહેવા દો, ઝૈદ નામના દરવેશની, જે તેમના સરળ જીવન અને ભગવાન પ્રત્યેના અસીમ પ્રેમ માટે જાણીતો હતો. જ્યારે ઝૈદ મૃત્યું શય્યા પર હતો, ત્યારે તેના શિષ્યો

તેની આસપાસ ભેગા થયા, શાંતિથી રડતા હતા. પરંતુ ઝૈદ તેજસ્વી હતો, તેનો ચહેરો આંતરિક પ્રકાશથી ઝળહળતો હતો. તેમણે સૌમ્ય આનંદથી તેમની તરફ જોયું અને હળવેથી કહ્યું, 'તમે કેમ રડો છો? હું નથી જઈ રહ્યો - હું આવી રહ્યો છું.'"

"તેમની અંતિમ ક્ષણોમાં, ઝૈદનો શ્વાસ છીછરો થઈ ગયો, પરંતુ તેમની આંખો પહેલા કરતાં વધુ તેજસ્વી થઈ ગઈ. તેમના હોઠ શાંત પ્રાર્થનામાં હલ્યા, અને પછી, નરમ નિસાસા સાથે, તે મૃત્યું પામ્યા. પાછળથી, તેના નજીકના શિષ્યોમાંના એકે એક સ્વપ્ન વિષે બતાવ્યું: તેમાં, ઝૈદ એક વિશાળ, તેજસ્વી બગીચામાં ઊભો હતો જે પૃથ્વી પર જોવા મળતા કોઈપણ વસ્તુથી વિપરીત હતો. ફૂલો કલ્પના બહારના રંગોથી ચમકતા હતા, અને હવા સંગીતના એક ટુકડાથી કંપતી હતી જે કાનથી સાંભળવામાં આવતી ન હતી પરંતુ આત્માથી અનુભવાતી હતી. ઝૈદ તેજસ્વી માણસોથી ઘેરાયેલો હતો - કદાચ દેવદૂતો, કદાચ અન્ય જાગૃત આત્માઓ - છતાં તેની આંખો ચમકતા પ્રકાશના એક બિંદુ પર સ્થિર હતી. તે ક્ષણે, બધી અલગતા ઓગળી ગઈ. ત્યાં

કોઈ ઝૈદ નહોતું, કોઈ બગીચો નહોતો, કોઈ સ્વપ્ન નહોતું - ફક્ત પ્રિયની શુદ્ધ, અનંત હાજરી હતી."

ગુરુજીનો અવાજ વધુ નરમ થઈ ગયો જાણે સીધો હૃદયને સ્પર્શી રહ્યો હોય.

"આને સૂફીઓ અનાવરણ કહે છે - હક્ક, અંતિમ સત્ય. જીવનમાં, આપણે ઓળખ, ભય, ઇચ્છા અને ભ્રમના અસંખ્ય પડદા પહેરીએ છીએ. સૂફીઓ માટે મૃત્યું , એ આ પડદાઓને એક પછી એક હળવેથી દૂર કરવાનું છે, જ્યાં સુધી દૈવી હાજરીના કાચા, અનંત પ્રકાશ સિવાય કંઈ બાકી ન રહે. કેટલાક તેજસ્વી માણસોને મળવાનું અથવા કુરાનમાં વર્ણવ્યા મુજબ કલ્પનાની બહારના બગીચાઓમાં પોતાને શોધવાનું વર્ણન કરે છે. પરંતુ આ છબીઓની બહાર કંઈક ઊંડું છે: કોઈ સ્થાન નહીં, પરંતુ અસ્તિત્વની સ્થિતિ જ્યાં બધા ભ્રમ ઓગળી જાય છે, અને ફક્ત પ્રેમ જ રહે છે."

તેમણે પોતાના હૃદય પર હાથ મૂક્યો, તેમની આંખો લાગણીથી ચમકી રહી હતી.

"અંતે," તેમણે ધીમેથી કહ્યું, "મૃત્યું એ ડરવાનો પડછાયો નથી પણ પાર કરવાનો ઉંબરો છે. ગુડબાય નહીં પણ આપણે જે ઘરમાંથી ખરેખર ક્યારેય ગયા નથી ત્યાં પાછા ફરવું. આત્મા અદૃશ્ય થતો નથી - તે પ્રગટ થાય છે, જેમ કે એક તરંગ સમુદ્રમાં ફરી ભળી જાય છે જેમાંથી તે જન્મ્યો હતો."

તાઓવાદ:

ગુરુજીનું સ્મિત વધુ ગાઢ, સૌમ્ય અને શાંત બન્યું. "તાઓવાદી શાણપણમાં," તેમણે શરૂઆત કરી, શાંત પ્રવાહ જેવા પ્રવાહી અવાજમાં, "મૃત્યું એ કોઈ દુર્ઘટના નથી, અંત નથી, પરંતુ એક સરળ પરિવર્તન છે - જેમ કે દિવસથી રાત, શિયાળાથી વસંતમાં પરિવર્તન."

તાઓ તે ચિંગ આપણને કહે છે:

'જ્યારે તમને ખ્યાલ આવે છે કે તમે ક્યાંથી આવો છો, ત્યારે તમે સ્વાભાવિક રીતે જ દાદીની જેમ સહિષ્ણુ, નિરુપયોગી, રમુજી અને દયાળુ બનો છો.'

"આપણે કયા સ્થાનથી આવ્યા છીએ? તે કોઈ ભૌતિક સ્થાન નથી. તે તાઓ છે - બધી વસ્તુઓનો નામહીન, નિરાકાર સ્ત્રોત, જીવનનો મહાન પ્રવાહ જે બ્રહ્માંડમાં, નદીઓ અને પથ્થરો દ્વારા, વૃક્ષો અને તારાઓ દ્વારા, તમારા અને મારા દ્વારા ફરે છે."

તે થોભ્યા જાણે શબ્દોને સભાની શાંતિમાં લહેરાવા દેતા હોય. પછી, શાંત શ્વાસ સાથે, તેમણે વાર્તા શરૂ કરી.

"ઘણા સમય પહેલા, પ્રાચીન ચીનમાં, વેઈ નામનો એક નમ્ર ખેડૂત રહેતો હતો. વેઈનું જીવન સરળ હતું: તેના ચોખાના ખેતરોની સંભાળ રાખવી, તેના વૃદ્ધ બળદની સંભાળ રાખવી અને ઋતુઓને, દુનિયાને સતત બદલાતા રંગોમાં રંગતા જોવું. એક દિવસ, તેનો પ્રિય પુત્ર ઘોડા પરથી પડી ગયો અને મૃત્યું પામ્યો. ગામલોકો ભેગા થયા, તેમના આંસુ અને સંવેદનાઓ વ્યક્ત કરી, વેઈ શોકથી ભાંગી પડશે તેવી અપેક્ષા રાખી. પરંતુ વેઈ એક પીચના ઝાડ નીચે શાંતિથી બેઠો,

તેનો ચહેરો શાંત હતો, તેના હાથ તેના ઘૂંટણ પર રાખેલા હતાં."

"એક પાડોશીએ આખરે પૂછ્યું, 'વેઈ, તું કેમ રડતો નથી? શું દુઃખ તારા હૃદયને સ્પર્શ્યું નથી?'"

વેઈએ ઉપર જોયું, તેની નજર પૃથ્વી જેટલી જ સ્થિર હતી, અને જવાબ આપ્યો, "કોણ કહી શકે કે ખરેખર શું સારું છે કે ખરાબ? મારો દીકરો ફક્ત તાઓ પાસે પાછો ફર્યો છે, જેમ પાંદડું માટીમાં પાછું ફરે છે. જેમ વસંત શિયાળાના વિદાય પર શોક કરતી નથી, તેમ હું મારા દીકરાના વિદાય પર શોક કરતો નથી. તે ખરેખર મારો ક્યારેય રાખવા જેવો નહોતો."

ગુરુજીએ વાર્તાને પાંદડાઓમાં પવનના પડઘાની જેમ લંબાવવા દીધી, અને પછી ધીમેથી આગળ કહ્યું, "આ ઉદાસીનતા નથી. આ અસ્તિત્વની પ્રકૃતિ સાથે ઊંડો સુમેળ છે. તાઓવાદમાં, જીવન અને મૃત્યું વિરોધી નથી - તેઓ પરિવર્તનના નૃત્યમાં ભાગીદાર છે. જેમ નદી સમુદ્ર બનવાથી ડરતી નથી, તેમ આત્મા મૃત્યું

થી ડરતો નથી કારણ કે તે ફક્ત ત્યાં જ વહે છે જ્યાં તે હંમેશાથી હતો."

"તાઓ એક મહાન આકાશ જેવું છે. વાદળો આવે છે અને જાય છે, પણ આકાશ અસ્પૃશ્ય રહે છે. આપણે વાદળો છીએ - હંમેશા બદલાતા, સુંદર સ્વરૂપમાં, પણ ક્ષણિક.તાઓ આકાશ છે-વિશાળ, શાશ્વત અને અકબંધ."

ગુરુજીએ તેમના હૃદય પર હળવેથી હાથ મૂક્યો, તેમની આંખોમાં કોમળ શાણપણ પ્રતિબિંબિત થઈ રહ્યું હતું.

"તેથી, જ્યારે સમય આવે, ત્યારે જવા દેવાથી ડરશો નહીં. પીચના ઝાડ નીચે વેઈની જેમ, જાણો કે ખરેખર કંઈ ખોવાઈ જતું નથી. આત્મા અદૃશ્ય થતો નથી - તે પરિવર્તિત થાય છે, તે બદલાય છે, તે વહે છે. તે પાછો ફરે છે, અજાણ્યા તરીકે નહીં, પરંતુ પાણી સમુદ્રમાં પાછું ફરે છે, શ્વાસ પવનમાં પાછો ફરે છે, પ્રકાશ તે સ્ત્રોત તરફ પાછો ફરે છે જ્યાંથી તે જન્મ્યો હતો."

ત્યારબાદ જે શાંતિ છવાઈ ગઈ તે ખાલી નહોતી. તે સંપૂર્ણ હતી - અર્થપૂર્ણ, શાંતિથી ભરેલી, પવન પસાર

થયા પછી પર્વતની શાંતિ જેવી, ફક્ત શાશ્વતનો શાંત ગુંજારવ બાકી રહ્યો.

જૈન ધર્મ:

ગુરુજીનો અવાજ નરમ થઈ ગયો. શાંત ચિંતનથી ભરેલી તેમની આંખો, જાણે તેમના શબ્દોની ગુરુત્વાકર્ષણથી દરેક આત્માને સ્પર્શી રહી હોય તેમ, સભામાં ફેલાઈ ગઈ.

“જૈન ધર્મ,” તેમણે શરૂઆત કરી, તેમના આદરપૂર્ણ સ્વરમાં, “શીખવે છે કે આત્મા - શુદ્ધ, તેજસ્વી, છતાં કર્મના અદ્રશ્ય તાંતણાઓથી બંધાયેલો - ક્યારેય થોભતો નથી, ક્યારેય વિલંબ કરતો નથી. શરીર જે ક્ષણે તેનો અંતિમ શ્વાસ લે છે, આત્મા આગળ વધે છે, જેમ કે એક દ્વારથી બીજા દ્વારમાં પગ મૂકતો મુસાફર. જીવન વચ્ચે કોઈ રાહ જોવાની જગ્યા નથી, કોઈ ખચકાટ નથી, ફક્ત સાતત્યનો અનિવાર્ય પ્રવાહ છે.”

તે થોભ્યા, પછી સહેજ અંદર ઝૂકયા જાણે કોઈ પવિત્ર રહસ્ય બતાવવા જઈ રહ્યા હોય.

“કલ્પના કરો કે પવન દ્વારા વહન કરાયેલ બીજ,” તેમણે ધીમેથી કહ્યું. “જ્યાં પણ તે પડે છે, તે માટી, સૂર્ય કે વરસાદ પસંદ કરી શકતું નથી. છતાં તે પોતાની અંદર ઉગાડવા માટે જરૂરી બધું જ વહન કરે છે - તે શું હતું અને તે શું બની શકે છે તેની સંભાવનાની યાદ. આત્મા તે બીજ જેવો છે. જીવનમાં આપણે જે કર્મો એકઠા કરીએ છીએ - આપણા કાર્યો, વિચારો અને ઇરાદાઓ - તે આપણા અસ્તિત્વના સારમાં કોતરાયેલા છે. જ્યારે આત્મા જાય છે, ત્યારે તે આ કર્મની છાપ વહન કરે છે, અને જ્યાં પણ તેનો પુનર્જન્મ થાય છે, તે બીજ ફૂટશે, પછી ભલે તે સુગંધિત ફૂલો હોય કે કાંટાળા ઝાંખરા જેવા.”

તેમણે તળાવ પરની લહેરોની જેમ છબીને સ્થિર થવા દીધી, અને પછી એક એવી વાર્તા સાથે આગળ વધ્યા જે સમયના તાણાવાણામાંથી વણાયેલી લાગતી હતી.

ગુરુજીએ થોડા સમય પછી કહ્યું, “મને એક વાર્તા કહેવા દો: પ્રાચીન પાટલીપુત્ર શહેરમાં, સૂર્યદત્ત નામનો એક શ્રીમંત વેપારી રહેતો હતો. તેનું જીવન ભવ્યતાથી

ભરેલું હતું - ભવ્ય ઘરો, ભવ્ય મિજબાનીઓ અને અનંત સંપત્તિ. પરંતુ તેનું હૃદય ગૌરવનો કિલ્લો હતું, જે લોભ અને બીજાઓના દુઃખ પ્રત્યે ઉદાસીનતાથી બંધાયેલું હતું. જ્યારે તે મૃત્યું પામ્યો, ત્યારે તેના પરિવારે તેના નામથી કોતરેલા સ્મારકો બનાવ્યા, તેઓ માનતા હતા કે તેનો વારસો ટકી રહેશે. છતાં સૂર્ય દત્તનો આત્મા, બધી ભૌતિક સંપત્તિથી વંચિત, ઝડપથી બીજા જીવનમાં લઈ જવામાં આવ્યો - રાજકુમાર કે વેપારી તરીકે નહીં, પરંતુ દૂરના ગામની ધૂળવાળી શેરીઓમાં એક ગરીબ, અંધ ભિખારી તરીકે."

"તે પોતાનું પાછલું જીવન યાદ રાખી શક્યો નહીં, પણ તેની અંદર, ઘમંડ અને સ્વાર્થના બીજ રહી ગયા. જોકે, ભિખારી તરીકેના જીવનથી તે બીજ નરમ પડ્યા. તેણે ભૂખ, નિર્ભરતા અને નમ્રતાનો અનુભવ કર્યો. અને આ નવા જીવનમાં, તેના અંધત્વ હોવા છતાં, તેણે તેના હૃદયથી જોવાનું શીખ્યો. તેણે તેની પાસે જે થોડું હતું તે અન્ય ભિખારીઓ સાથે શેર કર્યું, બાળકો સાથે નમ્રતાથી વાત કરી, અને સોનામાં નહીં પણ દયામાં શાંતિ મેળવી. જ્યારે તે ફરી એકવાર મૃત્યું પામ્યો,

ત્યારે તેણે જે કર્મના બીજ વહન કર્યા હતા તે કરુણામાં ખીલી ઉઠ્યા, અને તેનો આત્મા અસ્તિત્વની ઉચ્ચ સ્થિતિમાં ઉગ્યો."

ગુરુજીની નજર ભૌતિક જગતના પડદાની પેલે પાર જોતી હોય તેમ દૂર દૂર ગઈ.

"આ જૈન ધર્મનો ગહન પાઠ છે," તેમણે ધીમેથી આગળ કહ્યું. "આપણા કાર્યો ક્ષણિક નથી. તે આપણા આત્માની યાત્રાના શાશ્વત ચાકળામાં વણાયેલા દોરા છે. અંતિમ ધ્યેય આત્માને શુદ્ધ કરવાનું છે, યોગ્ય આચરણ, યોગ્ય જ્ઞાન અને યોગ્ય શ્રદ્ધાની ત્રિપુટી દ્વારા કર્મના ગાઢ સ્તરોને બાળી નાખવાનું છે. જ્યારે આત્મા બધા કર્મ બંધનોથી મુક્ત થાય છે, ત્યારે તે સિદ્ધશિલામાં ચઢે છે - શાશ્વત આનંદની સ્થિતિ, જન્મ અને મૃત્યું ના ચક્રની પેલે પાર, દુઃખની પેલે પાર, સમયની પેલે પાર."

તેમણે પોતાના હાથ હળવેથી એકબીજા સાથે મૂક્યા, આંગળીઓથી સંતુલનની એક સરળ મુદ્રા બનાવી.

"એ અવસ્થામાં," તેમણે ધીમેથી કહ્યું, "આત્મા તેના મૂળ, નિર્દોષ સ્વરૂપમાં ચમકે છે - હીરા જેવો શુદ્ધ,

આકાશ જેવો અનંત, પવન જેવો વજનહીન. હવે પવન દ્વારા વહન કરાયેલ બીજ નથી, પરંતુ પવન પોતે છે - મુક્ત, અનંત, શાશ્વત."

એક સાર્વત્રિક દોરો:

ગુરુજીએ શાંત શ્વાસ લીધો, અને તેમનો અવાજ ઊંચો થાય તે પહેલાં પવિત્ર શાંતિને સ્થિર થવા દીધી, સૌમ્ય છતાં ગહન.

"રણ અને પર્વતોની પેલે પાર, ધમધમતા શહેરો અને શાંત ગામડાઓમાં, તારાઓથી છવાયેલા આકાશ અને મંદિરોના ગુંબજો નીચે, વાર્તાઓ ગુંજતી રહે છે," તેમણે શરૂઆત કરી, તેમની નજર તેમની સામે આશ્ચર્યચકિત આંખોવાળા ચહેરાઓ પર ફરી રહી હતી. "વિવિધ ભાષાઓ, વિવિધ ધાર્મિક વિધિઓ, પણ ધ્યાનથી સાંભળો - અને તમને તે બધામાં વણાયેલો એક જ દોરો સાંભળવા મળશે. એક પ્રકાશ. એક માર્ગદર્શક. જીવનની સમીક્ષા. ઘરે જવાની લાગણી."

તે થોભ્યા, શબ્દોને શાંત પાણીમાં ફેંકાયેલા પથ્થરની જેમ લહેરાવા દીધા.

“હું તમને એક વાર્તા કહું છું,” તેમણે ધીમેથી કહ્યું. “મેક્સિકોના સૂર્યપ્રકાશથી ભરેલા પહાડીઓમાં, ડિએગો નામનો એક નાનો છોકરો રહેતો હતો. સાત વર્ષની નાની ઉંમરે, તે ગંભીર રીતે બીમાર પડ્યો. તેનું નાનું શરીર ગતિહીન થઈ ગયું હતું, છતાં ડિએગોએ પાછળથી એક એવો અનુભવ વર્ણવ્યો જેની કોઈ બાળક કલ્પના પણ ન કરી શકે. તેણે તેના નાજુક સ્વરૂપ ઉપર તરતા રહેવાની વાત કરી, તેની માતાને તેના પલંગ પાસે રડતા જોઈ, તેના આંસુ મૌન પ્રાર્થનાની જેમ પડતા જોયા. પણ પછી - તેણે એક ગુફા જોઈ, જે તેજસ્વી પ્રકાશથી ભરેલી હતી, સૂર્ય કરતાં ગરમ, છતાં માતાના આલિંગન કરતાં નરમ. તે પ્રકાશમાં તેના દાદા ઉભા હતા, જે વર્ષો પહેલા ગુજરી ગયા હતા. તે હસતાં હસતાં, શબ્દોથી નહીં પણ એક લાગણીથી, કંઈક વિશાળ અને પ્રેમાળ તરફ ખેંચાયો.”

ગુરુજીની આંગળીઓ હવામાં હળવેથી ચાલી રહી હતી જાણે કે તેઓ દ્રશ્યનું ચિત્રણ કરી રહ્યા હોય.

"હવે, હજારો માઇલ દૂર, ફિનલેન્ડના બરફથી ભરેલા કુદરતી ક્ષેત્રમાં, લીના નામની એક વૃદ્ધ મહિલાને હૃદયરોગનો હુમલો આવ્યો. તેણીએ પણ પૃથ્વીના કોઈપણ તેજથી વિપરીત પ્રકાશની ગુફા વિશે વાત કરી હતી, અને તે તેજમાં તેની બહેન ઉભી હતી, જેનું દાયકાઓ પહેલા મૃત્યું થયું હતું. લીનાને કોઈ ડર નહોતો, ફક્ત એક જબરદસ્ત શાંતિનો અનુભવ થયો, તેણીએ ક્યારેય જાણ્યા ન હોય તેવા કોઈપણ ઘર કરતાં વધુ પરિચિત જગ્યાએ પાછા ફરવાની અનુભૂતિ."

તે સહેજ આગળ ઝૂકયા, તેમનો અવાજ કોમળ હતો.

"અને પછી, વારાણસીના પવિત્ર મંદિરોમાં, હરિરામ નામના એક વૃદ્ધ પૂજારીએ અંતિમ શ્વાસ લીધા. પરંતુ તેમની અંતિમ ક્ષણોમાં, તેમના હોઠ શાંત સ્મિતમાં ફેરવાઈ ગયા. સાક્ષીઓએ કહ્યું કે તેમણે પ્રકાશના

માણસો દ્વારા માર્ગદર્શન હેઠળ નદી પાર કરવાની વાત કહી, જ્યાં આત્મા શાશ્વત કૃપામાં રહે છે."

ગુરુજીની નજર ઉપર તરફ વળી જાણે કે તે દ્રશ્ય અને અદ્રશ્યને અલગ પાડતા પડદાની પેલે પાર જોઈ રહી હોય.

"વિવિધ સંસ્કૃતિઓ. વિવિધ શ્રદ્ધાઓ. છતાં વાર્તાઓ... નોંધપાત્ર રીતે સમાન. કેટલાક તેને સ્વર્ગ કહે છે. અન્ય લોકો તેને મોક્ષ, નિર્વાણ, ધર્મકાયાનો સ્પષ્ટ પ્રકાશ કહે છે. સૂફી કવિતામાં, તે પ્રિયતમનું આલિંગન છે. તાઓવાદી વિચારમાં, તે શાશ્વત પ્રવાહમાં પાછા ફરવાનું છે."

તે ફરી થોભ્યા, તેમનો અવાજ પવનમાં લહેરાતા પવિત્ર સ્તોત્ર જેવો નરમ પડ્યો.

"પણ કદાચ," તેમણે ધીમેથી આગળ કહ્યું, "જે મહત્વનું છે તે આપણે તેને જે નામ આપીએ છીએ તે નથી, પરંતુ અનુભવ પોતે જ છે - એ ગહન અનુભૂતિ કે આપણે આપણા શરીર નથી, આપણા નામ પણ નથી. આપણે અનંત યાત્રા પર કાલાતીત પ્રવાસીઓ છીએ.

સમુદ્રમાં પાછા ફરતા ટીપાં, જ્યોત સાથે ફરી ભેગા થતા તણખા, જે સમુદ્રમાંથી આવી હતી ત્યાં પાછી વહેતી નદીઓ."

શાંતિ છવાઈ ગઈ, ઊંડી અને પવિત્ર. તે અવાજનો અભાવ નહોતો - તે એક વિશાળ અને શાશ્વત વસ્તુથી ભરેલો અવકાશ હતો, જાણે બ્રહ્માંડ પોતે સાંભળવા માટે થોભી ગયું હોય.

ગુરુજીએ આખરે પોતાના હૃદય પર હાથ મૂક્યો, હવે તેમનો અવાજ ધીમેથી સંભળાયો. "આપણે મૃત્યું થી ડરીએ છીએ કારણ કે આપણે માનીએ છીએ કે તે એક અંત છે. પણ જો તે બિલકુલ અંત ન હોય તો શું? જો તે ફક્ત એક વાર્તાનું આગળનું પ્રકરણ હોય જે ખરેખર ક્યારેય શરૂ થયું ન હોય તો શું... કારણ કે તે હંમેશા ત્યાં હતું, વાદળોની પેલે પાર આકાશની જેમ પ્રગટતું રહેતું હતું?"

તેમણે નાનો પથ્થર ધીમેથી પાછો મૂક્યો. "અને જ્યારે આ જીવનની બહારની યાત્રા ચાલુ રહે છે, ત્યારે તે

અંત નથી, પરંતુ એક વળતર છે - આપણે હંમેશા કોણ હતા તેની યાદ."

અભિલાષાએ પૂછ્યું, "ગુરુજી, આધ્યાત્મિક ઉપદેશો અને પ્રત્યક્ષ અહેવાલો 'પ્રકાશની ગુફા' અનુભવ વિશે શું પ્રગટ કરે છે?"

ગુરુજી, એક ક્ષણ માટે શાંતિથી બેઠા. પછી, શાંત શ્વાસ સાથે, તેમણે બોલવાનું શરૂ કર્યું. "'પ્રકાશની સુરંગ'..." તેમણે મનમાં કહ્યું, જાણે શબ્દોનો સ્વાદ ચાખતા હોય. "જીવન અને મૃત્યું વચ્ચેની પાતળી રેખા પર નૃત્ય કરનારાઓ દ્વારા ઉલ્લેખિત સૌથી ગહન અને સાર્વત્રિક અનુભવોમાંનો એક છે. ખંડોમાં, સદીઓથી, લોકો તેના વિશે સમાન વિસ્મય સાથે વાત કરે છે - જાણે કે તે આત્માના માળખામાં કોતરાયેલી સ્મૃતિ હોય."

તે સહેજ આગળ ઝૂકયા, તેમની નજર દૂર હતી, જાણે તે ભૌતિક જગતની પેલે પાર અદ્રશ્ય ક્ષેત્રોમાં જોઈ રહ્યા હોય.

"હું તમને એક વાર્તા કહું," તેમણે ધીમેથી કહ્યું. "આલ્પ્સની બરફથી ઢંકાયેલી ખીણોમાં વસેલા એક નાના ગામમાં, એલેના નામની એક સ્ત્રી રહેતી હતી. તે એક શાળા શિક્ષિકા હતી, એક સામાન્ય સ્ત્રી જેને આધ્યાત્મિક બાબતોમાં કોઈ ખાસ રસ નહોતો. એક શિયાળામાં, એક દુઃખદ કાર અકસ્માત પછી, એલેનાનું હૃદય થોડી મિનિટો માટે બંધ થઈ ગયું અને પછી તે ફરીથી જીવતી થઈ. પરંતુ તે થોડી મિનિટોમાં, તેણે એક એવો અનુભવ વર્ણવ્યો જે તેણે જીવનમાં ક્યારેય જાણ્યો ન હતો તેના કરતાં વધુ જીવંત હતો."

"તેણીએ પોતાના શરીરને કાટમાળ ઉપર તરતા છોડી દેવાની વાત કરી, એક વિચિત્ર, શાંતિપૂર્ણ અલગતા સાથે દ્રશ્ય જોતી રહી. પછી તેણીને લાગ્યું કે તેણી એક સુરંગ તરીકે વર્ણવેલ ગુફા તરફ - ધીમેધીમે, અનિવાર્યપણે - ખેંચાઈ રહી છે. તે અંધારું નહોતું પણ એક નરમ, તેજસ્વી તેજથી ભરેલું હતું જે બધેથી અને ક્યાંયથી તરત જ આવતું હોય તેવું લાગતું હતું. જેમ જેમ તેણી તેમાંથી પસાર થતી ગઈ, તેણીને શાંતિ, હૂંફ અને પ્રેમની એક અતિશય અનુભૂતિ થઈ - જે તેણી

ક્યારેય જાણતી ન હતી તેના કરતાં વધુ ઊંડી હતી. સુરંગના છેડે એક તેજસ્વી પ્રકાશ હતો, છતાં તે તેની આંખોને નુકસાન પહોંચાડતો ન હતો. તેણીને લાગ્યું કે પ્રકાશ ફક્ત તેની આસપાસ નથી, પરંતુ તેની અંદર છે, જાણે તે તેનો ભાગ બની રહી છે."

ગુરુજીનો અવાજ નરમ બન્યો, શ્રદ્ધાથી છલકાયો.

"એલેના ધાર્મિક નહોતી, છતાં તે આ પ્રકાશ વિશે એવી રીતે વાત કરતી હતી જાણે કે તે તેને સંપૂર્ણપણે જાણતી હોય - તેના આનંદ, તેના દુ:ખ, તેની ખામીઓ - અને તેને બિનશરતી પ્રેમ કરતી હોય. તેણીએ જીવન સમીક્ષાને નિર્ણય તરીકે નહીં પરંતુ સમજણ તરીકે વર્ણવી. તેણીએ તેના કાર્યોના લહેરિયાં પ્રભાવો અનુભવ્યા, તેણીએ આપેલી દયા અને તેણીએ આપેલી પીડા બંને, અપરાધભાવના સ્થાનેથી નહીં પરંતુ ઊંડી કરુણાના સ્થળેથી. પછી તેણીને શબ્દહીન રીતે કહેવામાં આવ્યું કે હવે તેનો સમય નથી. અને તે જાગી ગઈ."

ગુરુજીએ થોભીને વાર્તાને તેમની આસપાસના હૃદયમાં સ્થિર થવા દીધી.

"હવે, નોંધપાત્ર વાત એ છે કે એલેનાની વાર્તા અનોખી નથી. તિબેટીયન બૌદ્ધ ધર્મના પ્રાચીન ગ્રંથોમાં, બાર્ડો થોડોલ, અથવા તિબેટીયન બુક ઓફ ધ ડેડ, મૃત્યું પછી મળેલા 'સ્પષ્ટ પ્રકાશ' વિશે વાત કરે છે - એક તેજસ્વી હાજરી જે મનના સાચા સ્વભાવને પ્રગટ કરે છે. ખ્રિસ્તી ધર્મમાં, મૃત્યું ની નજીક ઘણા અનુભવો આ પ્રકાશને ખ્રિસ્ત અથવા દૈવી દૂતોની હાજરી તરીકે વર્ણવે છે, જે આત્માઓનું ઘરે સ્વાગત કરે છે. ઇસ્લામિક પરંપરાઓ બરઝાખનો ઉલ્લેખ કરે છે, એક અવરોધ જ્યાં આત્માઓ રાહ જુએ છે, ઘણીવાર દૈવી પ્રકાશમાં સ્નાન કરે છે. પ્રાચીન ઇજિપ્તીયન બુક ઓફ ધ ડેડમાં પણ, પ્રકાશના પોર્ટલ દ્વારા આત્માની મૃત્યું પછીના જીવન તરફની યાત્રાના વર્ણન છે."

તેમની આંખો નરમ થઈ ગઈ, શાંત તળાવની સપાટીની જેમ ચમકતી.

"પણ આ સુરંગ શું છે? આ પ્રકાશ શું છે?" તેમણે ધીમેથી પૂછ્યું, જવાબો માંગવા કરતાં પ્રતિબિંબને ઉત્તેજિત કરવા માટે. "કેટલાક વૈજ્ઞાનિકો સૂચવે છે કે તે મગજની ઇજા પ્રત્યેની પ્રતિક્રિયા છે – રસાયણોનું પૂર જે આબેહૂબ આભાસ બનાવે છે. કદાચ તે આંશિક રીતે સાચું છે. પરંતુ શું રસાયણો ઘણા લોકોના અનુભવેલા ગહન પરિવર્તનને સમજાવી શકે છે? એલેના જેવા લોકો બદલાઈ ગયા - મૃત્યું થી ઓછો ડર, વધુ પ્રેમાળ, વધુ હાજર."

ગુરુજીએ કહ્યું, "હું માનું છું કે સુરંગ ફક્ત અવકાશમાંથી પસાર થવાનો માર્ગ નથી, પરંતુ ચેતના દ્વારા જ પસાર થાય છે. આત્માને પાણીના ટીપા તરીકે કલ્પના કરો, જે વિશાળ સમુદ્રથી થોડા સમય માટે અલગ પડેલો છે. મૃત્યું સમયે, સુરંગ, એ પ્રવાહ છે જે તે ટીપાને અસ્તિત્વના સમુદ્રમાં પાછો દોરી જાય છે. પ્રકાશ આપણી બહાર નથી; તે એ છે જે આપણે હંમેશા રહ્યા છીએ - આપણા સાચા, અનંત સ્વભાવનું પ્રતિબિંબ. સુરંગ એ આત્માની જન્મ નહેર છે, આપણે જે રીતે

જાણીએ છીએ તે જીવનમાં નહીં, પરંતુ સ્વરૂપની બહારના જીવનમાં."

તે હળવેથી હસ્યા, તેમના શબ્દો કોમળ પીંછાની જેમ ફૂંકાયા.

"તો, અભિલાષા," તેમણે કહ્યું, "આપણે તેને સુરંગ, રસ્તો કે પુલ કહીએ, તે એક સાર્વત્રિક આમંત્રણ લાગે છે. એક યાદ અપાવે છે કે જ્યારે સમય આવે છે, ત્યારે આપણે અંધકારમાં પડતા નથી - આપણે તે પ્રકાશમાં પાછા ફરી રહ્યા છીએ જેને આપણે ખરેખર ક્યારેય છોડ્યો નથી."

અપેક્ષાએ પૂછ્યું, "ગુરૂજી, મૃત્યું પછી તરત જ આત્માને મદદ કરવામાં આત્મા માર્ગદર્શકો કેવી ભૂમિકા ભજવે છે?"

ગુરૂજી થોડીવાર શાંતિથી બેઠા, અને પછી બોલ્યા, "અપેક્ષા," તેમણે ધીમેથી શરૂઆત કરી, "કલ્પના કરો કે કોઈ બાળક ગાઢ જંગલમાં ખોવાઈ ગયું છે. ઊંચા વૃક્ષો, અજાણ્યા અવાજો, તેની વિશાળતા ભય પેદા

કરી શકે છે. પણ પછી—એક હાથ દેખાય છે. સૌમ્ય, ગરમ, પરિચિત. એક માર્ગદર્શક—બાળકને લઈ જવા માટે નહીં, પરંતુ તેને ઘરના માર્ગની યાદ અપાવવા માટે. મૃત્યું પછી આત્મા માર્ગદર્શકોની આ ભૂમિકા છે."

શાંત જ્ઞાનથી ભરેલી તેમની આંખો તેમની સામે ભેગા થયેલા સચેત ચહેરાઓ પર છવાઈ ગઈ.

"આત્મા શરીર છોડ્યા પછી તરત જ," તેમણે આગળ કહ્યું, "મૂંઝવણ થઈ શકે છે. કલ્પના કરો કે તમે એક આબેહૂબ સ્વપ્નમાંથી જાગી રહ્યા છો, તમે ક્યાં છો તેની ખાતરી નથી, બે વાસ્તવિકતાઓ વચ્ચે લટકતા છો. આત્મા હળવો, બંધનમુક્ત, છતાં દિશાહીન અનુભવે છે. આ તે છે જ્યાં આત્મા માર્ગદર્શકો દેખાય છે - અજાણ્યા તરીકે નહીં, પરંતુ એવા માણસો તરીકે જેમનો સાર ઘર જેવો લાગે છે, એક સુમધુર સંગીત જેવો જેને હૃદય હંમેશા જાણે છે."

ગુરુજી સહેજ ઝૂક્યા. તેમણે કહ્યું, "મને મધ્ય પૂર્વના કરીમ નામના એક નાના છોકરાની વાર્તા સંભળાવવા દો. તે ફક્ત આઠ વર્ષનો હતો ત્યારે તે ગંભીર રીતે

બીમાર પડ્યો. જીવન અને મૃત્યું વચ્ચે સરી પડતાં, તેમણે વર્ણન કર્યું કે તેણે તેના પલંગના તળિયે એક તેજસ્વી વ્યક્તિ ઉભી જોઈ. તે વ્યક્તિ ન તો પુરુષ હતી કે ન તો સ્ત્રી, પરંતુ એક હૂંફ ફેલાવતી હતી જેણે કરીમને શાંતિથી ભરી દીધો. માર્ગદર્શકે શબ્દો વિના વાત કરી, લાગણીઓ - ખાતરી, પ્રેમ અને સૌમ્ય આમંત્રણ દ્વારા વાતચીત કરી. કરીમ પછીથી સ્વસ્થ થયો અને જ્યારે તે જાગ્યો, ત્યારે તેણે તેની માતાને કહ્યું, 'હું એક એવી વ્યક્તિને મળ્યો જે મારા જન્મ પહેલાં મને જાણતી હતી.'

"સંસ્કૃતિઓ અને પરંપરાઓમાં, આ માર્ગદર્શકો આપણી માન્યતાઓ અને હૃદય દ્વારા આકાર પામેલા સ્વરૂપોમાં દેખાય છે," તેમણે સમજાવ્યું. "તિબેટીયન બૌદ્ધ ધર્મમાં, તેઓ 'ડાકિની' - સ્ત્રી ઉર્જા જીવો વિશે વાત કરે છે જે બાર્ડો દ્વારા આત્માઓને મદદ કરે છે, જીવન વચ્ચેની મધ્યવર્તી સ્થિતિ. ખ્રિસ્તી વાર્તાઓમાં, લોકો પ્રકાશમાં સ્નાન કરેલા દૂતોનું વર્ણન કરે છે, તેમની હાજરી એક બિનશરતી પ્રેમથી ભરેલી હોય છે જેને શબ્દો પકડી શકતા નથી. સ્વદેશી જાતિઓ

ઘણીવાર પૂર્વજો - વંશના જ્ઞાની આત્માઓ - ની વાત કરે છે જે વિશ્વને અલગ કરતી મહાન નદીની પાર આત્માનું સ્વાગત કરવા અને માર્ગદર્શન આપવા આવે છે."

"પરંતુ અહીં ઊંડું સત્ય છે," ગુરુજીએ કહ્યું, "આત્મા માર્ગદર્શકો ફક્ત બાહ્ય જીવો નથી. તેઓ આત્માના પોતાના ઉચ્ચ જ્ઞાનનું પ્રતિબિંબ છે. જેમ ચંદ્ર અંધારી રાત્રે સૂર્યપ્રકાશને પ્રતિબિંબિત કરે છે, તેમ તેઓ આપણી અંદર જે છે તેને પ્રકાશિત કરે છે. કેટલાક આત્માઓ માર્ગદર્શકોને પૂર્વજો, સંતો અથવા તેજસ્વી માણસોના રૂપમાં જુએ છે કારણ કે આ રીતે તેમનું હૃદય દૈવી હાજરીને ઓળખે છે. અન્ય લોકો તેને પ્રેમના બાહુમાં લપેટાયેલી શાંતિની અતિશય ભાવના તરીકે અનુભવે છે."

તેમણે હળવેથી સ્મિત કર્યું, તેમની આંખો અકથ્ય કોમળતાથી ચમકી રહી હતી. "ભગવદ ગીતાના અધ્યાય ૧૫, શ્લોક ૧૫ માંથી એક સુંદર ફકરો છે:

સર્વસ્ય ચાહં હૃદિ સન્નિવિષ્ટો

મત્તઃ સ્મૃતિર્જ્ઞાનમપોહનઞ્ચ ।
વેદૈશ્ચ સર્વૈરહમેવ વેદ્યો
વેદાન્તકૃદ્વેદવિદેવ ચાહમ્ ॥૧૫॥

અર્થ: "હું સર્વ જીવોના અંતઃકરણમાં સ્થિત છું અને મારામાંથી સ્મૃતિ, જ્ઞાન તેમજ વિસ્મૃતિ ઉત્પન્ન થાય છે. એકમાત્ર હું જ સર્વ વેદો દ્વારા જાણવા યોગ્ય છું, હું વેદાંતનો રચયિતા છું તથા વેદોના અર્થનો જ્ઞાતા છું."

આ શ્લોક સુંદર રીતે એ વિચારને પ્રતિબિંબિત કરે છે કે દૈવી હાજરી દરેક હૃદયમાં રહે છે, જે આંતરિક શાણપણ, માર્ગદર્શન અને જીવનના તમામ અનુભવોના મૂક સાક્ષી તરીકે પ્રગટ થાય છે.

ગુરુજીનો અવાજ નરમ થઈ ગયો જાણે સીધો હૃદયને સ્પર્શી રહ્યો હોય.

અને આ માર્ગદર્શકો શું કરે છે? તેઓ ન્યાય કરતા નથી. તેઓ આદેશ આપતા નથી. તેઓ યાદ અપાવે છે. તેઓ આત્માને તેની યાત્રાની ઝલક બતાવે છે - ક્યારેક જીવન સમીક્ષા દ્વારા, જ્યાં આત્મા તેના કાર્યોના

પડઘા અનુભવે છે, સૌમ્ય અને કઠોર બંને. પરંતુ આ સમીક્ષા સજા વિશે નથી. તે સમજણ વિશે છે. માર્ગદર્શક આત્માની બાજુમાં ઉભો રહે છે, ન્યાયાધીશ તરીકે નહીં પણ એક દયાળુ સાક્ષી તરીકે, કહે છે, 'જુઓ? આ તમારી યાત્રા હતી. આ તમારી વૃદ્ધિ હતી.'

તે થોભ્યા, પછી શાંતિથી ઉમેર્યું,

"કેટલાક માટે, માર્ગદર્શક તેમને પ્રકાશ તરફ દોરી જાય છે. અન્ય લોકો માટે, બીજા જીવન તરફ, બીજા પ્રકરણ તરફ. પરંતુ દરેક કિસ્સામાં, તેમની હાજરી એક જ સત્ય કહે છે: *તમે એકલા નથી. તમે ક્યારેય એકલા રહ્યા નથી.*"

"તો, અપેક્ષા," ગુરુજીએ ધીમેથી કહ્યું, "જ્યારે આપણામાંના દરેક માટે તે સીમા પાર કરવાનો સમય આવશે, ત્યારે આપણે ડરવાની જરૂર નથી. એક માર્ગદર્શક હશે - ભલે તે દેવદૂતના રૂપમાં હોય, પૂર્વજના રૂપમાં હોય કે ફક્ત ગહન પ્રેમની લાગણી હોય - આપણો હાથ પકડીને આપણને ઘરે જવાનો રસ્તો યાદ કરાવવા માટે રાહ જોતા હશે."

ત્યારબાદ જે શાંતિ છુપી હતી તે ખાલી નહોતી. તે ભરેલી હતી - કંઈક શાશ્વત, કંઈક જાણીતી છતાં લાંબા સમયથી ભૂલાઇ ગયેલી.

આકાંક્ષે પૂછ્યું, "ગુરુજી, જીવન સમીક્ષાનો હેતુ શું છે, અને તે આત્માની તેના પાછલા જીવનની સમજણને કેવી રીતે પ્રભાવિત કરે છે?"

ગુરુજીએ શરૂઆત કરી, તેમનો અવાજ, એક કોમળ દોરાની જેમ તેમની સામે એકઠા થયેલા હૃદયમાં ગૂંથાઈ રહ્યો હતો: "કલ્પના કરો કે તમે એક વિશાળ, શાંત તળાવના કિનારે ઊભા છો. તમે એક નાનો, નજીવો કાંકરો ઉપાડો છો અને તેને પાણીમાં ફેંકી દો છો. તમે જુઓ છો કે લહેરો કેવી રીતે ફેલાય છે, પથ્થર જ્યાં ડૂબી ગયો હતો ત્યાંથી દૂર સુધી વિસ્તરે છે, કિનારાઓને સ્પર્શે છે જેને તમે જોઈ પણ શકતા નથી. જીવન સમીક્ષા તે લહેરોને જોવા જેવી છે - ફક્ત પથ્થરના પતનને જ નહીં, પરંતુ અસ્તિત્વના વિશાળ સમુદ્રમાં તેણે બનાવેલા અદ્રશ્ય તરંગો."

ગુરુજી થોભ્યા, તેમની નજર દૂર ગયી, જાણે સમયના પડદામાંથી ડોકિયું કરી રહ્યા હોય.

"'જ્ઞાનના રાજા' રાજા જનક કોઈ સામાન્ય શાસક નહોતા. તેમનું રાજ્ય સમૃદ્ધ થયું, પરંતુ એવું કહેવામાં આવતું હતું કે તેમનું સૌથી મોટું સામ્રાજ્ય તેમણે શાસન કરેલી ભૂમિ નહીં પરંતુ તેમની ચેતનાની વિશાળતા હતી. તેઓ એક સાધક, એક દાર્શનિક-રાજા હતા જેમના અષ્ટાવક્ર જેવા ઋષિઓ સાથેના સંવાદો ઉપનિષદોમાં કોતરાયેલા છે, જે આત્મ-સાક્ષાત્કારના ઊંડાણ અને આત્માના સ્વભાવનું અન્વેષણ કરે છે."

ગુરુજી થોભ્યા, મૌનને પોતાના શબ્દોમાં ફેરવતા પહેલા આગળ વધ્યા.

"એવું કહેવાય છે કે તેમના મૃત્યું પછી, જનકનો આત્મા વિશ્વોની વચ્ચેનો સીમાચિહ્ન ઓળંગી ગયો, ન્યાયમાં નહીં પરંતુ સાક્ષાત્કારમાં પ્રવેશ્યો. તેમણે પોતાને સમય વિનાના ક્ષેત્રમાં જોયા, જ્યાં ભૂતકાળ, વર્તમાન અને ભવિષ્ય એક શાશ્વત ચાકળાની જેમ પ્રગટ થયા. ત્યાં, તે રાજા જનક નહોતા, શાસક જે રેશમમાં લપેટાયેલા

અને રત્નોથી શણગારેલા હતા. કોઈ સિંહાસન, કોઈ મુગટ, કોઈ પ્રજા નહીં. તે ફક્ત એક આત્મા હતો - ઉઘાડો, તેજસ્વી અને અનંત રીતે સંવેદનશીલ."

ગુરુજીની આંગળીઓ હળવેથી તેમની શાલની ધાર પર ગઈ, જાણે તેમાં વણાયેલા ભાગ્યના નાજુક દોરાને અનુભવતા હોય.

"આ ક્ષેત્રમાં, તેમનું જીવન તેમની સામે ખુલ્લું પડ્યું - દૂરની સ્મૃતિ તરીકે નહીં, પરંતુ જીવંત ક્ષણો તરીકે. પરંતુ અહીં ગહન રહસ્ય હતું: તેમણે દરેક ઘટના ફક્ત પોતાની આંખો દ્વારા જ નહીં, પરંતુ જેને તેમણે સ્પર્શ કર્યો હતો તેમના હૃદય દ્વારા પણ અનુભવી. જ્યારે તેમણે ગરીબોને દાન આપ્યું, ત્યારે તેને માત્ર એક ઉદાર રાજાનો ગર્વ જ નહીં, પરંતુ તે ભિખારીના કૃતજ્ઞતાના આંસુ પણ અનુભવાયા જેનું જીવન બદલાઈ ગયું હતું. જ્યારે તે ગુસ્સામાં કઠોર રીતે બોલ્યા, ત્યારે તેને ફક્ત પોતાના ક્રોધની આગ જ નહીં પરંતુ જેને તેણે તિરસ્કાર કર્યો હતો તેના હૃદયમાં અપમાનનો ડંખ પણ અનુભવાયો."

ગુરુજીનો અવાજ નરમ પડ્યો, ભાવનાઓથી ભરપૂર.

"ચુકાદામાં કોઈ દૈવી વ્યક્તિ ઊભી નહોતી. પાપોને ગુણો સામે તોલતા કોઈ આકાશી ત્રાજવા નહોતા. બ્રહ્માંડને ન્યાયાધીશની જરૂર નહોતી કારણ કે આત્મા, તેના શુદ્ધ સ્વરૂપમાં, તેનો પોતાનો અરીસો છે - વિકૃતિ વિના સત્યનું પ્રતિબિંબ પાડે છે. આત્મા પોતે સાક્ષી અને શીખનાર બંને હતો. તેણે દરેક ક્રિયા, દરેક શબ્દ, દરેક ક્ષણિક વિચારનું પરસ્પર જોડાણ જોયું. તેમની પસંદગીઓની લહેરો અસંખ્ય કિનારાઓને સ્પર્શી ગઈ હતી, જે તેમણે તેના પૃથ્વીના જીવનમાં જે જાણ્યું હતું તેનાથી ઘણું આગળ હતું."

તેમણે આસપાસ જોયું, તેમની નજર કોમળ અને જાણીતી હતી.

"આ તે પવિત્ર જીવન સમીક્ષા છે જેનો ઉલ્લેખ ઘણી આધ્યાત્મિક પરંપરાઓ કરે છે - સજા તરીકે નહીં, પરંતુ જાગૃતિ તરીકે. ઉપનિષદો આપણને કહે છે,

'જેવું તમે વિચારો છો, તેવા તમે બનો છો; જેવું તમે વાવો છો, તેવું તમે લણશો.'

પરંતુ આ બાહ્ય પુરસ્કારો કે સજાઓ વિશે નથી. તે સમજણ વિશે છે. આત્મા, ન્યાયના ડરથી નહીં, પરંતુ જાગૃતિના પ્રકાશ દ્વારા વિકસે છે.

ગુરુજી સહેજ આગળ ઝૂક્યા, તેમનો અવાજ લગભગ ધીમો થઈ ગયો.

“કલ્પના કરો કે તમે પાણીથી ભરેલો એક નાજુક કાચનો બાઉલ પકડી રાખો છો. જો તમે તેને બેદરકારીથી ખસેડો છો, તો લહેરો સ્પષ્ટતાને ખલેલ પહોંચાડે છે. પરંતુ જો તમે તેને સ્થિરતા અને આદરથી પકડી રાખો છો, તો તમે તમારું પ્રતિબિંબ સ્પષ્ટ રીતે જોઈ શકો છો. જીવન પણ એવું જ છે. પરલોકમાં, આપણે કોઈ દેવતાના ક્રોધનો સામનો કરતા નથી - આપણે આપણા પોતાના હૃદયના અવિકૃત પ્રતિબિંબનો સામનો કરીએ છીએ.”

ગુરુજી સહેજ આગળ ઝૂક્યા, તેમનો આદરણીય અવાજ શાંત થઈ ગયો.

“આ, જીવન સમીક્ષાનો સાર છે. તે કોઈ ન્યાયરૂમ નથી જ્યાં પાપોની ગણતરી કરવામાં આવે છે અને પુણ્યનું

વજન કરવામાં આવે છે. તે એક પવિત્ર વર્ગખંડ છે. હેતુ પ્રતિબિંબ છે, સજા નહીં. આત્મા જુએ છે કે તેની પસંદગીઓ એકબીજા સાથે જોડાયેલા જીવનના જટિલ તાણાવાણાને કેવી રીતે વણાવી રહી છે. તે તેના કાર્યોના પડઘા અનુભવે છે - નિંદા કરવા માટે નહીં, પરંતુ સમજવા માટે."

ગુરુજીએ એક સાદું પાન ઉપાડ્યું, તેને પોતાની આંગળીઓ વચ્ચે નાજુક રીતે પકડ્યું.

"આ પાનનો વિચાર કરો. તેણે ક્યાં પડવું તે પસંદ કર્યું નથી, છતાં તેનું ઉતરાણ પૃથ્વીને પોષણ આપે છે, માટીને પોષણ આપે છે અને કંઈક મહાનનો ભાગ બને છે. આપણી ક્રિયાઓ એવી છે - દુનિયામાં પડવું, તેની અસર શાંતિથી ફેલાય છે, ઘણીવાર આપણી જાણ બહાર. જીવન સમીક્ષા આત્માને એ જોવાની મંજૂરી આપે છે કે કેવી રીતે નાનામાં નાના કાર્યો - એક સ્મિત, એક શબ્દ, એક હાવભાવ - પણ સાજા કરવાની અથવા નુકસાન પહોંચાડવાની શક્તિ ધરાવે છે."

ગુરુજીનો અવાજ વધુ નરમ બન્યો, કોમળ શાણપણથી ભરેલો.

"ઘણા મૃત્યું નજીકના અનુભવોમાં, લોકો આ જીવન સમીક્ષા વિશે ગહન લાગણીની વાત કરે છે. એની કાગનની વાર્તા છે, જેમણે ધ આફ્ટરલાઇફ ઓફ બિલી ફિંગર્સમાં તેના ભાઈની મૃત્યું પછીની યાત્રા વિશે લખ્યું હતું. બિલીએ તેના જીવનને એક મનોહર ફિલ્મની જેમ જોવાનું વર્ણન કર્યું, તેણે તેના દ્વારા સર્જાયેલા દરેક આનંદ અને પીડાની લહેરને અનુભવ્યું - શરમથી નહીં, પરંતુ સ્પષ્ટતા અને કરુણાથી. 'સાચું' કે 'ખોટું' બૂમ પાડતો કોઈ અવાજ નહોતો. ફક્ત આપણે બધા કેટલા ઊંડાણપૂર્વક જોડાયેલા છીએ તેની એક જબરદસ્ત સમજ."

તેમણે પાંદડું હળવેથી પાછું મૂક્યું જાણે બ્રહ્માંડમાં તેના નાના સ્થાનનું સન્માન કરી રહ્યું હોય.

"જીવન સમીક્ષાનો સાચો હેતુ વિકાસ છે. તે આત્માનો અરીસો છે, જે ફક્ત આપણે કોણ છીએ તે જ નહીં પરંતુ આપણે કોણ બનવા સક્ષમ છીએ તે પણ પ્રતિબિંબિત

કરે છે. અને તે પવિત્ર જગ્યામાં, આત્મા અપરાધભાવ વહન કરતો નથી - તે શાણપણ વહન કરે છે. તે શીખે છે, વિકસિત થાય છે અને આગામી યાત્રા માટે તૈયાર થાય છે, પહેલા કરતાં વધુ સમજદાર અને તેજસ્વી."

હોલ સ્થિર હતો, એકમાત્ર અવાજ પવનનો મંદ ગડગડાટ હતો - લાંબા સમય સુધી જીવેલા જીવનના પડઘા અને શાશ્વત રીતે શીખેલા પાઠનો એક નરમ, અદ્રશ્ય સાક્ષી.

અક્ષતે પૂછ્યું, "ગુરુજી, આધ્યાત્મિક પરંપરાઓ અને વ્યક્તિગત અનુભવોમાં મૃત્યું પછીના તાત્કાલિક પરિણામોના વર્ણનો કેવી રીતે અલગ અલગ હોય છે?"

ગુરુજીની નજર નરમ પડી ગઈ, બોલવાનું શરૂ કરતાં પહેલા તેમનો અવાજ સદીઓના શાણપણનો ભાર વહન કરી રહ્યો હતો.

"અક્ષથા," તેમણે ધીમેથી કહ્યું, "મૃત્યું એ એક દરવાજો નથી પણ અનેક ઉંબરાઓ સાથેની એક વિશાળ

ઓસરી છે. વિવિધ આત્માઓ તેમની માન્યતાઓ, ચેતના અને તેમણે જીવેલા જીવનના પડઘા દ્વારા માર્ગદર્શન મેળવીને અલગ અલગ રીતે તેમાંથી પસાર થાય છે."

તે થોભ્યા, પછી વિવિધ આધ્યાત્મિક પરંપરાઓના તાંતણાઓમાંથી વણાયેલી વાર્તા ચાલુ રાખી.

"કલ્પના કરો કે એક મહાન નદી," તેમણે કહ્યું, "અનંત વહેતી, અસંખ્ય પ્રવાહો તેમાં વહેતા. દરેક પ્રવાહ એક આધ્યાત્મિક પરંપરા જેવો છે, તેના પાણી તે જે કુદરતી ક્ષેત્રમાં પ્રવાસ કરે છે તેના આધારે આકાર પામે છે - પર્વતો, જંગલો, રણ - પરંતુ અંતે, બધા પ્રવાહો એક જ વિશાળ સમુદ્રને મળે છે."

હિન્દુ ધર્મમાં યાત્રા:

ગુરુજીનો અવાજ એવો કોમળ બન્યો કે જાણે દરેક શબ્દમાં કાલાતીત શાણપણનો ભાર હોય.

"ભગવદ ગીતામાં (અધ્યાય ૨, શ્લોક ૨૦), કૃષ્ણ અર્જુનને કહે છે:"

ન જાયતે મ્રિયતે વા કદાચિન્
નાયં ભૂત્વા ભવિતા વા ન ભૂયઃ ।
અજો નિત્યઃ શાશ્વતોઽયં પુરાણો
ન હન્યતે હન્યમાને શરીરે ॥ ૨૦॥

અર્થ: "આત્મા ક્યારેય જન્મ લેતો નથી કે મૃત્યું પામતો નથી; ન તો એ ક્યારેક અસ્તિત્વમાન હતો કે ન તો કદાપિ વિનાશ પામ્યો હતો. આત્મા અજન્મા, શાશ્વત, અવિનાશી, અજર છે. જયારે શરીર નષ્ટ થઈ જાય છે, ત્યારે તેનો નાશ થતો નથી."

તેમણે થોભીને ગહન સત્યને અંદર ધકેલી દીધું.

"આ શ્લોક હિન્દુ ફિલસૂફીનો સાર દર્શાવે છે - કે આત્મા, અથવા પ્રાણ, સમયની મર્યાદાઓથી પરે છે, જન્મ અને મૃત્યું ના ચક્રોથી અસ્પૃશ્ય છે. શરીર એક વસ્ત્ર જેવું છે, ક્ષણિક અને નાશવંત, પરંતુ આત્મા શાશ્વત પહેરનાર છે, જૂનાને છોડી દે છે અને સમય આવે ત્યારે નવું ધારણ કરે છે."

ગુરુજીની નજર નરમ પડી ગઈ, અને તેમણે સૌમ્ય સ્પષ્ટતા સાથે આગળ કહ્યું:

"મૃત્યું પછી, ઘણા હિન્દુઓ માને છે કે આત્મા શરીરમાંથી એટલી સરળતાથી નીકળી જાય છે જેટલી પક્ષી પોતાનો માળો છોડીને જાય છે. ગરુડ પુરાણ જેવા કેટલાક શાસ્ત્રોમાં મૃત્યું પછી આત્માની યાત્રાનું આબેહૂબ વિગતવાર વર્ણન છે. તે મૃત્યું ના દેવ યમ વિશે વાત કરે છે, જેના સંદેશવાહકો - યમદૂતો - આત્માને તેના આગામી મુકામ તરફ માર્ગદર્શન આપે છે. પરંતુ આ સારમાં ભયાનક કે પીડાકારી જીવો નથી; તેઓ સંક્રમણના સહાયક છે, જેમ કે બ્રહ્માંડના માર્ગદર્શકો."

તે સહેજ અંદર ઝૂકયા, તેમના હાથ સુંદર રીતે તેમના શબ્દોના પ્રવાહને દર્શાવતા હતાં.

"કેટલીક પરંપરાઓમાં, આત્મા એક પ્રતીકાત્મક પુલ અથવા નદી પાર કરે છે - ઘણી સંસ્કૃતિઓમાં એક રૂપક જોવા મળે છે. હિન્દુ ગ્રંથોમાં, 'વૈતરણી નદી' છે, જેને પાર્થિવ ક્ષેત્ર અને મૃત્યું પછીના જીવન વચ્ચેની

સીમા તરીકે વર્ણવવામાં આવી છે. સદાચારીઓ માટે, તે શાંત પ્રવાહ જેટલી સૌમ્ય છે, પરંતુ નકારાત્મક કર્મોથી દબાયેલા લોકો માટે, તે એક તોફાની પાર છે. આ છબી એક ઊંડા સત્યને પ્રતિબિંબિત કરે છે: મૃત્યું પછીના આપણા અનુભવો આપણે જીવનમાં વાવેલા બીજને પ્રતિબિંબિત કરે છે."

ગુરુજીનો અવાજ નરમ બન્યો, શાંત શ્રદ્ધાથી ભરેલો.

"કર્મ," તેમણે કહ્યું, "બીજ વહન કરતા પવન જેવું છે. કેટલાક બીજ ફળદ્રુપ જમીનમાં પડે છે, તો કેટલાક ઉજ્જડ જમીન પર. પરંતુ દરેક ક્રિયા, વિચાર અને ઇરાદા એક છાપ છોડી જાય છે. મૃત્યું પછી, આ કર્મની છાપ આત્માને માર્ગદર્શન આપે છે - સજા કે પુરસ્કાર તરીકે નહીં, પરંતુ કુદરતી પરિણામો તરીકે, જેમ કે પાણીમાં પથ્થર ફેંક્યા પછી લહેરો આવે છે."

તે હળવેથી હસ્યા જાણે જીવન અને મૃત્યું ના પડદાની પેલે પાર જોઈ રહ્યા હોય.

"તો, આત્માની યાત્રા આકસ્મિક નથી. તે એક ચાલુ પ્રવાહ છે, એક નદીની જેમ જે તેના માર્ગમાં આવતા

દરેક વળાંક અને પથ્થરને યાદ રાખે છે. મૃત્યું એ અંત નથી; તે ફક્ત આગામી પ્રકરણ છે, જે આપણા કાર્યોની શાહી અને શાશ્વતતાના ચર્મપત્ર દ્વારા લખાયેલું છે."

ખ્રિસ્તી માર્ગ:

"ખ્રિસ્તી વાર્તાઓમાં," તેમણે શરૂઆત કરી, "એક પુનરાવર્તિત અને ગહન કલ્પના છે - 'પ્રકાશની સુરંગ'. આ ફક્ત એક કાવ્યાત્મક રૂપક નથી, પરંતુ અસંખ્ય લોકો દ્વારા પડઘો પાડતું વર્ણન છે જેમણે જુદા જુદા સમય અને સંસ્કૃતિઓમાં મૃત્યું ની નજીકનો અનુભવ કર્યો છે."

શબ્દોની પવિત્રતા સ્થિર થાય તે માટે તે થોભ્યા.

"ઘણા લોકો લાંબા, અંધારાવાળા માર્ગ, એક સુરંગમાંથી પસાર થઈને, એક તેજસ્વી પ્રકાશ તરફ આગળ વધવાની અનુભૂતિનું વર્ણન કરે છે, જે આ દુનિયામાં કંઈપણથી વિપરીત છે. પરંતુ આ પ્રકાશ આંધળો નથી; તે ગરમ, કોમળ અને શાંતિ અને સંબંધની અવર્ણનીય ભાવનાથી ભરેલો છે. લોકો

ઘણીવાર કહે છે કે આ પ્રકાશમાં, તેઓ સંપૂર્ણપણે જાણીતા અનુભવે છે - દરેક ખામી, દરેક ભૂલ ખુલ્લી પડી ગઈ છે - છતાં બિનશરતી પ્રેમથી ભેટી પડ્યા છે."

ગુરુજી શાસ્ત્રોમાંથી અવતરણ કરતા હતા ત્યારે તેમની નજર વિચારશીલ બની ગઈ, તેમના અવાજમાં પ્રાચીન શાણપણનો પડઘો હતો:

"યોહાનની સુવાર્તા પ્રકરણ ૧૪.૨ માં, ઈસુ એક દિલાસો આપતું વચન આપે છે:

'મારા પિતાના ઘરમાં ઘણા ઓરડાઓ છે; જો તે ન હોત, તો શું હું તમને કહેત કે હું તમારા માટે જગ્યા તૈયાર કરવા જાઉં છું?'.

આ ફક્ત ભૌતિક સ્થાનની જ નહીં, પણ આધ્યાત્મિક વાસ્તવિકતાની વાત કરે છે - એક એવું ક્ષેત્ર જે દરેક આત્મા માટે અનન્ય રીતે તૈયાર કરવામાં આવ્યું છે.

ગુરુજીએ થોડા સમય પછી કહ્યું, "મને એક વાર્તા કહેવા દો: બેટી એડી નામની એક મહિલાનો ઉલ્લેખ છે, જેને સર્જરી પછી મૃત્યું ની નજીકનો અનુભવ થયો હતો.

તેણીએ પહેલા અંધકારમાં ઘેરાયેલી હોવાનું વર્ણન કર્યું, પછી દૂર પ્રકાશનો એક નાનો ટુકડો જોયો. જેમ જેમ તે તેની તરફ આગળ વધતી ગઈ, તેમ તેમ પ્રકાશ મોટો અને ગરમ થતો ગયો જ્યાં સુધી તેણી એક જબરદસ્ત તેજની હાજરીમાં ઉભી ન મળી. તેણીને એવું લાગ્યું કે તે ઘરે પાછી ફરી રહી છે - કોઈ ઘર કે શહેરમાં નહીં, પરંતુ એક એવા પ્રેમ તરફ જે તેણી હંમેશા જાણતી હતી, છતાં કોઈક રીતે ભૂલી ગઈ હતી."

ગુરુજીનો અવાજ નરમ અને વધુ ચિંતનશીલ બન્યો.

"કેટલાક લોકો માટે, આ સ્થળને સ્વર્ગ તરીકે વર્ણવવામાં આવ્યું છે - અકલ્પનીય સુંદરતાનો બગીચો, જે રેવિલેશન બુકમાં 'સ્વર્ગીય ક્ષેત્રો' જેવું છે. અન્ય લોકો મૃત પ્રિયજનો સાથે પવિત્ર પુનઃમિલન, દેવદૂતો સાથે મુલાકાત, અથવા ખુદ ખ્રિસ્ત સાથે મુલાકાતનું વર્ણન કરે છે. છતાં, વિગતોથી આગળ – કુદરતી ચિત્ર, આકૃતિઓ, પ્રતીકો – જોડનાર દોર હંમેશા સમાન હોય છે: શુદ્ધ, બિનશરતી પ્રેમ સાથે મુલાકાત."

તેમણે હળવેથી હાથ જોડ્યા જાણે કોઈ અદ્રશ્ય સત્યને પકડી રાખ્યું હોય.

“અને આ પ્રેમ,” તેમણે ધીમેથી કહ્યું, “કોઈ પ્રશ્નો પૂછતો નથી, કોઈ પુરાવા માંગતો નથી. તે આપણા મૂલ્યને ન્યાયના ત્રાજવા પર તોલતો નથી. તે ફક્ત સ્વીકારે છે. એવું લાગે છે કે આત્મા, બધી પાર્થિવ ઓળખોથી વંચિત, યાદ રાખે છે કે તે ખરેખર શું છે - પ્રકાશ પ્રકાશમાં પાછો ફરે છે, પ્રેમ પ્રેમમાં પાછો ફરે છે.”

બૌદ્ધ ઉપદેશો:

ગુરુજીનો અવાજ નરમ પડ્યો, પ્રાચીન શાણપણનો ભાર વહન કરતો, તેમના શબ્દો ભેગા થયેલા લોકોના હૃદયમાં સૌમ્ય પ્રવાહની જેમ વહેતા હતાં.

“બૌદ્ધ ધર્મમાં, ખાસ કરીને તિબેટીયન ઉપદેશોમાં,” તેમણે શરૂઆત કરી, “મૃત્યું પછી આત્માની યાત્રાને અચાનક અંત તરીકે જોવામાં આવતી નથી, પરંતુ એક સંક્રમણ તરીકે જોવામાં આવે છે - બાર્ડો તરીકે

ઓળખાતી એક મધ્યવર્તી સ્થિતિમાંથી પસાર થવું, જે મૃત્યું અને પુનર્જન્મ વચ્ચેના અંતરને દૂર કરે છે."

તે એક ક્ષણ માટે થોભ્યા જાણે બધાને તેમની સાથે તે પવિત્ર જગ્યામાં પ્રવેશવાનું આમંત્રણ આપી રહ્યાં હોય.

"તિબેટીયન બુક ઓફ ધ ડેડ, અથવા બાર્ડો થોડોલ, આ યાત્રા દરમિયાન આત્મા માટે માર્ગદર્શક તરીકે કામ કરે છે. તે બાર્ડોને એક એવા ક્ષેત્ર તરીકે વર્ણવે છે જે આપણે જાણીએ છીએ તેમ સમય દ્વારા બંધાયેલ નથી, જ્યાં મન આબેહૂબ, સ્વપ્ન જેવા દ્રષ્ટિકોણોનો સામનો કરે છે - તેજસ્વી પ્રકાશ, ભવ્ય દેવતાઓ, અને ભયાનક સ્વરૂપો પણ જે વાસ્તવિક અને અતિવાસ્તવ બંને લાગે છે. પરંતુ અહીં ચાવી છે - દેવતાઓ, શાંતિપૂર્ણ હોય કે ક્રોધી, બાહ્ય જીવો નથી. તેઓ ન્યાય કરવા અથવા સજા કરવા માટે રાહ જોતા 'બીજા' નથી. તેઓ આત્માની પોતાની ચેતનાના પ્રતિબિંબ, પ્રક્ષેપણ છે."

ગુરુજીની આંખોમાં એવી ચમક હતી જાણે વર્તમાન ક્ષણની પેલે પાર જોઈ રહ્યા હોય.

“કલ્પના કરો કે તમે એક અરીસો પકડો - એવો નહીં જે તમારા ચહેરાને પ્રતિબિંબિત કરે, પણ એવો જે તમારા મનના સૌથી ઊંડા સ્તરોને પ્રગટ કરે. બાર્ડોમાં, દરેક વિચાર, લાગણી, ભય અને શાણપણ જીવંત થાય છે, તેજસ્વી પ્રકાશ અથવા છાયાવાળી આકૃતિઓ તરીકે પ્રગટ થાય છે. પ્રબુદ્ધ લોકો આને ભ્રમ તરીકે ઓળખે છે, જેમ કે પરોઢિયે તળાવમાંથી ધુમ્મસ નીકળે છે. તેઓ સમજે છે કે આ દ્રષ્ટિકોણો તેમના પર કોઈ શક્તિ રાખતા નથી, અને તે અનુભૂતિ સાથે, તેઓ મુક્તિ તરફ આગળ વધે છે, જન્મ અને મૃત્યું ના ચક્રમાંથી મુક્તિ તરફ.”

તે સહેજ આગળ ઝૂકયા, તેમનો અવાજ કોમળ અને ધીમો હતો, પર્વતો જેટલી પ્રાચીન વાર્તા કહી રહ્યો હતો.

“કર્માયેશે નામના એક સાધુની વાર્તા છે, જે તિબેટીયન ઉપદેશોમાં ગહન અને વાકેફ હતા. જ્યારે તેમને લાગ્યું કે તેમનું જીવન તેમના અંતની નજીક છે, ત્યારે તેમણે તેમના વિદ્યાર્થીઓને રડવાનું ટાળવાનું કહ્યું. તેમણે

કહ્યું, 'હું મારા મનને રૂબરૂ મળીશ.' તેમના અવસાન પછી, તેમનું શરીર તુકદમ - એક ધ્યાનસ્થ અવસ્થામાં- રહ્યું જ્યાં દિવસો સુધી વિઘટનના ચિહ્નો ગેરહાજર રહ્યા. એવું કહેવાય છે કે આ સમયગાળા દરમિયાન, તેમની ચેતના બાર્ડોમાં વહન કરી રહી હતી, દરેક દ્રષ્ટિને તેમની પોતાની રચના તરીકે ઓળખી રહી હતી અને શાણપણથી ભયને ઓગાળી રહી હતી."

ગુરુજીની નજર તેમની સામે બેઠેલા શાંત ચહેરાઓ પર પડી.

"પરંતુ બધા આત્માઓ આવી સ્પષ્ટતા ધરાવતા નથી. ઘણા લોકો માટે, જીવન પ્રત્યેના જોડાણો - ઇચ્છાઓ, પસ્તાવો, ભય - પડછાયાની જેમ ચોંટી રહે છે. તેઓ તેજસ્વી પ્રકાશ જુએ છે અને કાં તો તૃષ્ણાથી તેમની તરફ ખેંચાય છે અથવા ભયમાં પાછળ હટી જાય છે. કેટલાક આત્માઓ પરિચિત સ્વરૂપોને પકડી રાખે છે, છોડી શકતા નથી, અને આ જ ચોંટી રહેવું તેમને સંસારના ચક્રમાં પાછા ખેંચી લે છે - જન્મ, મૃત્યું અને પુનર્જન્મના ચક્રમાં."

તેમણે હળવેથી તેમના હાથ પકડ્યા, તેમનો અવાજ નરમ પવન જેવો હતો.

“બાર્ડો ફક્ત મૃત્યું પછી આપણે પસાર કરીએ એ જગ્યા નથી. તે અહીં પણ છે - દરેક સંક્રમણમાં, દરેક ક્ષણમાં, આપણે પરિવર્તન અથવા અનિશ્ચિતતાનો સામનો કરીએ છીએ. જીવન પોતે બાર્ડોની શ્રેણી છે, અને દરેક એક તક છે આપણા મનને સ્પષ્ટતા સાથે મળવાની, ભયને શાણપણથી ઓગાળી દેવાની અને જાગૃત થવાની.”

સૂફી ગૃહવાપસી:

ગુરુજીનો અવાજ નરમ બન્યો, પ્રાચીન શાણપણની સુગંધથી વણાયેલો. “સૂફી રહસ્યવાદમાં,” તેમણે શરૂઆત કરી, તેમની આંખો આંતરિક ક્ષિતિજને પ્રતિબિંબિત કરી રહી હતી, “મૃત્યું એ અંત નથી પણ એક વળતર છે - પ્રિયતમ પાસે ઘરે પાછા ફરવું. તે આત્માનું સૌથી ઘનિષ્ઠ પુનઃમિલન છે, જે દૈવી પ્રેમના

અનંત સમુદ્રમાં ઓગળી જવા માટે અલગતાના ભ્રમને છોડી દે છે."

તેઓ સદીઓ પહેલાના પડઘા સાંભળતા હોય તેમ થોભ્યા, પછી આગળ કહ્યું,

"મહાન સૂફી કવિ જલાલુદ્દીન રૂમીએ આ સત્યને સુંદર રીતે કબજે કર્યું જ્યારે તેમણે કહ્યું,

'દુઃખ ના કરો. તમે જે કંઈ ગુમાવો છો તે બીજા સ્વરૂપમાં આવે છે.'

આ સરળ શબ્દોમાં એ ગહન સમજ રહેલી છે કે કંઈપણ ક્યારેય ખરેખર ખોવાઈ જતું નથી. સ્વરૂપ બદલાય છે, પરંતુ સાર શાશ્વત રહે છે, એક વાસણમાંથી બીજા વાસણમાં વહેતું રહે છે જેમ પાણી એક કપમાંથી બીજા કપમાં રેડવામાં આવે છે અથવા એક વાદ્યમાંથી બીજા વાદ્યમાં બદલાતા સૂરની જેમ."

ગુરુજીની નજર ધીમી પડી ગઈ, અને તેમણે એક વાર્તા કહેવાનું શરૂ કર્યું - એક વાર્તા જે સ્મૃતિમાંથી નહીં પણ પૃથ્વીની માટીમાંથી ઉભરી રહી હોય તેવું લાગતું હતું.

"એક સમયે ઝૈદ નામનો એક સૂફી દરવેશ હતો, જેણે પોતાનું જીવન પર્શિયાના રણમાં ભટકતા, આકાશ તરફ કવિતાઓ ગાતા, સંપત્તિની શોધમાં નહીં પણ પ્રિયતમની શોધમાં વિતાવ્યું - બધી વસ્તુઓ પાછળ છુપાયેલ દૈવી હાજરી. જેમ જેમ ઝૈદ વૃદ્ધ થતો ગયો, તેમ તેમ તેનું શરીર નબળું પડતું ગયું, પરંતુ તેનું હૃદય આંતરિક જ્યોતથી વધુ તેજસ્વી રીતે સળગતું ગયું. તેના અંતિમ દિવસે, જ્યારે તે ખુલ્લા આકાશ નીચે સૂતો હતો, ત્યારે તેના શિષ્યો તેની આસપાસ ભેગા થયા, ધીમે ધીમે રડતા, તેમના પ્રિય શિક્ષકને ગુમાવવાનો ડર રાખતા."

ગુરુજીનો અવાજ એક કોમળ અવાજમાં ડૂબી ગયો જાણે કે તેઓ પોતે ઝૈદની બાજુમાં જ હોય.

"ઝૈદે હળવું સ્મિત કર્યું અને કહ્યું, 'તમે શા માટે શોક કરો છો? નદી સમુદ્રને મળે ત્યારે શોક કરતી નથી.' તેમનો શ્વાસ છીછરો થયો, છતાં તેમની આંખો એક એવા પ્રકાશથી ચમકી જે આ દુનિયા માટે ખૂબ વિશાળ

લાગતો હતો. તેમના અંતિમ શ્વાસ પહેલાં, તેમણે ધીમેથી કહ્યું, *'હું તેને જોઉં છું. મિત્ર આવી ગયો છે.'*"

ગુરુજી થોભ્યા, ક્ષણની પવિત્રતાને લંબાવીને, પછી ફરીથી બોલ્યા.

"તેમના અવસાન પછી, તેમના શિષ્યોએ અહેવાલ આપ્યો કે તેમની આસપાસની હવા અલગ પ્રકારની અનુભવાતી હતી - એક અદ્રશ્ય હાજરીથી ભરેલી. કેટલાકે ગુલાબની સુગંધનું વર્ણન કર્યું, જોકે નજીક કોઈ ફૂલો નહોતા. અન્ય લોકોએ એક અતિશય શાંતિ અનુભવી, જાણે કે તેઓ પ્રેમના હૃદયમાં જ ઉભા હોય. તેઓ સમજી ગયા કે ઝૈદ ક્યાંય ગયા નથી. તે ફક્ત પાછા ફર્યા હતા - એક ટીપાની જેમ જે વિશાળ, અનંત સમુદ્રમાં ફરી ભળી જાય છે."

શાંત જ્ઞાનથી તેમની આંખો ચમકી.

"સૂફી ઉપદેશોમાં, આ પરત ફરવાને 'ફના' તરીકે ઓળખવામાં આવે છે - સ્વનું વિલીન થવું, શૂન્યતામાં નહીં, પરંતુ દરેક વસ્તુમાં. તે હક્કનું ઉદ્ઘાટન છે- અંતિમ સત્ય, જ્યાં ભ્રમના બધા પડદા પડી જાય છે. કેટલાક

આત્માઓ, જેમ જેમ આ ઊમરો પાર કરે છે, તેમ તેમ તેજસ્વી માણસો, અકલ્પનીય સુંદરતાના બગીચાઓ અથવા પ્રકાશની નદીઓ જોવાનું વર્ણન કરે છે. પરંતુ આ દ્રષ્ટિકોણોની બહાર કંઈક વધુ મોટું રહેલું છે: એ અનુભૂતિ કે પ્રિય ક્યારેય અલગ નહોતા. આત્મા, એ સત્ય પ્રત્યે જાગૃત થાય છે જે તેણે હંમેશા પકડી રાખ્યું છે, હંમેશા ઘરે રહ્યું છે."

ગુરુજીએ થોડીવાર માટે આંખો બંધ કરી, જાણે મૌન પ્રાર્થના કરી રહ્યા હોય.

"રૂમીએ એક વાર લખ્યું હતું,

'જ્યારે આત્મા તે ઘાસમાં સૂઈ જાય છે, ત્યારે દુનિયા એટલી ભરેલી હોય છે કે તેના વિશે વાત કરવી પણ અશક્ય હોય છે.'

સૂફી રહસ્યવાદમાં મૃત્યું નું રહસ્ય આ જ છે - અંત નથી, શરૂઆત પણ નથી, પરંતુ એક શાંત, પવિત્ર મિલન છે જ્યાં શબ્દો ખરી પડે છે, અને ફક્ત પ્રેમ જ રહે છે.

સ્વદેશી શાણપણ:

“સ્વદેશી સંસ્કૃતિઓમાં - પછી ભલે તે મૂળ અમેરિકન જાતિઓ હોય, ઓસ્ટ્રેલિયાના આદિવાસી હોય કે આફ્રિકાના આદિવાસીઓ - મૃત્યું ને અંત નહીં, પણ એક માર્ગ તરીકે જોવામાં આવે છે. ઘણા લોકો નદીઓ પાર કરવાનું, આધ્યાત્મિક માર્ગો પર ચાલવાનું અથવા પૂર્વજો દ્વારા મળવાનું વર્ણન કરે છે. આ પરંપરાઓમાં, જીવંત અને મૃતકો વચ્ચે એક ઘનિષ્ઠ જોડાણ છે. પૂર્વજો દૂરની યાદો નથી - તેઓ વર્તમાન માર્ગદર્શક છે, આપણી સાથે ચાલે છે, ધીમેથી આપણા સપના અને પાંદડાઓના ખડખડાટ દ્વારા.”

ગુરુજી થોભ્યા, અને પોતાના શબ્દોની ઊંડાઈને સ્થિર પાણી પર ધુમ્મસની જેમ સ્થિર થવા દીધી.

“અને છતાં, અક્ષથા,” તેમણે ધીમેથી કહ્યું, “આ બધી વૈવિધ્યસભર વાર્તાઓમાં, એક સાર્વત્રિક દોર છે - ગતિની ભાવના, સંક્રમણની ભાવના, કોઈ વસ્તુ સાથે મળવાની ભાવના અથવા કોઈ પરિચિત વ્યક્તિ. પછી ભલે તે પ્રકાશ હોય, માર્ગદર્શક હોય, પૂર્વજ હોય કે

દિવ્ય હોય, આત્મા એકલો પ્રવાસ કરતો નથી. મૃત્યું વિશે આપણે જે ડર રાખીએ છીએ તે ઘણીવાર અલગતાના ભ્રમમાંથી આવે છે, પરંતુ સમય અને સંસ્કૃતિમાં આ વાર્તાઓ તેનાથી વિપરીત વાત પ્રગટ કરે છે. આપણે ક્યારેય ખરેખર એકલા નથી હોતા."

તે સહેજ આગળ ઝૂકયા, તેમની આંખોમાં રહસ્ય અને હૂંફ બંને પ્રતિબિંબિત થઈ રહ્યા હતા.

"આનો વિચાર કરો," તેમણે ધીમેથી કહ્યું. "જ્યારે સૂર્ય આથમે છે, ત્યારે તે એક ક્ષિતિજ પરથી અદૃશ્ય થઈ જાય છે અને બીજી ક્ષિતિજ પર ઉગે છે. મૃત્યું પણ એક સૂર્યોદય છે જે આપણે આ કિનારાથી જોઈ શકતા નથી."

ત્યારબાદ જે મૌન હતું તે ખાલી નહોતું પણ હૃદયના ધબકારા વચ્ચેની જગ્યાની જેમ અનુભૂતિના શાંત ગુંજારવથી ભરેલું હતું - એ યાદ અપાવે છે કે જીવન, તેના તમામ સ્વરૂપોમાં, ખરેખર ક્યારેય સમાપ્ત થતું નથી.

પવિત્ર અંતરાલ

લાંબા, ચિંતનશીલ વિરામ પછી, ગુરુજીએ ધીમેથી ટૂંકા વિરામ માટે સંકેત આપ્યો. ભક્તો ધીમે ધીમે વિખેરાઈ ગયા - કેટલાક પ્રાચીન વડના ઝાડ નીચે શાંત લટાર મારતા હતા, તેમના મનમાં હજુ પણ તેમના ઉપદેશોની ઊંડાઈ ગુંજતી હતી, જ્યારે અન્ય પીણાંના કાઉન્ટર તરફ આકર્ષાયા, જ્યાં તાજી ઉકાળેલી કોફી અને હર્બલ ચાની સમૃદ્ધ સુગંધ હવામાં ફેલાઈ રહી હતી.

હવા ચિંતનથી ભરેલી હતી, જાણે ભક્તોના વિચારોની સામૂહિક ઉર્જાએ સ્થિરતા અને ચિંતનનો અદ્રશ્ય પ્રવાહ ઉત્પન્ન કર્યો હોય. કેટલાક લોકો મૌન બેઠા હતા, ક્ષિતિજ તરફ જોતા હતા, જ્યારે કેટલાક શાંત અવાજમાં ગણગણાટ કરી રહ્યા હતા, સત્રમાં ઉદ્ભવેલા ખુલાસાઓની ચર્ચા કરી રહ્યા હતા.

પીપળાના ઝાડ નીચે પથ્થરની બેન્ચ પર બેઠેલા, એસ્ટિન, આશ્ચર્યથી ભરેલી આંખો સાથે, ફફડાટથી બોલ્યા, "મને વિશ્વાસ નથી થતો કે હું અહીં છું..."

તેમના અવાજમાં એક ધ્રુજારી હતી - એક વિસ્મય જે ત્યારે આવે છે જ્યારે કોઈ ગહન, જીવન બદલી નાખનારી વસ્તુની ધાર પર ઊભા રહીએ.

લાકડાની રેલિંગ સામે ઝૂકીને, કિરોન એક ઊંડો શ્વાસ લેતા બોલ્યો, "સત્ર... તે ખુલ્લું પાડતું હતું. આપણે આપણું જીવન ઘણી બધી બાબતોથી ડરીને વિતાવ્યું છે - એવી બાબતો જે આપણને રાત્રે જાગતા રાખે છે, એવી બાબતો જે આપણી છાતી પર ભારે લાગતી હતી - હવે, તે એટલી ભયાનક નથી લાગતી."

તેમના શબ્દો દૂરના મંદિરના ઘંટના છેલ્લા સૂરની જેમ હવામાં લટકી રહ્યા હતા, જે તેમની આસપાસના લોકોના હૃદયમાં ગુંજતા હતા.

લાંબા મૌન પછી, સુજીતા બોલી, તેનો અવાજ કોઈ ફફડાટથી થોડો ઉપર હતો છતાં એક એવી પીડાથી ભરેલો હતો કે તે સાંભળવા માંગતો હતો.

"એક પ્રશ્ન મને હંમેશા સતાવે છે... મારા પિતા અને માતાનું શું થશે? આપણા મૃત્યું પછી મારું, મારા

બાળકોનું શું થશે? આપણે ક્યાં જઈશું? શું આપણે ફરી ક્યારેય મળીશું?"

તેના શબ્દો હૃદયને સ્પર્શી ગયા.

વાતાવરણમાં એક પરિવર્તન આવ્યું - એક અકથિત દુઃખ, એક સાર્વત્રિક ભય, એક સત્ય એટલું નિર્વિવાદ હતું કે તેણે તે બધાને સમજણના શાંત ક્ષણમાં બાંધી દીધા.

ટોળું મૌન થઈ ગયું. કોઈએ જવાબ આપવા ઉતાવળ કરી નહીં. વાસુદેવ, પદમા, અપેક્ષા અને અક્ષયે ફક્ત માથું હલાવ્યું, તેમની આંખોમાં એ જ અકથિત લાગણીઓ પ્રતિબિંબિત થઈ રહી હતી. તેઓ પણ આ પ્રશ્નો સાથે ઝઝૂમતા હતા અને તેમના આત્માના કિનારે એ જ ભયનો અનુભવ કરતા હતા.

પવન ધીમે ધીમે ફૂંકાઈ રહ્યો હતો, કમાન પર લટકતી મંદિરની ઘંટડીઓ ગર્જના કરતી હતી. દૂર ક્યાંક, એક સાધુનો પ્રાર્થનામાં અવાજ સંભળાયો, તેમનો મંત્રોચ્ચાર પવનની લહેર સાથે એકીકૃત રીતે ભળી ગયો.

બરાબર એ જ સમયે, બુદ્ધ હોલના ઉંબરા પાસે ઊભેલા કિરણે તેમને ઈશારો કર્યો. તેનો ચહેરો શાંત હતો, તેના હાવભાવ સૂક્ષ્મ હતા - છતાં તેનો અર્થ સ્પષ્ટ હતો.

"આગામી સત્રનો સમય થઈ ગયો છે."

ભક્તો ધીમે ધીમે પોતાની બેઠકો પરથી ઉભા થયા, કેટલાક હજુ પણ વિચારમાં ખોવાયેલા હતા, અન્ય લોકો શાંત આંસુ લૂછતા હતા. તેઓ હોલ તરફ ચાલ્યા, તેમના હૃદય ભારે છતાં કોઈક રીતે હળવા - જાણે કે તેમના પ્રશ્નોનો ભાર આખરે સ્વીકારાઈ ગયો હોય, ભલે તેનો સંપૂર્ણ જવાબ ન મળ્યો હોય.

અને તે ક્ષણે, તેઓ જાણતા હતા કે - તેઓ બરાબર ત્યાં જ હતા જ્યાં તેમને હોવું જોઈએ.

પ્રકરણ ૮

આંતરજીવન

"આંતરજીવન એ વિરામ નથી, પરંતુ ચિંતન અને પસંદગીનું એક પવિત્ર સ્થાન છે, જ્યાં આત્મા તેના ભૂતકાળની સમીક્ષા કરે છે અને સભાનપણે તેની આગામી યાત્રાને આકાર આપે છે, જે તેણે મેળવેલા શાણપણ દ્વારા માર્ગદર્શન આપે છે."

– શ્રી શામબવ

સારાંશ

આ પ્રકરણ આંતરજીવનની વિભાવનામાં ઊંડાણપૂર્વક આગળ વધે છે, જ્યાં આત્મા તેના પાછલા અવતાર પર પ્રતિબિંબ પાડે છે અને તેના આગામી અવતાર

માટે તૈયારી કરે છે. વિવિધ આધ્યાત્મિક ઉપદેશોમાંથી, આ પ્રકરણ શોધે છે કે પ્રતિબિંબનો આ સમયગાળો વિકાસ અને સમજણ માટે કેવી રીતે તક આપે છે, જે આત્માને તેના તાજેતરના જીવન દરમિયાન શીખેલા પાઠ અને સામનો કરેલા પડકારોનું મૂલ્યાંકન કરવાની મંજૂરી આપે છે. "આત્મા કરાર" નો વિચાર રજૂ કરવામાં આવ્યો છે - જન્મ પહેલાં કરવામાં આવેલા કરારો જે આત્માના હેતુ અને દરેક જીવનકાળમાં અનુભવોનું માર્ગદર્શન આપે છે. આ પ્રકરણ એ પણ શોધે છે કે આધ્યાત્મિક માર્ગદર્શકોની મદદથી આત્મા તેના ભાવિ માર્ગ અંગે મહત્વપૂર્ણ પસંદગીઓ કેવી રીતે કરે છે, જેમાં ધ્યાન કેન્દ્રિત કરવાના પાઠ, ઉપચાર માટેના સંબંધો અને પ્રાપ્ત કરવા માટેના વ્યક્તિગત વિકાસનો સમાવેશ થાય છે. વધુમાં, આ પ્રકરણ આંતરજીવન કેવી રીતે એક તૈયારીના તબક્કા તરીકે સેવા આપે છે, જ્યાં આત્મા મોટા સાર્વત્રિક નિયમોથી પ્રભાવિત હોવા છતાં, તેના ભાગ્યને આકાર આપવામાં સક્રિયપણે ભાગ લે છે. અંતે, તે આંતરજીવનના અનુભવો સ્વતંત્ર ઇચ્છાના વિચારને કેવી રીતે સમર્થન

આપી શકે છે અથવા પડકાર આપી શકે છે તે સંબોધે છે, આત્માઓ તેમના માર્ગો પસંદ કરવા માટે સ્વતંત્ર છે કે પૂર્વનિર્ધારિત યોજનાઓ દ્વારા માર્ગદર્શન આપવામાં આવે છે તે ધ્યાનમાં લેતા. આ સંશોધન દ્વારા, આ પ્રકરણ આત્મા કેવી રીતે વિકસિત થાય છે અને અનેક જીવનકાળ દરમિયાન સભાનપણે તેની આધ્યાત્મિક યાત્રાનું સંચાલન કરે છે તેની આંતરદૃષ્ટિ પ્રદાન કરે છે.

આંતરજીવન : પ્રતિબિંબ અને પસંદગીનું ક્ષેત્ર

હોલ એક ઊંડી, ચિંતનશીલ શાંતિમાં લપેટાયેલો હતો. ભક્તો રાહ જોઈને બેઠા હતા, તેમના મનમાં ઘણા લાંબા સમયથી સતાવતા પ્રશ્નો હતા.

ગુરુજીએ, શાશ્વત ધીરજના વાતાવરણ સાથે બેઠેલા, વિદ્યાર્થિ તરફ જોયું, જેણે હમણાં જ પૂછ્યું હતું, "ગુરુજી, મૃત્યું પછી શું થાય છે? જીવન વચ્ચે આત્માની સફર શું છે?"

ગુરુજી હસ્યા, તેમની આંખોમાં એક એવું જ્ઞાન પ્રતિબિંબિત થઈ રહ્યું હતું જે જીવનકાળથી આગળ વધ્યું હતું.

“વિદ્યાર્થિ, કલ્પના કરો કે એક નદી વિશાળ સમુદ્ર તરફ વહે છે. જેમ જેમ તે આગળ વધે છે, તે તેના કિનારા પર જીવનનું પોષણ કરે છે, પર્વતોમાંથી પસાર થાય છે અને બદલાતા આકાશને પ્રતિબિંબિત કરે છે. પરંતુ જ્યારે તે સમુદ્ર સુધી પહોંચે છે ત્યારે શું થાય છે? શું તે અદૃશ્ય થઈ જાય છે? ના - તે ભળી જાય છે, ફક્ત ધુમ્મસ તરીકે ફરી ઉગે છે, વાદળો બનાવે છે અને પછી વરસાદ તરીકે ફરી પડે છે અને બીજી યાત્રા શરૂ કરે છે.”

ભક્તો દરેક શબ્દ સાંભળતા, શબ્દોમાં ખોવાઈ ગયા.

“આત્માનું ચક્ર આવું જ છે,” ગુરુજીએ આગળ કહ્યું. “તે જીવનકાળમાં પ્રવાસ કરે છે, અનુભવો એકઠા કરે છે, અન્ય આત્માઓને સ્પર્શ કરે છે, શીખે છે, શીખેલું ભૂલે છે અને વિકાસ પામે છે. પરંતુ આ યાત્રાઓ વચ્ચે, એક જીવન અને બીજા જીવન વચ્ચે, એક પવિત્ર જગ્યા -

આંતરજીવન - પ્રતિબિંબ, પસંદગી અને દૈવી તૈયારીનું ક્ષેત્ર છે."

દુનિયા વચ્ચેનું એક ક્ષેત્ર

ગુરુજીનો અવાજ અર્થપૂર્ણ બનતા જ હોલમાં શાંતિ છવાઈ ગઈ.

"ઘણા પ્રાચીન ગ્રંથો અને આધ્યાત્મિક સાધકો આંતરજીવનને સંપૂર્ણપણે ભૌતિક કે સંપૂર્ણપણે અલૌકિક તરીકે વર્ણવે છે - એક વિશાળ, તેજસ્વી ક્ષેત્ર જ્યાં સમય, જેમ આપણે સમજીએ છીએ, અસ્તિત્વમાં નથી. અહીં આત્મા, તેના પાર્થિવ શરીરને છોડીને, તેના પોતાના કાર્યોના અરીસા સમક્ષ ઉભો રહે છે - નિર્ણયમાં નહીં, પરંતુ ઊંડી સમજણમાં."

અપેક્ષાએ, જેનો અવાજ ધ્રૂજતો હતો, પૂછ્યું, "ગુરુજી, શું આત્મા તે જગ્યાએ પીડા અનુભવે છે?"

ગુરુજીની નજર ધીમી પડી ગઈ.

“મારા બાળક, તું જે રીતે વિચારે છે તે રીતે નહીં. આત્મા, શરીરની જેમ પીડા અનુભવતો નથી. તેના બદલે, તે તેના ભૂતકાળના જીવનને એક ભવ્ય વૈશ્વિક રમતની જેમ પ્રગટ થતો જુએ છે. બોલાયેલ દરેક શબ્દ, લેવામાં આવેલ દરેક ક્રિયા, આપવામાં આવેલ અથવા પ્રાપ્ત થયેલ દરેક દુઃખ - તે બધું પાછું આવે છે, સજા તરીકે નહીં, પરંતુ એક પાઠ તરીકે. આત્મા તેણે આપેલો પ્રેમ અનુભવે છે અને તે તેના દ્વારા આપવામાં આવેલ દુઃખ અનુભવે છે - નિંદા કરવા માટે નહીં, પરંતુ ખરેખર સમજવા માટે.”

સુજીતાના ગાલ પરથી આંસુ સરી પડ્યા. “તો પછી શું થશે, ગુરુજી?”

આત્માના કરારો: જીવના નકશા

“ફરીથી જન્મ લેતા પહેલા, આત્મા એક પવિત્ર જગ્યામાં પ્રવેશ કરે છે જ્યાં તે પોતાનું આગલું જીવન પસંદ કરે છે,” ગુરુજીએ સમજાવ્યું. “આને આત્માના કરારો તરીકે ઓળખવામાં આવે છે - પૃથ્વી પર

ઉતરતા પહેલા અન્ય આત્માઓ સાથે કરવામાં આવેલા કરારો. આ કરારો સજા કે પુરસ્કારો નથી પરંતુ કાળજીપૂર્વક પસંદ કરેલા પાઠ છે. જેમ વિદ્યાર્થી નવા ધોરણમાં પ્રવેશતા પહેલા વિષયો પસંદ કરે છે, તેવી જ રીતે આત્મા નવા શરીરમાં પ્રવેશતા પહેલા અનુભવો પસંદ કરે છે."

વિદ્યાર્થિએ વિચારમાં ભ્રમર ઉંચા કર્યા. "ગુરુજી, શું આનો અર્થ એ છે કે આપણું દુઃખ આપણે પસંદ કર્યું છે?"

ગુરુજીએ હળવેથી માથું હલાવ્યું.

"દુઃખ આપવામાં આવતું નથી; તે વિકાસ માટે પસંદ કરવામાં આવે છે. જે આત્મા ધીરજને સમજવા માંગે છે તે કસોટીઓથી ભરેલું જીવન પસંદ કરી શકે છે. બીજો જે કરુણા શીખવા માંગે છે તે કોઈ પ્રિયજનની સંભાળ રાખવાનું નક્કી કરી શકે છે જે ખૂબ જ દુઃખમાં હોય છે. જે દુર્ભાગ્ય તરીકે દેખાય છે તે ઘણીવાર ઊંડાણપૂર્વકનો પાઠ હોય છે, જે જન્મ પહેલાં ઘણા સમય પહેલા સંમત થયો હતો."

સેમ, જે શાંતિથી સાંભળી રહ્યો હતો, આખરે બોલ્યો. "પણ ગુરુજી, કોઈ આત્મા દુઃખ કેમ પસંદ કરશે? તે નુકસાન અને દુઃખ માટે શા માટે સંમત થશે?"

ગુરુજીની અભિવ્યક્તિ શાંત છતાં અમાપ ઊંડાણથી ભરેલી હતી.

"જ્યારે કોઈ પાંદડું તેની સપાટી પરથી તરતું જાય છે ત્યારે નદી રડતી નથી. તે તેના પ્રવાહોમાં તે પાનની સ્મૃતિ વહન કરે છે. આત્માઓ આપણા જીવનમાં કાયમ રહેવા માટે નહીં પણ આપણને કંઈક આવશ્યક શીખવવા માટે આવે છે. જ્યારે તેમનો પાઠ પૂર્ણ થાય છે, ત્યારે તેઓ આગળ વધે છે. પરંતુ પ્રેમ, જોડાણ - તે ક્યારેય મરતું નથી. તે આપણા અસ્તિત્વના તાણાવાણામાં કાયમ માટે વણાયેલું રહે છે."

સેમે નીચે જોયું, તેના હાથ ધ્રૂજતા હતા. "શું આનો અર્થ એ છે કે આપણે જે લોકોને ગુમાવીએ છીએ તેઓ હંમેશા આપણને છોડીને જવા માટે જ હતા?"

ગુરુજીએ ધીમેથી માથું હલાવ્યું.

"નુકસાન એ ભૌતિક જગતનો ભ્રમ છે. આંતરજીવનમાં, આત્માઓ એવા લોકો સાથે ફરી જોડાય છે જેમને તેઓ પહેલા જાણતા હતા. જેઓ આપણા માતાપિતા, આપણા બાળકો, આપણા પ્રિય મિત્રો હતા - તેમાંથી ઘણા આપણી આગામી યાત્રામાં નવા સ્વરૂપોમાં પાછા ફરશે. ક્યારેક, આ જીવનમાં આપણે ગુમાવેલી માતા આગામી જીવનમાં પુત્રી તરીકે પાછી આવે છે. ક્યારેક, કોઈ દુશ્મન, ભાઈ-બહેન તરીકે ફરી દેખાય છે, જે સમાધાનની તક આપે છે. આ આત્માની યાત્રાના પવિત્ર ચક્રો છે."

આધ્યાત્મિક માર્ગદર્શકોની ભૂમિકા

વાસુદેવ, ઊંડા વિચારમાં ડૂબેલા હતાં, એમણે પૂછ્યું, "ગુરુજી, શું આપણે આ પ્રક્રિયામાં એકલા છીએ? આપણા મૃત્યું પછી આ બધું સમજવામાં કોણ મદદ કરે છે?"

ગુરુજીના ચહેરા પર જાણીતું સ્મિત ફેલાયું.

"વાસુદેવ, તમે ક્યારેય એકલા નથી હોતા. આંતરજીવનમાં, આત્માને આધ્યાત્મિક માર્ગદર્શકો મળે છે - પ્રકાશ અને શાણપણના માણસો જે તેને તેની યાત્રાને સમજવામાં મદદ કરે છે. આ માર્ગદર્શકોમાંના કેટલાક એવા આત્માઓ હોઈ શકે છે જેમને તમે પહેલાં જાણતા હતા - કોઈ પૂર્વજ, શિક્ષક, કોઈ પ્રિય મિત્ર જે આ યાત્રા પાર કરી ચૂક્યો છે. અન્ય તમારા આધ્યાત્મિક ઉત્ક્રાંતિ માટે સોંપાયેલ દૈવી માણસો હોઈ શકે છે. તેઓ તમારી પસંદગીઓ નક્કી કરતા નથી, પરંતુ તેઓ માર્ગને પ્રકાશિત કરે છે, તમને સમજવામાં મદદ કરે છે કે કયા પાઠ હજુ પણ અધૂરા છે."

એસ્ટિન, જે શાંત હતો, આખરે બોલ્યો. "ગુરુજી, જો આ બધું સાચું છે, તો આપણે જન્મતી વખતે તેને કેમ યાદ નથી રાખતા?"

ગુરુજી હળવેથી હસ્યા.

"જો કોઈ વિદ્યાર્થી પરીક્ષામાં પ્રવેશ કરે છે અને તેને પહેલેથી જ જવાબો ખબર હોય, તો પરીક્ષાનો હેતુ શું છે? ભૂલી જવું એ પ્રક્રિયાનો એક ભાગ છે, મારા બાળક.

તે પડદો છે જે જીવનના અનુભવને અર્થપૂર્ણ બનાવે છે. પરંતુ આત્મા, તેના ભૂતકાળના ગુંજારણો વહન કરે છે - ક્યારેક સપનામાં, ક્યારેક સમજાવી ન શકાય તેવી લાગણીઓમાં, અને ક્યારેક જાણવાના ઊંડા અર્થમાં. જો તમે શાંતિથી બેસો, જો તમે તમારા આંતરિક અવાજને ધ્યાનથી સાંભળો, તો તમને અહીં આવતા પહેલા કરેલા કરારોના ટુકડાઓ યાદ આવી શકે છે."

ગુરુજીના શબ્દોની વિશાળતા ગ્રહણ કરીને ભક્તો સંપૂર્ણ મૌન બેઠા.

છેવટે, ગુરુજીએ ઊંડો શ્વાસ છોડ્યો, તેમનો અવાજ હળવો અને ધીમો થઈ ગયો.

"આંતરજીવન એ ફક્ત મૃત્યું અને પુનર્જન્મ વચ્ચેનો અવકાશ નથી. તે સંક્રમણની દરેક ક્ષણમાં અસ્તિત્વ ધરાવે છે. જ્યારે તમે કોઈને ગુમાવો છો, જ્યારે તમે રસ્તો બદલો છો, જ્યારે તમે પરિવર્તનના ચોક પર ઉભા છો, ત્યારે તમે - ભલે તમને ખ્યાલ હોય કે ન

હોય - આ આંતરજીવનમાં છો. તે અંત અને નવી શરૂઆતનો અવકાશ છે."

તેમણે દરેક ભક્ત તરફ જોયું, તેમની આંખો અનંત પ્રેમથી ભરેલી હતી.

"આ શાણપણ ફક્ત જ્ઞાન ન બને, પણ એક અનુભવ બને. અંદર જાઓ. ચિંતન કરો. અને જ્યારે તમારો સમય આવે, ત્યારે તમે ભય સાથે નહીં, પણ સમજણ સાથે આંતરજીવનમાં પ્રવેશ કરો."

જ્યોત ઝળહળી રહી હતી. બહારનો પવન ધીમેથી સુસવાટા કરી રહ્યો હતો, જાણે કુદરતે પોતે જ સત્ય બોલ્યા પછી આદરપૂર્વક નમન કર્યું હોય. ભક્તો સ્થિર બેઠા હતા, અનુભૂતિના વિશાળ, પવિત્ર મૌનમાં ખોવાઈ ગયા હતા.

રૂપાએ, શાંત જિજ્ઞાસાથી ભરેલા અવાજમાં, પૂછ્યું, "ગુરૂજી, આંતરજીવન શું છે, અને આધ્યાત્મિક ઉપદેશો

આત્માની યાત્રામાં તેના હેતુનું વર્ણન કેવી રીતે કરે છે?"

બે કિનારા વચ્ચેની નદી

ગુરુજીએ કહ્યું, "રૂપા, બે ભૂમિ વચ્ચે વહેતી એક મહાન નદીની કલ્પના કરો - એક કિનારો, એ જીવન છે જે તમે પાછળ છોડી દો છો અને બીજો કિનારો એ જીવન છે જેમાં તમે હજુ પ્રવેશ કર્યો નથી. નદી પોતે, તે વચ્ચેનો અવકાશ, આંતરજીવન છે - આત્માની શાશ્વત યાત્રામાં એક પવિત્ર વિરામ."

ભક્તો તેમના શબ્દોથી દોરાયેલી દુનિયામાં ખેંચાઈ રહ્યા હતાં.

"ઘણા લોકો માને છે કે જ્યારે આપણે ભૌતિક શરીર છોડીએ છીએ, ત્યારે આપણે ફક્ત ચાલ્યા જઈએ છીએ, પરંતુ આત્મા ક્યારેય અસ્તિત્વમાં રહેતો નથી. આંતરજીવનમાં, આત્મા થોભે છે, ન્યાય કરવા માટે નહીં, પરંતુ સમજવા માટે. તે કાચથી બનેલા અરીસા સામે નહીં, પણ સત્યના અરીસા સામે ઉભો રહે છે.

દરેક ક્રિયા, દરેક શબ્દ, દરેક વિચાર પ્રતિબિંબિત થાય છે. કોઈ સજા માટે નહીં, ફક્ત શીખવા માટે."

રૂપાએ પૂછ્યું, "ગુરુજી, શું એનો અર્થ એ છે કે આપણે બધું ફરી જીવીએ છીએ?"

ગુરુજીએ માથું હલાવ્યું.

"હા, પણ તમે જે રીતે વિચારો છો તે રીતે નહીં. તમે ફક્ત તમારા ભૂતકાળના જીવનને જ જોતા નથી; તમે તેને અનુભવો છો. દયાની દરેક ક્ષણ, પ્રેમની દરેક ક્રિયા - તે તમારા પર ગરમ આલિંગનની જેમ છવાઈ જાય છે. પરંતુ તે જ રીતે, તમે બીજાઓને જે દુ:ખ આપો છો તે દરેક ક્ષણ પાછી આવે છે - સજા તરીકે નહીં, પરંતુ એક અનુભવ તરીકે. તમે જે દુ:ખ આપ્યું છે તે તમે અનુભવો છો, કારણ કે કોઈ ઉચ્ચ શક્તિ તેની માંગ કરે છે એટલે નહીં, આત્મા પોતે સમજવા માંગે છે. તે વધવા માંગે છે એટલે."

આખી સભામાં શાંતિ છવાઈ ગઈ. રાત્રિનો પવન પાંદડાઓને એવી રીતે ખડખડાટ કરાવી રહ્યો હતો જાણે કુદરત પણ સાંભળવા માટે થોભી ગઈ હોય.

આગામી યાત્રા પસંદ કરી રહ્યા છીએ

અપેક્ષા, ઊંડા વિચારમાં ડૂબેલી, પૂછ્યું, "પણ ગુરુજી, પછી શું થાય છે? શું આપણે ફક્ત રાહ જોઈએ છીએ?"

ગુરુજી હસ્યા.

"ના, મારા બાળક. જેમ મુસાફર કાયમ માટે આરામના સ્થળે રહેતો નથી, તેમ આત્મા પણ જીવનભર રહેતો નથી. તે તૈયારી કરે છે. તે પસંદગી કરે છે."

ભક્તોએ એકબીજા પર નજર ફેરવી.

"ફરીથી જન્મ લેતા પહેલા, આત્મા એક પવિત્ર પરિષદમાં પ્રવેશ કરે છે, જે ઘણીવાર ઉચ્ચ માણસો - આધ્યાત્મિક માર્ગદર્શકો દ્વારા માર્ગદર્શન આપવામાં આવે છે જેઓ આ માર્ગ પર પહેલા ચાલ્યા છે. સાથે મળીને, તેઓ શું શીખ્યા અને શું સમજવાનું બાકી છે તેની સમીક્ષા કરે છે. આત્મા ફક્ત અકસ્માતથી બીજા જીવનમાં પાછો ફરતો નથી - તે ખૂબ કાળજી સાથે તેના આગામી અનુભવો પસંદ કરે છે."

ભવ્યાએ ભ્રમર ઉંચા કર્યા. “પણ ગુરુજી, કોઈ આત્મા શા માટે દુઃખ સહન કરવાનું પસંદ કરશે?”

ગુરુજીએ ધીમેથી શ્વાસ છોડ્યો, તેમના અવાજમાં કરુણા અને ઊંડી જાણકારી બંને હતી.

“કલ્પના કરો કે કોઈ શિલ્પકાર આરસપહાણના બ્લોક સામે ઊભો છે. તે પથ્થરની ખરબચડીતા પર રડતો નથી. તે તેને મારતી છીણીને શાપ આપતો નથી. તેના બદલે, તે જાણે છે કે દરેક કટ, દરેક પરત, કંઈક સુંદર આકાર આપી રહી છે. આત્મા પણ અનુભવો પસંદ કરે છે - દુઃખ સહન કરવા માટે નહીં, પરંતુ પોતાને સુધારવા, સમજવા અને જાગૃત કરવા માટે.”

“જે આત્મા ધીરજને સમજવા માંગે છે તે રાહ જોવાથી ભરેલું જીવન પસંદ કરી શકે છે. જે આત્મા કરુણામાં નિપુણતા મેળવવા માંગે છે તે મુશ્કેલીમાં જન્મી શકે છે, જેથી તે બીજાઓને તેમના દુઃખમાં સ્વીકારવાનું શીખી શકે. દરેક પડકાર એ દૈવી શાણપણની શાહીથી લખાયેલો પાઠ છે.”

દેવ, જે મૌન હતો, તેણે ફફડાટથી કહ્યું, "તો... આપણે જે પણ મુશ્કેલીનો સામનો કરીએ છીએ તે પસંદ કરવામાં આવી હતી?"

ગુરુજીએ માથું હલાવ્યું.

"બધા સંઘર્ષો પૂર્વનિર્ધારિત નથી હોતા, પરંતુ તેમાંના ઘણા એવા હોય છે. શું તમે ક્યારેય કોઈને પહેલી વાર મળ્યા છો અને એવું લાગ્યું છે કે તમે તેમને હંમેશાથી ઓળખો છો? શું તમે ક્યારેય કોઈ જગ્યાએ ગયા છો અને એક અગમ્ય જોડાણ અનુભવ્યું છે? આ આત્માના કરારોના પડઘા છે - જન્મ પહેલાં થયેલા કરારો. કેટલાક આત્માઓ ફરીથી મળવાનું, માર્ગદર્શન આપવાનું, પ્રેમ કરવાનું અને એકબીજાને પડકારવાનું વચન આપે છે. ક્યારેક, આ જીવનમાં જે તમારું હૃદય તોડે છે તે એ જ આત્મા છે જેણે પાછલા જીવનમાં એકવાર તમને બચાવ્યા હતા."

સેમે જોરથી શ્વાસ છોડયો. "પણ જે લોકોએ આપણને ખૂબ દુઃખ પહોંચાડયું છે તેનું શું? શું તેઓ પણ આપણા આત્માના કરારનો ભાગ છે?"

ગુરુજીની નજર ધીમી પડી ગઈ.

"હા. જે લોકો આપણને દુઃખ પહોંચાડે છે તેઓ પણ ક્યારેક એવા હોય છે જે બીજા સમયે આપણને સૌથી વધુ પ્રેમ કરતા હોય છે. કોઈ આત્મા વિશ્વાસઘાતીની ભૂમિકા ભજવવા માટે સંમત થઈ શકે છે, ક્રૂરતાને કારણે નહીં, પરંતુ ફક્ત પાઠ શીખવવા માટે. ક્યારેક, મહાન શિક્ષકો દુઃખના વેશમાં આવે છે."

અંતિમ અનુભૂતિ

ગુરુજીએ બધા તરફ જોયું, "વિદ્યાર્થિ, આંતરજીવન ફક્ત જીવન વચ્ચે, રાહ જોવાનો ખંડ નથી - તે એક પવિત્ર સ્થાન છે જ્યાં આત્મા પોતાને ફરીથી શોધે છે. તે, તે ક્ષેત્ર છે જ્યાં પડદો ઊંચકાય છે, જ્યાં બધા ભ્રમ દૂર થાય છે, અને ફક્ત સત્ય રહે છે. તે ત્યાં છે જ્યાં તમે તમારી જાતને જોશો - શરીર તરીકે નહીં, નામ તરીકે નહીં, પરંતુ શુદ્ધ, શાશ્વત અને સતત વિસ્તરતી તેજસ્વી ચેતના તરીકે."

"અને જ્યારે તમારો સમય તે નદી પાર કરવાનો આવે છે, ત્યારે તમે તે કરશો, ડરથી નહીં પણ એ જાણીને કે

કંઈપણ ખરેખર ખોવાતું નથી. જેમને તમે પ્રેમ કરો છો, જેઓ છોડી ગયા છે, જેમને તમે હજુ સુધી મળ્યા નથી - બધા આ મહાન બ્રહ્માંડ યાત્રાના પ્રવાસીઓ છે, એકબીજાને ફરીથી શોધવાનું નક્કી છે."

વાસુદેવનો અવાજ સ્થિર છતાં જિજ્ઞાસાથી ભરપૂર હતો, તેમણે પૂછ્યું, "ગુરુજી, આત્માના કરારો અને જીવન હેતુના સિદ્ધાંતો આંતરજીવનમાં લેતા નિર્ણયોને કેવી રીતે આકાર આપે છે?"

વણકર અને દોરા

ગુરુજીએ થોડા સમય માટે વિરામ લીધા પછી કહ્યું, "વાસુદેવ, કલ્પના કરો કે એક વણકર એક જટિલ લૂમ સામે બેઠો છે. દરેક દોરો એક જીવન છે, દરેક ગાંઠ એક નિર્ણય છે, અને દરેક રચના એક ભાગ્ય પ્રગટ કરી રહી છે. વણકર ફક્ત દોરાને અણઘડ રીતે એકસાથે ફેંકતો નથી - દરેક દોરી કાળજીપૂર્વક મૂકવામાં આવે છે, દરેક રંગ હેતુપૂર્વક પસંદ કરવામાં

આવે છે. આ રીતે આત્મા આંતરજીવનમાં તેની આગામી યાત્રા માટે તૈયારી કરે છે."

ભક્તો થોડા ઝુક્યા, તેઓ એ દુનિયામાં ખેંચાયા, તેમના શબ્દોએ રંગ ભર્યા.

"આત્મા ભૌતિક જગતમાં પાછો ફરે તે પહેલાં, તે એક પવિત્ર જગ્યામાં પ્રવેશ કરે છે - ચિંતન, શાણપણ અને તૈયારીનું ક્ષેત્ર. તે આંધળો પાછો ફરતો નથી; તે પસંદ કરે છે. તે જીવેલા દરેક જીવનકાળને યાદ કરે છે; શીખેલા દરેક પાઠ અને બનેલા દરેક બંધનને. અને પછી, ઉચ્ચ માણસો દ્વારા માર્ગદર્શન - કેટલાક તેમને આધ્યાત્મિક માર્ગદર્શકો કહે છે, અન્ય તેમને વડીલોની પરિષદ કહે છે - આત્મા તેના આગામી જીવનને ગૂંથવાનું કાર્ય શરૂ કરે છે."

ભવ્યાના ભ્રમર ખીલી ગયા. "ગુરુજી, કોઈ આત્મા શા માટે દુઃખ સહન કરવાનું પસંદ કરશે? તે એવા કરાર પર શા માટે સહી કરશે જે દુઃખ તરફ દોરી જાય છે?"

શિલ્પકાર અને પથ્થર

ગુરુજીએ ધીમેથી શ્વાસ છોડ્યો, તેમના અવાજમાં કરુણા અને ઊંડી જાણકારી બંને હતા.

"ભવ્યા, જો તું શિલ્પકાર હોત, તો શું તું દર વખતે જ્યારે તારી છીણી આરસપહાણ પર વાગતી ત્યારે રડતી ? શું તું પથ્થરને આકાર આપવા બદલ હથોડાને શાપ આપત? ના, કારણ કે તું જાણતી હોત કે દરેક પ્રહાર એ કંઈક સુંદર તરફ એક પગલું છે. આત્મા પણ એક કલાકાર છે - અનુભવ દ્વારા પોતાને આકાર આપતો. તે પીડાને સજા તરીકે નહીં પણ પરિવર્તનના સાધન તરીકે જુએ છે."

"જે આત્મા ધીરજને સમજવા માંગે છે તે રાહ જોવાનું જીવન પસંદ કરી શકે છે. જે આત્મા પ્રેમમાં નિપુણતા મેળવવા માંગે છે તે એવી પરિસ્થિતિઓમાં જન્મી શકે છે જે તેની ક્ષમા કરવાની ક્ષમતાની કસોટી કરે છે. શક્તિ માટે ઝંખના રાખતો આત્મા પોતાને મોટી મુશ્કેલીઓ વચ્ચે મૂકી શકે છે, દુઃખ તરીકે નહીં, પરંતુ દૈવી શાણપણની શાહીથી લખેલા પાઠ તરીકે."

પદમાએ, જેનો અવાજ થોડો ઓછો હતો, પૂછ્યું, "પણ જેમણે આપણને ખૂબ દુઃખ પહોંચાડ્યું તેનું શું? વિશ્વાસઘાત, ત્યાગ અને નુકસાનનું શું? શું તે પણ આત્માના કરારનો ભાગ છે?"

ગુરુજીની નજર નરમ પડી ગઈ, અને તેમણે દરેક તરફ અનંત કોમળતાથી જોયું.

"પદમા, શું તમે ક્યારેય કોઈ મહાન નૃત્યકારને પ્રસ્તુતિ આપતા જોયા છે? ધ્યાન આપો કે તેઓ ફક્ત એક જ દિશામાં આગળ વધતા નથી, કે તેઓ એકલા પ્રકાશમાં રહેતા નથી. તેઓ પડછાયા અને પ્રકાશ વચ્ચે ફર્યા કરે છે, વિપરીતતામાં સુંદરતા બનાવે છે. જીવન પણ આનંદ અને દુઃખ, પ્રેમ અને ખોટ, મિલન અને વિચ્છેદ વચ્ચેનું નૃત્ય છે."

"હા, ક્યારેક આપણને દુઃખ આપનારા લોકો એવા આત્માઓ હોય છે જેમને આપણે બીજા જીવનમાં પ્રેમ કરતા હતા. એક પ્રિય મિત્ર દુશ્મનની ભૂમિકા ભજવી શકે છે, દ્વેષથી નહીં પરંતુ કારણ કે પાઠ શીખવો જ જોઇએ. ખૂબ જલ્દી ખોવાયેલ બાળક, એક દૂર ચાલ્યો

ગયેલ પ્રેમી, એક વિશ્વાસઘાત જે ઊંડાણમાં છાપ મૂકે છે - આ બધુ પણ ડિઝાઇનનો ભાગ છે."

એલિસે તેના ગાલ પરથી આંસુ લૂછ્યા. "ગુરુજી..., તો પછી આપણે યાદ કેમ નથી કરતા? આપણે આપણા આત્માના સંકોચનને કેમ યાદ નથી કરતા?"

સાચા શિક્ષણની કસોટી

ગુરુજીએ હળવેથી સ્મિત કર્યું.

"કલ્પના કરો કે પરીક્ષા આપતા પહેલા તમને દરેક પરીક્ષાના જવાબો આપવામાં આવે છે. શું તમે હજુ પણ શીખશો? શું જ્ઞાન વાસ્તવિક હશે, કે પછી તે ફક્ત યાદ કરવાનું રહેશે? આત્મા ભૂલી જવાનું પસંદ કરે છે જેથી અનુભવ સાચો હોય. છતાં, તે પાછળ સંકેતો છોડી જાય છે - ડેજા વુ, કોઈ અજાણી વ્યક્તિ સાથે અચાનક જોડાણ, કોઈ સ્થળ કે વ્યક્તિ પ્રત્યેનું એક અગમ્ય ખેંચાણ. આ આંતરજીવનમાંથી આવતી સૂઝ છે, જે આપણને એક સમયે કરેલા કરારોની યાદ અપાવે છે."

"ભૂલી જવું એ સજા નથી - તે એક તક છે. કારણ કે જો તમે શા માટે, એ યાદ રાખ્યા વિના પ્રેમ પસંદ કરો છો, જો તમે કારણ જાણ્યા વિના દયા પસંદ કરો છો, તો તે પસંદગી શુદ્ધ છે. તે ફરજથી અસ્પષ્ટ છે. અને તે, મારા બાળકો, આત્માની સાચી કસોટી છે."

આત્માઓનું જાળું: શાશ્વત જોડાણો

વાસુદેવ, જે હજુ પણ ઊંડા વિચારમાં ડૂબેલા હતાં, પૂછ્યું, "તો ગુરુજી, શું આપણે વારંવાર એક જ આત્માઓને મળવાનું નક્કી છે?"

ગુરુજીએ માથું હલાવ્યું.

"હા, વાસુદેવ. જેમ નદી સમુદ્રમાં પાછી ફરે છે, તેમ આત્માઓ એકબીજા પાસે પાછા ફરે છે. કેટલાક આત્માઓ ઘણા જીવનકાળ દરમિયાન સાથે ચાલવા માટે સંમત થાય છે - ક્યારેક પ્રેમીઓ તરીકે, ક્યારેક પરિવાર તરીકે, ક્યારેક વિરોધીઓ તરીકે પણ. આ જ આત્માઓ આપણને સૌથી વધુ આકાર આપે છે. જો કોઈ અજાણી વ્યક્તિ ઘર જેવી લાગે અથવા કોઈ દુશ્મન વિચિત્ર રીતે પરિચિત લાગે તો આશ્ચર્ય પામશો

નહીં. ભાગ્યના દોરાઓ ચુસ્તપણે વણાયેલા છે, અને કંઈ પણ આકસ્મિક નથી."

ગુરુજીએ કહ્યું, "વિદ્યાર્થિ, આંતરજીવન એ નિર્ણયનું સ્થાન નથી, પરંતુ સમજણનું સ્થાન છે. તે ત્યાં છે જ્યાં આત્મા સંપૂર્ણ ચિત્ર, ભવ્ય રચના જુએ છે. તે ત્યાં છે જ્યાં તે પોતાનું આગામી પ્રકરણ પસંદ કરે છે, ભયથી નહીં પણ શાણપણથી. અને જ્યારે તમારા જીવન વચ્ચેના તે અવકાશમાં પાછા ફરવાનો સમય આવે છે, ત્યારે તમે અફસોસ સાથે નહીં પરંતુ એ જાણીને જાઓ કે દરેક વસ્તુ - દરેક આનંદ, દરેક દુ:ખ, દરેક મુલાકાત અને દરેક વિદાય - તમે હજુ સુધી સમજી શકતા નથી તેના કરતાં ઘણી મોટી વસ્તુનો ભાગ છે."

તેજસ્વી માર્ગ:

એક હળવો પવન આશ્રમમાં ચમેલી અને પવિત્ર તુલસીની સુગંધ ફેલાવી રહ્યો હતો, જે ભક્તોના શાંત મેળાવડામાં ફેલાઈ રહ્યો હતો.

જિજ્ઞાસા અને શ્રદ્ધાથી ભરેલા અવાજમાં પદમાએ પૂછ્યું, "ગુરુજી, આધ્યાત્મિક માર્ગદર્શકો આત્માઓને

ભવિષ્યના અવતાર માટે ચિંતન અને તૈયારી કરવામાં શું ભૂમિકા ભજવે છે?"

આસન પર બેઠેલા ગુરુજીએ એક ક્ષણ માટે આંખો બંધ કરી, જાણે સામાન્ય શ્રવણશક્તિની પહોંચની બહાર કંઈક સાંભળી રહ્યા હોય.

આત્માના ફાનસ વાહકો

"પદમા, કલ્પના કરો કે તમે એક વિશાળ, પ્રાચીન જંગલમાંથી પસાર થઈ રહ્યા છો. તમારી આગળનો રસ્તો ધુમ્મસથી ઢંકાયેલો છે અને પાછળનો રસ્તો ભાગ્યે જ દેખાય છે. તમે ફાનસ લઈ જાઓ છો, પરંતુ તેનો પ્રકાશ ઓછો છે. જ્યારે અંધકાર ઘેરો લાગે છે, ત્યારે તમે આગળ એક આકૃતિ જુઓ છો, જે એક તેજસ્વી પ્રકાશ, તમને માર્ગદર્શન આપવા માટે રાહ જોઈ રહી છે. આ, મારા પ્રિય, એક આધ્યાત્મિક માર્ગદર્શકની ભૂમિકા છે."

ભક્તોના ચહેરા પરના ચમકતા હાવભાવ જોતા તે થોભી ગયા.

"આધ્યાત્મિક માર્ગદર્શકો, એ અપાર જ્ઞાન ધરાવતા આત્માઓ છે જેમણે જન્મ અને મૃત્યું ના પોતાના ચક્રને પાર કરી દીધા છે. તેઓ આદેશ આપવા માટે નહીં પરંતુ પ્રકાશિત કરવા માટે અસ્તિત્વમાં છે - ફાનસ પકડી રાખવા માટે જેથી આત્મા પોતાનો માર્ગ જોઈ શકે. આંતરજીવનમાં, જ્યારે કોઈ આત્મા ભૌતિક વિશ્વના પડદાની બહાર અને પ્રતિબિંબના ક્ષેત્રમાં પ્રવેશ કરે છે, ત્યારે આ માર્ગદર્શકો ત્યાં હોય છે, ધીરજ અને પ્રેમથી રાહ જુએ છે."

ભવ્યા આગળ ઝૂકી, તેની આંખો ગુરુજીના ચહેરાને શોધી રહી હતી. "ગુરુજી, શું આપણે આ માર્ગદર્શકોને ઓળખીએ છીએ? શું આપણે તેમને પહેલાં મળ્યા છીએ?"

ગુરુજી હસ્યા.

"હા, ભવ્યા. ઘણીવાર, તેઓ એવા આત્માઓ હોય છે જેમની સાથે આપણે ઘણા જીવનકાળમાં ચાલ્યા છીએ. કેટલાક એક સમયે આપણા શિક્ષકો, અમારા મિત્રો અને પરિવાર પણ હતા. અન્ય લોકો કદાચ ક્યારેય

અવતાર લીધા ન હોય, ફક્ત આ ક્ષેત્રની બહાર અસ્તિત્વ ધરાવે છે, શાણપણના રક્ષકો તરીકે સેવા આપે છે. પરંતુ તેઓ ગમે ત્યાંથી આવે, તેમનો હેતુ એક જ રહે છે - આપણે ખરેખર કોણ છીએ તે યાદ રાખવામાં મદદ કરવા માટે."

પવિત્ર દર્પણ:

"જ્યારે કોઈ આત્મા તેના શરીરને છોડી દે છે, ત્યારે તે શૂન્યતામાં ઓગળી જતો નથી. તે એવા ક્ષેત્રમાં પ્રવેશ કરે છે જ્યાં સમયનો ભ્રમ નરમ પડે છે, જ્યાં ભૂતકાળ, વર્તમાન અને ભવિષ્ય વચ્ચેની સીમાઓ ઝાંખી પડી જાય છે. અહીં, આધ્યાત્મિક માર્ગદર્શકો આત્માને મળે છે, નિર્ણય સાથે નહીં પરંતુ ઊંડી કરુણા સાથે. આત્માને તેના ભૂતકાળના જીવનનો ચાકળો બતાવવામાં આવે છે - સિદ્ધિઓ અને નિષ્ફળતાઓની યાદી તરીકે નહીં, પરંતુ પ્રેમ, દુઃખ, આનંદ અને પાઠથી વણાયેલી એક જટિલ વાર્તા તરીકે."

"એ એક પવિત્ર અરીસા સામે ઊભા રહેવા જેવું છે," તેમણે આગળ કહ્યું, તેમનો અવાજ શાંત છતાં

શક્તિશાળી, "એક અરીસો જે વિકૃત કરતો નથી, જે ખુશામત કરતો નથી કે નિંદા કરતો નથી. આત્મા પોતાને ખરેખર જેવો છે એવો જુએ છે - ફક્ત કરવામાં આવેલા કાર્યો જ નહીં, પરંતુ તેમની પાછળના ઇરાદાઓ, બોલાયેલા દરેક શબ્દના પ્રભાવો, દરેક દયા અને આપવામાં આવેલી પીડાની દરેક ક્ષણ."

વાસુદેવ ધીમેથી બોલ્યા, "પણ ગુરૂજી, શું આ દુઃખદાયક નહીં હોય? કોઈની બધી ભૂલો આટલી સ્પષ્ટ રીતે જોવી?"

ગુરૂજીએ હળવેથી માથું હલાવ્યું.

"હા, વાસુદેવ, એવું બની શકે છે. પણ યાદ રાખો, દુઃખ સજા નથી - એ એક શિક્ષક છે. અને આધ્યાત્મિક માર્ગદર્શકો આત્માની પડખે ઊભા રહે છે, તેને શરમાવવા માટે નહીં, પણ તેને સમજવામાં મદદ કરવા માટે. પૂછવા માટે કે, 'તમે શું શીખ્યા છો? તમે કેવી રીતે મોટા થયા છો? તમે આગળ શું અનુભવવા માંગો છો?' તેઓ આત્માને એ જોવામાં મદદ કરે છે કે

દરેક પડકાર એક પગથિયું હતું, દરેક દુઃખ એક શિલ્પકાર જે તેના જ્ઞાનને આકાર આપે છે."

આત્માની પસંદગી: આગામી જીવનની તૈયારી

"ચિંતન પછી નિર્ણય લેવાની મહાન ક્ષણ આવે છે. આ તેજસ્વી માણસોના માર્ગદર્શનથી, આત્મા તેની આગામી યાત્રા શરૂ કરે છે. તે તેના પરિવાર, તેના સંજોગો, તેના પડકારો પસંદ કરે છે - પીડિત તરીકે નહીં, પરંતુ તેના આગામી જીવનના મંદિરની રચના કરનારા કલાકાર તરીકે."

"કલ્પના કરો કે એક કલાકાર વિશાળ કેનવાસ સામે ઉભો છે," ગુરુજીએ ઊંડાણથી ભરેલા અવાજમાં કહ્યું. "કલાકાર આંધળો રંગ નથી કરતો. તે કાળજીપૂર્વક પોતાના રંગો પસંદ કરે છે. જુસ્સા માટે લાલ રંગની સાહસી લાઇન, શાંતિ માટે વાદળીનો નરમ સ્પર્શ, સ્થિતિસ્થાપકતાના પાઠ માટે ઘેરો છાંયો. આત્મા પણ એવું જ કરે છે. તે પૂછતો નથી કે, 'હું સરળ જીવન કેવી રીતે જીવી શકું?' પરંતુ, 'હું કેવી રીતે વિકાસ કરી

શકું? હું કેવી રીતે સેવા કરી શકું? હું વધુ ઊંડાણપૂર્વક કેવી રીતે પ્રેમ કરી શકું?'"

આંસુઓથી ચમકતી આંખો સાથે અપેક્ષાએ ધીમેથી કહ્યું, "ગુરુજી, શું આનો અર્થ એ છે કે આપણે આપણી સાથે બનેલી દરેક બાબતમાં સંમત છીએ?"

સ્વતંત્ર ઇચ્છાનું સંગીત

ગુરુજીના હાવભાવ નરમ પડ્યા.

"હા અને ના, અપેક્ષા. જીવન કોઈ કઠોર લિપિ નથી પણ એક સૂર છે - એક રચના સાથે પણ સુધારા માટે જગ્યા છે. જન્મ પહેલાં, આત્મા તેના પ્રાથમિક પાઠ, તેના મુખ્ય સંબંધો અને તેની નિર્ધારિત બેઠકો પસંદ કરે છે. પરંતુ તેમાં, સ્વતંત્ર ઇચ્છા હંમેશા જીવંત રહે છે. આપણે કેવી રીતે પ્રતિક્રિયા આપીએ છીએ, કેવી રીતે વિકાસ કરીએ છીએ - તે આપણા પર નિર્ભર છે. આધ્યાત્મિક માર્ગદર્શકો આ સ્વતંત્રતામાં દખલ કરતા નથી, પરંતુ તેઓ ફફડાટ ફેલાવે છે, તેઓ ધક્કો મારે છે, તેઓ સંકેતો મોકલે છે - ક્યારેક અંતર્જ્ઞાન તરીકે, ક્યારેક સ્વપ્ન તરીકે, ક્યારેક અજાણી વ્યક્તિ તરીકે જે

આપણે સાંભળવાની જરૂર છે તે ચોક્કસ શબ્દો બોલે છે."

તેમણે પોતાના ભક્તો તરફ આસપાસ જોયું, તેમના ચહેરા અગ્નિના પ્રકાશને પ્રતિબિંબિત કરી રહ્યા હતા, તેમના આત્માઓ પ્રાચીન સત્યને ગ્રહણ કરી રહ્યા હતા.

"જ્યારે તમે ખોવાયેલા અનુભવો છો, જ્યારે જીવન અન્યાયી લાગે છે જ્યારે દુઃખ તમારા હૃદય પર ભારે હોય છે - યાદ રાખો, તમે ક્યારેય ખરેખર એકલા નથી હોતા. ફાનસ ધારકો તમારી સાથે ચાલે છે. અને જ્યારે તમારા આંતરજીવનમાં પાછા ફરવાનો, ચિંતન કરવાનો અને ફરીથી શરૂઆત કરવાનો સમય આવે છે, ત્યારે તેઓ ત્યાં હશે, પ્રેમથી રાહ જોશે, તમને ઘરે લઈ જવા માટે તૈયાર રહેશે."

શાશ્વત સિમ્ફની:

અક્ષયે, તેનો અવાજ સ્થિર છતાં જિજ્ઞાસાના ભારથી ભરેલો હતો, પૂછ્યું, "ગુરુજી, આંતરજીવનના અનુભવો આત્માની યાત્રામાં સ્વતંત્ર ઇચ્છાના વિચારને કેવી રીતે ટેકો આપે છે અથવા પડકાર આપે છે?"

વણકર અને સાળ : ભાગ્ય અને પસંદગી

ગુરુજી, તેમની સામાન્ય શાંતિમાં બેઠેલા, પ્રશ્નને હવામાં ફેલાવા દીધો, તેની ઊંડાઈને હાજર દરેક હૃદયમાં સ્થિર થવા દીધી. અંતે, નમ્રતાથી હકારમાં, તેમણે કહ્યું, "અક્ષય, કલ્પના કરો કે એક વણકર લૂમ પર બેઠો છે, તેના હાથ કુશળતાપૂર્વક વિશાળ અને અનંત ચાકળાની જટિલ આકૃતિને એકસાથે દોરી રહ્યા છે. તેણે જે દોરા વાપર્યા છે તે અચોક્કસ નથી - તે કાળજીપૂર્વક પસંદ કરવામાં આવ્યા છે, દરેક રંગ અર્થ ધરાવે છે, દરેક વણાટ ભૂતકાળની પસંદગીઓનો ભાર વહન કરે છે. પરંતુ આ રચનામાં, તેની સ્વતંત્રતા છે. તે ડિઝાઇન બદલી શકે છે, નવા રંગો ઉમેરી શકે છે અને પ્રવાહને સમાયોજિત કરી શકે છે. આ રીતે સ્વતંત્ર ઇચ્છા અને ભાગ્ય એકબીજા સાથે અસ્તિત્વ ધરાવે છે, વિરોધી તરીકે નહીં, પરંતુ આત્માની પ્રગટ થતી યાત્રામાં ભાગીદાર તરીકે."

તેમણે અગ્નિ તરફ જોયું, જ્વાળાઓ નાચતી જોઈ, જાણે હવામાં પોતાની અદ્રશ્ય રચના વણાઈ રહી હોય.

"આંતરજીવન વણકરના વિરામ જેવું છે - જ્યાં આત્મા સાળમાંથી પાછળ હટે છે અને તેણે વણેલ ચાકળાનું અવલોકન કરે છે. દરેક પસંદગી, દરેક અનુભવ, દરેક આનંદ અને દુ:ખ દૃશ્યમાન છે, અલગ ઘટનાઓ તરીકે નહીં પરંતુ એક ભવ્ય, એકબીજા સાથે જોડાયેલ ડિઝાઇન તરીકે. આત્મા જુએ છે કે રચના ક્યાં સુમેળ ભરેલ છે અને ક્યાં દોરા ગૂંચવાઈ જાય છે. અને ઊંડા ચિંતનના આ અવકાશમાં, તે તેની આગામી વાર્તા કેવી રીતે વણાટવી તે પસંદ કરે છે."

નદીનો માર્ગ: પ્રવાહ તરીકે ભાગ્ય, નાવ તરીકે સ્વતંત્ર ઇચ્છા

ગુરુજી ભક્તો તરફ વળ્યા, તેમની નજર સ્થિર છતાં હૂંફથી ભરેલી હતી.

"ઘણા લોકો પૂછે છે - જો આપણે કર્મથી, ભૂતકાળની પસંદગીઓથી, શીખવાના પાઠથી બંધાયેલા હોઈએ તો શું આપણી પાસે ખરેખર સ્વતંત્ર ઇચ્છાશક્તિ છે? મારા પ્રિયજનો, જવાબ આપણે ભાગ્યને કેવી રીતે સમજીએ છીએ તેમાં રહેલો છે. પર્વતોથી સમુદ્રમાં વહેતી નદીની

કલ્પના કરો. આત્મા, જન્મ પહેલાં, નદી પસંદ કરે છે- પડકારો, પાઠ, મહત્વપૂર્ણ ક્ષણો. પરંતુ આપણે પાણીમાં કેવી રીતે વહન કરીએ છીએ, ઝડપી પ્રવાહો અથવા સ્થિર તળાવોને કેવી રીતે પ્રતિભાવ આપીએ છીએ, તે હંમેશા આપણા હાથમાં હોય છે."

વાસુદેવ, ઊંડા વિચારમાં ડૂબેલા, ગણગણાટ કરતા બોલ્યા, "તો આત્મા સંજોગો પસંદ કરે છે, પણ આપણી પ્રતિક્રિયાઓ પ્રવાસને આકાર આપે છે?"

ગુરુજી હસ્યા.

"બરાબર, વાસુદેવ. સ્વતંત્ર ઇચ્છા નદીમાંથી છટકી જવા વિશે નથી પણ હોડી ચલાવવાનું શીખવા વિશે છે. કેટલાક, પ્રવાહને શરણાગતિ આપવાનું પસંદ કરે છે, જીવનને ગમે ત્યાં લઈ જવા દે છે. અન્ય લોકો તેની સામે લડે છે, પાઠનો પ્રતિકાર કરે છે. પરંતુ સૌથી બુદ્ધિશાળી આત્માઓ પ્રવાહ સાથે કામ કરવાનું શીખે છે, તે સમજીને કે સૌથી તોફાની પાણી પણ શાણપણના નવા કિનારા તરફ દોરી શકે છે."

રંગભૂમિ: આપણે ભજવીએ છીએ તે ભૂમિકાઓની પસંદગી

પદમાએ, જેનો અવાજ થોડો ધીમો હતો, પણ પૂછ્યું, "ગુરુજી, શું એનો અર્થ એ છે કે આપણે જીવનમાં અનુભવતા બધા દુઃખો સાથે સંમત છીએ?"

ગુરુજીના હાવભાવ નરમ પડ્યા, અને તેમણે હળવેથી માથું હલાવ્યું.

"હા, પદમા, પણ સજા તરીકે નહીં, આપણા પર લાદવામાં આવેલા દુઃખ તરીકે નહીં. જીવનને એક મહાન નાટક તરીકે અને આંતરજીવનને તે ક્ષણ તરીકે વિચારો જ્યારે કલાકારો સ્ટેજ પરથી ઉતરે છે અને પડદા પાછળ ભેગા થાય છે. અહીં, આત્મા અન્ય આત્માઓ સાથે મળે છે - જેઓ તેનો પરિવાર હતા, તેના મિત્રો હતા, અને તેના દુશ્મનો પણ હતા. સાથે મળીને, તેઓ નક્કી કરે છે કે તેઓ આગામી નાટકમાં કઈ ભૂમિકાઓ ભજવશે."

ભવ્યાની આંખો આંસુઓથી ભરાઈ ગઈ. "જેમણે આપણને દુઃખ આપ્યું છે તે પણ?"

“હા, ભવ્યા,” ગુરુજીએ ઊંડી કરુણા સાથે કહ્યું. “ક્યારેક, દુઃખમાંથી સૌથી મોટા પાઠ શીખવા મળે છે. જે આત્મા તમને ખૂબ પ્રેમ કરે છે તે તમારા વિરોધીની ભૂમિકા ભજવવાનું પસંદ કરી શકે છે, દ્વેષથી નહીં, પરંતુ તમને વધવામાં મદદ કરવા માટે. એક કુશળ તલવારબાજની કલ્પના કરો - જો તે ફક્ત નબળા વિરોધીઓનો સામનો કરે છે, તો તે ક્યારેય તેની કુશળતાને વધુ તીવ્ર બનાવી શકશે નહીં. તેવી જ રીતે, આત્માએ પણ શાણપણ અને પ્રેમમાં વિકાસ કરવા માટે પડકારોનો સામનો કરવો જ જોઇએ.”

ન લખાયેલા પાના: પસંદગીની શક્તિ

ગુરુજીના શબ્દોનું વજન ગ્રહણ કરીને ભક્તો મૌન બેઠા. અંતે, અક્ષય ફરી બોલ્યો, “પણ ગુરુજી, જો આંતરજીવનમાં આટલું બધું આયોજનબદ્ધ હોય, તો શું તેનો અર્થ એ છે કે અહીં આપણી પસંદગીઓ મહત્વની નથી?”

ગુરુજીની આંખો જાણીને ચમકી ગઈ.

"આહ, અક્ષય, કોઈ પુસ્તક વિશે વિચારો. તે લખાય તે પહેલાં, લેખક વાર્તાની રૂપરેખા બનાવી શકે છે, પાત્રોનું ચિત્ર બનાવી શકે છે અને વિષય સેટ કરી શકે છે. પરંતુ વિગતો - શબ્દો પોતે - સર્જનની ક્ષણ સુધી અલિખિત છે. આત્મા જન્મ પહેલાં પાઠ પસંદ કરી શકે છે, પરંતુ આપણે તે પાઠ કેવી રીતે જીવીએ છીએ, આપણે તેમને કેવી રીતે સ્વીકારીએ છીએ કે નકારીએ છીએ, તે સંપૂર્ણપણે આપણા પર નિર્ભર છે."

ગુરુજીએ કહ્યું, "દરેક ક્ષણે, આપણે આપણી પોતાની વાર્તાના લેખક અને નાયક બંને છીએ. આંતરજીવન માર્ગદર્શન આપે છે, પરંતુ કલમ હંમેશા આપણા હાથમાં હોય છે. પ્રિયજનો, તે સ્વતંત્ર ઇચ્છા અને ભાગ્યનું દૈવી સંતુલન છે."

એક ઊંડી શાંતિ હવામાં છવાઈ ગઈ, ખાલીપણું નહીં પણ સમજણ.

મુસાફરી વચ્ચે વિરામ

બપોરનો સૂર્ય ઊંચો લટકતો હતો, આશ્રમ પર સોનેરી પ્રકાશ પાડતો હતો, પ્રાચીન વૃક્ષોમાંથી પસાર થઈ

રહ્યો હતો. ગુરુજીએ લાંબા, ચિંતન વિરામ પછી, ભક્તોને મધ્યાહ્ન ભોજન માટે ધીમેધીમે વિરામ લેવાની સૂચના આપી ત્યારે ચંદન અને ચમેલીની સુગંધ હવામાં ફેલાઈ ગઈ. ભક્તો ધીમે ધીમે વિખેરાઈ ગયા, ખોરાકની કેન્ટીન તરફ આગળ વધ્યા, તેમના મન હજુ પણ સવારના પ્રવચનના ઊંડાણમાં ડૂબેલા હતા, અને કૃતજ્ઞતાના હળવા ગણગણાટથી જગ્યા ભરાઈ ગઈ.

ભોજન સાદું છતાં પૌષ્ટિક હતું, ભક્તિભાવથી તૈયાર કરવામાં આવ્યું હતું અને નમ્રતાથી પીરસવામાં આવ્યું હતું. કેટલાક ભક્તોએ ભોજન કર્યા પછી, ઊંચા વૃક્ષોની ઠંડી છાયા નીચે આશ્રય લીધો, તેમના મજબૂત થડ પર આરામ કર્યો, જેનાથી શાંતિ તેમના અસ્તિત્વમાં પ્રવેશી ગઈ. અન્ય ભક્તો બ્રિંદાવન બગીચામાં ભટક્યા, જ્યાં તાજા ફૂલોની સુગંધ મધમાખીઓના નરમ અવાજ સાથે ગૂંથાયેલી હતી, જે શાંતિનું વાતાવરણ બનાવે છે. કેટલાક લોકોએ લાંબા એકાંતમાં ચાલવાનું પસંદ કર્યું, તેમના પગલાં તેમના

વિચારોના લય સાથે ભળી ગયા, ગુરુજી દ્વારા આપવામાં આવેલા જ્ઞાન પર ચિંતન કર્યું.

પ્રાચીન વડના વૃક્ષના વિશાળ આલિંગન નીચે, પદમા અને અન્ય લોકો તેમના સામાન્ય મિલન સ્થળે ભેગા થયા. વૃક્ષના જાડા મૂળ, સ્વર્ગમાંથી પવિત્ર દોરા જેવા નીચે વહેતા હતા, જે સમય જતાં અસંખ્ય ચર્ચાઓ, ચિંતન અને સાક્ષાત્કારના સાક્ષી હતા. પાંદડાઓનો હળવેથી ખડખડાટ એક સુખદ સૂર રચતો હતો કારણ કે તેઓ શાંત વાતચીતમાં સ્થાયી થયા હતા.

“કાલે સવારે, આપણે આપણા રોજિંદા કાર્યોમાં પાછા ફરીશું,” પદમાએ નિસાસો નાખ્યો, જે લોકો દિવસો દરમિયાન ફક્ત શીખવાના સાથી બન્યા હતા - તે જ પવિત્ર યાત્રા પર સગા આત્માઓ. “પરંતુ મેં અક્ષય પાસેથી સાંભળ્યું કે આપણા સત્રના બાકીના અભ્યાસક્રમની ચર્ચા આગામી એકાંતમાં કરવામાં આવશે.”

વાસુદેવ, જે હંમેશા સમજદાર હતા, તેમણે દૂર તરફ નજર ફેરવી અને હળવા સ્મિત સાથે કહ્યું, "જુઓ, અક્ષય અહીં છે."

જાણે વિચાર દ્વારા જ બોલાવવામાં આવ્યો હોય તેમ, અક્ષય નજીક આવ્યો, તેની હાજરી એક શાંત શક્તિ ફેલાવી રહી હતી જાણે કે તે ગુરુજીના ઉપદેશોનો સાર પોતાની અંદર લઈ ગયો હોય.

નીતા, પોતાની જિજ્ઞાસા કાબુમાં ન રાખી શકી, તેણે પૂછ્યું, "અક્ષય, શું એ સાચું છે કે આ સત્ર આપણા આગામી શિબિરમાં પણ ચાલુ રહેશે?"

અક્ષયાએ માથું હલાવ્યું, તેની આંખોમાં એક જાણીતી ચમક હતી. "હા. ગુરુજીનો ઇરાદો છે કે આપણે આગામી શિબિરમાં પણ આ યાત્રા ચાલુ રાખીએ. હજુ ઘણું બધું શોધવાનું બાકી છે, ઘણા સ્તરો ખુલવાના બાકી છે."

એલિસ અને સોફિયાની આંખોમાં અપેક્ષાનો એક ચમકાર ઝળહળ્યો. "તો પછી આપણે ટૂંક સમયમાં ફરી મળીશું," તેઓએ એકસાથે અવાજ કર્યો, તેમના અવાજો ઉત્સાહથી ભરેલા હતા.

આરણા, દેવ અને જ્હોન એકબીજા પર સ્મિતની આપ-લે કરી રહ્યા હતા, તે ક્ષણે તેમનો અકથિત બંધન ફરી મજબૂત થયો. એ જાણીને દિલાસો મળ્યો કે તેમનો માર્ગ, ભલે થોડા સમય માટે અલગ થઈ ગયો હોય, ગુરુજીના માર્ગદર્શન હેઠળ ટૂંક સમયમાં ફરીથી મળી જશે.

રોહિતે પોતાના શબ્દોમાં કુતૂહલવશ પૂછ્યું, “શું શિબિર કાંચીપુરમમાં થશે કે કોડાઈ કેનાલમાં?”

અક્ષયે ખાતરી આપતા હકારમાં જવાબ આપ્યો, “તે કાંચીપુરમમાં હશે.”

એક ક્ષણ માટે, શાંતિ છવાઈ ગઈ, ખાલીપણું નહીં પણ સંતોષની શાંતિ-આત્માઓને સહિયારા હેતુમાં આશ્વાસન મળતું હતું, એ જાણીને કે આ યાત્રા, ભલે સમય અને અવકાશમાં વિખરાયેલી હોય, પણ તે એક એવી યાત્રા હતી જે તેઓ સાથે ચાલશે.

કિરણ, જે શાંતિથી જોઈ રહ્યો હતો, તેણે આખરે સંકેત આપ્યો, ધીમેધીમે બધાને યાદ અપાવ્યું કે બુદ્ધ હોલમાં પાછા ફરવાનો સમય આવી ગયો છે. એક પછી એક,

ભક્તો ઉભા થયા, તેમના ઝભ્ભા પરથી ધૂળ સાફ કરી, તેમના હૃદય થોડા હળવા થયા, તેમના મન થોડા સ્પષ્ટ થયા. જેમ જેમ તેઓ પાછા ફર્યા, તેમ તેમ વડનું ઝાડ સ્થિર થઈ ગયું, તેમની આધ્યાત્મિક યાત્રાના ચાકળામાં વણાયેલી બીજી ક્ષણનો શાંત સાક્ષી.

અને તેથી, દરેક પગલા સાથે, તેઓ ફક્ત શબ્દો અને પાઠ જ નહીં, પરંતુ પુનઃમિલન, ઊંડી સમજણ અને આગામી એકાંતમાં તેમની રાહ જોતા માર્ગના શાંત વચનને આગળ ધપાવતા રહ્યા.

પ્રકરણ ૯

વાસ્તવિકતા બનાવવામાં સભાનતા

"ચેતના એ વાસ્તવિકતાનું નિષ્ક્રિય નિરીક્ષક નથી, પરંતુ તે જ માળખું છે જેના દ્વારા બ્રહ્માંડ વણાયેલું છે, જે આપણા અનુભવો, ધારણાઓ અને આપણે જે વાસ્તવિકતામાં જીવીએ છીએ તેને આકાર આપે છે."

– શ્રી શામબવ

સારાંશ

આ પ્રકરણ ફક્ત જીવન દરમિયાન જ નહીં, પણ મૃત્યું પછી અને ભૌતિક ક્ષેત્રોની બહારના ક્ષેત્રમાં પણ આપણી વાસ્તવિકતાને આકાર આપવામાં ચેતનાની ગહન ભૂમિકાનો અભ્યાસ કરે છે. ચેતનાને એક

અંતર્ગત બળ તરીકે શોધવામાં આવે છે જે આપણા અનુભવો, ધારણાઓ અને અસ્તિત્વની આપણી સમજણને ગોઠવે છે, અલગ કરે છે અને અર્થ આપે છે. ચેતના આપણા વિચારો, લાગણીઓ અને ક્રિયાઓને કેવી રીતે પ્રભાવિત કરે છે તેનું પરીક્ષણ કરીને, આ પ્રકરણ આપણે જે વિશ્વનો અનુભવ કરીએ છીએ તેને પ્રગટ કરવા અને આકાર આપવાની તેની શક્તિ પર પ્રકાશ પાડે છે. તે વિચાર, ઊર્જા અને અસ્તિત્વ વચ્ચેના આંતરસંબંધનું પણ અન્વેષણ કરે છે - કેવી રીતે આપણું આંતરિક વિશ્વ બાહ્યને પ્રભાવિત કરે છે અને કેવી રીતે ચેતના શરીરની ભૌતિક સીમાઓને પાર કરી શકે છે, મૃત્યું ની બહારના ક્ષેત્રોમાં વાસ્તવિકતાઓને આકાર આપવાનું ચાલુ રાખે છે. આ પ્રકરણ આ ખ્યાલ પર આધ્યાત્મિક અને વૈજ્ઞાનિક દ્રષ્ટિકોણના આંતરછેદને પણ સંબોધિત કરે છે, સરખામણી કરે છે કે વિવિધ ક્ષેત્રો સર્જનાત્મક શક્તિ તરીકે ચેતનાના વિચારને કેવી રીતે જુએ છે. આમ કરીને, તે ચેતનાની સાચી શક્તિને સમજવાથી આપણે જીવન, મૃત્યું અને તેનાથી આગળના રહસ્યોને કેવી

રીતે જોઈએ છીએ, તે કેવી રીતે બદલી શકીએ છીએ તેના પર પ્રતિબિંબ પાડવાનું આમંત્રણ આપે છે.

ચેતનાનું અનંત વણાટ

હવા જાસ્મીનની સુગંધથી ભરેલી હતી અને મંદિરના ઘંટનો દૂર દૂર સુધીનો અવાજ આશ્રમમાં ગુંજતો હતો. બુદ્ધ હોલમાં શ્રદ્ધાનું વાતાવરણ હતું. ભક્તો ઊંડી શાંતિમાં બેઠા હતા, તેમની નજર ગુરુજી પર ટકેલી હતી.

લાંબા સમય સુધી મૌન રહ્યા પછી, ગુરુજી બોલ્યા, તેમના અવાજમાં પ્રાચીન શાણપણનો ભાર હતો.

"અભિરામી," તેણે કહ્યું, તેની નજર શાશ્વતની હૂંફ સાથે તેની સામે આવી રહી હતી, "વાસ્તવિકતાના નિર્માણમાં ચેતનાની ભૂમિકા એ સમુદ્ર કરતાં ઊંડી અને આકાશ કરતાં વિશાળ સત્ય છે. તે આપણી આસપાસની દુનિયાને આકાર આપતો અદ્રશ્ય પ્રવાહ છે, અસ્તિત્વના કેનવાસને રંગતું અદ્રશ્ય બ્રશ."

અભિરામી આગળ ઝૂકી, તેનું હૃદય સમજણ માટે ઝંખતું હતું. બાકીના લોકોએ પણ શ્વાસ રોકીને સાંભળ્યું, તેઓને લાગ્યું કે જે પ્રગટ થવાનું હતું તે ફક્ત જ્ઞાન કરતાં વધુ હતું - તે પોતે હોવાનો સાર હતું.

મહાસાગર અને તરંગ

ગુરુજીએ આગળ કહ્યું, "ચેતનાને એક અનંત સમુદ્ર તરીકે કલ્પના કરો, જે અનંત અને અંત વિનાનો છે. દરેક વ્યક્તિગત જીવન તેના ઊંડાણમાંથી ઉભરતા તરંગ જેવું છે. તરંગ માને છે કે તે અલગ, વ્યક્તિગત અને અનન્ય છે - જેમ આપણે માનીએ છીએ કે આપણે અલગ જીવો છીએ. પરંતુ જ્યારે તરંગ સમુદ્રમાં પાછું ઓગળી જાય છે ત્યારે શું થાય છે? શું તે અસ્તિત્વમાં રહે છે, કે તે તેના સાચા સ્વભાવમાં પાછું આવે છે? જીવન પણ અલગ નથી. ચેતના જન્મથી શરૂ થતી નથી કે મૃત્યું સાથે સમાપ્ત થતી નથી - તે ફક્ત સ્વરૂપ બદલે છે, જેમ તરંગ સમુદ્રમાં પાછું ભળી જાય છે."

ભક્તો મૌન બેઠા, ગહન સામ્યતાને આત્મસાત કરી રહ્યા હતાં.

“જીવન દરમ્યાન,” ગુરુજીએ સમજાવ્યું, “આપણી ચેતના આપણે જે અનુભવો અનુભવીએ છીએ તેને આકાર આપે છે. આપણે જે વિચારને પોષીએ છીએ, દરેક ભાવનાને સ્વીકારીએ છીએ, તે આપણી વાસ્તવિકતાના શિલ્પી બને છે. આપણે જે દુનિયા જોઈએ છીએ તે આપણાથી અલગ નથી - તે આપણે જે ઊર્જા પ્રક્ષેપિત કરીએ છીએ તેનું પ્રતિબિંબ છે.”

અસ્તિત્વનો અરીસો

પદમાએ ધીમેથી કહ્યું, “ગુરુજી, શું એનો અર્થ એ છે કે આપણા વિચારો આપણી વાસ્તવિકતા બનાવે છે?”

ગુરુજીએ માથું હલાવ્યું, તેમના હોઠ પર એક હળવું સ્મિત ફરી રહ્યું હતું. “વાસ્તવિકતા એવી વસ્તુ નથી જેનો આપણે નિષ્ક્રિય રીતે અનુભવ કરીએ છીએ - તે એવી વસ્તુ છે જેનો આપણે સક્રિય રીતે સર્જન કરીએ છીએ. અસ્તિત્વને એક મહાન અરીસા તરીકે વિચારો. જો તમે તેની સામે ગુસ્સા સાથે ઉભા રહો છો, તો તે

ગુસ્સાને પ્રતિબિંબિત કરે છે. જો તમે તેની સામે પ્રેમથી ઉભા રહો છો, તો તે પ્રેમને પ્રતિબિંબિત કરે છે. દુનિયા તમારી સાથે નથી થઈ રહી, અભિરામી - તે તમારા દ્વારા થઈ રહી છે."

ભક્તોમાંથી એક શાંત અનુભૂતિ પસાર થઈ ગઈ, જાણે પડદો ઊંચકાઈ ગયો હોય.

મૃત્યું ના પડદાની પેલે પાર

"અને મૃત્યું પછી શું થાય છે?" અભિરામીએ પૂછ્યું, તેનો અવાજ ભાગ્યે જ કોઈ ફફડાટથી ઉપર હતો.

ગુરુજીની આંખોમાં જીવનકાળનું શાણપણ હતું. "જેમ સપનાઓ જ્યારે તમે તેમનામાં હોવ છો ત્યારે વાસ્તવિક લાગે છે, તેવી જ રીતે જીવન પણ વાસ્તવિક લાગે છે. પરંતુ જ્યારે તમે જાગો છો ત્યારે શું થાય છે? મૃત્યું ફક્ત એક સંક્રમણ છે, અંત નથી. જે ક્ષણે ચેતના શરીરને છોડી દે છે, તે પરલોકમાં પ્રવેશ કરે છે - એક એવી જગ્યા જ્યાં વિચારો હવે સમય દ્વારા બંધાયેલા નથી, જ્યાં વાસ્તવિકતા મન દ્વારા તરત જ આકાર પામે છે. જો કોઈ ડરમાં શરીર છોડી દે છે, તો તે ભય

અનુભવે છે. જો કોઈ શાંતિમાં છોડી દે છે, તો તે શાંતિમાં પ્રવેશ કરે છે."

અભિરામીની કરોડરજ્જુમાં ધ્રુજારી પ્રસરી ગઈ. "તો, મૃત્યું પછી પણ, આપણી ચેતના આપણો અનુભવ બનાવે છે?"

ગુરુજીએ માથું હલાવ્યું. "ખરેખર. એટલા માટે જ યુગોથી ઋષિઓએ આપણને શાંત મન કેળવવાનું, આપણા વિચારોને શુદ્ધ કરવાનું અને પ્રેમને પોષવાનું શીખવ્યું છે - કારણ કે શરીર પાછળ રહી ગયા પછી યાત્રા સમાપ્ત થતી નથી. તે ચાલુ રહે છે."

વિચાર, ઉર્જા અને અસ્તિત્વનું ગૂંથેલું માળખું

વાસુદેવ, જે ધ્યાનથી સાંભળી રહ્યા હતા, તેમણે પૂછ્યું, "ગુરુજી, ચેતના ભૌતિક જગત સાથે કેવી રીતે જોડાય છે? જો તે આટલી શક્તિશાળી છે, તો આપણે શા માટે મર્યાદિત અનુભવીએ છીએ?"

ગુરુજી હસ્યા, તેમના અવાજમાં ચંદ્રપ્રકાશની કોમળતા હતી. "ચેતના પવન જેવી છે - તે અદ્રશ્ય રીતે ફરે છે પણ જે કંઈ સ્પર્શે છે તેને આકાર આપે છે. આપણે જે

વિચારો રાખીએ છીએ તે આપણે ઉત્સર્જિત કરીએ છીએ તે ઉર્જા બની જાય છે. તે ઉર્જા અસ્તિત્વ સાથે ક્રિયાપ્રતિક્રિયા કરે છે, આપણા જીવનના તાંતણાને વણાટ કરે છે. જો કોઈ વ્યક્તિ સતત દુ:ખમાં રહે છે, તો તે અજાણતાં વધુ દુ:ખને આકર્ષે છે. જો તેઓ કૃતજ્ઞતા કેળવે છે, તો જીવન તેમને કૃતજ્ઞતા માટે વધુ કારણો આપે છે. દરેક વિચાર બ્રહ્માંડની માટીમાં રોપાયેલ બીજ છે. તમે જેને ધ્યાનથી પાણી આપો છો તે વધે છે."

હોલમાં એક ઊંડી શાંતિ છવાઈ ગઈ. ભક્તો હવે ફક્ત શ્રોતા નહોતા; તેઓ એક મહાન સાક્ષાત્કારના ઉંબરે ઉભા રહેલા સાધકો હતા.

સ્વપ્ન જોનાર અને સ્વપ્ન

ગુરુજીનો અવાજ ધીમો પડી ગયો જાણે તેઓ બ્રહ્માંડના હૃદયમાંથી બોલી રહ્યા હોય. "અસ્તિત્વના મહાન નૃત્યમાં, તમે સ્વપ્ન જોનાર અને સ્વપ્ન બંને છો. જીવન તમારી બહાર નથી થઈ રહ્યું - તે તમારી અંદર

પ્રગટ થઈ રહ્યું છે, જે તમે વહન કરો છો તે ચેતના દ્વારા આકાર પામે છે."

એક હળવી પવનની લહેર પડદાને એવી રીતે હલાવતી હતી જાણે બ્રહ્માંડ પોતે જ સાંભળવા માટે થોભી ગયું હોય.

"તો, હું તમને પૂછું છું, અભિરામી, અને તમે બધા - તમે કઈ વાસ્તવિકતા બનાવશો? તમે કઈ દુનિયા બનાવશો? શું તમે ભય પસંદ કરશો કે પ્રેમ, દુઃખ કે આનંદ? પસંદગી હંમેશા તમારી રહે છે."

ગુરુજીએ મૃદુતાથી સ્મિત કર્યું અને **"સ્વપ્ન જોનારની જાગૃતિ"** શીર્ષકવાળી કવિતા સંભળાવવાનું શરૂ કર્યું.

આંખો બંધ કરીને, અને પવિત્ર શાંતિના નિરવ વાતાવરણમાં, તે અનુભવાયું - એક વિચાર તરીકે નહીં, ક્ષણિક અને વજનહીન, પણ અસ્તિત્વના મજ્જામાં વણાયેલ સત્ય તરીકે.

"કઈ વાસ્તવિકતા બનાવવામાં આવશે?"

હવે વિશાળ અજ્ઞાતમાં ભટકતો નથી,
બ્રહ્માંડથી અલગ નહીં-
પણ તેના શ્વાસની લય,
મૌન અને ગીત વચ્ચેનો શાંત ધબકાર.

સમુદ્ર -
અગમ્ય ઊંડાણો, અખંડ ભરતી,
તોફાન અને સ્થિરતા બંનેને આલિંગન કરે છે
અનંતકાળના હાથમાં.

તરંગ -
ઉદય થતાં, પડતાં, ગતિને શરણાગત થતાં,
ક્યારેય હાર્યા વગર, ફક્ત બનતા રહ્યા,
હંમેશા ઘરે પાછા ફરવા.

સ્વપ્ન -
તારાની ચમક અને ઝંખનાના સૂસવાટાથી વણાયેલું,
અદ્રશ્ય પ્રકાશ દ્વારા આકાર પામેલ દ્રષ્ટિ,
પરોઢ જેવી મૃદુ, સાંજ જેવી અનંત.

અને સ્વપ્ન જોનાર -
આંખો બંધ હોવા છતાં બધું જોનર,
ભાગ્યની રાહ જોયા વીના,
તેને બનાવવાની હિંમત કરનાર.

ભક્તો પર એક ઘેરી શાંતિ છવાઈ ગઈ. કારણ કે તે ક્ષણે, તેઓ ફક્ત શબ્દો જ સાંભળી રહ્યા ન હતા - તેઓ પોતાના અસ્તિત્વના સત્ય, પોતાની ચેતનાની શક્તિના સાક્ષી બની રહ્યા હતા.

અભિરામીએ આંખો બંધ કરી, અને પહેલી વાર, તેણીએ તે અનુભવ્યું - ફક્ત તેના મનમાં જ નહીં, પરંતુ તેના આત્મામાં પણ.

તે બ્રહ્માંડથી અલગ નહોતી.
તે સમુદ્ર હતી.
તે તરંગ હતી.
તે સ્વપ્ન હતું.
અને તે સ્વપ્ન જોનાર હતી.

કિરોને પૂછ્યું, "ગુરુજી, જીવન દરમિયાન અને મૃત્યું પછી ચેતના, વાસ્તવિકતાની આપણી ધારણાને કેવી રીતે આકાર આપે છે?"

ગુરુજીએ થોડીવાર માટે આંખો બંધ કરી, જાણે દૃશ્યમાન વિશ્વના તાંતણાની બહાર જોઈ રહ્યા હોય. શાંત સ્મિત સાથે, ગુરુજીએ આંખો ખોલી અને શરૂ કર્યું, "કીરોન, ચેતના ફક્ત વાસ્તવિકતાની નિરીક્ષક નથી; તે વાસ્તવિકતાને જ ગૂંથે છે. તે સૂર્ય જેવું છે જે સમુદ્ર પર ચમકે છે - જ્યારે પાણી સ્થિર હોય છે, ત્યારે તે પ્રકાશને સંપૂર્ણ રીતે પ્રતિબિંબિત કરે છે, પરંતુ જ્યારે ખલેલ પહોંચે છે, ત્યારે તે પ્રતિબિંબને વિકૃત કરે છે. તમારી ચેતનાની પ્રકૃતિ નક્કી કરે છે કે તમે અસ્તિત્વને કેવી રીતે જુઓ છો."

તેમણે થોભીને વિચારને શાંત થવા દીધો અને આગળ કહ્યું, "જીવન દરમિયાન, તમારી ચેતના એક લેન્સની જેમ કાર્ય કરે છે જેના દ્વારા તમે વિશ્વનું અર્થઘટન કરો છો. દરેક આનંદ, દરેક દુ:ખ, દરેક અનુભવ તમારી જાગૃતિની સ્થિતિ દ્વારા રંગીન બને છે. જ્યારે મન

ભયથી ઘેરાયેલું હોય છે, ત્યારે વિશ્વ કઠોર અને અક્ષમ્ય લાગે છે. જ્યારે હૃદય પ્રેમથી ભરેલું હોય છે, ત્યારે તે જ વિશ્વ સુંદર અને દયાળુ દેખાય છે. વાસ્તવિકતા તમારાથી અલગ કંઈક નથી; તે તમારા અસ્તિત્વના ઊંડાણ દ્વારા આકાર પામેલ કંઈક છે."

મૃત્યું પછીના જીવન વિશે વાત કરતાં ગુરુજીનો અવાજ નરમ પડ્યો, "મૃત્યું પછી, શરીર ઓગળી જાય છે, પણ ચેતના નહીં. તે વિચારો, ઇચ્છાઓ અને લાગણીઓની છાપ લઈને તેની યાત્રા ચાલુ રાખે છે. જેમ સ્વપ્ન જાગતાની સાથે જ અદૃશ્ય થતું નથી, પરંતુ સ્મૃતિ તરીકે રહે છે, તેમ આત્મા પણ તેના અનુભવોને આંતરજીવનમાં આગળ લઈ જાય છે. મૃત્યું સમયે વ્યક્તિની ચેતનાની સ્થિતિ વ્યક્તિ આગળ શું અનુભવે છે તેને આકાર આપે છે. જો મન શાંત હોય, તો સંક્રમણ સરળ હોય છે, જેમ નદી સમુદ્રમાં ધીમે ધીમે વહેતી હોય છે. જો કોઈ આસક્તિ, ભય અથવા પસ્તાવો હોય, તો તે એક તોફાન જેવું લાગે છે જે વ્યક્તિને અશાંતિમાં ખેંચી લે છે."

પછી તેમણે એક સામ્યતા આપી, "કલ્પના કરો કે કોઈ શિલ્પકાર પ્રતિમા પર કામ કરી રહ્યો છે. તેની છીણીનો દરેક પ્રહાર, તે કોતરેલી દરેક વિગતો, અંતિમ સ્વરૂપને આકાર આપે છે. જીવન એ શિલ્પ પ્રક્રિયા છે, અને ચેતના શિલ્પકાર અને પથ્થર બંને છે. જો શિલ્પકાર અજાણ હોય, તો પ્રતિમા ખરબચડી અને અપૂર્ણ રહે છે. જો તે સચેત હોય, તો તે એક માસ્ટરપીસમાં ફેરવાઈ જાય છે. જેમ શિલ્પકાર પોતાની છીણી નીચે મૂક્યા પછી અસ્તિત્વમાં રહેતો નથી, તેવી જ રીતે શરીર ન હોય ત્યારે પણ ચેતનાનો અંત આવતો નથી - તે તેની સફર ચાલુ રાખે છે, તેની રચનાની છાપ વહન કરે છે."

ભક્તો મૌન બેસીને ગહન શબ્દોને આત્મસાત કરી રહ્યા હતા. પવન, વૃક્ષોમાંથી ચંદન અને ચમેલીની સુગંધ વહન કરતો પસાર થઈ રહ્યો હતો, જાણે કુદરત પોતે જ શાશ્વત સત્યને માન આપી રહી હોય.

ગુરુજીએ કિરોન તરફ જોયું, તેમનો અવાજ હવે નમ્ર હતો, "તો, ચાવી જાગૃતિ છે. જીવન દરમિયાન

વાસ્તવિકતાને સ્પષ્ટતા સાથે આકાર આપવા અને કૃપાથી પારના ક્ષેત્રમાં પ્રવેશ કરવા માટે, તમારી ચેતનાનું પોષણ કરો. તેને શાણપણથી, પ્રેમથી, એવી સમજથી ખવડાવો કે તમે ફક્ત વાસ્તવિકતાનો અનુભવ કરી રહ્યા નથી - તમે તેને બનાવી રહ્યા છો."

માર્ટિનાએ પૂછ્યું, "ગુરુજી, ભૌતિક જગતની બહારના ક્ષેત્રમાં વિચાર, ઉર્જા અને અસ્તિત્વ વચ્ચે શું સંબંધ છે?"

ગુરુજીએ થોડી ક્ષણ માટે આંખો બંધ કરી, જાણે કોઈ એવું ગીત સાંભળી રહ્યા હોય જે ફક્ત આત્મા જ સાંભળી શકે. પછી, શાંત સ્મિત સાથે, તેમણે આંખો ખોલી અને માર્ટિના તરફ જોયું.

તેમણે શરૂઆત કરી, તેમનો અવાજ નરમ છતાં સમુદ્રની ઊંડાઈને વહન કરતો હતો, "વિચાર, ઉર્જા અને અસ્તિત્વ અલગ દોરા નથી પણ એક જ દૈવી વણાટના તાંતણા છે. જેમ નદી તેમાંથી વહેતા પાણીથી અવિભાજ્ય છે, તેમ અસ્તિત્વ પણ વિચાર

અને ઉર્જાની ગતિ દ્વારા આકાર પામે છે અને ઘડાય છે."

તેમણે આકાશ તરફ ઈશારો કર્યો. "કલ્પના કરો કે બ્રહ્માંડ એક અનંત ઊર્જાના મહાસાગર તરીકે છે. તમારો દરેક વિચાર એ મહાસાગરમાં ફેંકાયેલા પથ્થર જેવો છે, જે એવી લહેરો બનાવે છે જે આંખ જોઈ શકે છે તેનાથી ઘણી આગળ વધે છે. ભૌતિક વિશ્વમાં, વિચારની અસરો સૂક્ષ્મ હોય છે, સપાટી પરના લહેરો જેવી. પરંતુ શુદ્ધ ચેતનાના ક્ષેત્રમાં - વિચાર કોઈ ધીમો અવાજ નથી; તે એક શક્તિ છે. તેમાં સમગ્ર વાસ્તવિકતાઓને આકાર આપવાની શક્તિ છે."

ગુરુજીએ આગળ કહ્યું તેમ માર્ટિના અને ભક્તોએ વિસ્મયથી સાંભળ્યું. "ભૌતિક જગતમાં, આપણે ઘણીવાર માનીએ છીએ કે અસ્તિત્વ સ્થિર, નક્કર છે, કંઈક એવું છે જે આપણી સાથે થાય છે. પરંતુ ઉચ્ચ ક્ષેત્રમાં, જ્યાં શરીર છૂટી જાય છે, અને ફક્ત સાર રહે છે, અસ્તિત્વ વધુ પ્રવાહી છે. વિચાર ફક્ત મનનું નિષ્ક્રિય પ્રતિબિંબ નથી - તે એક કલાકાર છે, એક

સર્જક છે. જેમ એક કલાકાર રંગો અને પીંછીના લસરકા સાથે જીવનમાં દ્રષ્ટિ લાવે છે, તેમ આત્મા, તેની શુદ્ધ સ્થિતિમાં, વિચાર અને ઊર્જા સાથે પોતાના અનુભવને શિલ્પ કરે છે."

પ્રકાશનો પ્રવાસી

ઘણા સમય પહેલા, એક સાધક હતો - એક આત્મા જે ઘણા જન્મોમાં ભટકતો રહ્યો હતો, જેમ નદી તેના પલંગ પર પથ્થરો એકત્રિત કરે છે તેમ જ્ઞાન એકત્રિત કરતો હતો. આ પ્રવાસી, ભૌતિક જગતના ભારથી મુક્ત, સ્વરૂપના પડદાને પાર કરીને શુદ્ધ પ્રકાશના ક્ષેત્રમાં પ્રવેશ્યો.

શરૂઆતમાં, તે મૂંઝાઈ ગયો. તેના પગ નીચે કોઈ જમીન નહોતી, તેના માથા ઉપર કોઈ આકાશ નહોતું, તેને માર્ગદર્શન આપવા માટે કોઈ ક્ષિતિજ નહોતું. તેના બદલે, તેણે પોતાને ચમકતી ઊર્જાના અનંત વિસ્તરણમાં જોયો, જે કિનારા વિનાના સમુદ્રમાં સોનેરી પ્રવાહોની જેમ વહેતો હતો. તેણે હાથ લંબાવ્યો, પણ તેના હાથમાં પકડવા માટે કંઈ નહોતું - કોઈ દિવાલો

નહીં, કોઈ વૃક્ષો નહીં, કોઈ પણ પ્રકારના સીમાચિહ્નો નહીં. તે સીમાઓ વિનાની દુનિયા હતી, જ્યાં અસ્તિત્વ પોતે જ પ્રવાહી હતું, સ્વપ્નના લહેરોની જેમ બદલાતું હતું.

જ્યાં તે ઊભો રહ્યો, ક્યાં જવું તેની ખાતરી ન હતી, ત્યાં જ તેના મનમાં એક વિચાર આવ્યો: *આ જગ્યા શું છે?* અને એક ક્ષણમાં, તેની આસપાસની જગ્યા પ્રતિક્રિયા આપવા લાગી. અદ્રશ્ય પવનમાં ફસાયેલા રેશમની જેમ ઉર્જા હલવા લાગી. મોહિત થઈને, તેણે પોતાના મનને ભટકવા દીધું. તેણે એક લીલાછમ અને શાંત બગીચા વિશે વિચાર્યું, એક એવી જગ્યા જ્યાં આત્મા આરામ કરી શકે.

તેની આંખો સમક્ષ, ઊર્જાના સોનેરી પ્રવાહો ઘટ્ટ થવા લાગ્યા, આકાર લેવા લાગ્યા. નીલમણિના લીલા પાંદડા ખુલી ગયા, તેમની સપાટીઓ સવારના ઝાકળથી ચુંબન થતી હોય તેમ ચમકી રહી હતી. અશક્ય રંગોના ફૂલો ખીલ્યા - એવા રંગો જેનું કોઈ નામ નહોતું, નાના તારાઓની જેમ નરમાશથી

ચમકતા. હવા એટલી નાજુક, એટલી ગહન સુગંધથી ભરેલી હતી કે જાણે શાંતિનો સાર સુગંધિત થઈ ગયો હોય. પ્રકાશના પક્ષીઓ, તેમની પાંખો પારદર્શક, ક્યાંયથી દેખાયા, એવા ગીતો ગાતા જે કાનમાં નહીં પણ હૃદયમાં ગુંજતા હતા.

પ્રવાસીમાં અચાનક એક રોમાંચ છવાઈ ગયો. *શું આ મારી રચના છે?* તેણે વિચાર્યું. જો એક માત્ર વિચાર આવી સુંદરતા લાવી શકે છે, તો મન બીજું શું આકાર આપી શકે છે? તેનો ઉત્સાહ વધ્યો, અને તેની સાથે, તેની આસપાસની દુનિયા પણ વધતી ગઈ. તેણે આકાશમાં ઉંચા પર્વતોની કલ્પના કરી, તેમના શિખરો શાશ્વતતાના માળખાને સ્પર્શતા હતા. તરત જ, સોનેરી ધુમ્મસમાંથી ભવ્ય શિખરો ઉછળ્યા, એક અલૌકિક ચમક સાથે ઊંચા ઉભા હતા. તેણે એક નદીની કલ્પના કરી, અને તેની સામે, પ્રવાહી ચાંદીના પાણી વહેવા લાગ્યા, જે અનંત આકાશને પ્રતિબિંબિત કરતાં હતાં.

પણ પછી, તેના મનમાં શંકાનો પડછાયો જાગ્યો. *જો હું ખોવાઈ જાઉં તો શું? જો મને ક્યારેય પાછો રસ્તો ન મળે તો શું?*

આ વિચાર આવતાની સાથે જ આખું ક્ષેત્ર ધ્રૂજી ઊઠ્યું. આકાશ, જે એક સમયે અનંત તેજસ્વી પ્રકાશનું કેન્દ્ર હતું, તે એક ભયંકર તોફાનમાં ફેરવાઈ ગયું. ગર્જના, ભૂલી ગયેલા દેવતાઓના ક્રોધની જેમ ગર્જના કરતી હતી, અને વીજળીના ચમકારા આકાશને અગ્નિની નસોમાં વિભાજીત કરતા હતા. શાંત નદી એક ભયંકર પૂરમાં પરિણમી હતી; તેના ચાંદીના પાણી હવે અશાંતિથી કાળા થઈ ગયા હતા. ભયના ભારથી હવા ભારે, ગાઢ બની ગઈ, અને પર્વતો જે એક સમયે શાંત ભવ્યતામાં ઉભા હતા તે હવે તેના પર છવાઈ ગયા હોય તેવું લાગતું હતું, તેમના શિખરો તીક્ષ્ણ અને ભયાનક હતા.

મુસાફર ગભરાઈ ગયો. તેણે ભાગવાનો પ્રયાસ કર્યો, પણ ક્યાંય જવાનું નહોતું. દુનિયા તેની આસપાસ ફરતી હતી, બાહ્ય પરિબળોથી નહીં, પરંતુ તેના પોતાના મનમાં ચાલી રહેલા તોફાનથી.

અને પછી—ઊંડે સુધી—તેણે એક અવાજ સાંભળ્યો. એક બૂમ, સૌમ્ય છતાં શક્તિશાળી.

"તમે ખોવાઈ ગયા નથી. તમે શક્તિહીન નથી. તમે મુસાફર અને માર્ગના સર્જક બંને છો."

તેના મનમાં એ શબ્દો ગુંજતા રહ્યા, જાણે કોઈ ભૂલી ગયેલું સત્ય અચાનક યાદ આવી ગયું હોય. તેણે આંખો બંધ કરી, શ્વાસ સ્થિર કર્યો અને પોતાના વિચારો શાંત કર્યા. તેણે ભયને છોડી દીધો, પોતને પાંજરામાંથી મુક્ત થયેલા પક્ષીની જેમ મુક્ત કર્યો. તેણે શાંતિ, પ્રેમ, બધી વસ્તુઓની નીચે છુપાયેલી સ્થિરતા પર ધ્યાન કેન્દ્રિત કર્યું.

અને બસ, એ જ રીતે, તોફાન ઓસરી પડવા લાગ્યું. આકાશ ફરી એકવાર સોનામાં નરમ થઈ ગયું. નદી શાંત થઈ ગઈ, તેની સપાટી તેની ચાંદીની શાંતિમાં પાછી ફરી. ઉંચા પર્વતો ફરી એકવાર ભયના નહીં, પણ ભવ્યતાના પ્રતીક તરીકે ઉભા રહ્યા. બગીચો, ભલે ક્ષણિક રીતે હચમચી ગયો, છતાં પણ ત્યાં જ હતો, તેના ફૂલો શાંત કૃપાથી ખીલી રહ્યા હતા.

પ્રવાસી સમજી ગયો. આ ક્ષેત્ર ભૌતિક જગતના નિશ્ચિત નિયમો દ્વારા સંચાલિત નહોતું. તે તેની પોતાની

ચેતનાની ગતિવિધિઓ દ્વારા આકાર પામ્યું હતું. અહીં વિચાર કોઈ નિષ્ક્રિય વસ્તુ નહોતી - તે સૃષ્ટિનું જ માળખું હતું. ભય અંધકારને બોલાવી શકે છે, પરંતુ પ્રેમ પ્રકાશને બોલાવી શકે છે. શંકા તોફાનોને જન્મ આપી શકે છે, પરંતુ સ્પષ્ટતા શાંતિ પુનઃસ્થાપિત કરી શકે છે.

એક ઊંડી શાંતિએ તેને ભરી દીધો, ફક્ત આ ક્ષેત્રમાં જ નહીં પરંતુ તેના સારમાં પણ. તેણે ફક્ત બીજી દુનિયામાં પગ મૂક્યો ન હતો - તેણે પોતાની શક્તિની અનુભૂતિમાં પગ મૂક્યો હતો.

અને તે જ્ઞાન સાથે, તેણે પોતાની યાત્રા ચાલુ રાખી, કોઈ અજાણી ભૂમિમાં ખોવાયેલા ભટકનાર તરીકે નહીં, પણ પોતાના બનાવેલા માર્ગ પર ચાલતા સર્જક તરીકે.

ગુરુજીએ ભક્તો તરફ જોયું, તેમની આંખો પ્રાચીન જ્ઞાનથી ચમકી રહી હતી. “આ પરલોકોમાં વિચાર અને ઉર્જાની શક્તિ છે. આત્મા ફક્ત ભટકતો નથી - તે પ્રગટ થાય છે. આ જ કારણ છે કે મહાન ઋષિઓ આપણને

વિચારની શુદ્ધતા કેળવવાનું, પ્રેમ અને શાણપણનું પોષણ કરવાનું શીખવે છે, કારણ કે આપણે જે અંદર રાખીએ છીએ તે પરલોકને આકાર આપશે."

બધા લોકોમાં શાંતિ છવાઈ ગઈ. વૃક્ષોમાંથી પવન ફફડાટ ફેલાવી રહ્યો હતો, જાણે કુદરત પોતે પણ સંમતિ આપી રહી હોય.

ગુરુજીનો અવાજ નરમ પડ્યો, ઊંડી કરુણાથી ભરેલો. "તો, આ સત્ય સમજો: તમારા વિચારો મનમાં ફક્ત પડછાયા નથી - તે અસ્તિત્વના અનંત ક્ષેત્રમાં નાખેલા બીજ છે. તેમને સારી રીતે ઉછેર કરો, અને તેઓ અંદર અને બહાર સુંદરતાની દુનિયામાં ખીલશે."

ચેતના અને વાસ્તવિકતાનું નૃત્ય

સુજીતાના અવાજમાં જિજ્ઞાસાનું વજન હતું, એક એવો પ્રશ્ન જે સદીઓથી સાધકો અને વિદ્વાનોના મનમાં ગુંજતો હતો. "ગુરુજી, ચેતના વાસ્તવિકતાનું સર્જન કરવાના વિચાર પર આધ્યાત્મિક અને વૈજ્ઞાનિક

દ્રષ્ટિકોણ કેવી રીતે એકરૂપ થાય છે અથવા અલગ પડે છે?"

ગુરુજી હસ્યા, તેમની નજર દૂરથી અદ્રશ્ય છતાં હંમેશા હાજર રહેલા ક્ષેત્રોમાં ડોકિયું કરતી હોય તેવું લાગતું હતું. "આહ, સુજીતા," તેમણે ધીમેથી કહ્યું, "આ પ્રશ્ન બે મહાન ભૂમિમાંથી વહેતી નદી જેવો છે - એક વિજ્ઞાનની, જ્યાં જ્ઞાન માપવામાં આવે છે, અવલોકન કરવામાં આવે છે અને વિચ્છેદિત કરવામાં આવે છે, અને એક આધ્યાત્મિકતાની, જ્યાં સત્યનો અનુભવ થાય છે, અંતર્જ્ઞાન થાય છે અને અનુભવ થાય છે. બંને નદીઓ એક જ સ્ત્રોતમાંથી ઉદ્ભવે છે, અને ભલે તેઓ અલગ અલગ માર્ગો લે છે, તેઓ અનિવાર્યપણે સમજણના વિશાળ સમુદ્રમાં ભળી જાય છે."

તેમણે થોભીને, આગળ વધતા પહેલા ભેગા થયેલા ભક્તોમાં વિચારને સ્થિર થવા દીધો.

"ચાલો, હું તમને એક વાર્તા કહું."

પ્રકાશનો નિર્માતા

ઘણા સમય પહેલા, ઊંચા પર્વતો અને અનંત આકાશ વચ્ચે વસેલા એક પ્રાચીન રાજ્યમાં, અરિન નામનો એક યુવાન કલાકાર રહેતો હતો. અરિન કોઈ સામાન્ય ચિત્રકાર નહોતો – તેનું બ્રશ ફક્ત દુનિયાને જેમ હતી તેમ કેદ કરતું ન હતું; તેણે દુનિયાને જેમ હોઈ *શકે તેમ પ્રગટ કરી હતી.* તેની કલા કેનવાસ પર રંગદ્રવ્ય કરતાં વધુ હતી; તે અદ્રશ્યમાંથી એક સૂઝ હતી, વિચાર અને વાસ્તવિકતા વચ્ચેનો સેતુ હતો.

ગામલોકોએ તેની ચમત્કારિક ભેટ વિશે શાંત સ્વરમાં વાત કરી. જ્યારે તેઓ ઘઉંના સોનેરી ખેતરો દોરતો, ત્યારે દુષ્કાળના સમયમાં પણ જમીન પુષ્કળ પાક આપતી. જ્યારે તેના બ્રશ માછલીઓથી ભરેલી નદીઓના ચિત્રોવાળા કેનવાસને સ્પર્શતા, ત્યારે માછીમારોની જાળ છલકાતી. તેના પ્રહારો માનવ સમજની બહાર ઊર્જા ધરાવતા હતા, જાણે કે દેવતાઓએ જ તેને ભાગ્યને આકાર આપવાની શક્તિ આપી હોય.

પરંતુ રાજદરબારમાં, કાનાફૂસી શંકામાં ફેરવાઈ ગઈ. તર્ક અને તર્કના જાણકાર રાજાએ આ વાર્તાઓને માત્ર સંયોગ ગણાવીને ફગાવી દીધી. છતાં જિજ્ઞાસાએ તેને કચડી નાખ્યો. શું તે સંયોગ હતો? શું તે ભ્રમ હતો? કે પછી કંઈક તેની સમજની બહાર હતું?

એક દિવસ, તેણે અરિનને બોલાવ્યો.

"તેઓ કહે છે કે તમે ફક્ત ચિત્રકામ કરતા નથી," રાજાએ તીક્ષ્ણ, શોધક આંખો સાથે યુવાન કલાકારનો અભ્યાસ કરતા કહ્યું. "તેઓ કહે છે કે તમારું બ્રશ વાસ્તવિકતાને તેની ઇચ્છા મુજબ વાળે છે. પરંતુ શું તે ફક્ત વસ્તુઓની પ્રકૃતિ નથી જે રીતે પ્રગટ થવી જોઈએ?"

અરિને રાજાની સામે જોયું, તેમના હાવભાવ શાંત હતા, તે જાણીને. "મહારાજ," તેણે કહ્યું, "શું હું તમારા માટે કંઈક રંગકામ કરી શકું?"

રાજા એક ક્ષણ માટે અચકાયા, પછી માથું હલાવ્યું.

અરિને એક વિશાળ કેનવાસ ખોલ્યું અને તેના બ્રશને ઊંડા, તેજસ્વી રંગના કૂવામાં ડુબાડયું. પરંતુ પરિચિત ઘઉંના ખેતરો અથવા નદીઓને રંગવાને બદલે, તેણે ક્યારેય ન જોયેલી વસ્તુની કલ્પના કરી - એક ભવ્ય મહેલ. તેનો હાથ કોઈ પણ જાતના પ્રયાસ વિના ચોકસાઈથી આગળ વધ્યો જાણે કે તેના કરતા મહાન કોઈ વ્યક્તિ દ્વારા માર્ગદર્શન આપવામાં આવ્યું હોય.

ધીમે ધીમે, એક ભવ્ય રચના આકાર પામી. મિનારા સ્વર્ગ સુધી પહોંચ્યા, સવારના સૂર્યની જેમ ચમકતા સોનેરી ગુંબજોથી શણગારેલા. ચમકતા કાચનો પુલ એક શાંત તળાવ પર ફેલાયેલો હતો, તેના પાણી આકાશના અનંત વિસ્તરણને પ્રતિબિંબિત કરતા હતા. જંગલી, આકાશી રંગોથી લહેરાતા બગીચાઓ, જાણીતા વિશ્વમાં અદ્રશ્ય ફૂલોથી ભરેલા. દરેક વિગતો લગભગ દૈવી ઊર્જાથી ધબકતી હતી જાણે કે મહેલ હંમેશા સમયના પડદાની બહાર ક્યાંક અસ્તિત્વમાં હતો, અસ્તિત્વમાં આવવાની રાહ જોઈ રહ્યો હતો.

જ્યારે એરિન આખરે પાછળ હટી ગયો, ત્યારે દરબાર શાંત થઈ ગયો. રાજા, જે ભાગ્યે જ સુંદરતાથી

પ્રભાવિત થતા હતા, તે પોતાની નજર ફેરવી શકતા ન હતા.

તેના મનમાં કંઈક ઊંડે સુધી ખળભળાટ મચી ગયો - એક અગમ્ય જ્ઞાન, એક નિશ્ચિતતા જે પહેલાં ત્યાં નહોતી. આ મહેલ, જે ક્યારેય અસ્તિત્વમાં નહોતો, તે અસ્તિત્વમાં રહી શકે છે. આ દ્રષ્ટિએ તેના મનમાં મૂળ જમાવી દીધું હતું, મજબૂત અને નિર્વિવાદ.

નવા વિશ્વાસ સાથે, રાજાએ તેના શ્રેષ્ઠ ઇજનેરો અને કારીગરોને બોલાવ્યા. તેમણે તેમને આ ચિત્ર સોંપ્યું - ફક્ત કલા તરીકે નહીં, પરંતુ એક નકશા તરીકે, કંઈક મહાન માટે એક નકશા તરીકે. ઈંટથી ઈંટ, પથ્થરથી પથ્થર, અરિનનો દ્રષ્ટિકોણ જાગતી દુનિયામાં આકાર પામ્યો.

વર્ષો વીતી ગયા. અને જ્યારે છેલ્લો સુવર્ણ ગુંબજ સ્થાપિત થયો, ત્યારે રાજા મહેલની સામે ઊભો રહ્યો, તેણે ફક્ત પથ્થર અને કાચની રચના જ નહીં, પરંતુ જે ખુલ્યું હતું તેનું નિર્વિવાદ સત્ય પણ જોયું.

તે અરિન તરફ ફર્યો, તેની આંખોમાં આશ્ચર્ય હતું. "તો, તમે જાદુથી વાસ્તવિકતાને આકાર આપતા નથી," તેણે કહ્યું, તેનો અવાજ શાંત હતો. "તમે તેને દ્રષ્ટિથી આકાર આપો છો."

અરિન નમી ગયો, તેના હોઠ પર જાણીતું સ્મિત હતું. "મહારાજ, શું આ પૂરતો જાદુ નથી?"

પવન તેના શબ્દોને મહેલના મેદાનમાં લઈ ગયો, જ્યાં તેઓ સાંભળનારાઓના મનમાં બીજની જેમ સ્થાયી થયા.

પહેલી વાર, રાજા સમજી ગયા - સર્જન હાથથી નહીં પણ મનથી શરૂ થાય છે. વાસ્તવિકતા ફક્ત પ્રગટ થતી નથી; તે સ્વપ્ન જોનારાઓ, સ્વપ્નદ્રષ્ટાઓ દ્વારા *વણાયેલી છે*, જેઓ જે છે તેની બહાર, જે *હોઈ શકે છે તેમાં જોવાની હિંમત કરે છે* .

વિજ્ઞાન અને આધ્યાત્મિકતા - બે માર્ગ, એક સત્ય

ગુરુજીના અવાજમાં સદીઓના શાણપણનો ભાર હતો જ્યારે તેઓ ભક્તો તરફ પાછા ફર્યા. "અરિનની જેમ, આપણે બધા આપણી વાસ્તવિકતાઓને બ્રશથી નહીં,

પરંતુ વિચારો, ઇરાદાઓ અને માન્યતાઓથી રંગીએ છીએ. વિજ્ઞાન અને આધ્યાત્મિકતા, આ સત્યને જુદા જુદા ખૂણાથી જુએ છે, છતાં તેઓ એક જ રહસ્યની વાત કરે છે."

"વિજ્ઞાનમાં," તેમણે આગળ કહ્યું, "પરિમાણ ભૌતિકશાસ્ત્ર આપણને કહે છે કે જ્યાં સુધી અવલોકન ન થાય ત્યાં સુધી કણો બહુવિધ શક્યતાઓમાં અસ્તિત્વ ધરાવે છે - જ્યાં સુધી ચેતના તેમની સાથે ક્રિયાપ્રતિક્રિયા ન કરે. આ એરિનના વિશ્વના ખાલી કેનવાસથી વિપરીત નથી, જ્યાં વાસ્તવિકતા ફક્ત કલ્પના કરવામાં આવે ત્યારે જ આકાર લે છે. પરિમાણ ક્ષેત્રમાં પ્રયોગો સૂચવે છે કે અવલોકન પદાર્થના વર્તનને અસર કરે છે, જે ચેતના અને ભૌતિક અસ્તિત્વ વચ્ચેના જોડાણનો સંકેત આપે છે."

"આધ્યાત્મિકતામાં, આપણે લાંબા સમયથી આ જાણીએ છીએ. ઋષિઓ અને રહસ્યવાદીઓએ શીખવ્યું છે કે વિશ્વ ફક્ત મનનું પ્રક્ષેપણ છે. ઉપનિષદો *માયા વિશે વાત કરે છે,* જે અનુભૂતિ દ્વારા આકાર પામેલો

ભ્રમ છે. બુદ્ધે વાસ્તવિકતાને આંતરિક વિશ્વના અરીસા તરીકે વાત કરી હતી. મહાન યોગીઓએ દર્શાવ્યું છે કે કેવી રીતે કેન્દ્રિત ચેતના શારીરિક સ્થિતિઓને બદલી શકે છે, પ્રકૃતિના નિયમોને વાળી શકે છે અને અશક્ય લાગતા કાર્યોને પણ પ્રગટ કરી શકે છે."

"પણ જ્યાં વિજ્ઞાન પુરાવા માંગે છે," ગુરુજીએ કહ્યું, "આધ્યાત્મિકતા અનુભવ માંગે છે. જ્યાં વિજ્ઞાન માપવા માંગે છે, ત્યાં આધ્યાત્મિકતા અનુભવવા માંગે છે. એક બહારથી અવલોકન કરે છે, બીજો અંદરથી. અને છતાં, તેઓ એક જ વૈશ્વિક લયમાં નૃત્ય ભાગીદાર છે."

ભક્તો શાંત વિસ્મયમાં બેઠા હતા. સુજીતાની આંખો અનુભૂતિના પ્રકાશથી ચમકી ગઈ. "તો, ગુરુજી, વાસ્તવિકતા શોધાય છે અને સર્જાય પણ છે?"

ગુરુજીએ માથું હલાવ્યું. "હા, અગ્નિના મહેલની જેમ, વાસ્તવિકતાનું નિર્માણ થાય તે પહેલાં તેની કલ્પના કરવામાં આવે છે. તમે જેના પર ધ્યાન કેન્દ્રિત કરો છો, તેને તમે આકાર આપો છો. તમે જે માનો છો, તે

તમે બનો છો. પ્રશ્ન એ નથી કે ચેતના વાસ્તવિકતા બનાવે છે કે નહીં - પ્રશ્ન એ છે કે *તમે કઈ વાસ્તવિકતા બનાવી રહ્યા છો?* "

તેમની આસપાસની હવા અદ્રશ્ય ઉર્જાથી ગુંજી રહી હતી, જાણે બ્રહ્માંડ પોતે જ તેના પ્રાચીન રહસ્યોને ગુંજાવી રહ્યું હોય.

નીતાએ પૂછ્યું, "ગુરુજી, ચેતનાની શક્તિને સમજવાથી જીવન અને મૃત્યું પ્રત્યેનો આપણો અભિગમ કઈ રીતે બદલાઈ શકે છે?"

ગુરુજીએ એક ક્ષણ માટે આંખો બંધ કરી, અને શાંતિને હૂંફાળા આલિંગનની જેમ સભા પર સ્થિર થવા દીધી. "નીતા," તેમણે કહ્યું, સાંજના પવન જેવા નરમ અવાજે, "ચેતનાની શક્તિને સમજવી, એ એક નદી જેવું છે, જેને ખ્યાલ આવે છે કે તે ફક્ત સમુદ્ર તરફ વહેતી નથી પરંતુ તે ગતિમાં રહેલો સમુદ્ર છે. તે આપણી જીવવાની રીતને બદલી નાખે છે, અને આમ કરવાથી, તે મૃત્યું ને સ્વીકારવાની રીતને પણ બદલી નાખે છે."

ગુરુજી આગળ વધતાં ભક્તો ઝૂકી ગયા. "હું તમને એક વાર્તા કહું છું... ઘણા સમય પહેલા, એક દૂરના દેશમાં, પુષ્કર નામનો એક માણસ હતો જે મૃત્યું થી સૌથી વધુ ડરતો હતો. બાળપણથી જ, તેણે પ્રિયજનોને આ દુનિયા છોડીને જતા જોયા હતા, તેમની ગેરહાજરી, તેના હૃદયમાં ખાલી જગ્યાઓ ખોદતી.તેમની અંતિમતા તેને ત્રાસ આપતી હતી. તે મૃત્યું થી બચવા, ઋષિઓ, ઉપચારકો અને અમરત્વનું વચન આપનારા રસાયણશાસ્ત્રીઓને શોધવા માટે ઝનૂની બની ગયો હતો. પરંતુ કોઈ તેને તેના ભયથી મુક્તિ આપી શક્યું નહીં."

એક દિવસ, એક ભટકતો રહસ્યવાદી તેના ગામમાં આવ્યો. તે માણસ શાંતિ ફેલાવતો હતો, તેની હાજરી કોઈ પણ તોફાનથી અવિચલિત સ્થિર પાણીની જેમ હતી. જવાબો માટે આતુર પુષ્કર તેના પગે પડ્યો અને વિનંતી કરી, "મને કહો, હે જ્ઞાની, હું મૃત્યું થી કેવી રીતે બચી શકું?"

રહસ્યવાદી હસ્યો. "મારી સાથે આવો."

તે પુષ્કરને એક વિશાળ તળાવના કિનારે લઈ ગયો, જેની સપાટી આકાશને એટલી સંપૂર્ણ રીતે પ્રતિબિંબિત કરતી હતી કે પાણી ક્યાંથી સમાપ્ત થાય છે અને સ્વર્ગ ક્યાંથી શરૂ થાય છે તે કહેવું અશક્ય હતું.

"તળાવમાં જુઓ," રહસ્યવાદીએ સૂચના આપી.

પુષ્કરે અંદર જોયું અને પોતાનું પ્રતિબિંબ જોયું. 'તમે શું જુઓ છો?' રહસ્યવાદીએ પૂછ્યું.

"મારી જાત," પુષ્કરે જવાબ આપ્યો.

રહસ્યવાદીએ એક નાનો પથ્થર ઉપાડ્યો અને તેને પાણીમાં ફેંકી દીધો. લહેરો ફેલાઈ ગઈ, જેનાથી પ્રતિબિંબ વિકૃત થઈ ગયું.

"હવે, તમે શું જુઓ છો?"

"છબી તૂટી ગઈ છે," પુષ્કરે સ્વીકાર્યું.

રહસ્યવાદી હસ્યો અને રાહ જોવા લાગ્યો. ધીમે ધીમે, લહેરો ઓછી થઈ ગઈ, અને પુષ્કરના ચહેરાનું પ્રતિબિંબ પાછું બદલાયું.

“તમે માનો છો કે તમે આ પ્રતિબિંબ છો, પુષ્કર. તમે માનો છો કે તમે આ શરીર છો, આ ક્ષણિક સ્વરૂપ છો. પણ મને કહો, જ્યારે પાણીમાં ખલેલ પહોંચે છે, ત્યારે શું આકાશ પોતે જ તૂટી જાય છે? કે શું ફક્ત પ્રતિબિંબ ડગમગે છે જ્યારે આકાશ અસ્પૃશ્ય રહે છે?”

પુષ્કરનો શ્વાસ ગળામાં જ અટકી ગયો. “આકાશ અકબંધ રહે છે,” તેણે ધીમેથી કહ્યું.

રહસ્યવાદીએ પુષ્કરના ખભા પર હાથ મૂક્યો. “તો પછી આ સમજો: તમે ફક્ત પાણીમાં પ્રતિબિંબ નથી. તમે તેની ઉપરનું વિશાળ આકાશ છો. આ શરીર એક દિવસ ઓગળી જશે, જેમ પ્રતિબિંબ ડગમગીને અદૃશ્ય થઈ શકે છે. પરંતુ તમે ખરેખર જે છો - ચેતના પોતે - શાશ્વત રહે છે, સમય, જન્મ અથવા મૃત્યું થી અસ્પૃશ્ય.”

જીવનમાં પહેલી વાર, પુષ્કરને ડર લાગ્યો નહીં. તેણે પોતાના મર્યાદિત સ્વ કરતાં કંઈક મહાનનું આલિંગન અનુભવ્યું. તે દિવસે તે તળાવથી દૂર ચાલ્યો ગયો, મૃત્યું થી બચવા માંગતા માણસ તરીકે નહીં, પરંતુ જીવનને સમજવા લાગ્યો હોય તેવા માણસ તરીકે.

ગુરુજીએ થોભીને વાર્તાને શ્રોતાઓના હૃદયમાં બીજની જેમ સ્થિર થવા દીધી, જેમ ખીલવાની રાહ જોઈ રહ્યા હોય. પછી, એક જાણીતી નજર સાથે, તેમણે ફરી એકવાર કહ્યું. "નીતા, જ્યારે આપણે ઓળખીએ છીએ કે આપણે આ ક્ષણિક શરીર કરતાં વધુ છીએ, આપણી ક્ષણિક ઓળખ અને અનુભવો કરતાં વધુ છીએ, ત્યારે જીવન પ્રત્યેનો આપણો અભિગમ બદલાઈ જાય છે. આપણે વળગી રહેવાનું બંધ કરીએ છીએ. આપણે ડરવાનું બંધ કરીએ છીએ. આપણે સંપૂર્ણ રીતે જીવવાનું શરૂ કરીએ છીએ, દરેક ક્ષણને પવિત્ર તરીકે સ્વીકારીએ છીએ. અને જ્યારે આ શરીરનો પૃથ્વી પર પાછા ફરવાનો સમય આવે છે, ત્યારે આપણે મૃત્યું ને અંત તરીકે નહીં પરંતુ એક દરવાજા તરીકે મળીએ છીએ - જેમાંથી આપણે પહેલા ઘણી વખત પસાર થયા છીએ.

ચેતના એ એક મહાન નદી છે, જે એક જીવનમાંથી બીજા જીવનમાં વહે છે, જે તેણે જોયેલી બધી બાબતોનું જ્ઞાન પોતાની સાથે લઈ જાય છે. જ્યારે આપણે આ સત્ય પ્રત્યે જાગૃત થઈએ છીએ, ત્યારે આપણે ડૂબવાનો

ડર રાખતા નથી, કારણ કે આપણે અનુભવીએ છીએ - આપણે પોતે જ નદી છીએ."

હવામાં મૌન છવાઈ ગયું, અનુભૂતિના ભારથી ગાઢ. નીતાની આંખોમાં ઉદાસી નહીં, પણ કંઈક ઊંડી સમજણ ચમકી. તેણીએ આદરથી માથું નમાવ્યું, "આભાર, ગુરુજી."

બીજા બધા સ્થિર રહ્યા, તેમના મન તેઓ જે દુનિયા જાણતા હતા અને જે વિશાળતા તેમણે હમણાં જ જોઈ હતી તેની વચ્ચે નાચતા હતા.

સમાપન કરવું

મૃત્યું પછીના જીવનનો પ્રવાસ

ભક્તિનું શાશ્વત નૃત્ય અને ચેતનાનો પરસ્પર સંવાદ

ગુરુજીએ ધીમેથી શ્વાસ બહાર કાઢ્યો અને શરૂઆત કરી, તેમનો અવાજ વાર્તાને એક પવિત્ર દોરા સાથે ગૂંથી રહ્યો હતો જે દૃશ્યમાન અને અદ્રશ્ય બંનેને જોડતો હતો.

"ઘણા સમય પહેલા, ગોલોકના શાશ્વત ક્ષેત્રમાં, જ્યાં દિવ્ય પ્રેમની સુગંધ હવામાં છવાઈ જાય છે, જ્યાં કૃષ્ણની વાંસળીનો સૂર બ્રહ્માંડને લયમાં રાખે છે, ત્યાં

એક ભક્ત હતા - શ્રીધામ. કૃષ્ણ પ્રત્યેની તેમની ભક્તિ અજોડ, અટલ અને સંપૂર્ણ હતી. પરંતુ તેમની અટલ શ્રદ્ધામાં, એક અંધત્વ પણ હતું, એકલતા, જે કૃષ્ણને પ્રેમનો એકમાત્ર વિષય માનતી હતી, બીજા બધાને નકારી કાઢતી હતી. રાધાને પણ."

ગુરુજીનો અવાજ ધીમો પડી ગયો, તેમના શબ્દોનો ભાર શ્રોતાઓ પર દબાઈ ગયો.

"રાધાનું નામ આટલા આદરથી ગવાતું સાંભળીને શ્રીધામ સહન ન કરી શક્યા. 'તમે રાધે, રાધે કેમ ગાઓ છો?' તેમણે પૂછ્યું, તેમના અવાજમાં અવિશ્વાસની તીવ્રતા હતી. 'ફક્ત કૃષ્ણ જ ભક્તિને પાત્ર છે! તમે એક સામાન્ય સ્ત્રીને દિવ્યતાની સમાન પદ પર કેમ મૂકો છો?'"

છતાં, રાધાના ભક્તો, ઉત્સાહિત સમૂહગીતમાં તેમના અવાજો, 'રાધે, રાધે!' ગૂંજાવતા રહ્યા. રાધા માટેનો તેમનો પ્રેમ અતૂટ હતો, કારણ કે તેઓ જાણતા હતા કે - રાધા વિના, કૃષ્ણ નથી; કૃષ્ણ વિના, રાધા નથી.

તેઓ બે નહીં પણ એક છે, નશ્વર સમજણની બહાર ગૂંથાયેલા છે.

પરંતુ શ્રીધામે, પોતાની અદમ્ય ભક્તિમાં, રાધાને જ પડકાર ફેંક્યો. તેમણે સાબિત કરવાનો પ્રયાસ કર્યો કે તેનું નામ ફક્ત એક ભ્રમ છે, માયાનો પડદો છે. અને તેથી, તેના ઘમંડમાં, તેમણે તેના નામની શક્તિની કસોટી કરી.

એક પતંગિયું ફફડતું પસાર થયું, તેની પાંખો મેઘધનુષી પ્રવાહી પ્રકાશની જેમ ચમકતી હતી. "બોલો, *રાધે, રાધે* ," શ્રીધામે આદેશ આપ્યો.

ભક્તો, ખચકાટ અનુભવતા હતાં પણ આજ્ઞાકારી રીતે, 'રાધે, રાધે!' ના નારા લગાવતા રહ્યા અને એક જ ક્ષણમાં, પતંગિયું રાખ થઈ ગયું. સભામાં હાંફ ફેલાઈ ગઈ.

પછી એક પક્ષી આવ્યું, તેનું ગીત સ્વર્ગનો અવાજ હતો. શ્રીધામનો અવાજ ફરી ગુંજી ઉઠ્યો, નિશ્ચિતતાથી ભરેલો, "રાધે, રાધે ફરી એક વાર બોલો."

ફરી, ભક્તોએ મંત્રોચ્ચાર કર્યા. ફરી, પક્ષી બળીને શૂન્ય થઈ ગયું.

ભક્તોમાં શંકાનો ગણગણાટ ફેલાઈ ગયો. શું શ્રીધામનું કહેવું સાચું હતું? શું રાધાનું નામ મુક્તિ કરતાં વિનાશની શક્તિ હતું? શું તેઓએ ભ્રમમાં શ્રદ્ધા રાખી હતી?

અને પછી, તેમની વચ્ચેથી, એક નાની છોકરી આગળ આવી. નિર્દોષતાથી ભરેલી આંખોમાં, તેણે રાધા તરફ જોયું અને ધીમેથી બોલી, "બોલો, રાધે, રાધે."

ભક્તોમાં ભયનો માહોલ છવાઈ ગયો. શું આ બાળકીનું પણ એવું જ પરિણામ આવશે?

પણ રાધા, જે હંમેશા કરુણાશીલ હતી, તેણે અનંત કોમળતાથી છોકરી તરફ જોયું. તે એ જાણતી હતી જે તેમાંથી કોઈ હજુ સુધી સમજી શક્યું ન હતું. તે સર્જન અને વિસર્જન, એ અસ્તિત્વના એક જ શ્વાસની બે બાજુઓ છે.

દરમિયાન, કૃષ્ણ, મૌનથી જોઈ રહ્યા હતા, તેમણે પોતાને એક મડાગાંઠમાં જોયા. તેઓ સર્વોચ્ચ અને પ્રિય બંને હતા; તેઓ શ્રીધામની ભક્તિની શુદ્ધતા અને રાધાના પ્રેમના શાશ્વત સત્ય વચ્ચે પસંદગી કરી શકતા ન હતા.

અને તેથી, તેઓ પાછા હટી ગયા, મનન કરવા માટે એકાંત શોધતા. તેમણે કહ્યું, "મને સમય આપો, હું સમજી શકું કે તમારામાંથી ભક્તિમાં કોણ સૌથી વધુ છે."

કૃષ્ણ ચાલ્યા ગયા, પણ પરીક્ષા આપ્યા વિના નહીં. તેમણે શ્રીધામને સૂચના આપી, "આ દરવાજાની રક્ષા કરો. કોઈને અંદર આવવા ન દેતા." અને શ્રીધામ, હંમેશા વફાદાર, પોતાના પદ પર ઊભા રહ્યા.

કૃષ્ણએ તેમના હૃદયમાં રાધાને બોલાવી, શબ્દોથી નહીં, પણ ઝંખનાથી - એક અદ્રશ્ય ખેંચાણ જે વાણીથી પરે હતું, જે અવાજની પેલે પાર, સ્વરૂપની પેલે પાર અસ્તિત્વમાં હતું અને રાધાએ તે અનુભવ્યું. પ્રેમ, તેના સાચા સ્વરૂપમાં, રોકી શકાતો નથી. તે કોઈ પસંદગી

નથી; તે એક અનિવાર્ય શક્તિ છે, એક ચુંબક છે જે આત્માને આત્મા તરફ, સ્વને સ્વ તરફ ખેંચે છે.

તે કૃષ્ણ પાસે દોડી ગઈ, તેનું શરીર દૈવી ઉત્સુકતાથી સળગી રહ્યું હતું. પણ દરવાજા પાસે પહોંચીને, તેણે જોયું કે શ્રીધામ તેનો માર્ગ રોકી રહ્યા છે.

“એક બાજુ ખસી જાઓ,” તેણીએ વિનંતી કરી. “તે મને બોલાવે છે.”

“મને કંઈ સંભળાતું નથી,” શ્રીધામે જવાબ આપ્યો. “મને સાબિત કરો કે તેમણે તમને બોલાવ્યા છે.”

“તેનો અવાજ કાનથી સાંભળવામાં આવતો નથી, પણ આત્માથી અનુભવાય છે.”

પણ શ્રીધામે હાર માની નહિ. સત્ય પ્રત્યેની પોતાની ધારણાથી અંધ થઈને, તેમણે પ્રેમને ભ્રમ સમજી લીધો. અને તે અંધત્વમાં, તેમણે સૌથી મોટું કૃત્ય કર્યું - વિચ્છેદનું કૃત્ય.

તેમણે રાધાને શ્રાપ આપ્યો. "સો વર્ષ સુધી, તું ભૂલી જશે કે તું કોણ છે. તું પૃથ્વી પર ભટકતી રહેશે, તારા પોતાના દિવ્યત્વથી અજાણ."

એક શાંતિ છવાઈ ગઈ. એટલી ગાઢ શાંતિ કે એવું લાગ્યું કે જાણે બ્રહ્માંડ પોતે જ થંભી ગયું હોય.

અને રાધાએ, દુઃખી અને જાણી જોઈને, સ્મિત સાથે, શાપ સ્વીકાર્યો. કારણ કે પ્રેમ પ્રતિકાર કરતો નથી - તે શરણાગતિ સ્વીકારે છે. કારણ કે ભવ્ય યોજનામાં, અલગ થવું પણ જોડાણનો એક ભાગ છે.

તે ક્ષણે, ભક્તોને ખ્યાલ આવ્યો કે તેઓ ગેરસમજમાં હતા. જ્યારે તેઓએ રાધાનું નામ જપ્યું, ત્યારે પતંગિયું નાશ પામ્યું ન હતું - તે પરિવર્તિત થઈ ગયું હતું. તે પક્ષી બની ગયું હતું અને જ્યારે પક્ષીને બોલાવવામાં આવ્યું, ત્યારે તે છોકરી બની ગયું. અને છોકરી - ઓહ, છોકરી - હવે મુક્ત હતી.

ચમકતી આંખો સાથે, તેણી શ્રીધામ તરફ ફરી અને ધીમેથી બોલી, "તમે રાધાને શ્રાપ આપ્યો, પણ તમને ખબર નથી કે તમે શું કર્યું છે. હું તે પતંગિયું હતી. હું

તે પક્ષી હતી. અને હવે, તેમના નામને કારણે, મેં લાખો જન્મો પાર કર્યા છે. મને મુક્તિ મળી છે."

અંતે, શ્રીધામે જોયું. ભ્રમ રાધાનો નહીં પણ તેના પોતાના મનની મર્યાદાઓનો હતો અને તે ઘૂંટણિયે પડી ગયો અને ક્ષમા માંગવા લાગ્યો.

પછી કૃષ્ણ પ્રગટ થયા, તેમનું સ્મિત તોફાન અને દૈવી હેતુનું મિશ્રણ હતું, કારણ કે તે બધું તેમની લીલા હતી. શ્રાપ સજા ન હતી પણ એક આવશ્યકતા હતી - એક પડદો ખેંચવામાં આવ્યો હતો જેથી પ્રેમને ફરીથી શોધી શકાય, જેથી શાશ્વત નૃત્ય જીવનભર, ક્ષેત્રોમાં ચાલુ રહી શકે.

અને તેથી, ભક્તોએ તેમનો મંત્ર ફરી શરૂ કર્યો, 'રાધે, રાધે!' પરંતુ આ વખતે, નામ ફક્ત ધ્વનિ નહોતું - તે મર્યાદિત અને અનંત વચ્ચેનો સેતુ હતું, એક એવું નામ જે તેમની અંદર સર્જન, વિસર્જન અને મુક્તિનું રહસ્ય રાખતું હતું.

ગુરુજીનો અવાજ ધીમો પડી ગયો, તેમની આંખો અજાણ્યા તારાવિશ્વોને પ્રતિબિંબિત કરી રહી હતી.

તેમણે પોતાના ભક્તો તરફ જોયું, તેમના હૃદય લાગણીથી ભરાઈ ગયા હતા, અને બોલ્યા, તેમના શબ્દો નરમ છતાં ગર્જના ભર્યા હતા:

“અને તેથી, ચેતના ભૌતિકતા દ્વારા બંધાયેલી નથી. તે જીવન કે મૃત્યું સુધી મર્યાદિત નથી. તે ગતિ કરે છે, તે બદલાય છે, તે પરિવર્તન કરે છે, વાસ્તવિકતાઓનું સર્જન અને વિસર્જન કરે છે જેમ આપણે તેમને આગળ બોલાવીએ છીએ. જાગૃત થવું એ ઓળખવું છે કે આપણે સ્વપ્ન અને સ્વપ્ન જોનાર બંને છીએ, પતંગિયું અને અનંત આકાશ બંને છીએ.”

સભામાં એક મૌન છવાઈ ગયું, ખાલી નહીં, પણ સંપૂર્ણ - સમજણથી ભરેલું, વિસ્મયથી ભરેલું, કંઈક અકથિત છતાં ઊંડાણપૂર્વક અનુભવાયેલું.

નીતા, જેનો અવાજ થોડો પણ ફફડાટ વગરનો હતો, તેણે પૂછ્યું, “ગુરુજી... શું આ ફક્ત એક વાર્તા હતી?”

ગુરુજી હસ્યા, તેમની આંખમાં એક જાણીતી ચમક હતી. “શું આ જીવન પણ એક વાર્તા નથી?”

અને તે જ ક્ષણે, તેઓ સમજી ગયા.

પ્રતિબિંબની રાત્રિ: એક યાત્રા ચાલુ રહે છે

ગુરુજી, લાંબા વિરામ પછી, તેમના આસનમાંથી સુંદર રીતે ઉભા થયા અને ધીમે ધીમે ચાલવા લાગ્યા, જે દિવસના સત્રના અંતનો સંકેત આપે છે. આશ્રમ પર એક ગહન શાંતિ છવાઈ ગઈ, જે ફક્ત રાત્રિના ઠંડા પવનમાં પાંદડાઓના ખડખડાટ અને દૂરની પ્રાર્થનાના મંદ ગણગણાટથી તૂટી ગઈ. તેમની ઉપર, આકાશ વિશાળ અને અનંત ફેલાયેલું હતું, એક આકાશી કેનવાસ જ્યાં તારાઓ દરેક સાધકના હૃદયમાં પ્રગટ થતા રહસ્યોના શાંત સાક્ષીઓની જેમ ચમકતા હતા.

ગુરુજી બુદ્ધ હોલ છોડીને ગયા હોવા છતાં, તેમના શબ્દો હવામાં લટકતા રહ્યા, ભક્તોના મનમાં ગુંજતા રહ્યા. તેઓ તેમના વિચારોને એક અતૂટ દોરા જેવા ગૂંથી રહ્યા, તેમને એક સત્ય સાથે બાંધી દીધા જે તેમની સમજની બહાર લાગ્યું - આત્માને ઉત્તેજીત કરવા માટે પૂરતું નજીક, છતાં તેમને આગળ બોલાવવા માટે પૂરતું દૂર. એકાંત હમણાં માટે સમાપ્ત થઈ ગયું હતું, પરંતુ યાત્રા હજી પૂરી થઈ ન હતી. થોડા

અઠવાડિયામાં, તેઓ ફરીથી કાંચીપુરમમાં ભેગા થશે, જ્યાં જીવન, મૃત્યું અને તેનાથી આગળના ક્ષેત્રોના ઊંડા રહસ્યો ખુલશે.

રાત્રે ગુરુજીની આકૃતિ અદૃશ્ય થઈ જતાં, ભક્તો શાંત શ્રદ્ધામાં ઊભા રહ્યા. કેટલાક શાંત ચિંતનમાં ચાલ્યા ગયા, જાણે દિવસના સાક્ષાત્કારને શોષી રહ્યા હોય, જેમ સૂકી ધરતી વરસાદના પહેલા ટીપાંનું સ્વાગત કરતી હોય. અન્ય લોકો ફફડાટભરી વાતચીતમાં આશ્વાસન મેળવવા માટે અટકી ગયા, તેમના અવાજો શાંત થઈ ગયા જાણે કે તેમની અંદર ગૂંથાયેલા સમજણના નાજુક તાંતણાને ખલેલ પહોંચાડવાનો ભય હોય.

તાપણા પાસે, એક નાનું જૂથ - અક્ષય, વાસુદેવ, આકાંક્ષા અને અપેક્ષા - એક અદ્રશ્ય બંધન દ્વારા એકબીજા સાથે જોડાયેલા હતા, જે સહિયારી જાગૃતિ દ્વારા બંધાયેલું જોડાણ હતું. તેમની આંખોમાં અગ્નિનો પ્રકાશ ઝબકતો હતો, જે તેમનામાં પ્રજ્વલિત શાંત જ્યોતનું પ્રતિબિંબ હતું. રાત લાંબી ચાલી, પ્રતિબિંબથી

ભારે છતાં પ્રકાશ સાથે એક સત્યના શાંત વચન સાથે જે હજુ પણ પ્રગટ થઈ રહ્યું હતું.

નીતાએ નિસાસો નાખ્યો, તેનો અવાજ આશ્ચર્યથી ભરેલો હતો, "દિવસો પવનની જેમ ઉડી ગયા - જેમ ક્ષણો આપણી આંગળીઓમાંથી સરકી રહી હતી."

એસ્પેન અને એસ્ટિને માથું હલાવ્યું, તેમની આંખો અંદરના અકથિત પરિવર્તનને પ્રતિબિંબિત કરી રહી હતી.

"મારા જીવનમાં એક નવું પરિમાણ ખુલ્યું છે," એસ્પેને,ધીમેથી લગભગ પોતાની જાતને કહ્યું. "એક એવો વિચાર જે મેં ક્યારેય કલ્પના પણ નહોતો કર્યો કે અસ્તિત્વમાં હોઈ શકે છે... છતાં હવે, હું તેને જોઈ શકતો નથી."

જોન, જે શાંત ચિંતનમાં સાંભળી રહ્યો હતો, તેણે ભવ્યા તરફ નજર ફેરવી. તેની નજરમાં ભારણ નહોતું, પણ ઊંડી સમજણ મેળવવાની ઝંખના હતી. "ભવ્યા, આગળ શું થયું?" તેણે પૂછ્યું.

ભવ્યાએ આગમાં જોયું, જાણે તેની નાચતી જ્વાળાઓમાં સ્મૃતિ શોધી રહી હોય. તેના ચહેરા પરની હૂંફ તેને તે હૂંફની યાદ અપાવી જે તેણે એક સમયે ગુમાવી હતી - જેઓ તેને છોડીને ગયા હતા, જેમના પર તે શોક કરતી હતી અને એટલો શોક કરતી હતી કે તેમાંથી બહાર નીકળવું અશક્ય લાગતું હતું.

તેણીએ શ્વાસ બહાર કાઢ્યો, તેનો અવાજ સ્થિર હતો પણ ભૂતકાળના દુ:ખના પડઘાથી ભારે હતો.

"જેમ જેમ દિવસો પસાર થતા ગયા, તેમ તેમ પીડા વધુ તીવ્ર બનતી ગઈ. મારા મિત્રોએ ગમે તેટલા પ્રયત્ન કર્યા, પણ ઘા ખૂબ મોટો અને કાચો હતો. નુકસાનનું વજન મારા પર એક અટલ પડછાયાની જેમ ચોંટી ગયું હતું. હું મારી જાતને ફરીથી જીવી શકી નહીં."

તેણી થોભી ગઈ, રાત્રિની હવા તેના શબ્દો વચ્ચેની જગ્યા ભરી રહી હતી.

"એક દિવસ, મારા દુઃખને જોનારા એક પાડોશીએ મને કહ્યું, 'મારી સાથે કાંચીપુરમ ચાલો. તમને સાંત્વના મળશે.'

"મારો પહેલો પ્રશ્ન હતો, 'શું હું મારા પ્રિયજનોને શોધી શકીશ?'

"તેણીએ ફક્ત હસીને કહ્યું, 'તમને તમારા જવાબો મળી જશે.'"

અગ્નિનો અવાજ સંભળાયો, ત્યારબાદ ક્ષણ શાંતિથી ભરાઈ ગયી. ભક્તોએ ઉત્સાહથી સાંભળ્યું, જાણે ભવ્યાની યાત્રા તેમની પોતાની હોય, જાણે કે તેના પ્રશ્નો તેમના ઊંડાણમાં છુપાયેલા પ્રશ્નોનું પ્રતિબિંબ હોય.

"બીજો કોઈ રસ્તો ન હોવાથી, હું કાંચીપુરમ ગઈ. અને આશ્રમમાં પ્રવેશતાની સાથે જ કંઈક બદલાઈ ગયું. હવા હળવી થઈ ગઈ, અને લોકો એક તેજ સાથે હસ્યા જે હું સમજી શકી નહીં. ત્યાં એક શાંતિ હતી - એક અસ્પષ્ટ ખાતરી કે બધું જેમ હોવું જોઈએ તેમ છે."

ભવ્યાનો અવાજ ધીમો પડી ગયો જાણે તે ક્ષણને ફરીથી જીવી રહી હોય.

“લાંબી રાહ જોયા પછી, અક્ષય, મને બ્રિંદાવન બગીચામાં ગુરુજીને મળવા લઈ ગયો. મને આશા હતી કે કોઈ ઋષિ ઊંડા ધ્યાનમાં બેઠેલા હશે, શાસ્ત્રો અને ધૂપથી ઘેરાયેલા હશે. પણ તેના બદલે... મેં એક સરળ માણસ જોયા, જે જીવનમાં જ ડૂબેલા હતા- પક્ષીઓને ખવડાવતા હતા, છોડની સંભાળ રાખતા હતા, ફૂલોની સાથે એવી રીતે વાતો કરતો હતા જાણે તેઓ પ્રિય મિત્રો હોય.”

તેણીએ બધુ યાદ કરતાં માથું હલાવ્યું અને હળવું સ્મિત કર્યું.

“અને પછી તરત જ , તેણીએ કહ્યું, ‘ભવ્યા... એક દિવસ, આપણે બધાએ જવું પડશે. આ છોડ, આ પક્ષીઓ, હું અને તું.’“

ટોળા પર શાંતિ છવાઈ ગઈ. તે સત્યની અનિવાર્યતા તેમના પર એક હળવા પણ નિર્વિવાદ ભારની જેમ આવી ગઈ.

"તેમણે મારી તરફ જોયું અને આગળ કહ્યું, 'આ જ અંતિમ સત્ય છે. તમે તેમને ગુમાવવા બદલ શા માટે રડો છો? તેઓએ તેમનો પ્રવાસ ચાલુ રાખ્યો છે. તમારી સાથેનો તેમનો સમય ક્યારેય કાયમ માટે રહેવાનો નહોતો. જો તેઓ રહ્યા, તો તેમનો માર્ગ કોણ પૂર્ણ કરશે? તેમના માટે ખુશ રહો, કારણ કે તેઓ આગળ વધી ગયા છે. મૃત્યું એક ભ્રમ છે - આત્મા સમાપ્ત થતો નથી, અને તે ફક્ત આગળ વધવા માટે તેનું પાત્ર છોડી દે છે. અને આ ફક્ત તેમને જ નહીં, પરંતુ બધા જીવોને લાગુ પડે છે.'"

ભવ્યા ગળી ગઈ, તેનો અવાજ યાદ આવતી ભાવનાથી ધ્રૂજી રહ્યો હતો.

"બાળકની જેમ, હું રડી. મેં જે પીડા પકડી રાખી હતી તેના માટે હું રડી. હું તે સત્ય માટે રડી જે મેં જોવાનો ઇનકાર કર્યો હતો. હું રડી કારણ કે, તે ક્ષણે, હું સમજી ગઈ."

ગુરુજીએ મારા માથા પર હાથ મૂક્યો અને કહ્યું, 'ટૂંક સમયમાં, તને ખ્યાલ આવશે.'

"જેમ જેમ તેમનો હાથ મને સ્પર્શ્યો, મને એનો અહેસાસ થયો. ઉર્જાનો એક ઉછાળો, શબ્દોની બહાર કંઈક એવો પ્રવાહ મારામાં દોડી આવ્યો. મારા મનમાં રહેલી દરેક શંકા, દરેક દુઃખ, દરેક ભય - સવારના સૂર્ય પહેલાં ઝાકળની જેમ ઓગળી ગઈ.

"અને હવે, મને આશ્ચર્ય થાય છે... જો હું ગુરુજીને ક્યારેય મળી ન હોત તો મારું જીવન કેવું હોત?"

ભક્તો પર એક ભારે શાંતિ છવાઈ ગઈ, પણ તે ખાલીપણું નહોતું - તે ભરેલું હતું. લાગણીઓથી ભરેલું, અનુભૂતિથી ભરેલું, કંઈક અકથિત છતાં ઊંડાણપૂર્વક સમજી શકાય તેવું. કેટલાકની આંખોમાં આંસુ હતા. અન્ય લોકોએ ફક્ત તેમની આંખો બંધ કરી, સત્યને તેમની અંદર સ્થિર થતું અનુભવ્યું.

તેમની ઉપર, વિશાળ રાત્રિનું આકાશ અનંતપણે ફેલાયેલું હતું, તારાઓ તેજસ્વી માણસોની જેમ ચમકતા હતા, જે તેમની જાગૃતિની મૂક સાક્ષી આપતા હતા.

લાંબા સમય સુધી કોઈ બોલ્યું નહીં.

અને પછી, ધીમેથી, કોઈએ ગાવાનું શરૂ કર્યું:

"રાધે... રાધે..."

આ ગીત જાણે કોઈ અદ્રશ્ય પવન દ્વારા ફેલાઈ ગયું હોય તેમ ફેલાઈ ગયું. આગ જાણે ઊછળી રહી હતી, પાંદડા ખડખડાટ મચાવી રહ્યા હતાં અને તારાઓ ચમકવા લાગ્યા હતાં.

કારણ કે યાત્રા હમણાં જ શરૂ થઈ હતી.

જીવન માર્ગદર્શક અને પરોપકારી

શ્રી શામબવ, શ્રી શામબવ આયુર રક્ષિતા ફાઉન્ડેશન (www.shambav-ayurrakshita.org) ના સ્વપ્નદ્રષ્ટા સ્થાપક છે. તેમણે આ સંસ્થાની સ્થાપના એક ઉચ્ચ ધ્યેય સાથે કરી હતી: લિંગ, વંશીયતા અને રાષ્ટ્રીયતા દ્વારા માનવ ઓળખને ઓળખવા. આ સંસ્થા દ્વારા, તેઓ તમામ સમુદાયોને તેમની સંપૂર્ણ ક્ષમતા અને જીવનની આંતરિક સુંદરતાને સાકાર કરવામાં મદદ કરવા માંગે છે.

શ્રી શામબવ, એક લાઇફ કોચ, લોકોને સ્વ-શોધ અને સશક્તિકરણની યાત્રામાં ટેકો આપવા માટે સમર્પિત છે. તેઓ લોકોને તેઓ કોણ છે તે શોધવામાં, તેમને શું પ્રેરણા આપે છે અને શું ચલાવે છે તે નક્કી કરવામાં

અને મર્યાદિત વિચારોને દૂર કરવામાં મદદ કરે છે. તેમનો અભિગમ જીવનમાં વ્યક્તિ શું ઇચ્છે છે તે સ્પષ્ટ કરે છે, લક્ષ્ય-નિર્માણ અને તેમને પ્રાપ્ત કરવા માટે પગલું-દર-પગલાની પ્રક્રિયા દ્વારા લોકોને મદદ કરે છે. તેઓ લોકોને ઇરાદાપૂર્વક અને જવાબદાર નિર્ણયો લેવા માટે સશક્ત બનાવે છે, જેનાથી તેઓ તેમના અંધ સ્થળોને ઓળખી શકે છે અને અસંખ્ય વ્યૂહરચનાઓ અને સાધનોના ઉપયોગ દ્વારા વ્યક્તિ તરીકે વિકસિત થઈ શકે છે.

ફાઉન્ડેશનના બોલ્ડ, સમાધાનકારી અને કરુણાપૂર્ણ સાહસોનો ઉદ્દેશ હંમેશા "આંતરિક પરિવર્તન" પ્રક્રિયા શરૂ કરવાનો હોય છે. તેઓ આધ્યાત્મિક વિકાસ, વ્યક્તિગત વિકાસ અને સ્વ-ઉપચાર પર ધ્યાન કેન્દ્રિત કરે છે, જ્યારે ભાર મૂકે છે કે સાચી પ્રગતિ "સમાવેશક વિકાસ અને સહઅસ્તિત્વ" માં રહેલી છે. આ ફિલસૂફી તેમની બધી પહેલોને આગળ ધપાવે છે, વિકાસ અને સુખાકારી માટે સર્વાંગી અભિગમને પ્રોત્સાહન આપે છે.

શામબવના નેતૃત્વ હેઠળ, ફાઉન્ડેશને અનેક પ્રભાવશાળી ચળવળો શરૂ કરી છે:

શ્રી શામબવ ગ્રીન મૂવમેન્ટ: આ મિશન, જવાબદાર જળ સંરક્ષણ અને હરિયાળી પહેલ દ્વારા સ્વસ્થ, હરિયાળી અને સ્વચ્છ પૃથ્વી બનાવવાનું છે. આ ચળવળ ટકાઉ જીવન અને પર્યાવરણીય જવાબદારીને પ્રોત્સાહન આપીને વિશ્વને હરિયાળું સ્વર્ગ બનાવવાનો પ્રયાસ કરે છે.

શ્રી શામબવ વિદ્યા વેદિકા (વિઝુથુગલ): આ પ્રોજેક્ટનો ઉદ્દેશ્ય વિદ્યાર્થીઓ અને બાળકોને તાલીમ, પુસ્તકો, સ્ટેશનરી અને ગણવેશ આપીને મદદ કરવાનો છે. તેમનો ઉદ્દેશ્ય આગામી પેઢીને શૈક્ષણિક અને વ્યક્તિગત રીતે શ્રેષ્ઠ બનવા માટે જરૂરી સાધનો અને સંશાધનો પૂરા પાડવાનો છે.

શ્રી શામબવ અને તેમનું ફાઉન્ડેશન તેમના કાર્ય દ્વારા કરુણા, પરિવર્તન અને સમાવેશી વિકાસની ભાવનાનું ઉદાહરણ આપે છે, જેનો વિશ્વભરના વ્યક્તિઓ અને સમુદાયો પર ઊંડો પ્રભાવ પડે છે. તેમનું કાર્ય માનવ

ભાવનાને સ્વીકારવાની અને પોષણ આપવાની શક્તિનું ઉદાહરણ આપે છે, એક એવી દુનિયાનું નિર્માણ કરે છે જેમાં દરેક વ્યક્તિ પોતાની સંપૂર્ણ ક્ષમતા સુધી પહોંચી શકે અને જીવનની સુંદરતાની પ્રશંસા કરી શકે.

પ્રશંસાપત્રો

આત્માની યાત્રા - કર્મ - “આપણે વીસીમાં મૃત્યું પામીએ છીએ અને એંસી વર્ષની ઉંમરે દફનાવવામાં આવે છે.” યાદ રાખો કે જે વ્યક્તિને રોકવાનો ઇનકાર કરે છે તેને કંઈ રોકી શકતું નથી. “મોટાભાગના લોકો નિષ્ફળ જતા નથી; તેઓ ફક્ત હાર માની લે છે.” શ્રી શાંબવ સંપૂર્ણ શ્રેયને પાત્ર છે. તેણે મને બેસીને વિચારવાની તક આપી કે હું જીવનમાં શું ગુમાવી શકું છું. લેખકે આપણા રોજિંદા જીવનના દરેક પાસામાં ઊંડાણપૂર્વક ઊંડાણપૂર્વક અભ્યાસ કર્યો છે. આ દેખીતી રીતે નજીવી વિગતોમાં નજીવો ફેરફાર આપણને આટલો આનંદ કેવી રીતે આપી શકે છે? “જર્નીનો આત્મા” તમને “જીવન જીવવાની કળા” તેમજ “મરવાની કળા” શીખવે છે.

ટ્વેન્ટી + વન શ્રેણી - સમૃદ્ધ સાંસ્કૃતિક વારસામાં એકવીસ + એક ટૂંકી વાર્તાઓમાં અદ્ભુત કલ્પના, નૈતિકતા અને મૂલ્યો છે જે ચોક્કસ સમયે પ્રવર્તે છે, જે લોકો કટોકટી અથવા કોઈપણ પરિસ્થિતિમાં કેવી રીતે પ્રતિક્રિયા આપે છે તેના પર અસર કરે છે. લેખકે સાર્વત્રિક મૂલ્યો અને નૈતિકતા સાથે છબીઓનું પુનર્નિર્માણ કર્યું છે. દૂરના દેશોના રસપ્રદ તત્વોની વિપુલતા આધુનિક નાટક અને વાર્તા લેખકોને કંપારી આપશે. આ પુસ્તક વિશ્વાસ અને અમાપ મૂલ્યોને સમર્થન આપે છે, નવી પેઢીઓ માટે આશા જગાડે છે.

મૃત્યું - "શ્રી શામબવનું 'મૃત્યું - જીવનનો પ્રકાશ અને મૃત્યું નો પડછાયો' એક અસાધારણ કૃતિ છે જે આપણા અસ્તિત્વ અને મૃત્યું દરને લગતા ગહન પ્રશ્નોમાં ઊંડા ઉતરે છે. પુસ્તકનું પ્રારંભિક નિવેદન, 'કંઈપણ ખરેખર ક્યારેય મૃત્યું પામતું નથી; તે ફક્ત એક સ્વરૂપમાં અસ્તિત્વમાં રહેતું નથી અને પછી બીજા સ્વરૂપમાં ફરી શરૂ થાય છે,' મૃત્યું ના બહુપક્ષીય સ્વભાવના વિચાર-પ્રેરક સંશોધન માટેનો પાયો નાખે છે. મૃત્યું ની દાર્શનિક જટિલતાઓ અને તેના પ્રત્યેના આપણા

સાર્વત્રિક ભયને પાર કરવાની શાંબવની નોંધપાત્ર ક્ષમતા જ્ઞાનવર્ધક અને દિલાસો આપનારી છે. આ પુસ્તક સમજણ અને સ્વીકૃતિની શક્તિનો પુરાવો છે."

"વ્હીસ્પર્સ ઓફ ઇટરનિટી " - "શ્રી શામબવ દ્વારા લખાયેલ 'વ્હીસ્પર્સ ઓફ ઇટરનિટી' વાંચવું એ એક પરિવર્તનશીલ અનુભવ હતો જેણે મને શરૂઆતથી અંત સુધી મોહિત કરી દીધો. આ ઉત્કૃષ્ટ સંગ્રહનો દરેક વિભાગ અસ્તિત્વના અસંખ્ય પાસાઓમાં ડૂબકી લગાવે છે, જીવન, મૃત્યું અને તેની વચ્ચેની દરેક વસ્તુ પર કરુણ પ્રતિબિંબ પાડે છે. શ્રી શામભવના શ્લોકો ભાષાની સુંદરતા અને અભિવ્યક્તિની શક્તિનો પુરાવો છે, જે વાચકોને સ્વ-શોધ અને આધ્યાત્મિક જાગૃતિની યાત્રા પર નિકળવા માટે આમંત્રણ આપે છે. જીવનના સરળ આનંદની ઉજવણી કરવાનું હોય કે માનવ લાગણીઓની જટિલતાઓ સાથે ઝઝૂમવાનું હોય, આ પુસ્તક એક શાશ્વત સાથી છે જે દરેક વાચકના હૃદય અને આત્મા સાથે વાત કરે છે."

લાઈફ ચેન્જિંગ જર્ની સિરીજ : "**લાઈફ ચેન્જિંગ જર્ની સિરીજ** ॥ ઇંસ્પિરેશનલ કોટ્સ" એક નોંધપાત્ર સંગ્રહ

છે જે સ્વ-શોધ અને વ્યક્તિગત વિકાસના માર્ગને પ્રકાશિત કરે છે. તેના પ્રેરણાદાયી અવતરણો અને સમજદાર પ્રતિબિંબો સાથે, આ પુસ્તક ઘણીવાર અંધકારમાં ઘેરાયેલી દુનિયામાં પ્રકાશના દીવાદાંડી તરીકે સેવા આપે છે. દરેક અવતરણ શાણપણ, માર્ગદર્શન અને પ્રોત્સાહન પ્રદાન કરે છે, જે વાચકોને તેમની આંતરિક શક્તિ અને સ્થિતિસ્થાપકતાની યાદ અપાવે છે. પ્રેરણા અને જ્ઞાન મેળવવા માંગતા કોઈપણ માટે વાંચવા યોગ્ય.

“**લર્ન તું લવ યોરસેલ્ફ**” - “પ્રામાણિક સ્વ-પ્રેમ માટે એક હૃદયસ્પર્શી માર્ગદર્શિકા.”“**લર્ન તું લવ યોરસેલ્ફ**” વાચકોને બાહ્ય માન્યતા પર કેન્દ્રિત દુનિયામાં તેમના સાચા સારને સ્વીકારવા માટે પરિવર્તનશીલ યાત્રા પર આમંત્રણ આપે છે. દસ સમજદાર પ્રકરણો દ્વારા, તે સાચા સ્વ-પ્રેમના સિદ્ધાંતોને નરમાશથી પ્રગટ કરે છે, વાચકોને પોતાની જાત સાથેના તેમના જોડાણને વધુ ગાઢ બનાવવા માટે માર્ગદર્શન આપે છે. સપાટી પરની સકારાત્મકતાથી આગળ, તે વ્યક્તિના અનન્ય ગુણોને સ્વીકારવાથી લઈને સશક્તિકરણ સીમાઓ

નક્કી કરવા સુધી, સ્થિતિસ્થાપક સ્વ-સ્વીકૃતિના સંવર્ધનને પ્રોત્સાહન આપે છે. પ્રેરણાદાયી વાર્તાઓ અને વ્યવહારુ શાણપણ સાથે, આ પુસ્તક આંતરિક શાંતિ, પરિપૂર્ણતા અને આનંદના માર્ગ પર એક વિશ્વસનીય સાથી છે, જે વાચકોને તેમના અધિકૃત સ્વને પ્રતિબિંબિત કરતા જીવન બનાવવામાં મદદ કરે છે.

"ધ પાવર ઓફ લેટિંગ ગો" - આ પુસ્તક મારી આધ્યાત્મિક યાત્રા માટે એક ભેટ રહ્યું છે. શ્રી શાંબવની આસક્તિ, વ્યક્તિગત વિકાસ ચક્ર અને ક્ષમા વિશેની આંતરદૃષ્ટિ જ્ઞાનવર્ધક છે. સાત વર્ષના ચક્રનો ખ્યાલ મારા મનમાં છવાઈ ગયો, જેનાથી મને જીવનના કુદરતી તબક્કાઓ સમજવામાં મદદ મળી. જે હવે મને કામમાં નથી આવતું તેને છોડી દેવા અને સ્વતંત્રતા અને પરિપૂર્ણતાના જીવનમાં પગ મૂકવા માટે હું વધુ સશક્ત અનુભવું છું. ખરેખર સુંદર વાંચન!

"અ જર્ની ઓફ લાસ્ટિંગ પીસ" - **"અ જર્ની ઓફ લાસ્ટિંગ પીસ"** એક વિશ્વાસુ મિત્ર જેવું લાગે છે જે તમને સ્વ-શોધના ચક્રવ્યૂહમાં માર્ગદર્શન આપે છે. ૧૮

પરિવર્તનશીલ સિદ્ધાંતો વ્યવહારુ અને ઊંડાણપૂર્વક પડઘો પાડે છે, જે કૃતજ્ઞતા પ્રથાઓથી લઈને છોડી દેવાની કળા સુધીની દરેક બાબતને સંબોધિત કરે છે. દરેક પ્રકરણ હૂંફ અને શાણપણથી ભરેલું છે, જે મારા જીવનમાં ખ્યાલોને લાગુ કરવાનું સરળ બનાવે છે. મેં ખાસ કરીને શારીરિક સ્વાસ્થ્યના માનસિક સુખાકારી સાથે જોડાણ પર ભાર મૂકવાની પ્રશંસા કરી; તે મારા સ્વાસ્થ્યને પ્રાથમિકતા આપવા માટે મારા માટે જાગૃતિનો સંકેત હતો. આ પુસ્તક વ્યક્તિગત વિકાસ પ્રત્યે ગંભીર કોઈપણ વ્યક્તિ માટે એક અમૂલ્ય સંસાધન છે!

"એસ્ટ્રોલોજી અનવેલ્ડ સિરીઝ" - "ગહન, તાર્કિક અને પ્રેરણાદાયક". જ્યોતિષ અનવેલ્ડમાં જે વાત અલગ પડે છે તે લેખકનું વૈદિક જ્યોતિષને તાર્કિક અને સુલભ બનાવવા પ્રત્યેનું સમર્પણ છે. દરેક ખ્યાલ કુદરતી રીતે બીજામાં વહે છે, જે ઉદાહરણો અને કસરતો દ્વારા સમર્થિત છે. કર્મ અને જીવન ચક્રની આંતરદૃષ્ટિ જ્યોતિષ પુસ્તકોમાં ભાગ્યે જ જોવા મળતી દાર્શનિક

ઊંડાણ ઉમેરે છે. જ્યોતિષીય જ્ઞાનની સાથે આધ્યાત્મિક વિકાસ ઇચ્છતા કોઈપણ માટે યોગ્ય!

ધ એન્ટાઇટલમેન્ટ ટ્રેપ - "વિચાર-ઉત્તેજક અને પડકારજનક" આ પુસ્તક વાચકોને તેમની પોતાની હકદારીની ભાવનાનો સામનો કરવા માટે પડકાર આપે છે, અને તે સરળ નથી - પરંતુ તે આવશ્યક છે. ધ એન્ટાઇટલમેન્ટ ટ્રેપ એક -કદ-ફિટ-બધા અભિગમ પ્રદાન કરતું નથી. તેના બદલે, તે હકદારી આપણા વિકાસને કેવી રીતે મર્યાદિત કરી શકે છે તેની વિચારશીલ, સ્તરીય પરીક્ષા છે. "ડેફાઇનિંગ યોર ઓન હિલ" પરનો પ્રકરણ ખાસ કરીને પ્રભાવશાળી હતો, કારણ કે તેણે મને પુનર્વિચાર કરવા માટે પ્રેરિત કર્યો કે કયા પડકારો ખરેખર અનુસરવા યોગ્ય છે. ગર્વ અનુભવી શકાય તેવું જીવન બનાવવા માટે આંતરિક કાર્ય કરવા તૈયાર લોકો માટે વિચાર-પ્રેરક વાંચન.

"વિસપર્સ ઓફ અ ડાઇંગ સૉલ" - "જીવનના અસ્પષ્ટ સત્યો પર આત્માને ઉત્તેજિત કરતું પ્રતિબિંબ" - *વિસપર્સ ઓફ અ ડાઇંગ સૉલ" : અનસ્પોકન રીગરેટ્સ એન્ડ અલિવ્ડ ડ્રીમ્સ"* એ અવ્યક્ત લાગણીઓ અને

અપૂર્ણ આકાંક્ષાઓનું ઊંડાણપૂર્વકનું મનોહર સંશોધન છે જે આપણા જીવનને એવી રીતે આકાર આપે છે જેનો આપણે ઘણીવાર ખ્યાલ રાખતા નથી. આ પુસ્તક વાચકોને આત્મનિરીક્ષણ અને ઉપચારની સફરમાં માર્ગદર્શન આપતી વખતે પસ્તાવાના શક્તિશાળી, ઘણીવાર છુપાયેલા પ્રભાવનો સામનો કરવા આમંત્રણ આપે છે. દરેક પૃષ્ઠ આપણને વ્યાખ્યાયિત કરતી પસંદગીઓ પર ચિંતન કરવા માટે એક જગ્યા ખોલે છે - અસ્પષ્ટ પ્રેમની ક્ષણોથી ઉપેક્ષિત જુસ્સા સુધી - પ્રમાણિક અને હિંમતપૂર્વક જીવવા માટે સૌમ્ય યાદ અપાવે છે .

“વ્હીસ્પર્સ ઓફ ધ સોલ - અ જર્ની થ્રુ હાઈકુ “ એક મંત્રમુગ્ધ કરનારો સંગ્રહ છે જે સીધા હૃદયને સ્પર્શે છે. દરેક હાઈકુ એક નાજુક બ્રશસ્ટ્રોક છે જે જીવનની ક્ષણિક સુંદરતા અને કાલાતીત શાણપણને કેદ કરે છે, વાચકોને ઊંડા ચિંતન અને શાંતિની ક્ષણોમાં આમંત્રણ આપે છે. આ પુસ્તક આત્મા માટે મલમ છે, જે આપણને શાંતિમાં અર્થ શોધવા અને સરળતામાં જોડાણ શોધવા માટે માર્ગદર્શન આપે છે. પ્રકૃતિ, પ્રેમ અને

માઇન્ડફુલનેસના વિષયો સાર્વત્રિક સત્યોનો પડઘો પાડે છે, શાંત, શક્તિશાળી કૃપાથી ગુંજતા હોય છે. આ એક એવું પુસ્તક છે જેનો ધીમે ધીમે સ્વાદ માણવો, ઊંડાણપૂર્વક માણવો અને વારંવાર વાંચવો. ખરેખર, તે જીવનની અંધાધૂંધીમાં શાંતિ અને સ્પષ્ટતા શોધતા કોઈપણ માટે ભેટ છે.

"**વિસ્પર્સ ઓફ સાયલન્સ** - અનલોકિંગ ઇનર પાવર થ્રુ સ્ટિલનેસ" એક દુર્લભ રત્ન છે જે વાચકોને થોભવા, પ્રતિબિંબિત કરવા અને તેમના આંતરિક સ્વ સાથે ફરીથી જોડાવા માટે પ્રોત્સાહિત કરે છે. એવી દુનિયામાં જે ક્યારેય વાત કરવાનું બંધ કરતી નથી, આ પુસ્તક મૌનનું ગહન અન્વેષણ પ્રદાન કરે છે - ખાલીપણું નહીં પરંતુ એક સમૃદ્ધ અને પરિવર્તનશીલ જગ્યા તરીકે.

પહેલા પાનાથી જ, શ્રી શાંબવનું લખાણ ઊંડાણપૂર્વક પડઘો પાડે છે, વૈજ્ઞાનિક આંતરદૃષ્ટિને આધ્યાત્મિક જ્ઞાન સાથે એવી રીતે મિશ્રિત કરે છે જે સાર્વત્રિક અને ઊંડાણપૂર્વક વ્યક્તિગત બંને લાગે છે. મૂર્ત અને અતીન્દ્રિયને જોડવાની લેખકની ક્ષમતા આ પુસ્તકને

આધુનિક જીવનની અંધાધૂંધીમાંથી પસાર થતા કોઈપણ માટે અમૂલ્ય માર્ગદર્શિકા બનાવે છે.

"પાવર ઓફ વર્ડ્સ: ટ્રાન્સફોર્મિંગ સ્પીચ, ટ્રાન્સફોર્મિંગ લાઇવ્સ" - "**પાવર ઓફ વર્ડ્સ**, એક ગહન અને જ્ઞાનવર્ધક માર્ગદર્શિકા છે જેણે મારા સંદેશાવ્યવહારના અભિગમને બદલી નાખ્યો છે. શ્રી શાંબવ કુશળતાપૂર્વક સંબંધો, સ્વ-દ્રષ્ટિ અને એકંદર સુખાકારી પર આપણા શબ્દોના છુપાયેલા પ્રભાવને ઉજાગર કરે છે. આ પુસ્તક ફક્ત તમને બોલવાનું શીખવતું નથી; તે સભાન સંદેશાવ્યવહારને પ્રેરણા આપે છે જે જોડાણ અને વિશ્વાસને પ્રોત્સાહન આપે છે. ગપસપ અને નિર્ણય જેવા નકારાત્મક દાખલાઓને દયા અને પ્રમાણિકતાથી બદલવાની આંતરદૃષ્ટિ ખરેખર જીવન બદલી નાખે છે. વ્યવહારુ વ્યૂહરચનાઓ અને આકર્ષક વાર્તાઓ તેને વ્યક્તિગત અને વ્યાવસાયિક વિકાસ માટે એક અમૂલ્ય સંસાધન બનાવે છે. ઇરાદા, સ્પષ્ટતા અને કરુણા સાથે વાતચીત કરવાનો પ્રયાસ કરતા કોઈપણ માટે વાંચવા યોગ્ય છે. ખૂબ ભલામણ કરવામાં આવે છે!"

ધ આર્ટ ઓફ ઇન્ટેન્શનલ લિવિંગ - મિનિમલિઝમ ફોર અ લાઇફ ઓફ પર્પઝ - "ધ આર્ટ ઓફ ઇન્ટેન્શનલ લિવિંગ એ અવ્યવસ્થિત દુનિયામાં સ્પષ્ટતા શોધવા માટે એક તાજગીભર્યું માર્ગદર્શિકા છે. વ્યવહારુ શાણપણ અને ગહન આંતરદૃષ્ટિ સાથે, તે તમને સરળ બનાવવા, પ્રાથમિકતા આપવા અને હેતુ સાથે જીવવા માટે પ્રેરણા આપે છે. સંતુલન અને પરિપૂર્ણતા શોધતા કોઈપણ માટે વાંચવા યોગ્ય."

"અવેકનિંગ ધ ઇનફિનિટ : ધ પાવર ઓફ કોન્સિયસનેસ ઇન ટ્રાન્સફોર્મિંગ લાઈફ" - "**અવેકનિંગ ધ ઇનફિનિટ** એ એક પરિવર્તનશીલ માર્ગદર્શિકા છે જે મનને વિસ્તૃત કરે છે અને આત્માને પોષણ આપે છે. ગહન આંતરદૃષ્ટિ અને વ્યવહારુ શાણપણ સાથે, આ પુસ્તક ચેતનાની શક્તિનું સુંદર રીતે અન્વેષણ કરે છે, જે વાચકોને તેમના સાચા હેતુ અને આંતરિક સંભાવના સાથે જોડવામાં મદદ કરે છે. તે સ્વ-શોધ, ઉપચાર અને આધ્યાત્મિક જાગૃતિની યાત્રા છે, જે દરેક વળાંક પર સ્પષ્ટતા અને પ્રેરણા આપે છે. વધુ જાગૃતિ, અર્થ

અને પ્રમાણિકતા સાથે જીવવા માંગતા કોઈપણ વ્યક્તિ માટે વાંચવા યોગ્ય છે."

બિયોન્ડ ધ વેઇલ: અ જર્ની થ્રુ લાઈફ આફ્ટર ડેથ.

"આ પુસ્તક મને તે જ રીતે સ્પર્શ કરે છે જે કેટલાક અન્ય લોકોને કર્યું છે - તે ફક્ત મૃત્યું વિશે જ નથી, પરંતુ જીવન, અર્થ અને વિશાળ અજ્ઞાત વિશે છે જે તેમને જોડે છે. બિયોન્ડ ધ વેઇલ વિજ્ઞાન અને ભાવનાનું આકર્ષક મિશ્રણ પ્રદાન કરે છે, જે આપણને ભયને બદલે વિસ્મય સાથે રહસ્યનું અન્વેષણ કરવા આમંત્રણ આપે છે. વાર્તાઓ, આંતરદૃષ્ટિ અને પ્રતિબિંબો અંતિમ પૃષ્ઠ પછી લાંબા સમય સુધી તમારા હૃદયમાં રહે છે. એક ખરેખર પરિવર્તનશીલ વાંચન જે મૃત્યું ના પડછાયા પર પ્રકાશ લાવે છે. એણે મને યાદ અપાવ્યું છે કે મૃત્યું ને આલિંગન આપવામાં, આપણે ખરેખર કેવી રીતે જીવવું તે શીખીએ છીએ."

બોન્ડ્સ બિયોન્ડ બ્લડ:

"એક ગહન ગતિશીલ વાર્તા જે આપણને યાદ અપાવે છે, કુટુંબ લોહી દ્વારા વ્યાખ્યાયિત નથી, પરંતુ પ્રેમ,

બલિદાન અને રુઝાવવાની હિંમત દ્વારા વ્યાખ્યાયિત કરવામાં આવે છે. દરેક પ્રકરણ તેના ભાવનાત્મક સત્ય અને કાલાતીત શાણપણથી મારા આત્માને સ્પર્શે છે. આનંદ, દુ:ખ અને મુક્તિ દ્વારા, આ પુસ્તક માનવ જોડાણની કાચી સુંદરતાને કેદ કરે છે. મેં તેના પાનાંઓમાં મારા પોતાના પરિવારના પ્રતિબિંબ જોયા -પીડા અને આશા બંને. એક શક્તિશાળી, અવિસ્મરણીય વાંચન જે અંતિમ શબ્દ પછી લાંબા સમય સુધી ચાલે છે."

અ જર્ની ઇનટુ સ્પિરિચ્યુલ મેચ્યુરિટી : ૧૨ ગોલ્ડન રૂલ્સ ફોર ઇનર ટ્રાન્સફોર્મેશન.

“આ પુસ્તક એક સૌમ્ય છતાં શક્તિશાળી માર્ગદર્શિકા છે જેણે મારી અંદર હેતુની ઊંડી ભાવના જાગૃત કરી છે. દરેક સુવર્ણ નિયમ અરીસા જેવો લાગતો હતો જે મારે સ્વીકારવાની જરૂર હતી, તે સત્યોને પ્રતિબિંબિત કરે છે. શ્રી શામબવનું શાણપણ કાલાતીત, કાવ્યાત્મક અને ગહન પાયાનું છે. તે ફક્ત વાંચન નથી - તે તમે ખરેખર કોણ છો તેના હૃદયની યાત્રા છે. કાયમી શાંતિ,

સ્પષ્ટતા અને આંતરિક પરિવર્તન મેળવવા માંગતા કોઈપણ માટે વાંચવું આવશ્યક છે."

ધ ઇનર બેટલફીલ્ડ : ઓવરકમિંગ ધ એનિમિસ ઓફ ધ માઇન્ડ એંડ સૉલ.

"આ પુસ્તક એક શક્તિશાળી સાક્ષાત્કાર છે - આપણે જે લડાઈઓ લડીએ છીએ તેનો પ્રામાણિક અરીસો છે. દરેક પ્રકરણ સ્પષ્ટતા, શાંતિ અને ભાવનાત્મક પ્રભુત્વના એક પગલાની નજીક છે. શ્રી શામબવ તેજસ્વી રીતે પ્રાચીન શાણપણને આધુનિક આત્માઓ માટે વ્યવહારિક માર્ગદર્શનમાં પરિવર્તિત કરે છે. તેમણે મારામાં મારા ડરનો સામનો કરવા અને આંતરિક ઉથલપાથલથી ઉપર ઉઠવાની નવી શક્તિ જાગૃત કરી. સાચા આંતરિક વિજય અને કાયમી પરિવર્તન ઇચ્છતા કોઈપણ વ્યક્તિ માટે વાંચવું આવશ્યક છે."

ધ સિકર્સ ગોલ્ડ – અનલોકિંગ લાઈફસ ગ્રેટેસ્ટ ટ્રેજર

ધ સીકર્સ ગોલ્ડ એ એક આત્માને ઉત્તેજિત કરનારી માસ્ટરપીસ છે જે સંપત્તિની શોધથી ઘણો આગળ છે -

તે ખરેખર મહત્વની બાબતોના હૃદયની યાત્રા છે. દરેક પ્રકરણ કાવ્યાત્મક શાણપણ અને ભાવનાત્મક ઊંડાણ સાથે પ્રગટ થાય છે, જે દર્શાવે છે કે જીવનનો વાસ્તવિક ખજાનો સંપત્તિમાં નહીં પરંતુ સ્વના પરિવર્તનમાં જોવા મળે છે. જેમ જેમ નાયક અજમાયશ, પ્રેમ અને ગહન અનુભૂતિઓ દ્વારા વિકસિત થાય છે, તેમ વાચક પણ વિકસિત થાય છે. આ પુસ્તક દરેક સ્વપ્નદ્રષ્ટા માટે અરીસો છે, દરેક સાધક માટે ફાનસ છે, અને હેતુના માર્ગ પર ચાલતા કોઈપણ માટે સાથી છે. એક કાલાતીત વાર્તા જે અંતિમ પૃષ્ઠ પછી લાંબા સમય સુધી તમારી સાથે રહે છે.

બોર્ન ટુ રાઈજ સિરિસ ૧ & ૨:

બોર્ન ટુ રાઇઝ - શ્રેણી I અને II એ એક ગહન જાગૃતિ છે - એક યાત્રા જે મૌનમાં શરૂ થાય છે અને તમને તમારી સાચી શક્તિના મૂળ તરફ દોરી જાય છે. શ્રેણી I સફળતા વિશેની તમારી સમજણને ફરીથી આકાર આપે છે, જે બતાવે છે કે સ્પષ્ટતા તાળીઓ કરતાં વધુ

મૂલ્યવાન છે, અને પ્રદર્શન કરતાં પ્રામાણિકતા વધુ શક્તિશાળી છે. શ્રેણી II તમને ઊંડાણમાં લઈ જાય છે, અર્થપૂર્ણ, કાયમી વૃદ્ધિ પાછળની માનસિકતા અને આંતરિક વ્યૂહરચનાને ઉજાગર કરે છે - માત્ર સંપત્તિમાં જ નહીં, પરંતુ શાણપણમાં. એકસાથે, આ પુસ્તકો ફક્ત માર્ગદર્શિકા નથી - તે આત્માના અરીસા છે, જે તમે ભૂલી ગયા છો તે સત્યો અને તમે હંમેશાં રાખેલી શક્તિને પ્રગટ કરે છે. આ વાંચવા કરતાં વધુ છે - તે તમે કોણ છો તે યાદ રાખવું છે, અને હેતુ સાથે વધવું છે, દબાણ નહીં.

ધ લૉ ઓફ અટ્રેકશન: અ સોલફૂલ પાથ

“ધ લૉ ઓફ અટ્રેકશન: અ સોલફૂલ પાથ” માર્ગદર્શક કરતાં પણ વિશેષ છે. તે એક આધ્યાત્મિક સાથી છે. શ્રી શામબવે વ્યવહારુ સાધનો સાથે કાલાતીત શાણપણને સુંદર રીતે વણી લીધું છે, જે મને સમજવામાં મદદ કરે છે કે અભિવ્યક્તિ નિયંત્રણ વિશે નથી - તે આંતરિક ગોઠવણી અને કૃપા વિશે છે. આ પુસ્તકનો દરેક નિયમ મારી અંદર સુષુપ્ત કંઈક

ખોલતી ચાવી જેવો લાગ્યો. આકર્ષણના સિદ્ધાંત પર મેં ઘણાં પુસ્તકો વાંચ્યાં છે, પણ આના જેવું કોઈ પુસ્તક મારા હૃદયને સ્પર્શ્યું નથી. આત્મીય ધાર્મિક વિધિઓ, ઊંડા પ્રતિબિંબ અને સૌમ્ય પ્રોત્સાહન દ્વારા, મેં જૂના ભયને મુક્ત કરવાનું શરૂ કર્યું અને સ્પષ્ટતા અને શાંતિમાં પગ મૂક્યો. આ પુસ્તકે મને નિરાશાથી વિશ્વાસ તરફ, ઇચ્છાથી બનવા તરફ આગળ વધવામાં મદદ કરી. અર્થ, ઉપચાર અને સાચા, કાયમી પરિવર્તન માટે ઝંખતા કોઈપણ માટે તે વાંચવું આવશ્યક છે.

વિસપર્સ ઓફ સ્ટીલનેસ : વેર ધ સૉલ લીસન્સ બિયોન્ડ ધ નોઈજ સિરિજ.

વ્હિસ્પર્સ ઓફ સ્ટીલનેસ એ એક દુર્લભ અને તેજસ્વી કાર્ય છે જે નરમાશથી બોલે છે પરંતુ ઊંડાણપૂર્વક પરિવર્તિત થાય છે. દરેક દોહા શાણપણના શ્વાસ જેવા લાગે છે - નમ્ર, ચોક્કસ અને ગહન જાગૃતિ. સદ્ગુણ, સંપત્તિ અને પ્રેમ દ્વારા આકર્ષક રીતે આગળ વધતા, આ શ્રેણી શાંત પ્રતિબિંબ, નૈતિક સ્પષ્ટતા અને

ભાવનાત્મક સત્યને આમંત્રણ આપે છે. આ ઉતાવળ કરવા માટે કવિતા નથી, પરંતુ તેની સાથે જીવવા માટે. સાધકો, નેતાઓ અને સંવેદનશીલ હૃદયો માટે એક કાલાતીત સાથી, તે સ્થિરતાને પુનઃસ્થાપિત કરે છે જ્યાં આત્મા ખરેખર સાંભળી શકે છે.

આભાર

મારા દાદા, દાદી, માતા, પિતા, કાકી, કાકા, પડોશીઓ, બહેનો, ભાઈઓ, મિત્રો અને શિક્ષકોને, તેમણે અનંત નૈતિક વાર્તાઓ, રામાયણ, મહાભારત, પુરાણો, ઉપનિષદો વગેરેનું પુનરાવર્તન કર્યું.

મારા શિક્ષકો, પડોશીઓ અને સગાસંબંધીઓ, જેમણે અમને અદભુત પૌરાણિક કથાઓ રજૂ કરવા માટે એક મંચ પૂરો પાડ્યો અને અમારા પ્રયત્નોને બિરદાવવા માટે ઉદારતાથી આભાર માન્યો.

મહાકાવ્યોના કલાકારો અને અનુવાદકો, જેમણે પ્રેરણાના સ્ત્રોત તરીકે સેવા આપી છે, આપણા આત્માઓને તાજગી આપી છે, આ કૃતિઓને સુલભ બનાવી છે, અને તેમાં રહેલા ઊંડાણ અને ઊંડા પરિમાણોને સમજવામાં આપણને સક્ષમ બનાવ્યા છે.

મુંનિસ્વામી અને ઉમાદેવી સાથે થયેલી ઉત્તેજક વાતચીતો પણ મને ખૂબ ગમે છે.

અમારા પરિવારની સૌથી નાની સભ્ય, આધ્યા, જે હંમેશા મને પ્રશ્નોથી ઘેરી લેતી હતી, તેણે આ પુસ્તકને પ્રેરણા આપી.

હું એ જ રીતે શ્રી શિવકુમાર, શ્રીમતી રૂપા શિવકુમાર, શ્રી અક્ષય રાજેશ, શ્રીમતી અક્ષતા રાજેશ, શ્રીમતી અપેક્ષા પ્રભુ, શ્રી આકાંક્ષ પ્રભુ, શ્રી નિકાશ સરસાંબી, શ્રીમતી સ્પૂર્તિ નિકાશનો તેમના મૂલ્યવાન સૂચન માટે આભાર વ્યક્ત કરવાનું પસંદ કરીશ.

સરસાંબી અને શ્રીમતી મંજુ રેશ્માનો આભાર માનું છું, જેમણે મને પ્રોત્સાહન આપ્યું અને ઘણીવાર પુસ્તક લખવાનું સૂચન કર્યું. મારી પાસે કંઈક મૂલ્યવાન આપવાનું છે તેવી તેમની અતૂટ માન્યતાએ મને મારા લેખન સત્રો દરમિયાન આગળ વધવામાં મદદ કરી.

તમને બધાને પ્રેમ,

શ્રી શામબવ

www.shambav.org

shreeshambav@gmail.com

પર ઇમેઇલ મોકલો.

લેખક દ્વારા - પુસ્તકો

"જર્ની ઓફ સોલ - કર્મ"

"જર્ની ઓફ સોલ-કર્મ" એ આપણા વધુને વધુ જટિલ વિશ્વમાં જીવનના ગહન સત્યોની હૃદયપૂર્વકની શોધ છે. પડકારો, અસમાનતાઓ અને અર્થની શોધને ધ્યાનમાં રાખીને, આ પુસ્તક કર્મની કાલાતીત વિભાવનાને કેન્દ્રમાં લાવે છે. તે કર્મ પર માત્ર ફિલસૂફી તરીકે જ નહીં, પરંતુ આપણા રોજિંદા જીવન માટે માર્ગદર્શક સિદ્ધાંત તરીકે ભાર મૂકે છે, જે આપણને પ્રામાણિકતા અને હેતુના માર્ગ પર ચાલવાની પ્રેરણા આપે છે. આ યાત્રા દ્વારા વાચકોને એ બાબતની ઊંડી સમજ મળે છે કે કઈ રીતે ક્રિયાઓ નિયતિને આકાર આપે છે, સત્ય અને કરુણા સાથે જોડાયેલા જીવનને પ્રોત્સાહિત

કરે છે. વધુ ઊંડા, વધુ પરિપૂર્ણ અસ્તિત્વની શોધમાં રહેલા લોકો માટે તે દીવાદાંડી સમાન છે.

"ડેથ - લાઈટ ઓફ લાઈફ એન્ડ ધ શેડો ઓફ ડેથ"

"લાઈટ ઓફ લાઈફ એન્ડ ધ શેડો ઓફ ડેથ" માં, મૃત્યું ના કોયડાને સ્પષ્ટતા અને કરુણા સાથે સમજાવવામાં આવ્યો છે. મૃત્યું એક અનિવાર્ય નિશ્ચિતતા છે, છતાં તે આપણા જીવન પર ભયનો પડછાયો મૂકે છે, જે પૃથ્વી પરના આપણા સમયને લંબાવવાનો પ્રયાસ કરતી વખતે દુઃખ અને નિરાશાને જન્મ આપે છે. આ ગહન કાર્ય મૃત આત્માઓના ભાગ્ય અને નુકસાન સાથે જોડાયેલી ભારે લાગણીઓની તપાસ કરે છે. છતાં, તે મૃત્યું ને સ્વીકારવાનો અને જીવનની અનિશ્ચિતતાઓ વચ્ચે શાંતિ શોધવાનો માર્ગ પ્રદાન કરે છે. આપણા મૂળ, નૈતિક મૂલ્યો અને હેતુનું અન્વેષણ કરવાથી અસ્તિત્વના ટકાઉ સત્યનો પર્દાફાશ થાય છે. મૃત્યું નો પડછાયો, ભલે ભયાવહ હોય, તેને એક સહિયારા, સાર્વત્રિક અનુભવ તરીકે ફરીથી રજૂ કરવામાં આવ્યો છે - જે આપણને શાણપણ અને કૃપાથી આપણા સૌથી ઊંડા ભયનો સામનો કરવા માટે કહે છે.

“વ્હીસ્પર્સ ઓફ ઈટરનિટી ૧૫૦ પ્લસ – અ સીમફની ઓફ સોલફૂલ વર્સિસ”

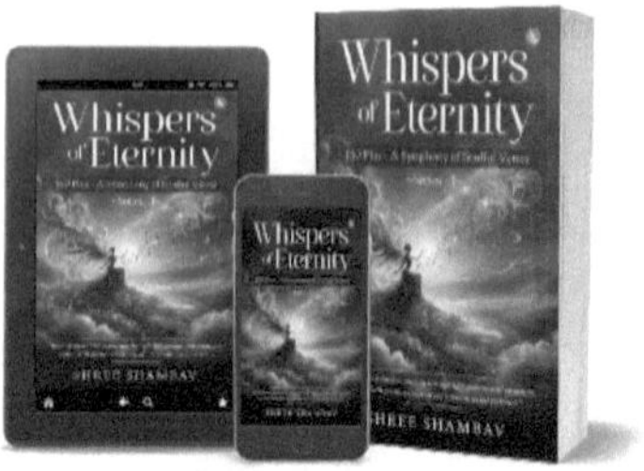

“વ્હીસ્પર્સ ઓફ એટરનિટી “ ની આત્માને ઉત્તેજિત કરતી દુનિયામાં પ્રવેશ કરવો , જે 150 થી વધુ કવિતાઓનો સંગ્રહ છે જે માનવ અનુભ્વના સારને કેદ કરે છે. “થ્રુ ધ સીઝન્સ”, “વ્હીસ્પર્સ ઓફ હોપ” અને “થ્રેડ્સ ઓફ યુનિટી” જેવા વિભાગોમાં વિભાજિત, આ પુસ્તક જીવનના તબક્કાઓ, લાગણીઓ અને આપણને બધાને બાંધતા સાર્વત્રિક જોડાણોમાંથી પસાર થાય છે. શ્રી શામભવના શ્લોકો, પ્રકૃતિ, પ્રેમ અને આધ્યાત્મિકતાને સ્પર્શે છે, વાચકોને રોજિંદા જીવનમાં સુંદરતા શોધવા માટે પ્રેરણા આપે છે. દરેક કવિતા એક સુંદર રીતે રચાયેલ પ્રતિબિંબ છે, જે સૂઝ અને ઊંડાણથી સમૃદ્ધ છે. *“વ્હીસ્પર્સ ઓફ એટરનિટી”* વાચકોને હૃદય અને આત્માના કુદરતી સૌંદર્ય દ્વારા થોભવા, ચિંતન

કરવા અને એક કાલાતીત યાત્રા શરૂ કરવા આમંત્રણ આપે છે.

“લાઈફ ચેન્જિંગ જર્ની સિરીજ ૧ એંડ ૨ ”

“લાઈફ ચેન્જિંગ જર્ની” - ૩૬૫ ઇંસ્પિરેશનલ કોટસ સિરિજ ।” માં, શ્રી શામબવે ચૌદ પ્રકરણોમાં ૩૬૫ મૂળ અવતરણોનો શક્તિશાળી સંગ્રહ રજૂ કર્યો છે, જે દરેક આપણા રોજિંદા જીવનના હૃદયને સ્પર્શવા માટે રચાયેલ છે. એક સરળ સંકલન કરતાં વધુ, આ શ્રેણી શાણપણ અને ઊંડાણ સાથે વ્યક્તિગત અનુભવો સાથે સીધી રીતે વાત કરે છે. “સૌથી સુંદર વસ્તુઓ અદ્રશ્ય હોય છે પણ અનુભવી શકાય છે” જેવા અવતરણો જીવનની અમૂર્ત ક્ષણોની શાંત સુંદરતાને પ્રતિબિંબિત કરે છે. બીજું, “હાર માનવી સરળ છે; પોતાને ટકાવી રાખવું વધુ સમજદાર છે”, પડકારજનક સમયમાં માર્ગદર્શક પ્રકાશ પૂરો પાડે છે. જીવન પરિવર્તન યાત્રા, કાળજીપૂર્વક પસંદ કરેલા શબ્દોની પરિવર્તનશીલ શક્તિને પ્રગટ કરે છે, જે વાચકોને તેમના માર્ગો પર શક્તિ

અને નવા દ્રષ્ટિકોણ શોધવા માટે પ્રેરણા આપે છે. શ્રી શામબવના કાર્ય, વાચકોને દરેક દિવસની અંદર છુપાયેલા શાણપણ અને સ્થિતિસ્થાપકતાની યાદ અપાવે છે.

"ટ્વેન્ટી + વન - ૨૧ શોર્ટ સ્ટોરીજ સિરીજ ૧ એન્ડ ૨ "

"ટ્વેન્ટી + વન - ટૂંકી વાર્તાઓ" માં , શ્રી શંભાવ પ્રકૃતિના ઘણીવાર અવગણવામાં આવતા પાત્રો - વૃક્ષો, પ્રાણીઓ અને પર્વતો - ને જીવંત કરે છે - જે ફક્ત ઉપયોગીતા ઉપરાંત તેમના આંતરિક મૂલ્યને ઉજાગર કરે છે. કાવ્યાત્મક અવતાર સાથે, તેઓ આ શાંત જીવોને અવાજ આપે છે, જેમાંથી કેટલાક નસીબદાર છે કે તેમના નામ, પદવીઓ અને દુર્લભ માનવ રક્ષણ છે. પર્વતો, જે સામાન્ય રીતે ફક્ત સીમાચિહ્નો તરીકે જોવામાં આવે છે, તેમને આદર સાથે દર્શાવવામાં આવ્યા છે, તેમની કાયમી હાજરી પર ભાર મૂકે છે. વાર્તાઓ મનુષ્યો અને કુદરતી વિશ્વ વચ્ચે એક સેતુ બનાવે છે, જે દર્શાવે છે કે જીવનના તમામ સ્વરૂપોમાં પીડા, દુઃખ અને સ્થિતિસ્થાપકતા વહેંચાયેલી છે. શંભાવ વાચકોને વૃક્ષો અને પ્રાણીઓના શાંત સંઘર્ષો સાથે સહાનુભૂતિ દર્શાવવા આમંત્રણ આપે છે, જે ઇકોલોજી અને પર્યાવરણ પ્રત્યેની આપણી જવાબદારી પર એક નવો દ્રષ્ટિકોણ પ્રેરે

છે. આ સંગ્રહ પ્રકૃતિ સાથેના આપણા જોડાણને માન આપવા માટે એક આહ્વાન છે, વાચકોને બધા જીવન માટે કરુણા અને આદરને પ્રોત્સાહન આપવા માટે પ્રોત્સાહિત કરે છે.

"લર્ન ટુ લવ યોરસેલ્ફ: અ જર્ની ઓફ ડિસ્કવરિંગ ઇનર બ્યુટી એંડ સ્ટ્રેન્થ થ્રુ ૧૦ ટ્રાન્સફોર્મેટિવ રૂલ્સ."

"તમારી જાતને પ્રેમ કરવાનું શીખો" એ બાહ્ય માન્યતા અને ઉપરછલ્લા માપદંડો પર કેન્દ્રિત દુનિયામાં આંતરિક તરફ વળવાનું એક શક્તિશાળી આમંત્રણ છે. દસ પરિવર્તનશીલ પ્રકરણો દ્વારા, દરેક પ્રકરણ સ્વ-પ્રેમ માટે એક મુખ્ય નિયમ પ્રદાન કરે છે, વાચકોને તેમની આંતરિક સુંદરતાને ઉજાગર કરવા, વ્યક્તિગત શક્તિ કેળવવા અને સ્વ-સ્વીકૃતિનો મજબૂત પાયો વિકસાવવા માટે માર્ગદર્શન આપવામાં આવે છે. આ યાત્રા ક્ષણિક સુખથી આગળ વધે છે; તે તમારી જાત સાથે એક અધિકૃત સંબંધ બનાવવા વિશે છે જે સ્થિતિસ્થાપકતા, આનંદ અને પરિપૂર્ણતાને પ્રોત્સાહન આપે છે. તમારા અનન્ય ગુણોને સ્વીકારવા અને કરુણાનો અભ્યાસ કરવાથી લઈને સીમાઓ નક્કી કરવા અને તમને જીવંત બનાવે છે તે અનુસરવા સુધી, આ પુસ્તક આવશ્યક

આંતરદૃષ્ટિ અને વ્યવહારુ માર્ગદર્શન પૂરું પાડે છે. આ માર્ગ પર "તમારી જાતને પ્રેમ કરવાનું શીખો" ને તમારા વિશ્વાસુ સાથી બનવા દો, જે તમને અંદરની અમર્યાદિત સંભાવનાઓને ખોલવા અને સાચી આંતરિક શાંતિ શોધવા માટે પ્રેરણા આપશે.

"ધ પાવર ઓફ લેટિંગ ગો: એમબ્રેસ ફ્રીડમ એન્ડ હેપિનેસ"

"ધ પાવર ઓફ લેટીંગ ગો" તમને જોડાણો, ભય અને અપેક્ષાઓ છોડી દેવા માટે આમંત્રણ આપે છે, જે તમને સાચી આંતરિક સ્વતંત્રતા અને આનંદ તરફ દોરી જાય છે. ઊંડી આંતરદૃષ્ટિ, વ્યવહારુ કસરતો અને શાશ્વત શાણપણ સાથે, આ પુસ્તક તમને જીવનના પડકારોનો સામનો સ્થિતિસ્થાપકતા અને કૃપાથી કરવા માટે સજ્જ કરે છે. તે જોડાણના સારને શોધે છે, સાત વર્ષના વિકાસ ચક્રની શક્તિને સ્વીકારે છે, અને પરિપૂર્ણ જીવનની ચાવી તરીકે ક્ષમાની કળા શીખવે છે. દરેક પ્રકરણ સંબંધિત સામ્યતાઓ અને વાસ્તવિક વાર્તાઓ દ્વારા ખ્યાલોને જીવનમાં લાવે છે, જે ગહન વિચારોને સુલભ અને આકર્ષક બનાવે છે. આ પુસ્તકને સ્વ-શોધ અને આધ્યાત્મિક જાગૃતિ માટે તમારા દીવાદાંડી તરીકે સેવા આપવા દો, તમને અનિશ્ચિતતાઓને

નેવિગેટ કરવામાં અને આનંદકારક, અર્થપૂર્ણ અસ્તિત્વ માટે તમારી સંભાવનાને અનલૉક કરવામાં મદદ કરે છે.

અ જર્ની ઓફ લાસ્ટિંગ પીસ: અનવેઈલિંગ ઇનર બ્યુટી એંડ સ્ટ્રેન્થ ૧૮ ટ્રાન્સફોર્મેટીવ પ્રીન્સીપલ્સ

"અ જર્ની ઓફ લાસ્ટિંગ પીસ" એ સ્વ-પ્રેમ, આંતરિક શાંતિ અને વ્યક્તિગત શક્તિ માટે એક પરિવર્તનશીલ માર્ગદર્શિકા છે, જ્યાં શ્રી શાંબવ વાચકોને તેમના સાચા સ્વને શોધવા માટે 18 શક્તિશાળી સિદ્ધાંતો દ્વારા માર્ગદર્શન આપે છે. દરેક પ્રકરણ આંતરિક શાંતિની શોધ અને સ્વ-જાગૃતિના મહત્વથી લઈને માઇન્ડફુલનેસ અને યોગની ઉપચાર પદ્ધતિઓ સુધીના મહત્વપૂર્ણ વિષયોની શોધ કરે છે. વ્યવહારુ વ્યૂહરચનાઓ, ચિંતનશીલ કસરતો અને હૃદયસ્પર્શી વાર્તાઓ દ્વારા, આ પુસ્તક વધુ પ્રમાણિક અને પરિપૂર્ણ જીવન માટે એક સ્પષ્ટ રોડમેપ પ્રદાન કરે છે.

ભલે તમે અપૂર્ણતાને સ્વીકારવા માંગતા હો, સ્વસ્થ સીમાઓ સ્થાપિત કરવા માંગતા હો, અથવા પ્રકૃતિ સાથે ફરીથી જોડાવા માંગતા હો, "અ જર્ની ઓફ લાસ્ટિંગ પીસ" જીવનના પડકારોનો સામનો કરવા અને કાયમી શાંતિ શોધવા માટે શાણપણ પ્રદાન કરે છે. સ્વ-શોધની યાત્રા પર કોઈપણ માટે યોગ્ય, આ પ્રેરણાદાયી કાર્ય આપણને ધીમેથી યાદ અપાવે છે કે કાયમી શાંતિ અંદરથી શરૂ થાય છે.

"એસ્ટ્રોલૉજી અનવેઈલ્ડ: સિરીજ ૧ એન્ડ ૫ "

જ્યોતિષશાસ્ત્રનું અનાવરણ: પ્રાચીન શાણપણનો પાયો તમને જ્યોતિષશાસ્ત્રના રહસ્યોને ઉજાગર કરવા માટે આમંત્રણ આપે છે, જે પ્રાચીન ઋષિઓના ઉપદેશોમાં મૂળ રહેલું કાલાતીત જ્ઞાન પ્રદાન કરે છે. આ વ્યાપક માર્ગદર્શિકા રાશિ, ગ્રહ , ભાવ અને વિભાગીય ચાર્ટ જેવા મૂળભૂત સિદ્ધાંતોની શોધ કરે છે, જે તેને શિખાઉ માણસ અને મધ્યવર્તી વિદ્યાર્થીઓ બંને માટે એક આવશ્યક સ્ત્રોત બનાવે છે.

તાર્કિક સમજૂતીઓ અને વ્યવહારુ ઉપયોગો સાથે, શ્રી શામબવ કુશળતાપૂર્વક પ્રાચીન આંતરદૃષ્ટિને આધુનિક સમજણ સાથે મિશ્રિત કરે છે. ઉદાહરણો, વિગતવાર સમજૂતીઓ અને રસપ્રદ કસરતોથી સમૃદ્ધ, આ પુસ્તક

વૈદિક જ્યોતિષમાં નિપુણતા મેળવવા માટે એક પ્રકાશમાન માર્ગ તરીકે સેવા આપે છે.

જ્યોતિષશાસ્ત્ર તમારા ભાગ્યને કેવી રીતે ઉજાગર કરી શકે છે, જીવનની પસંદગીઓને માર્ગદર્શન આપી શકે છે અને તમારા આધ્યાત્મિક વિકાસને કેવી રીતે ટેકો આપી શકે છે તે શોધતા, એક પરિવર્તનશીલ વૈશ્વિક યાત્રા શરૂ કરો.

"ધ એન્ટાઇટલમેન્ટ ટ્રેપ: ગેટ ઓવર ઈટ, ગેટ ઓન ઈટ"

શું તમે દોષ અને અસંતોષના ચક્રમાં ફસાયેલા અનુભવો છો? ધ એન્ટાઇટલમેન્ટ ટ્રેપ: ગેટ ઓવર ઇટ, ગેટ ઓન ઇટ તમારી વ્યક્તિગત શક્તિને ફરીથી મેળવવા માટે એક પરિવર્તનશીલ માર્ગ પ્રદાન કરે છે. આ સમજદાર માર્ગદર્શિકા તમને પીડિતતાની માનસિકતાથી મુક્ત થવામાં મદદ કરે છે અને તમને તમારા જીવન પર નિયંત્રણ મેળવવા માટે સશક્ત બનાવે છે. અંદર, તમે સફળતાને ફરીથી કેવી રીતે વ્યાખ્યાયિત કરવી, તમારા સાચા મૂલ્યોને પ્રાથમિકતા આપવી અને હેતુ સાથે કેવી રીતે જીવવું તે શીખી શકશો. વ્યવહારુ વ્યૂહરચના દ્વારા, તમે સરળતાને સ્વીકારવાનું, પ્રકૃતિ સાથે જોડાવાનું

અને કાયમી વારસો છોડવાનું શીખી શકશો. શક્તિહીનથી સશક્ત બનવા માટે અને તમને ગમતું જીવન બનાવવા માટે તૈયાર થાઓ!

"વિસપર્સ ઓફ અ ડાઇંગ સોલ: અનસ્પોકન રીગરેટ્સ એંડ અનલીવ્ડ ડ્રીમ્સ"

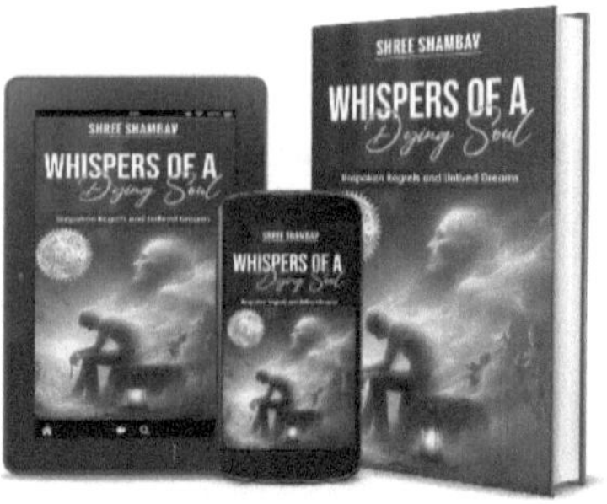

"એક મૃત્યું પામેલા આત્માના વ્હીસ્પર્સ" એક ગહન પ્રવાસની શરૂઆત કરે છે જે આપણે ઘણીવાર રાખીએ છીએ પરંતુ ભાગ્યે જ વ્યક્ત કરીએ છીએ તે શાંત ઝંખનાઓમાં ડૂબકી લગાવે છે. આ શક્તિશાળી શોધ આપણા જીવનને આકાર આપતી અકથિત લાગણીઓને ઉજાગર કરે છે - ચૂકી ગયેલી તકો, અધૂરા સપના અને પ્રામાણિકતાની શોધ. હૃદયપૂર્વકના ચિંતન અને પરિવર્તનશીલ આંતરદૃષ્ટિ દ્વારા, આ પુસ્તક તમને તમારા પસ્તાવાનો સામનો કરવા અને તેમને વિકાસ અને ઉપચાર માટે શક્તિશાળી ઉત્પ્રેરકમાં ફેરવવા માટે આમંત્રણ આપે છે.

"વ્હીસ્પર્સ ઓફ ધ સોલ: અ જર્ની થ્રુ હાઈકુ સીરિઝ ૧ ટુ ૪"

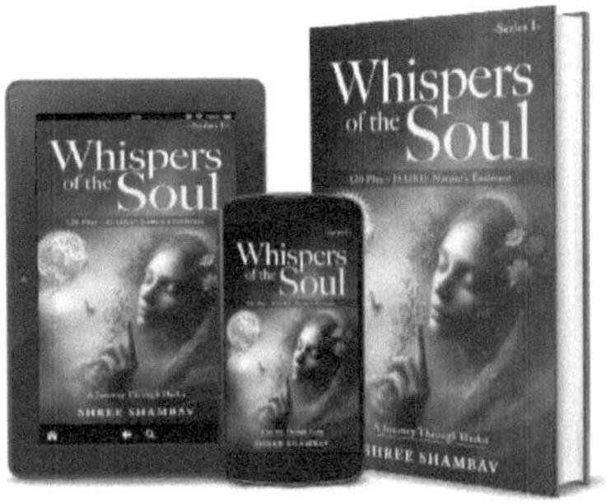

વ્હિસ્પર્સ ઓફ ધ સોલ: અ જર્ની થ્રુ હાઈકુ" એ જીવનની છુપાયેલી સુંદરતાને થોભાવવા અને ફરીથી શોધવા માટેનું કાવ્યાત્મક આમંત્રણ છે. હાઈકુનો આ પરિવર્તનશીલ સંગ્રહ પ્રકૃતિ, માઇન્ડફુલનેસ, પ્રેમ અને માનવ યાત્રાના વિષયોનું અન્વેષણ કરે છે, જે સાર્વત્રિક અનુભવો પર ગહન પ્રતિબિંબ પાડે છે. પાંચ શ્રેણીમાં વિભાજિત, આ પુસ્તક પ્રકૃતિની સુંદરતા, આંતરિક સ્થિરતાની ઊંડાઈ, માનવ જોડાણની કોમળતા, જીવનના ઋતુઓના માર્ગ અને સ્વની બહારના રહસ્યોમાં ઊંડા ઉતરે છે. દરેક હાઈકુ ક્ષણિક ક્ષણોને કાલાતીત કૃપાથી કેદ કરે છે, વાચકોને શાંતિ, સ્વ-શોધ અને જીવનના સરળ અજાયબીઓ માટે નવી પ્રશંસા તરફ

માર્ગદર્શન આપે છે. આ કવિતા કરતાં વધુ છે - તે એક ભાવનાત્મક યાત્રા છે.

"ધ પાવર ઓફ વર્ડ્સ: ટ્રાન્સફોર્મિંગ સ્પીચ ટ્રાન્સફોર્મિંગ લાઇવ્સ."

શબ્દોની શક્તિ: વાણીનું પરિવર્તન, જીવનનું પરિવર્તન આપણી રોજિંદા ભાષાના ગહન પ્રભાવને પ્રકાશિત કરે છે. આ પુસ્તક શબ્દો કેવી રીતે સાજા કરી શકે છે અથવા નુકસાન પહોંચાડી શકે છે, જોડાઈ શકે છે અથવા વિભાજીત કરી શકે છે તેની શોધ કરે છે, વાચકોને સભાન વાતચીત અપનાવવા વિનંતી કરે છે. તે ગપસપ અને નિર્ણય જેવા "બોલવાના પાપો" માં ઊંડાણપૂર્વક અભ્યાસ કરે છે, જ્યારે પ્રામાણિકતા, દયા અને પ્રમાણિકતા જેવા ગુણોની ઉજવણી કરે છે. પરિવર્તન માટે વ્યવહારુ વ્યૂહરચનાઓ અને સાંભળવાની કળા પર ધ્યાન કેન્દ્રિત કરીને, શ્રી શાંબવ આપણી વાતચીતોને ઉન્નત બનાવવા માટે એક રોડમેપ આપે છે. વ્યક્તિગત વિકાસ અને વ્યાવસાયિક વિકાસ બંને

માટે યોગ્ય, આ માર્ગદર્શિકા વાચકોને શાંતિ બનાવવા, ઊંડા જોડાણો વિકસાવવા અને પ્રામાણિકતા અને હેતુપૂર્ણ જીવન જીવવા માટે તેમના શબ્દોનો ઉપયોગ કરવા પ્રેરણા આપે છે.

"ધ આર્ટ ઓફ ઈનટેન્શનલ લિવિંગ: મિનિમાલીઝમ ફોર અ લાઇફ ઓફ પરપઝ "

એવી દુનિયામાં જ્યાં વધુ ઉજવણી થાય છે, ધ આર્ટ ઓફ ઇન્ટેન્શનલ લિવિંગ તમને ઓછાને સ્વીકારવાનું આમંત્રણ આપે છે. આ શક્તિશાળી માર્ગદર્શિકા શોધે છે કે કેવી રીતે મિનિમલિઝમ તમારા જીવનના દરેક પાસાને - તમારી જગ્યા, તમારો સમય અને તમારા મનને - બદલી શકે છે - વિક્ષેપો દૂર કરીને અને ખરેખર મહત્વપૂર્ણ બાબતો પર ધ્યાન કેન્દ્રિત કરીને.

સરળ છતાં ગહન સિદ્ધાંતો દ્વારા, તમે શીખી શકશો:

- તમારી ભૌતિક અને ડિજિટલ જગ્યાને વ્યવસ્થિત કરો
- તમારા મૂલ્યો સાથે શું સુસંગત છે તેને

પ્રાથમિકતા આપો

- અર્થપૂર્ણ જોડાણો અને અનુભવો માટે સમય બનાવો
- હેતુ, શાંતિ અને સ્પષ્ટતાનું જીવન કેળવો

"અવેકનીંગ ધ ઇનફિનિટ: ધ પાવર ઓફ કોન્સિયસનેસ ઇન ટ્રાન્સફોર્મિંગ લાઈફ"

વિભાજિત વિશ્વમાં, જાગૃતિ અનંત ચેતનાની શક્તિને સાજા કરવા, પરિવર્તન લાવવા અને એક કરવા માટે શોધે છે. આ પુસ્તક તમને એક અનુભવલક્ષી યાત્રા પર લઈ જાય છે, જે દર્શાવે છે કે જાગૃતિ વાસ્તવિકતાને કેવી રીતે આકાર આપે છે અને આપણને સાર્વત્રિક શાણપણ સાથે કેવી રીતે જોડે છે. આધ્યાત્મિક ઉપદેશો, આત્મનિરીક્ષણ અને વ્યવહારુ આંતરદૃષ્ટિ દ્વારા, તે તમને તમારા આત્માના સાચા હેતુને ઉજાગર કરવામાં મદદ કરે છે. પરિવર્તનશીલ પ્રથાઓ સાથે, તે તમને ભાવનાત્મક ઉપચાર, સ્પષ્ટતા અને વ્યક્તિગત વિકાસ તરફ માર્ગદર્શન આપે છે. જેમ જેમ તમે તમારી જાગૃતિને વધુ ગાઢ બનાવશો, તેમ તેમ તમે તમારી જાત સાથે અને તમારી આસપાસની દુનિયા સાથે એક ઊંડો

જોડાણ બનાવશો. આ યાત્રાને સ્વીકારવાથી માઇન્ડફુલનેસ, પ્રમાણિકતા અને હેતુપૂર્ણ જીવન તરફ દોરી જાય છે. આખરે, તે અંદરની અનંત સંભાવનાને જાગૃત કરવાનું આમંત્રણ છે.

www.ingramcontent.com/pod-product-compliance
Lightning Source LLC
LaVergne TN
LVHW040542051026
849519LV00004B/1204